ಮೈಸೂರು ರತ್ನಗಳು

೨೦ ವ್ಯಕ್ತಿ ಚಿತ್ರಣಗಳು

D9900003

ಡಾ॥ ಭಗೀರಥ್. ಎಸ್. ನಾಗನಾಥ್

ಕನ್ನಡ ಅನುವಾದ: ಶ್ರೀ ಎಚ್. ಎಂ. ನಾಗರಾಜರಾವ್

notionpress
.com

INDIA · SINGAPORE · MALAYSIA

Notion Press Media Pvt Ltd

No. 50, Chettiyar Agaram Main Road,
Vanagaram, Chennai, Tamil Nadu – 600 095

First Published by Notion Press 2021
Copyright © Dr. Bhagirath. S. Naganath 2021
All Rights Reserved.

ISBN 978-1-68494-191-9

ಪರಿವಿಡಿ ಪಟ್ಟಿ

ಅನುವಾದಕನ ಅರಿಕೆ

ಒಂದು ಭಾಷೆಯಿಂದ ಇನ್ನೊಂದು ಭಾಷೆಗೆ ಅನುವಾದ ಮಾಡುವುದು ಒಳ್ಳೆಯದೇ ಆದರೂ ಅದು ಹಲವು ಸಲ ತುಂಬ ಶ್ರಮದ ಹಾಗೂ ಸವಾಲಿನ ಕೆಲಸವಾಗುತ್ತದೆ. ಮೂಲ ಮತ್ತು ಉದ್ದಿಷ್ಟ ಭಾಷೆಗಳಲ್ಲಿ ಪರಿಣತಿ ಅನುವಾದಕನಿಗೆ ಇರಲೇಬೇಕಾದ ಒಂದು ಅರ್ಹತೆ. ಆತನಿಗೆ ಸರಿಯಾದ ಭಾವಗ್ರಹಿಕೆ ಮತ್ತು ಸಮರ್ಥ ಅಭಿವ್ಯಕ್ತಿ ಇರಬೇಕು; ಹಾಗೆ ನೋಡಿದರೆ ಮೂಲ ಲೇಖಕನದು ಸೃಷ್ಟಿಕಾರ್ಯವಾದರೆ ಅನುವಾದಕನದು ಪುನಸ್ಸೃಷ್ಟಿ. ಎರಡು ಭಾಷೆಗಳಿಗೂ ಅನ್ಯಾಯವಾಗದಂತೆ ತುಂಬ ಎಚ್ಚರದಿಂದ ಕೆಲಸ ಮಾಡುವುದೆಂದರೆ ತಂತಿಯ ಮೇಲೆ ಸಮತೋಲನಕ್ಕಾಗಿ ಕೋಲು ಹಿಡಿದು ನಡೆಯುವ ಹಾಗೆ. ಅದು ಒಮ್ಮೆ ಆ ಕಡೆ ಇನ್ನೊಮ್ಮೆ ಈ ಕಡೆ ವಾಲುತ್ತಿರಬೇಕಾಗುತ್ತದೆ! ಅವನಿಗೆ ಇರುವ ಸ್ವಾತಂತ್ರ್ಯವೂ ಅಷ್ಟೆ; ಅದು ಪರಿಮಿತ. ಎರಡೂ ಭಾಷೆಗಳ ಸ್ವರೂಪ ಮತ್ತು ಜಾಯಮಾನವನ್ನು ಗಮನಿಸಿ, ಮೂಲಭಾವಕ್ಕೆ ಚ್ಯುತಿ ಬಾರದಂತೆ ತುಸು ಸ್ವಾತಂತ್ರ್ಯ ವಹಿಸಿ ಅನುವಾದಕ ತನ್ನ ಕಾರ್ಯ ಸಾಧಿಸಬೇಕಾಗುತ್ತದೆ. ಅನೇಕ ಸಲ ಶಬ್ದಕೋಶಗಳು ನೀಡುವ ಅರ್ಥಗಳು ಹೊಂದಿಕೊಳ್ಳುವುದೆ ಇಲ್ಲ; ಸಂದರ್ಭಕ್ಕನುಗುಣವಾಗಿ ಪದಪ್ರಯೋಗ ಮಾಡಬೇಕಾಗುತ್ತದೆ. ಕೆಲವು ನುಡಿಗಟ್ಟು ಹಾಗೂ ಪಾರಿಭಾಷಿಕ ಪದಗಳನ್ನು ಅರ್ಥಮಾಡಿಕೊಳ್ಳುವ ಕಷ್ಟಸಾಧ್ಯ ಸ್ಥಿತಿ ಅನುವಾದಕನದು.

ಡಾ॥ ಭಗೀರಥ್ ಅವರು ಬರೆದ ಮತ್ತು ಮೈಸೂರಿನ "ಸ್ಟಾರ್ ಆಫ್ ಮೈಸೂರ್" ಪತ್ರಿಕೆಯಲ್ಲಿ ಪ್ರಕಟವಾದ ಲೇಖನಗಳನ್ನು ಕನ್ನಡಕ್ಕೆ ತರುವ ಪ್ರಯತ್ನ ಇದು. ಮೊದಲು ನನ್ನ ಜನ್ಮಸಿದ್ಧ ಸ್ವಭಾವವಾದ ಸಂಕೋಚ ಮತ್ತು ಹಿಂಜರಿಕೆಗಳನ್ನು ತೊರೆಯುವಂತೆ ಮಾಡಿದ್ದು ಪ್ರೊ. ನಾಗನಾಥ್ ಅವರ ಒತ್ತಾಯ ಮತ್ತು ಪ್ರೋತ್ಸಾಹದ ಮಾತುಗಳು; ಅವರ ಮಗ ಡಾ. ಭಗೀರಥ್ ಅವರು ನನ್ನ ಮೇಲೆ ಇರಿಸಿರುವ ಅಚಲ ವಿಶ್ವಾಸ. ಅವರಿಬ್ಬರಿಗೂ ನನ್ನ ಧನ್ಯವಾದಗಳು ಸಲ್ಲಬೇಕು.

ಒಂದೆರಡು ಲೇಖನಗಳಲ್ಲಿ ತಾಂತ್ರಿಕ ಮತ್ತು ಮನೋವೈದ್ಯಕೀಯ ಪಾರಿಭಾಷಿಕ ಪದಗಳ ಅರ್ಥ ನನಗೆ ತಿಳಿಯದಿದ್ದಾಗ ನನ್ನ ನೆರವಿಗೆ ಬಂದವನು ನನ್ನ ಮಗ ಚಿ. ಎಚ್.ಎನ್. ಅಜಯಸ್ವರೂಪ. ಅವನ ಸಹಾಯವನ್ನು ಕೃತಜ್ಞತೆಯಿಂದ ಸ್ಮರಿಸಿಕೊಳ್ಳುತ್ತೇನೆ.

ಇಂಗ್ಲಿಷ್ ಮೂಲದ ಲೇಖನಗಳನ್ನು ಕನ್ನಡಕ್ಕೆ ತರುವಲ್ಲಿ ಶ್ರಮಪಟ್ಟಿದ್ದೇನೆ. ಅನುವಾದದಲ್ಲಿ ಬಂದಿರ ಬಹುದಾದ ಲೋಪದೋಷಗಳು ನನ್ನ ಮಿತಿ ಎಂದು ಓದುಗರು ಭಾವಿಸಬೇಕೆಂದು ಮನವಿ ಮಾಡಿಕೊಳ್ಳುತ್ತೇನೆ.

ನಿಮ್ಮ ಮುಕ್ತ ಅಭಿಪ್ರಾಯಗಳಿಗೆ ಸ್ವಾಗತ; ಅವು ನನ್ನನ್ನು ತಿದ್ದಿಕೊಳ್ಳಲು ನೆರವಾಗುತ್ತವೆ.

ಎಚ್. ಎಂ. ನಾಗರಾಜರಾವ್,
ಎಪಿಗ್ರಾಫಿಸ್ಟ್,
ಕುವೆಂಪು ಕನ್ನಡ ಅಧ್ಯಯನ ಸಂಸ್ಥೆ,
ಮೈಸೂರು ವಿಶ್ವವಿದ್ಯಾನಿಲಯ,
ಮೈಸೂರು.
ದೂರವಾಣಿ: +೯೧ – ೯೯೦೧೦೮೪೯೮೮
ಇಮೇಲ್: hmnraosringeri@gmail.com

ಶುಭಾಂಜಲಿ

ಮೈಸೂರಿನ 'ಸ್ಟಾರ್ ಆಫ್ ಮೈಸೂರ್' ಆಂಗ್ಲ ಭಾಷಾ ದೈನಂದಿನ ಜನಪ್ರಿಯ ಪತ್ರಿಕೆಯ 'ಮೈಸೂರು ಮೆಮೊರೀಸ್' ಶೀರ್ಷಿಕೆಯ ಅಡಿಯಲ್ಲಿ ಪ್ರಕಟವಾದ, ಡಾ॥ ಎಸ್. ಎನ್. ಭಗೀರಥ್ ಅವರ ಇಪತ್ತು ಮಹಾನ್ ವ್ಯಕ್ತಿಗಳ, ಅಪರೂಪದ ಆಂಗ್ಲ ಭಾಷಾ ವ್ಯಕ್ತಿ ಚಿತ್ರಣದ ಲೇಖನಗಳನ್ನು ಪ್ರೊ. ಎಚ್. ಎಂ. ನಾಗರಾಜರಾವ್ ಅವರು, 'ಮೈಸೂರಿನ ರತ್ನಗಳು' ಶಿರೋನಾಮೆಯ ಅಡಿಯಲ್ಲಿ ಬಹು ಸುಂದರವಾಗಿ, ಕನ್ನಡ ಭಾಷೆಗೆ ಭಾಷಾಂತರಿಸಿರುತ್ತಾರೆ. ಪ್ರೊ. ಎಚ್. ಎಮ್. ನಾಗರಾಜರಾವ್ ಅವರ ಕಸ್ತೂರಿ ಕಂಪಿನ ಕನ್ನಡ ಭಾಷಾಂತರವು, ಸಹೃದಯ ಓದುಗರ ಮನವನ್ನು ಮೆಲ್ಲಗೆ ಮುಟ್ಟಿ, ಹೃದಯವನ್ನು ತಣ್ಣಗೆ ತಟ್ಟಿ, ಕನ್ನಡ ಮಾತೆಯ ಸ್ವರ್ಣದೇಗುಲಕ್ಕೆ, ಶುಭಮಂಗಳದ ಹಸಿರುತೋರಣವನ್ನು ತುಂಬು ಭಕ್ತಿಯಿಂದ ಕಟ್ಟುತ್ತದೆ. ವ್ಯರ್ಥಸ್ವಾರ್ಥದಿಂದ ದೂರ ಸರಿದು, ಸಮಾಜ ಸೇವೆಗಾಗಿಯೇ ತಮ್ಮನ್ನು ತಾವು ವಿವಿಧ ಕ್ಷೇತ್ರಗಳಲ್ಲಿ ಸಮರ್ಪಿಸಿಕೊಂಡು, ತಮ್ಮ ಕರ್ತವ್ಯನಿಷ್ಠೆಯಿಂದ, ಶರತ್ಕಾಲದ ಪೂರ್ಣಿಮಾ ರಾತ್ರಿಯ, ಹಾಲುಬೆಳದಿಂಗಳಿನ ಸಾರ್ಥಕ ಸೊಬಗನ್ನು, ನಿಷ್ಕಾಮರಾಗಿ ಸಮಾಜಕ್ಕೆ ನೀಡಿ, ಮಹೋಪಕಾರ ಮಾಡಿರುವ ಮಹೋನ್ನತ ವ್ಯಕ್ತಿತ್ವದ ಮಹಾನುಭಾವರ, ಬಾಳ್ನೋಟದ ಭವ್ಯಸಂಗತಿಗಳನ್ನೂ, ಪ್ರೊ. ಎಚ್. ಎಂ. ನಾಗರಾಜರಾವ್ ಅವರ 'ಮೈಸೂರಿನ ರತ್ನಗಳು' ಕನ್ನಡ ಭಾಷ್ಯಾಂತರ ಗ್ರಂಥದಲ್ಲಿ, ಸರಾಗವಾಗಿ ಓದಿ ಆನಂದಿಸುವುದೇ ನಮ್ಮ ಬಾಳಿನ ಸೌಭಾಗ್ಯದ ಕ್ಷಣವಾಗಿದೆ. ನೂಲು, ಬಟ್ಟೆಯನ್ನು ತೊರೆದರೆ ನೂಲಿನ ಗತಿ ಏನು? ಮಣ್ಣು, ಗಡಿಗೆಯನ್ನು ತೊರೆದರೆ ಮಣ್ಣಿನ ಗತಿ ಏನು? ಅಡಿಗೆ, ಗಡಿಗೆಯನ್ನು ತೊರೆದರೆ ಅಡಿಗೆಯ ಗತಿ ಏನು? ಸೂರ್ಯ ಚಂದ್ರರು ಆಕಾಶವನ್ನು ತೊರೆದರೆ, ಸೂರ್ಯ ಚಂದ್ರರ ಗತಿ ಏನು? ಹಾಗೆಯೇ ನಾವು ನಮ್ಮ ಪ್ರಾತಃ ಸ್ಮರಣೀಯರಾದ, ಪುಣ್ಯವಂತ ಪೂರ್ವಿಕರನ್ನು ತೊರೆದರೆ ನಮ್ಮ ಗತಿ ಏನು? ಜೀವಂತಿಕೆಯಿಂದ ಜೀವನವನ್ನು ಸಾಗಿಸಿ, ಜೀವಂತರಾಗಿರುವವರ ಜೀವನ ಚರಿತ್ರೆಯ ಬಂಗಾರದ ಪುಟಗಳನ್ನು, ಜೀವಂತರಾಗಬಯಸುವವರು ಓದಿ, ಅಲ್ಲಿನ ಮಹಾನ್ ವ್ಯಕ್ತಿಗಳ, ಅಂತಃಸತ್ವದ ಅನುಭವಾಮೃತದ, ಪರಿಮಳದ ಕೆನೆಯನ್ನು ಅನುಭವಿಸಿ ಆಹ್ಲಾದಿಸಿದ,

ಸಹೃದಯ ಓದುಗರೆಲ್ಲರಿಗೂ, ಮೆಲ್ಲುಸಿರಿನ ಆತ್ಮಗಾನದ ಆನಂದ ಭಾಷ್ಪ ಪ್ರಾಪ್ತವಾಗುತ್ತದೆಂಬುದು, ಅನುಭವಿಗಳ ಅನುಭವವಾಣಿಯಾಗಿದೆ. ಈ ವಿಶಾಲ ವಿಶ್ವದ ಯಾವುದೇ ದೇಶದ ಯಾವುದೇ ಪಂಥದ, ಮಹಾನುಭಾವರ ಬದುಕಿನ ಆದರ್ಶಯುಕ್ತ, ಭಾವಪೂರ್ಣ ಕಾರ್ಯಕಲಾಪಗಳ ಸವಿನೆನಪುಗಳು, ನಮ್ಮೆಲ್ಲರಿಗೂ ಜೀವನೋತ್ಸಾಹದ ದಿವ್ಯ ಚೈತನ್ಯವನ್ನು ಅನುಗ್ರಹಿಸುವ ಸಂಭಾವ್ಯಸಂಗತಿಗಳಾಗಿವೆ ತಾನೆ? 'ಮೈಸೂರಿನ ರತ್ನಗಳು' ಗ್ರಂಥದಲ್ಲಿ ಕಂಗೊಳಿಸುತ್ತಿರುವ ಮಹಾನುಭಾವರೆಲ್ಲರೂ, ಕುಂಭದಲ್ಲಿ ತುಂಬಿದ ಗಂಗಾಂಬುಧಿಯಂತೆ, ತಮ್ಮ ಸದ್ಗುಣಗಳ ಘನಗಾಂಭೀರ್ಯದ ಆತ್ಮವರ್ಚಸ್ಸಿನಿಂದ, ಸಹೃದಯ ಓದುಗರ ಹೃದಯ ಮಂಟಪವನ್ನು ಉಜ್ವಲವಾಗಿ ಬೆಳಗುತ್ತಾರೆ. 'ಮೈಸೂರಿನ ರತ್ನಗಳು' ಗ್ರಂಥದಲ್ಲಿ ಎಳೆಬಿಸಿಲಿನ ಮಂದಹಾಸದಂತೆ, ಮತ್ತು ನಂದನವನದ ತಂಗಾಳಿಯ ಪರಿಮಳದಂತೆ, ನಿತ್ಯ ಶೋಭಾಯಮಾನಾರಾಗಿ ಶೋಭಿಸುತ್ತಿರುವ, ಮಾನವ ಮಹಾರತ್ನರೆಲ್ಲರ ಮಹಾಶೀರ್ವಾದಗಳ ಮಾರ್ಗದರ್ಶನದಿಂದ, ನಮ್ಮೆಲರ ನಾಳೆಗಳ ಬಾಳಿನಲ್ಲಿ ಆನಂದದ ಅರುಣೋದಯವಾಗುವುದರಲ್ಲಿ ಸಂಶಯವಿಲ್ಲ. 'ಮೈಸೂರು ರತ್ನಗಳು' ಗ್ರಂಥದಲ್ಲಿ ಪ್ರಕಾಶಿಸುತ್ತಿರುವ ಪೂಜನೀಯರುಗಳಾದ ಎಚ್. ವಿ. ನಂಜುಂಡಯ್ಯ, ಸರ್ ಬ್ರಜೇಂದ್ರನಾಥ ಸೀಲ್, ಡಾ।। ಆರ್. ಶಾಮಶಾಸ್ತ್ರಿ, ಪ್ರೊ ಎಂ. ಹಿರಿಯಣ್ಣ, ಕೃಷ್ಣಪ್ಪ ವೆಂಕಟಪ್ಪ, ಕೆ. ಎಮ್. ಕಾರಿಯಪ್ಪ, ಡಾ।। ಎಮ್. ಎಚ್. ಕೃಷ್ಣ, ತಿರುಮಕೂಡಲು ಚೌಡಯ್ಯ, ಪ್ರೊ ವಿ. ಸೀತಾರಾಮಯ್ಯ, ಡಾ।। ಎಸ್. ಶ್ರೀಕಂಠ ಶಾಸ್ತ್ರಿ, ಡಾ।। ಡಿ. ಎಲ್. ನರಸಿಂಹಾಚಾರ್, ಪ್ರೊ ಜಿ. ವೆಂಕಟಸುಬ್ಬಯ್ಯ, ವೈ. ಜಿ. ಕೃಷ್ಣಮೂರ್ತಿ, ಡಾ।। ಎಂ. ಷಡಕ್ಷರಸ್ವಾಮಿ, ಡಾ।। ಎಚ್. ಎಸ್. ಕೃಷ್ಣಸ್ವಾಮಿ ಅಯ್ಯಂಗಾರ್, ಎಚ್. ವೈ. ಶಾರದಾಪ್ರಸಾದ್, ಡಾ।। ಎಚ್. ಎನ್. ಮೂರ್ತಿ, ತ್ರಿವೇಣಿ, ಡಾ।। ಟಿ. ವಿ. ವೆಂಕಟಾಚಲಶಾಸ್ತ್ರೀ ಮತ್ತು ಎಸ್. ಆರ್. ರಾಮಸ್ವಾಮಿಗಳೇ ಮೊದಲಾದ ಮಹಾನುಭಾವರ ಸಾಮರಸ್ಯದ ಸಮಪಾಕದ ಸದ್ಗುಣವನ್ನು, ಸಹಬಾಳ್ವೆಯ ಸನ್ನಡತೆಯ ಸಂಸ್ಕೃತಿಯನ್ನು ಮತ್ತು ಅಖಂಡ ಪಾಂಡಿತ್ಯದ ಪ್ರೌಢಿಮೆಯನ್ನು ಅರಿತು, ಅವರು ನಿರ್ದೇಶಿಸಿರುವ ಬೆಳಕಿನ ಮಾರ್ಗದಲ್ಲಿ, ನಾವು ಪ್ರಾಮಾಣಿಕರಾಗಿ ಅಡಿಯಿಟ್ಟು ಮುನ್ನಡೆದರೆ, ನಮ್ಮ ಹೃದಯ ಮಂದಿರದಲ್ಲಿ, ಪ್ರಜ್ವಲಿಸುತ್ತಿರುವ ಆ ಮಹಾಚೇತನಾತ್ಮರಿಗೆ, ಕೃತಜ್ಞತೆಯ

ಪುಷ್ಪಾಂಜಲಿಯನ್ನು, ತಾದಾತ್ಮ್ಯಭಾವದಿಂದ ಸಮರ್ಪಿಸಿದ ಧನ್ಯತೆಯು, ನಮ್ಮ ಅಂತ:ಕರಣದಲ್ಲಿ ಮಾಡುತ್ತದೆ.

- ತಮ್ಮ ವಿನೀತ ಆತ್ಮ ಬಂಧುವಾದ,
ಪ್ರೊ॥ ಎ. ವಿ. ಸೂರ್ಯನಾರಾಯಣ ಸ್ವಾಮಿ,
ಮಾಜಿ ಪ್ರೊಫೆಸರ್ ಮತ್ತು ಕನ್ನಡ ವಿಭಾಗ ಮುಖ್ಯಸ್ಥ,
ಶಾರದ ವಿಲಾಸ ಪದವಿ ಕಾಲೇಜು,
ಮೈಸೂರು.
ದೂರವಾಣಿ: +೯೧ - ೯೩೪೩೦೩೪೯೦೧

ಮುನ್ನುಡಿ

೨೦೧೬ನೇ ಇಸವಿಯಲ್ಲಿ ಗಣನೀಯ ಮೈಸೂರು ವಿಶ್ವವಿದ್ಯಾನಿಲಯದ ಶತಮಾನೋತ್ಸವವನ್ನು ಬಹಳ ವಿಜೃಂಭಣೆಯಿಂದ ಆಚರಿಸಲಾಯಿತು. ಈ ಸಂಧರ್ಭದಲ್ಲಿ ನಾನು ವಿಶ್ವವಿದ್ಯಾನಿಲಯದ ಸುವರ್ಣ ಇತಿಹಾಸವನ್ನು ಮತ್ತು ಈ ವಿಶ್ವವಿದ್ಯಾನಿಲಯದ ದಿಗ್ಗಜರಾದ ಪ್ರಾಧ್ಯಾಪಕ ಮತ್ತು ವಿದ್ಯಾರ್ಥಿ ವರ್ಗದ ಕೆಲವು ಮುಖ್ಯಸ್ಥರನ್ನು ನೆನಪು ಮಾಡಿಕೊಂಡೆ. ನನ್ನ ಪಿತಾಮಹರಾದ ವಿಶ್ವವಿಖ್ಯಾತ ಇತಿಹಾಸಕಾರರು ಮತ್ತು ವಿದ್ವಾಂಸರು ಆದ ಡಾ।। ಎಸ್. ಶ್ರೀಕಂಠ ಶಾಸ್ತ್ರೀಯವರು ಮೈಸೂರು ವಿಶ್ವವಿದ್ಯಾನಿಲಯದಲ್ಲಿ ವಿದ್ಯಾರ್ಥಿಯಾಗಿಯೂ, ಪ್ರಾಧ್ಯಾಪಕರಾಗಿಯೂ ಮತ್ತು ಸಂಶೋಧಕರಾಗಿಯೂ ನಲವತ್ತುನಾಲ್ಕು ಸಂವತ್ಸರಗಳ ಸೇವೆಯನ್ನು ಮಾಡಿರುತ್ತಾರೆ. ಮಹಾರಾಜ ಕಾಲೇಜಿನಲ್ಲಿ ಯು. ಜಿ. ಸಿ. ಪ್ರಾಧ್ಯಾಪಕರಾಗಿ ಮತ್ತು ಇತಿಹಾಸ ವಿಭಾಗದ ಮುಖ್ಯಸ್ಥರಾಗಿ ನಿವೃತ್ತಿಹೊಂದಿದರು.

ಆರ್ಯರ ಆಕ್ರಮಣ ಭಾರತ ಖಂಡದಮೇಲೆ ಯಾವಾಗಲೂ ನಡೆದಿಲ್ಲವಿಂದು, ಪುರಾವೆ ಸಹಿತ ಪ್ರಥಮಬಾರಿಗೆ ಮಂಡಿಸಿದ ಡಾ।। ಎಸ್. ಶ್ರೀಕಂಠಶಾಸ್ತ್ರೀಗಳ ವಾದ ಪ್ರಪಂಚವನ್ನೇ ದಿಗ್ಭ್ರಮೆಗೊಳಿಸಿತ್ತು. ಡಾ।। ಎಸ್. ಶ್ರೀಕಂಠಶಾಸ್ತ್ರೀಗಳ ಪ್ರತಿಭಾವಂತ ವಿದ್ಯಾರ್ಥಿಗಳ ಪಟ್ಟಿ ಬಹಳದೊಡ್ಡದಿದೆ. ಅದರಲ್ಲಿ ನಾನು ಕೆಲವರನ್ನು ಹೇಳಲಿಕ್ಕೆ ಇಚ್ಛೆ ಪಡುತ್ತೇನೆ. ಶ್ರೀ ಜಯಚಾಮರಾಜೇಂದ್ರ ಒಡೆಯರ್, ಎಚ್. ವೈ. ಶಾರದಾಪ್ರಸಾದ್, ಸ್ವಾತಂತ್ರ ಹೋರಾಟಗಾರ ವೈ. ಜಿ. ಕೃಷ್ಣಮೂರ್ತಿ, ಪುರಾತತ್ವ ಶೋಧಕ ಡಾ।। ಎಸ್. ಆರ್. ರಾವ್, ನಾಡೋಜ ಪದ್ಮಶ್ರೀ ವಿಜೇತ ಡಾ।। ಜಿ. ವೆಂಕಟಸುಬ್ಬಯ್ಯನವರು, ಕನ್ನಡ ವಿದ್ವಾಂಸರಾದ ಡಾ।। ಟಿ. ವಿ. ವೆಂಕಟಾಚಲಶಾಸ್ತ್ರೀಗಳು, ಡಾ।। ಎ. ಕೆ. ರಾಮಾನುಜಂ ಮತ್ತು ಡಾ।। ಚಿದಾನಂದ ಮೂರ್ತಿ. ಎಮ್ ಮುಂತಾದವರು. ಮಹಾರಾಜ ಕಾಲೇಜಿನಲ್ಲಿ ಡಾ।। ಎಸ್. ಶ್ರೀಕಂಠಶಾಸ್ತ್ರೀಗಳಗಿ ಅಮೂಲ್ಯವಾದ ಶಿಕ್ಷಕ ವರ್ಗದಿಂದ ಪಾಠ, ಪ್ರವಚನಗಳು ದೊರಕಿದವು. ಕೆಲವರನ್ನು ನೆನಸಿಕೊಳ್ಳುವುದು ನಮ್ಮ ಕರ್ತವ್ಯ - ಪ್ರೊ. ತಳುಕಿನ ವೆಂಕಣ್ಣಯ್ಯ, ಬಿ. ಎಂ. ಶ್ರೀಕಂಠಯ್ಯ, ಎನ್. ಎಸ್. ಸುಬ್ಬರಾವ್, ಎಮ್. ಹಿರಿಯಣ್ಣ ಮತ್ತು ಎ. ಆರ್. ಕೃಷ್ಣಶಾಸ್ತ್ರೀ. ಕೆಲವು ಸಹಪಾಠಿಗಳು ಮತ್ತು ಸಮಕಾಲೀನರಾದ ಪ್ರಖ್ಯಾತ

ವ್ಯಕ್ತಿಗಳು - ಕೆ. ವಿ. ಪುಟ್ಟಪ್ಪ, ವಿ. ಸೀತಾರಾಮಯ್ಯ, ಪ್ರೊ. ಎನ್. ಎ. ನಿಕ್ಕಮ್ ಮತ್ತು ಇತರರು.

ಈ ಶತಮಾನೋತ್ಸವ ಸಂಧರ್ಭದಲ್ಲಿ, ನಾನು ಕೆಲವಾರು ಪ್ರಖ್ಯಾತ ವ್ಯಕ್ತಿಗಳ ಚಿತ್ರ ಲೇಖನಗಳನ್ನು ಮೈಸೂರಿನ ಸಂಧ್ಯಾ ಆಂಗ್ಲ ಪತ್ರಿಕೆಯಾದ "ಸ್ಟಾರ್ ಆಫ್ ಮೈಸೂರ್"ಗೆ ಪ್ರಕಟಣೆಗಾಗಿ ಕಳುಹಿಸಿದೆ. ಪತ್ರಿಕೆಯ ಮುಖ್ಯ ಸಂಪಾದಕರಾದ ಶ್ರೀ. ಕೆ. ಬಿ. ಗಣಪತಿಯವರು ಮತ್ತು ಸಹಾಯಕ ಸಂಪಾದಕಿಯರಾದ ಶ್ರೀಮತಿ ಮೀರ ಅಪ್ಪಯ್ಯನವರು ಆದರದಿಂದ ಸ್ವಾಗತಿಸಿ ತಮ್ಮ ಪತ್ರಿಕೆಯಲ್ಲಿ ಮುದ್ರಣ ಮಾಡಿದರು.

ಈ ಲೇಖನಗಳನ್ನು ಬರೆಯುವಾಗ ಸಾಕಷ್ಟು ಸಂಶೋಧನೆ ಮತ್ತು ಸಂಗ್ರಹಣೆಗೆ ನನ್ನ ತಂದೆ ಪ್ರೊ॥ ಎಸ್. ನಾಗನಾಥ್ ಮತ್ತು ಕೌಟುಂಬಿಕ ಸ್ನೇಹಿತರಾದ ಶ್ರೀ ಎಸ್. ಜಿ. ಸೀತಾರಾಮ್ ಬಹಳಷ್ಟು ಸಲಹೆಗಳನ್ನಿತ್ತು ನನಗೆ ಸಹಾಯ ಮಾಡಿದ್ದಾರೆ. ಈ ಪುಸ್ತಕದಲ್ಲಿ ಪ್ರಕಟವಾದ ಹದಿನೆಂಟು ಚಿತ್ರಣಗಳು ಓದುಗರ ಮೆಚ್ಚಿಗೆಯನ್ನು ಪಡೆದಿದೆ. ಕಡೆಯ ಎರಡು ಚಿತ್ರಣಗಳು - ಡಾ॥ ಎಚ್. ಎನ್. ಮೂರ್ತಿ ಮತ್ತು ನಾಡೋಜ ಡಾ॥ ಎಸ್. ಆರ್. ರಾಮಸ್ವಾಮಿಗಳ ಬಗ್ಗೆ ಬರೆದ ಪ್ರಬಂಧಗಳು ಅಂತರ್ಜಾಲತಾಣದಲ್ಲಿ ಪ್ರಕಟವಾಗಿದ್ದವು.

ಈ ಆಂಗ್ಲ ಭಾಷ ಲೇಖನಗಳನ್ನು ಕನ್ನಡ ಭಾಷೆಗೆ ತರಲು ಪ್ರಯತ್ನ ನಡೆಸುತ್ತಿದ್ದಾಗ, ನನ್ನ ತಂದೆಯವರು ಪ್ರಖ್ಯಾತ ಶಾಸನತಜ್ಞರಾದ ಡಾ॥ ಹೆಚ್. ಎಮ್. ನಾಗರಾಜರಾವ್ ಅವರ ಹೆಸರನ್ನು ಸೂಚಿಸಿದರು. ನಾನು ಅವರನ್ನು ಈ ಆಂಗ್ಲಭಾಷ ಲೇಖನಗಳನ್ನು ಕನ್ನಡಕ್ಕೆ ಅನುವಾದ ಮಾಡಿಕೊಡಲು ಪ್ರಾರ್ಥಿಸಿಕೊಂಡಾಗ, ಅವರು ತಮ್ಮ ಉದಾರ ಮನಸ್ಸಿನಿಂದ ಈ ಕಾರ್ಯವನ್ನು ಮಾಡಿಕೊಡಲು ಒಪ್ಪಿಕೊಂಡರು. ಪ್ರೊ. ಹೆಚ್. ಎಮ್. ನಾಗರಾಜರಾವ್‌ರು ಕೇವಲ ಅನುವಾದ ಕಾರ್ಯವನ್ನಲ್ಲದೆ ಅದರ ಡಿ. ಟಿ. ಪಿ. ಕೈಪಿಡಿಯನ್ನು ಕೂಡ ತಯಾರು ಮಾಡಿ ಕಳುಹಿಸಿದ್ದಾರೆ. ಅವರು ಈ ಸಣ್ಣ ಪುಸ್ತಕಕ್ಕೆ ಅನುವಾದಕನ ನುಡಿಯನ್ನು ಕೂಡ ಬರೆದು ನನ್ನನ್ನು ಆಶೀರ್ವದಿಸಿದ್ದಾರೆ. ಅವರಿಗೆ ನನ್ನ ಹೃತ್ಪೂರ್ವಕ ವಂದನೆಗಳು.

ಪ್ರಖ್ಯಾತ ಕನ್ನಡ ಪ್ರಾಧ್ಯಾಪಕರಾದ ಶ್ರೀ ಎ. ವಿ. ಸೂರ್ಯನಾರಾಯಣ ಸ್ವಾಮಿಗಳು, ನನ್ನ ಈ ಸಣ್ಣ ಹೊತ್ತಿಗೆಗೆ "ಶುಭಾಂಜಲಿ" ಎನ್ನುವ ಆಶೀರ್ವಚನವನ್ನು ದಯಪಾಲಿಸಿದ್ದಾರೆ. ಅವರ ಹಿತನುಡಿಗಳು ನನಗೆ ಮಾರ್ಗದರ್ಶನವಾಗಿದೆ.

೨೦೧೬ - ೨೦೧೯ರ ಅವಧಿಯಲ್ಲಿ ನಿಘಂಟು ತಜ್ಞರಾದ ಡಾ|| ಜಿ. ವೆಂಕಟಸುಬ್ಬಯ್ಯನವರ ಸಂಪರ್ಕದ ಸುಯೋಗವು ನನಗೆ ಲಭಿಸಿತು. ಅವರ ಬಗ್ಗೆ ಒಂದು ವ್ಯಕ್ತಿ ಚಿತ್ರಣ ಬರೆಯುವ ಸದಾವಕಾಶ ದೊರಕಿತು. ಅವರು ನನ್ನ ತಾತನವರ ಅತಿ ಹಿರಿಯ ವಿದ್ಯಾರ್ಥಿಯಾಗಿದ್ದರು (೧೯೩೬). ಡಾ|| ಜಿ. ವಿ.ಯವರಿಗೆ ನಮ್ಮ ವಂಶಸ್ಥರ ಮೇಲೂ ಮತ್ತು ನನ್ನ ಮೇಲು ಧಾರಾಳವಾದ ಪ್ರೀತಿ, ಗೌರವಗಳಿದ್ದವು. ಕಾರಾಣಾಂತರಗಳಿಂದ ಆ ಸಂದರ್ಭದಲ್ಲಿ, ಆ ಲೇಖನ ಸ್ಟಾರ್ ಆಫ್ ಮೈಸೂರಿನಲ್ಲಿ" ಪ್ರಕಟಣಗೊಳ್ಳಲಿಲ್ಲ. ತದನಂತರ ಅದು ಪ್ರಕಟಣೆಗೊಂಡಿತು. ಆ ಸಂಧರ್ಭದಲ್ಲಿ, ಡಾ|| ಜಿ. ವಿ.ಯವರು, ನನ್ನ ಲೇಖನಗಳನ್ನು ಪುಸ್ತಕ ರೂಪದಲ್ಲಿ ಪ್ರಕಟಿಸಲು ಸಲಹೆಯನ್ನು ಕೊಟ್ಟರು. ಅದನ್ನು ಈಗ ಕಾರ್ಯ ರೂಪಕ್ಕೆ ತರಲಾಗಿದೆ.

ಈ ಚಿಕ್ಕ ಪ್ರಬಂಧಗಳನ್ನು ಓದಿದಾಗ, ಓದುಗರು, ಈ ವ್ಯಕ್ತಿಗಳ ಬಗ್ಗೆ ಬಹಳಷ್ಟು ಮಾಹಿತಿಗಳನ್ನು ಲೇಖಕನು ಮತ್ತು ಕೊಡಬಹುದಾಗಿತ್ತು ಎನ್ನುವ ಅನಿಸಿಕೆ ಬರಬಹದು. ಆದರೆ ಈ ಲೇಖನಗಳನ್ನು ಬರೆಯುವಾಗ ಸ್ಟಾರ್ ಆಫ್ ಮೈಸೂರಿನ ಸಂಪಾದಕರು ನನ್ನ ಲೇಖನದ ವಿಸ್ತಾರವನ್ನು ಒಂದು ಸಾವಿರದಿಂದ ಒಂದು ಸಾವಿರದ ಐನೂರು ಪದಗಳಿಗೆ ಸೀಮಿತಗೊಳಿಸಿದ್ದರು. ನನಗೆ ಕೊಟ್ಟ ಒಂದು ಪುಟ ಸಾಲುವುದಿಲ್ಲವೆಂಬ ಆಕ್ಷೇಪಣೆಗೆ, ಶ್ರೀ ಕೆ. ಬಿ. ಗಣಪತಿಯವರು, ಕೆಲವು ಲೇಖನಗಳನ್ನು ೨ ಅಥವಾ ೩ ಕಂತಿನಲ್ಲಿ ಪ್ರಕಟಿಸಿರುವರು. ಈ ಇತಿ ಮಿತಿಗಳನ್ನು ಗಮನಕ್ಕೆ ತೆಗೆದುಕೊಂಡು ಓದುಗರು ನನ್ನ ಪ್ರಬಂಧಗಳನ್ನು ವಿಶ್ಲೇಷಿಸಬಹುದೆಂದು ಕೋರಿಕೊಳ್ಳುತ್ತೇನೆ.

ಈ ಕನ್ನಡ ಪುಸ್ತಕದ ಕರಡನ್ನು ಪರಿಶೀಲಿಸಿ ಲೋಪದೋಷಗಳನ್ನು ಸರಿಪಡಿಸಿ ಮುದ್ರಣಕ್ಕೆ ತಯಾರು ಮಾಡಿದ ನನ್ನ ಮಾತೃಶ್ರೀ ಶ್ರೀಮತಿ ಪದ್ಮ ನಾಗನಾಥ್, ನನ್ನ ಅತ್ತೆಯವರಾದ ಶ್ರೀಮತಿ ಮೀನಾಕ್ಷಿ ಮಹೇಶ್ ಮತ್ತು ನನ್ನ ಪತ್ನಿಯಾದ ಡಾ|| ಸರಳಗೆ ನಾನು ಆಭಾರಿಯಾಗಿದ್ದೇನೆ.

ಭಾರತದ ಎಪ್ಪತ್ತೈದನೆ ಸ್ವಾತಂತ್ರ ವರ್ಧಂತಿ ಸಮಯದಲ್ಲಿ ಈ ವ್ಯಕ್ತಿಗಳನ್ನು ಮತ್ತು ಅವರ ಗಣನೀಯ ಸಾಧನೆಯನ್ನು ಜ್ಞಾಪಿಸಿಕೊಳ್ಳುವುದು ಸೂಕ್ತವಾದ ಕಾರ್ಯವೆಂದು ನಾನು ನಂಬಿದ್ದೇನೆ. ಸುಮಾರು ಐವತ್ತು, ಅರವತ್ತು ವರ್ಷಗಳ ಹಿಂದೆ ಪ್ರತಿಭೆ ಮತ್ತು ಮೇಧಾಶಕ್ತಿಗೆ ನಮ್ಮ ಸಮಾಜದಲ್ಲಿ ಸಾಕಷ್ಟು ಪ್ರಾಮುಖ್ಯತೆಯನ್ನು ಕಲ್ಪಿಸಿದ್ದರು. ಈ ಅಮೋಘ ಮೌಲ್ಯಗಳು ಪ್ರಸಕ್ತ ಕಾಲದಲ್ಲಿ ಅದೃಶ್ಯವಾಗಿದೆ. ಅದರ ಬದಲಾಗಿ "ಜಾತಿ", "ಸಂಖ್ಯಾಬಲ", “ಧಾರ್ಮಿಕ

ಮೂಢನಂಬಿಕೆಗಳು" ಮತ್ತು "ಅಪ್ರಾಮಾಣಿಕತೆ" ನಮ್ಮ ಸಮಾಜದಲ್ಲಿ ತಾಂಡವಾಡುತ್ತಿದೆ. ಈ ವ್ಯಕ್ತಿಗಳ ಜೀವನ ಚರಿತ್ರೆಯಿಂದ ನಾವೆಲ್ಲರೂ ಪುನೀತರಾಗಲು ಸಾಧ್ಯವೆಂದು ನಂಬಿಕೆ ಇಟ್ಟುಕೊಂಡಿದ್ದೇನೆ.

ವಂದೇ ಮಾತರಂ

– ಡಾ|| ಭಗೀರಥ್. ಎಸ್. ನಾಗನಾಥ್

2021.

ರಾಜಮಂತ್ರ ಪ್ರವೀಣ ಕುಲಪತಿ ಹೆಚ್. ವಿ. ನಂಜುಂಡಯ್ಯ

Figure 1: ಹೆಚ್. ವಿ. ನಂಜುಂಡಯ್ಯ

ಹೆಬ್ಬಳಲು ವೆಲ್ಲನೂರು ನಂಜುಂಡಯ್ಯನವರು 1860ರ ಅಕ್ಟೋಬರ್ 13 ರಂದು ಸುಬ್ಬಯ್ಯ ಮತ್ತು ಅನ್ನಪೂರ್ಣಮ್ಮನವರ ಮಗನಾಗಿ ಜನಿಸಿದರು. ಮೈಸೂರಿನ ವೆಸ್ಲಿಯನ್ ಹೈಸ್ಕೂಲಿನಲ್ಲಿ ಅವರ ಪೂರ್ವಭಾವಿ ಶಿಕ್ಷಣ ನಡೆದು, ಅನಂತರದ ವ್ಯಾಸಂಗ ಮದ್ರಾಸಿನ ಕ್ರಿಶ್ಚಿಯನ್ ಕಾಲೇಜಿನಲ್ಲಿ ನಡೆಯಿತು. ಅವರು 1880 ರಲ್ಲಿ ಬಿ.ಎ. ಪದವಿಯನ್ನು ಪಡೆದುಕೊಂಡರು. ಅವರು ಬಿ.ಎ. ಪೂರ್ಣಗೊಳಿಸಿದ ತರುವಾಯ ಸ್ವಲ್ಪ ಕಾಲ ಕೊಳ್ಳೇಗಾಲದಲ್ಲಿ ಉಪನೋಂದಣಿಕಾರರಾಗಿ ಹಾಗೂ ಮದ್ರಾಸಿನ ಅಕೌಂಟ್ಸ್ ಜನರಲ್‌ರ ಕಛೇರಿಯಲ್ಲಿ ಗುಮಾಸ್ತರಾಗಿ ಕೆಲಸ ಮಾಡಿದರು. ಅವರು 1883 ರಲ್ಲಿ ಕಾನೂನಿನಲ್ಲಿ ಬಿ.ಎಲ್.ಪದವಿಗೆ ವ್ಯಾಸಂಗ ಮಾಡಿದರು.

ಹೆಚ್.ವಿ. ನಂಜುಂಡಯ್ಯನವರು 1885 ರಲ್ಲಿ ನಂಜನಗೂಡಿನಲ್ಲಿ ಮುನ್‌ಸೀಫರಾದರು. ಅದೇ ವರ್ಷದಲ್ಲಿಯೇ ಅವರು ಎಂ. ಎ. ಪದವಿಶಿಕ್ಷಣವನ್ನು ಪೂರ್ಣಗೊಳಿಸಿದರು. ಇದನ್ನು ಅನುಸರಿಸಿ, ಅವರನ್ನು ಹಾಸನದ ಅಸಿಸ್ಟೆಂಟ್ ಕಮಿಷನರ್ ಆಗಿ ನೇಮಿಸಲಾಯಿತು.; ಅವರು ಈ ಹುದ್ದೆಯಲ್ಲಿ ಶಿವಮೊಗ್ಗ ಮತ್ತು ಕಡೆಗೆ ಮೈಸೂರಿನಲ್ಲಿ ಸಹ ಕೆಲಸಮಾಡಿದರು. ಅವರು 1892 ರಲ್ಲಿ ಬೆಂಗಳೂರಿನ ನ್ಯಾಯಾಲಯದಲ್ಲಿ ಸಬ್ ಜಡ್ಜ್ ಆದರು. ಮಾರನೆಯ ವರ್ಷ ನಂಜುಂಡಯ್ಯನವರು ಕಾನೂನಿನಲ್ಲಿ ಎಂ.ಎಲ್. ಪದವಿಯನ್ನು ಪೂರ್ಣಗೊಳಿಸಿದರು. ಅವರನ್ನು 1885 ರಲ್ಲಿ ಮದ್ರಾಸ್

ವಿಶ್ವವಿದ್ಯಾನಿಲಯದ ಫೆಲೋ ಆಗಿ ಮಾಡಲಾಯಿತು. ಅವರು 1895 ರಲ್ಲಿ ಮೈಸೂರು ಸರ್ಕಾರದಲ್ಲಿ ಅಂಡರ್ ಸೆಕ್ರೆಟರಿಯಾಗಿ ನೇಮಿತರಾದರು. ಅವರು 1897 ರಿಂದ ಹಲವು ಉನ್ನತ ಹುದ್ದೆಗಳನ್ನು ಪಡೆದರು; ಅವೆಂದರೆ ಶಿವಮೊಗ್ಗದ ಜಿಲ್ಲಾಧಿಕಾರಿ (ಡೆಪ್ಯುಟಿ ಕಮಿಷನರ್), ಮೈಸೂರು ರಾಜ್ಯದ ಮುಖ್ಯ ಕಾರ್ಯದರ್ಶಿ (ಚೀಫ್ ಸೆಕ್ರೆಟರಿ), ಮೈಸೂರು ರಾಜ್ಯದ ಮುಖ್ಯ ನ್ಯಾಯಾಧೀಶ (ಚೀಫ್ ಜಡ್ಜ್) ಮತ್ತು ಮೈಸೂರು ವಿಶ್ವವಿದ್ಯಾನಿಲಯದ ಕುಲಪತಿ. ಅವರು ಕನ್ನಡ, ತೆಲುಗು, ಇಂಗ್ಲಿಷ್ ಮತ್ತು ಫ್ರೆಂಚ್ ಭಾಷೆಗಳಲ್ಲಿ ನಿರರ್ಗಳವಾಗಿ ಮಾತನಾಡಬಲ್ಲವರಾಗಿದ್ದರು.

ನಂಜುಂಡಯ್ಯನವರು 1876 ರಲ್ಲಿ ಅನ್ನಪೂರ್ಣಮ್ಮನವರನ್ನು ಮದುವೆಯಾದರು. ಆದರೆ ಆಕೆ ಏಳನೆಯ ಮಗುವಿನ ಹೆರಿಗೆಯ ಸಮಯದಲ್ಲಿ ಮೃತಿಹೊಂದಿದರು. ಆಗ ನಂಜುಂಡಯ್ಯನವರಿಗೆ 37 ವರ್ಷ. ಆಮೇಲೆ ಅವರು 14 ವರ್ಷದ ಕೃಷ್ಣವೇಣಮ್ಮನವರನ್ನು ವಿವಾಹವಾದರು. ಆಕೆಯಲ್ಲಿ ನಂಜುಂಡಯ್ಯನವರು ಮೂರು ಗಂಡು ಮಕ್ಕಳನ್ನು ಮತ್ತು ಮೂರು ಹೆಣ್ಣು ಮಕ್ಕಳನ್ನು ಪಡೆದರು.

ಜನಾಂಗ ವಿವರಣೆಯ ಸರ್ವೇಕ್ಷಣ

Figure 2: ಮಹಾರಾಜಾ ಕಾಲೇಜು

ಸರ್ ಹರ್ಬರ್ಟ್ ಹೋಪ್ ರಿಸ್ಲೆ ಎಂಬಾತ ಒಬ್ಬ ಬ್ರಿಟಿಷ್ ಜನಾಂಗಶಾಸ್ತ್ರಜ್ಞ ಹಾಗೂ ಭಾರತೀಯ ನಾಗರಿಕ ಸೇವೆಯ (ಇಂಡಿಯನ್ ಸಿವಿಲ್ ಸರ್ವೀಸ್) ಸದಸ್ಯ; ಬಂಗಾಳ ಪ್ರಾಂತದ ಜಾತಿ ಮತ್ತು ಬುಡಕಟ್ಟು ಜನಾಂಗಗಳನ್ನು ಕುರಿತು ವ್ಯಾಪಕವಾದ ಅಧ್ಯಯನಗಳನ್ನು ನಡೆಸಿದ. ನಂಜುಂಡಯ್ಯನವರು ಆತನ ಮಾರ್ಗದರ್ಶನದಲ್ಲಿ ಮೈಸೂರು ರಾಜ್ಯದ ಜನಾಂಗ ವಿವರ ಣೆಯ ಕಷ್ಟಕರವಾದ ಸರ್ವೇಕ್ಷಣವನ್ನು 1904–05

ರಲ್ಲಿ ಕೈಗೊಂಡರು. ನಂಜುಂಡಯ್ಯನವರನ್ನು ಮಹಾರಾಣಿ ಶಾಲಾ ಆಡಳಿತ ಸಮಿತಿಯ ಅಧ್ಯಕ್ಷರನ್ನಾಗಿ ಮಾಡಲಾಯಿತು. ಈ ಅವಧಿಯಲ್ಲಿ ಅವರು ಒಂದು ವಿಧವಾಶ್ರಮವನ್ನು

ಪ್ರಾರಂಭಿಸಿದರು. "ಆರ್ಥಿಕ ಪ್ರಗತಿಯನ್ನು" ಕುರಿತು ಸರ್ ಎಂ. ವಿಶ್ವೇಶ್ವರಯ್ಯನವರು 1911 ರಲ್ಲಿ ವ್ಯವಸ್ಥೆಗೊಳಿಸಿದ ಸಮ್ಮೇಳನದಲ್ಲಿ ನಂಜುಂಡಯ್ಯನವರು ಶೈಕ್ಷಣಿಕ ಸಭಾಧ್ಯಕ್ಷತೆ ವಹಿಸಿದರು. ಮದ್ರಾಸಿನಲ್ಲಿ 1915 ರಲ್ಲಿ ನಡೆದ "ಇಂಡಿಯನ್ ಸೈನ್ಸ್ ಕಾಂಗ್ರೆಸ್"ನ ಮಾನವಿಕ ಸಭಾಧ್ಯಕ್ಷತೆ ವಹಿಸುವಂತೆ ಅವರನ್ನು ಆಹ್ವಾನಿಸಲಾಯಿತು. "ಮಾಂಟೆಗು–ಚೆಮ್ಸ್‌ಫರ್ಡ್ ಸುಧಾರಣೆಗಳ' ನೇತೃತ್ವಕ್ಕಾಗಿ ಎಡ್ವಿನ್ ಸಾಮ್ಯುಯೆಲ್ ಮಾಂಟೆಗು 1917 ರಲ್ಲಿ ಭಾರತಕ್ಕೆ ಬಂದರು. ಭಾರತೀಯ ನಾಗರಿಕ ಸೇವೆಯಲ್ಲಿರುವ ಬ್ರಿಟಿಷರು ಮತ್ತು ಭಾರತೀಯರ ವೇತನದಲ್ಲಿನ ಸಮಾನತೆಯ ಕೊರತೆಯನ್ನು ಎತ್ತಿತೋರಿಸುವ ಮನವಿಪತ್ರವನ್ನು ನಂಜುಂಡಯ್ಯನವರು ಮಾಂಟೆಗು ಅವರಿಗೆ ಕೊಟ್ಟಿದ್ದು, ಅದನ್ನು ಚೆನ್ನಾಗಿ ಸ್ವೀಕರಿಸಲಾಯಿತು ಹಾಗೂ ಬ್ರಿಟಿಷ್ ಪಾರ್ಲಿಮೆಂಟಿನಲ್ಲಿ ಅದು ಉಲ್ಲೇಖಗೊಂಡಿತು.

ಮೈಸೂರು ವಿಶ್ವವಿದ್ಯಾನಿಲಯದ ಉದಯ

Figure 3: ನಾಲ್ವಡಿ ಕೃಷ್ಣರಾಜ ಒಡೆಯರ್

ಮೈಸೂರಿನ ರಾಜಸಂಸ್ಥಾನವು 1910ರ ಹೊತ್ತಿಗೆ ಮೂರು ಪ್ರಮುಖ ಕಾಲೇಜುಗಳನ್ನು ಹೊಂದಿತ್ತು. ಅವೆಂದರೆ ಬೆಂಗಳೂರಿನ ಸೆಂಟ್ರಲ್ ಕಾಲೇಜು (1876), ಮೈಸೂರಿನ ಮಹಾರಾಜ ಕಾಲೇಜು (1890) ಮತ್ತು ಮಹಾರಾಣಿ ಕಾಲೇಜು. ಇವು ಮದ್ರಾಸ್ ವಿಶ್ವವಿದ್ಯಾನಿಲಯದ ಆಡಳಿತಕ್ಕೆ ಒಳಪಟ್ಟಿದ್ದವು. ಮೈಸೂರು ರಾಜ್ಯಕ್ಕೆ ತನ್ನದೇ ಆದ ವಿಶ್ವವಿದ್ಯಾನಿಲಯ ಬೇಕೆಂಬ ಅಭಿಪ್ರಾಯ ರೂಪು ತಳೆದದ್ದು 1913–14 ರಲ್ಲಿ. ಈ ದಿಶೆಯಲ್ಲಿ ಮೊದಲ ಹೆಜ್ಜೆಗಳನ್ನು ಇಟ್ಟದ್ದು ಮಹಾರಾಜರಾದ ಘನತೆವೆತ್ತ ನಾಲ್ವಡಿ ಕೃಷ್ಣರಾಜ ವಡೆಯರ್, ಅವರ ತಾಯಿ ವಾಣೀವಿಲಾಸದ ಕೆಂಪ ನಂಜಮ್ಮಣ್ಣಿ ಮತ್ತು ದಿವಾನರಾದ ಸರ್. ಎಂ. ವಿಶ್ವೇಶ್ವರಯ್ಯ ಅವರು. ಶಿಕ್ಷಣ ಇಲಾಖೆಯ

ಅಧಿಕಾರಿಯಾಗಿದ್ದ ನಂಜುಂಡಯ್ಯನವರು ಈ ಕನಸು ನನಸಾಗಲು ಇದ್ದ ಕಾರ್ಯರೂಪದ ಅಂಶಗಳ ಉಸ್ತುವಾರಿ ವಹಿಸಿದರು.

ಸ್ಪಷ್ಟ ಭೌಗೋಳಿಕ ಪ್ರತ್ಯೇಕತೆಯಿಂದ ಮಾತ್ರವಲ್ಲ, ಭಾಷಿಕ ಭಿನ್ನಾಭಿಪ್ರಾಯಗಳಿಂದ ಕೂಡ ಮದ್ರಾಸ್ ವಿಶ್ವವಿದ್ಯಾನಿಲಯವು "ದೂರ ಮತ್ತು ಅನಾಸಕ್ತ" ಎನ್ನುವುದನ್ನು ಗ್ರಹಿಸಲಾಯಿತು; ವಿಶ್ವವಿದ್ಯಾನಿಲಯದ ಶಿಕ್ಷಣಕ್ಕಾಗಿಯೆ ಅಷ್ಟು ದೂರದ ಮದ್ರಾಸಿಗೆ ಬಡ ಮಕ್ಕಳನ್ನು ಕಳುಹಿಸಿಕೊಡುವುದು ಆಗ ಪ್ರಚಲಿತವಿದ್ದ ಆರ್ಥಿಕ ಸವಾಲು ಸಹ! ಈ ಅಂಶಗಳೆಲ್ಲ ಮೈಸೂರಿನ ಆಳರಸರ ಮನಗಳಲ್ಲಿ ಚುರುಕುಗೊಂಡು ನಮ್ಮದೇ ಅದ ಒಂದು ಸ್ವತಂತ್ರ ವಿಶ್ವವಿದ್ಯಾನಿಲಯ ಅನಿವಾರ್ಯವಾದ ಆವಶ್ಯಕತೆಯಾಯಿತು. ಸ್ವಾತಂತ್ರ್ಯಪೂರ್ವ ಭಾರತದ ರಾಜಸಂಸ್ಥಾನಗಳಲ್ಲಿ ಪ್ರಥಮ ಬಾರಿಗೆ ತನ್ನದೇ ಆದ ವಿಶ್ವವಿದ್ಯಾನಿಲಯವನ್ನು ಹೊಂದಿದ್ದುದು ಮೈಸೂರು.

Figure 4: ಜೆ. ಸಿ. ರೋಲೋ

ನಂಜುಂಡಯ್ಯನವರು ವಿಶ್ವವಿದ್ಯಾನಿಲಯದ ಆರಂಭದಿಂದಲೂ ಒಂದು ಪ್ರಧಾನ ಪಾತ್ರವನ್ನು ನಿರ್ವಹಿಸಿದವರು. ದೇಶದ ಇತರ ವಿಶ್ವವಿದ್ಯಾನಿಲಯಗಳಿಂದ ಪಠ್ಯಕ್ರಮ ವಿವರಗಳನ್ನು ಅವರು ಸಂಗ್ರಹಿಸಿದರು. ರಾಷ್ಟ್ರೀಯ ಮತ್ತು ಅಂತಾರಾಷ್ಟ್ರೀಯ ಶಿಕ್ಷಣ ಪರಿಣತರಿಗೆ ತಮ್ಮ ಅಮೂಲ್ಯ ಸಲಹೆ ಸೂಚನೆಗಳನ್ನು ನೀಡುವಂತೆ ಅವರು ವ್ಯಾಪಕವಾಗಿ ಪತ್ರಬರೆದರು. ಇಂಗ್ಲೆಂಡಿನ ಮಿಲ್ಲರದ ಅವರು ಕಳುಹಿಸುವ ಮಾಹಿತಿಗಳನ್ನೇ ಅವರು ಅತಿಯಾಗಿ ಅವಲಂಬಿಸಿದ್ದರು. ಜನ್ಮತಳೆಯುತ್ತಿರುವ ಮೈಸೂರು ವಿಶ್ವವಿದ್ಯಾನಿಲಯದಲ್ಲಿನ ವಿಭಾಗಗಳಲ್ಲಿ ಮುಖ್ಯಸ್ಥರಾಗಬಹುದಾದವರನ್ನು ಆಹ್ವಾನಿಸಲು ದೇಶದಲ್ಲಿನ ವಿಶ್ವವಿದ್ಯಾನಿಲಯಗಳು ಮತ್ತು ಕಾಲೇಜುಗಳಲ್ಲಿದ್ದ ಶ್ರೇಷ್ಠ ವಿದ್ವಾಂಸರು ಮತ್ತು ಅಧ್ಯಾಪಕರ ಹೆಸರುಗಳುಳ್ಳ ಸುದೀರ್ಘ ಯಾದಿಯೊಂದನ್ನು ನಂಜುಂಡಯ್ಯನವರು ಸಿದ್ಧಪಡಿಸಿದರು. ನಂಜುಂಡಯ್ಯನವರನ್ನು 1916ರ ಏಪ್ರಿಲ್‌ನಲ್ಲಿ ವಿಶ್ವವಿದ್ಯಾನಿಲಯ

ಸ್ಥಾಪನೆಯನ್ನು ನೋಡಿಕೊಳ್ಳುವ ಸಮಿತಿಯ ಅಧ್ಯಕ್ಷರನ್ನಾಗಿ ಮಾಡಲಾಯಿತು. 1916ರ ಜುಲೈ ಹೊತ್ತಿಗೆ ಅವರಿಗೆ ಹೊಸ ವಿಶ್ವವಿದ್ಯಾನಿಲಯದ ಕುಲಪತಿ ಹುದ್ದೆಗೆ ಪದೋನ್ನತಿ ನೀಡಲಾಯಿತು.

ವಿಶ್ವವಿದ್ಯಾನಿಲಯದ ಧ್ಯೇಯವಾಕ್ಯ "ನ ಹಿ ಜ್ಞಾನೇನ ಸದೃಶಮ್" (ಜ್ಞಾನಕ್ಕೆ ಸಮನಾದುದು ಇಲ್ಲ) ಎಂದು ಆಯ್ಕೆ ಮಾಡಲಾಯಿತು. ವಿಶ್ವವಿದ್ಯಾನಿಲಯದ ಸಂಸ್ಥಾಪನೆಗೆ ತಗುಲುವ ಅಂದಾಜು ವೆಚ್ಚ 15 ಲಕ್ಷ. ಬೆಂಗಳೂರಿನ ಕಾಲೇಜು ಮುಖ್ಯವಾಗಿ ವಿಜ್ಞಾನ ವಿಷಯಗಳಿಗೆ ಸಮರ್ಪಿತವಾಗಿದ್ದರೆ ಮೈಸೂರಿನ ಕಾಲೇಜುಗಳು ವ್ಯಾಪಕವಾಗಿ ಮಾನವಿಕ ವಿಷಯಗಳನ್ನು ಕೇಂದ್ರೀಕರಿಸಿದವು.

ಮೈಸೂರು ವಿಶ್ವವಿದ್ಯಾನಿಲಯವು 1917 ರಲ್ಲಿ ಸ್ವಯಮಾಧಿಕಾರದ್ದಾಯಿತು. ಅದರ ಆಡಳಿತಾತ್ಮಕ ವರ್ಗಶ್ರೇಣಿ ಹೀಗಿತ್ತು: ಮಹಾರಾಜರು ಕುಲಾಧಿಪತಿಗಳು, ಹೆಚ್.ವಿ. ನಂಜುಂಡಯ್ಯನವರು ಕುಲಪತಿಗಳು, ಒಂಬತ್ತು ಸದಸ್ಯರಿರುವ (ಇವರಲ್ಲಿ ಆರು ಜನ ಶಿಕ್ಷಣವಲಯಕ್ಕೆ ಸೇರಿದವರಾಗಿರಬೇಕು), ವಿಶ್ವವಿದ್ಯಾನಿಲಯದ ಸೆನೇಟ್ ಮತ್ತು ಶೈಕ್ಷಣಿಕ ವಿಷಯಗಳ ಅಧ್ಯಯನ ಮಂಡಳಿ.

ದೂರದೃಷ್ಟಿಯ ಕನಸುಗಾರ

Figure 5: ಹೆಚ್. ವಿ. ನಂಜುಂಡಯ್ಯ

ವಿಶ್ವವಿದ್ಯಾನಿಲಯದ ವಿವಿಧ ವಿಭಾಗಗಳಿಗೆ ಕೆಲವು ಪ್ರಖ್ಯಾತ ಹೆಸರುಗಳುಳ್ಳವರು ಬಂದು ಶೋಭೆ ತಂದರು. ತತ್ತ್ವಶಾಸ್ತ್ರವನ್ನು ಬೋಧಿಸಲು ಮದ್ರಾಸ್ ವಿಶ್ವವಿದ್ಯಾನಿಲಯದಿಂದ ಡಾ. ಸರ್ವಪಲ್ಲಿ ರಾಧಾ ಕೃಷ್ಣನ್ ಅವರನ್ನು ಆಹ್ವಾನಿಸಲಾಯಿತು. ವಿವಿಧ ವಿಭಾಗಗಳಿಗೆ ಮುಖ್ಯಸ್ಥರಾಗುವಂತೆ ರಾಧಾ ಕುಮುದ ಮುಖರ್ಜಿ, ಕೆ.ಟಿ. ಷಾ ಮತ್ತು ಎ.ಆರ್. ವಾಡಿಯಾರನ್ನು ಆಹ್ವಾನಿಸಲಾಯಿತು. ರಾಜ್ಯದೊಳಗಡೆ ಬಿ.ಎಂ. ಶ್ರೀಕಂಠಯ್ಯ, ಆರ್. ನರಸಿಂಹಾಚಾರ್ಯ, ಎನ್. ಎಸ್.

ಸುಬ್ಬರಾವ್, ಎಂ. ಹಿರಿಯಣ್ಣ, ಸಂಪತ್ ಕುಮಾರನ್, ವೆಂಕಟೇಶಾಚಾರ್ ಮತ್ತು ಸಿ.ಆರ್. ನಾರಾಯಣರಾವ್ ಇವರುಗಳನ್ನು ವಿವಿಧ ವಿಭಾಗಗಳಿಗೆ ನೇಮಿಸಲಾಯಿತು.

Figure 6: ಮಹಾರಾಣಿ ಹೆಣ್ಣುಮಕ್ಕಳ ಶಾಲೆ

ಎಂ. ಡೆನ್‌ಹ್ಯಾಮ್ ಅವರು ವಿಶ್ವವಿದ್ಯಾನಿಲಯದ ಪ್ರಪ್ರಥಮ ಕುಲಸಚಿವರಾದರು. ಅವರ ತರುವಾಯ ಆ ಹುದ್ದೆಗೆ ಬಂದವರೆಂದರೆ ಬಿ.ಎಂ. ಶ್ರೀಕಂಠಯ್ಯನವರು. ಪಚಿಯಪ್ಪ ಕಾಲೇಜಿನಿಂದ ಆಹ್ವಾನಿಸಿಲಾದ ಐರೋಪ್ಯರಲ್ಲಿ ಕೆಲವರೆಂದರೆ ಆ್ಯಂಡರ್‌ಸನ್, ರಾಲೋ, ಮೆಕಿಂಟಾಷ್ ಮತ್ತು ಮೆಟ್‌ಕಾಫ್. ಹೊಸ ವಿಶ್ವವಿದ್ಯಾನಿಲಯದಲ್ಲಿ ಪಾಠಮಾಡಲು ತಮ್ಮ ಕಾಲದ ಕೆಲವು ಅತ್ಯುತ್ತಮ ವಿದ್ವಾಂಸರನ್ನು ಆಯ್ಕೆ ಮಾಡುವಲ್ಲಿ ನಂಜುಂಡಯ್ಯನವರು ಮಾಡಿದ ವ್ಯಾಪಕ ಹಿನ್ನೆಲೆಯ ಕೆಲಸವನ್ನು ಮೇಲಿನ ಪಟ್ಟಿಯೇ ಸಾಕ್ಷೀಕರಿಸುತ್ತದೆ.

ನಂಜುಂಡಯ್ಯನವರ ಹೆಸರಿನಲ್ಲಿ ಎರಡು ಪ್ರಶಸ್ತಿಗಳನ್ನು ಸ್ಥಾಪಿಸಲಾಯಿತು. ಎಂ. ಎ. ಪದವಿ ಪರೀಕ್ಷೆಯಲ್ಲಿ ಅತಿ ಹೆಚ್ಚು ಅಂಕ ಗಳಿಸುವ ವಿದ್ಯಾರ್ಥಿಗೆ "ರಾಜಮಂತ್ರ ಪ್ರವೀಣ ಹೆಚ್.ವಿ. ನಂಜುಂಡಯ್ಯ ನವರ ಬಂಗಾರದ ಪದಕ"ವನ್ನು ನೀಡುವುದು. ಮಹಾರಾಣಿ ಕಾಲೇಜಿನಿಂದ ಶಿಕ್ಷಣ ಪೂರ್ಣಗೊಳಿಸಿ ಹೊರ ಹೋಗುವ ವಿದ್ಯಾರ್ಥಿನಿಗಾಗಿ "ಅನ್ನಪೂರ್ಣಮ್ಮ ಬಂಗಾರದ ಪದಕ"ವನ್ನು ಸ್ಥಾಪಿಸಲಾಯಿತು.

ಬನಾರಸ್ ವಿಶ್ವವಿದ್ಯಾನಿಲಯದ ಕುಲಾಧಿಪತಿಯಾಗುವಂತೆ ಮಹಾರಾಜರಿಗೆ ಆಹ್ವಾನ ನೀಡಲಾಯಿತು. ತದನಂತರದಲ್ಲಿ ಮಹಾರಾಜರನ್ನು ರಾಯಲ್ ಕಲೋನಿಯಲ್ ಇನ್‌ಸ್ಟಿಟ್ಯೂಟ್‌ನ ಗೌರವ ಸದಸ್ಯರನ್ನಾಗಿ ಮಾಡಲಾಯಿತು. ಆ ಸ್ಥಾನಗಳನ್ನು ಒಪ್ಪಿಕೊಳ್ಳುವ ಮೊದಲು ಮಹಾರಾಜರು ನಂಜುಂಡಯ್ಯನವರ ವಿಶೇಷ ಸಲಹೆಯನ್ನು ಪಡೆದರೆಂದು ನಂಬಲಾಗಿದೆ.

ನಂಜುಂಡಯ್ಯನವರು ತುಂಬ ಇಷ್ಟಪಟ್ಟ ಬರಹಗಾರರೆಂದರೆ ಬೇಕನ್, ಕಾರ್ಲೈಲ್ ಮತ್ತು ಟೆನ್ನಿಸನ್. ತಮ್ಮ ಕಾಲದಲ್ಲಿ ನಂಜುಂಡಯ್ಯನವರು ಹಲವು ಕೃತಿಗಳನ್ನು

ರಚಿಸಿದರು. ಅವುಗಳಲ್ಲಿ ಕೆಲವನ್ನು ಹೆಸರಿಸುವುದಾದರೆ "ಲೇಖ್ಯ ಬೋಧನ" (ಲೇಖನಕ್ಕೆ ಒಂದು ಮಾರ್ಗದರ್ಶಿ ಕೈಪಿಡಿ), ಶ್ರೀ ಚಾಮ ರಾಜೇಂದ್ರ ವಡೆಯರ್ ಅವರಿಗೆ ಸಮರ್ಪಿತವಾಗಿರುವ "ವ್ಯವಹಾರ ದೀಪಿಕೆ" (1890) (ಕಾನೂನು ಮತ್ತು ಆಡಳಿತಕ್ಕೆ ಒಂದು ಮಾರ್ಗದರ್ಶಿ ಕೈಪಿಡಿ), "ಅರ್ಥಶಾಸ್ತ್ರ", "ಆಂಗ್ಲೋ-ಇಂಡಿಯನ್ ಎಂಪೈರ್" (1915) ಹಾಗೂ ನಾಲ್ವಡಿ ಕೃಷ್ಣರಾಜ ವಡೆಯರ್ ಅವರಿಗೆ ಸಮರ್ಪಿತವಾಗಿರುವ "ವ್ಯವಹಾರ ಧರ್ಮಶಾಸ್ತ್ರ" (1917).

ದೆಹಲಿ ದರ್ಬಾರ್

ನಂಜುಂಡಯ್ಯನವರನ್ನು 1911 ರಲ್ಲಿ ದೆಹಲಿ ದರ್ಬಾರಿಗೆ ಆಹ್ವಾನಿಸಲಾಯಿತು. ಮಹಾರಾಜರು ಅವರಿಗೆ "ರಾಜಮಂತ್ರ ಪ್ರವೀಣ" ಎನ್ನುವ ಬಿರುದನ್ನು 1913 ರಲ್ಲಿ ನೀಡಿ ಗೌರವಿಸಿದರು. 1914 ರಲ್ಲಿ ವೈಸ್‌ರಾಯ್ ಹಾರ್ಡಿಂಜ್ ನಂಜುಂಡಯ್ಯನವರಿಗೆ "ಕಂಪಾನಿಯನ್ ಆಫ್ ದಿ ಆರ್ಡರ್ ಆಫ್ ದಿ ಇಂಡಿಯನ್ ಎಂಪೈರ್ (ಸಿ.ಐ.ಇ) ಗೌರವಸ್ಥಾನಮಾನವನ್ನು ದಯಪಾಲಿಸಿದರು.

ನಂಜುಂಡಯ್ಯನವರ ಮಾತೃಭಾಷೆ ತೆಲುಗಾದರೂ ನಂಜುಂಡಯ್ಯನವರು ಕನ್ನಡ ಭಾಷೆ ಮತ್ತು ಸಾಹಿತ್ಯದ ಉತ್ಸಾಹಪೂರ್ಣ ಪ್ರತಿಪಾದಕರಾಗಿದ್ದರು. ಅವರು 1915 ರಲ್ಲಿ ಕನ್ನಡ ಸಾಹಿತ್ಯ ಪರಿಷತ್‌ನ ಸಂಸ್ಥಾಪಕರಲ್ಲೊಬ್ಬರಾಗಿದ್ದರು.

ಹೆಚ್.ವಿ. ನಂಜುಂಡಯ್ಯನವರು ತಮ್ಮ ಅರವತ್ತನೆಯ ವಯಸ್ಸಿನಲ್ಲಿ ಇನ್ನೂ ತಮ್ಮ ಆಫೀಸಿನಲ್ಲಿರು ವಾಗಲೇ 1920ರ ಮೇ ತಿಂಗಳಲ್ಲಿ ದೈವಾಧೀನರಾದರು. ಅವರೊಬ್ಬ ಅನುಪಮ ದೂರದೃಷ್ಟಿಯುಳ್ಳ ನಿಜವಾದ ಕನಸುಗಾರ. ಅವರು ನಮಗೆ ಹೃತ್ಪೂರ್ವಕವಾಗಿ ನೀಡಿದ ಕೊಡುಗೆಗಳಿಗಾಗಿ ಈ ಮಹಾನುಭಾವನನ್ನು ಮೈಸೂರು ರಾಜ್ಯವು ಕೃತಜ್ಞತೆಯಿಂದ ಸ್ಮರಿಸಿಕೊಳ್ಳಲೇ ಬೇಕು. ಮೈಸೂರು ವಿಶ್ವವಿದ್ಯಾನಿಲಯವು ತಾವು ಕಲಿತ ವಿಶ್ವವಿದ್ಯಾನಿಲಯವೆಂದು ಅಭಿಮಾನದಿಂದ ಹೇಳಿಕೊಳ್ಳುವ ವಿದ್ವಾಂಸರು, ಬರಹಗಾರರು ಮತ್ತು ಸಾಹಿತಿಗಳ ಒಂದು ವಿಶಾಲ ಸಮುದಾಯವು ತಮ್ಮೆಲ್ಲ ಯಶಸ್ಸಿಗೆ ಕಾರಣ ಆದರ್ಶವಾದಿ ಹೆಚ್.ವಿ. ನಂಜುಂಡಯ್ಯನವರೆಂದು ಅಪಾರವಾಗಿ ಋಣಿಯಾಗಿದೆ.

(ಸ್ಟಾರ್ ಆಫ್ ಮೈಸೂರ್, 22-10-2018)

[ಆಕರಗಳು:

1. ಹೆಚ್.ವಿ. ಸಾವಿತ್ರಮ್ಮ ರಚಿಸಿದ "ಹೆಚ್.ವಿ. ನಂಜುಂಡಯ್ಯ – ಜೀವನ ಮತ್ತು ಕಾರ್ಯ;

2. ಡಿ.ವಿ. ಗುಂಡಪ್ಪನವರ ಜ್ಞಾಪಕ ಚಿತ್ರಶಾಲೆ;

3. 75 ಕನ್ನಡ ಸಾಹಿತ್ಯ ಸಮ್ಮೇಳನ ಸಂಗ್ರಹ;

4. ಟಿ.ವಿ. ವೆಂಕಟಾಚಲ ಶಾಸ್ತ್ರೀಯವರ "ಮುಲುಕುನಾಡು ಬ್ರಾಹ್ಮಣರು."

ಮೈಸೂರು ವಿಶ್ವವಿದ್ಯಾನಿಲಯದ ರೂವಾರಿ: ಸರ್ ಬ್ರಜೇಂದ್ರನಾಥ್ ಸೀಲ್

Figure 7: ಸರ್ ಬ್ರಜೇಂದ್ರನಾಥ್ ಸೀಲ್

ಹತ್ತೊಂಬತ್ತನೆಯ ಶತಮಾನದ ಬಂಗಾಳದಲ್ಲಿ ಬ್ರಹ್ಮ ತತ್ತ್ವಜ್ಞಾನವು ಉದಾರ ಈಶ್ವರವಾದದಿಂದ ಜಾತ್ಯತೀತ ಮಾನವಧರ್ಮಕ್ಕೆ ಮಾದರಿ–ಪರಿವರ್ತನೆಯಾಗುವುದಕ್ಕೆ ಕಾರಣಕರ್ತರಾದವರು ಸರ್ ಬ್ರಜೇಂದ್ರನಾಥ ಸೀಲ್. ಅವರೊಬ್ಬ ಶುದ್ಧ ನವಜಾಗೃತಿಯ ಮಹಾಪುರುಷ ಹಾಗೂ ಬಹುಶ್ರುತ ವಿದ್ವಾಂಸ. ಅವರು ಕಲ್ಕತ್ತ ವಿಶ್ವವಿದ್ಯಾನಿಲಯದಿಂದ 1884 ರಲ್ಲಿ ತತ್ತ್ವಶಾಸ್ತ್ರದಲ್ಲಿ ಸ್ನಾತಕೋತ್ತರ ಪದವಿಯನ್ನು ಪಡೆದರು. ಅವರು "ನ್ಯೂ ಎಸ್ಸೇಸ್ ಇನ್ ಕ್ರಿಟಿಸಿಸಂ" ಎಂಬ ಶೀರ್ಷಿಕೆಯ ತಮ್ಮ ಮೊದಲ ಪ್ರಮುಖ ಗ್ರಂಥವನ್ನು 1907 ರಲ್ಲಿ ಪ್ರಕಟಿಸಿದರು. "ದಿ ಪಾಸಿಟಿವ್ ಸೈನ್ಸಸ್ ಆಫ್ ದಿ ಏನ್ಷೆಂಟ್ ಹಿಂದೂಸ್" ಎಂಬ ಅವರ ಮಹಾಪ್ರಬಂಧಕ್ಕೆ ಕಲ್ಕತ್ತ ವಿಶ್ವವಿದ್ಯಾನಿಲಯವು 1915 ರಲ್ಲಿ ಡಾಕ್ಟರೇಟ್ ಪದವಿಯನ್ನು ನೀಡಿತು. ಕಲ್ಕತ್ತದ ಸಿಟಿ ಕಾಲೇಜು, ನಾಗಪುರದ ಮಾರಿಸ್ ಕಾಲೇಜು, ಬರ್ಹಾಂಪುರದ ಕೃಷ್ಣನಾಥ ಕಾಲೇಜು ಮತ್ತು ಕೂಚ್ ಬೆಹಾರದ

ವಿಕ್ಟೋರಿಯಾ ಕಾಲೇಜುಗಳಂಥ ವಿವಿಧ ಕಾಲೇಜುಗಳಲ್ಲಿ ಅವರು ಅಧ್ಯಾಪಕರಾಗಿ

ಪಾಠಮಾಡಿದರು. ರೋಂ ನಗರದಲ್ಲಿ ಸೇರಿದ "ಇಂಟರ್‌ನ್ಯಾಷನಲ್ ಕಾಂಗ್ರೆಸ್ ಆಫ್ ಓರಿಯಂಟಲಿಸ್ಟ್‌ಸ್" ಸಭೆಯನ್ನು ಉದ್ದೇಶಿಸಿ ಭಾಷಣ ಮಾಡಲು 1906 ರಲ್ಲಿ ಅವರನ್ನು ಆಹ್ವಾನಿಸಲಾಯಿತು. ಲಂಡನ್ನಿನಲ್ಲಿ 1911 ರಲ್ಲಿ ನಡೆದ ಪ್ರಥಮ "ಯೂನಿವರ್ಸಲ್ ರೇಸ್ ಕಾಂಗ್ರೆಸ್"ಗೆ ಭಾರತದಿಂದ ಕಳುಹಿಸಲಾದ ಸಮಿತಿಯಲ್ಲಿ ಅವರೊಬ್ಬ ಸದಸ್ಯ-ಪ್ರತಿನಿಧಿಯಾಗಿದ್ದರು.

ಕಲ್ಕತ್ತ ವಿಶ್ವವಿದ್ಯಾನಿಲಯದ ತತ್ತ್ವಶಾಸ್ತ್ರ ವಿಭಾಗದ ಕಿಂಗ್ ಜಾರ್ಜ್–೫ ಪ್ರಾಧ್ಯಾಪಕ ಹುದ್ದೆಗೆ ಅವರನ್ನು 1913 ರಲ್ಲಿ ಆಹ್ವಾನಿಸಲಾಯಿತು. ಶಾಂತಿನಿಕೇತನದಲ್ಲಿ ನೊಬೆಲ್ ಪ್ರಶಸ್ತಿ ಪುರಸ್ಕೃತರಾದ ರವೀಂದ್ರನಾಥ ಠಾಗೂರರು ವಿಶ್ವಭಾರತಿ ವಿಶ್ವವಿದ್ಯಾನಿಲಯವನ್ನು ಸ್ಥಾಪನೆ ಮಾಡುವಲ್ಲಿ ಬ್ರಜೇಂದ್ರನಾಥರ ಸಹಕಾರ–ಸಹಯೋಗವಿತ್ತು. ವಿಶ್ವಭಾರತಿ ವಿಶ್ವವಿದ್ಯಾನಿಲಯದ ಪ್ರಪ್ರಥಮ ಕುಲಪತಿಗಳನ್ನಾಗಿ ಕೂಡ ಅವರನ್ನು ರಾಷ್ಟ್ರಕವಿ ರವೀಂದ್ರರು ನೇಮಿಸಿದರು.

Figure 8: ಜೆ. ಸಿ. ರೋಲೋ ಮತ್ತು ಕಂಠೀರವ ನರಸಿಂಹರಾಜ ವಡೆಯರ್ - ಮೈಸೂರು ವಿಶ್ವವಿದ್ಯಾನಿಲಯದ ತೇರ್ಗಡೆ ಸಮಾರಂಭ

ಬ್ರಜೇಂದ್ರನಾಥರು 1920 ರಿಂದ 1930 ರವರೆಗಿನ ಹತ್ತು ವರ್ಷಗಳ ಕಾಲ ಮೈಸೂರು ವಿಶ್ವವಿದ್ಯಾನಿಲಯದ ಕುಲಪತಿಗಳಾಗಿದ್ದರು; ಈ ಕಾಲದಲ್ಲಿ ಮೈಸೂರು ವಿಶ್ವವಿದ್ಯಾನಿಲಯವು ಬಹಳ ಉನ್ನತಿಯ ಮತ್ತು ವೈಭವದ ದಿನಗಳನ್ನು ಕಂಡಿತು. ಆದರೆ

ಅವರು ತಮ್ಮ ಅನಾರೋಗ್ಯದಿಂದಾಗಿ ಕುಲಪತಿ ಸ್ಥಾನವನ್ನು ತ್ಯಜಿಸುವಂತಾಯಿತು. ಭಾರತದ ಬ್ರಿಟಿಷ್ ಸರ್ಕಾರವು 1926ರಲ್ಲಿ ಬ್ರಜೇಂದ್ರನಾಥರಿಗೆ "ನೈಟ್‌ಹುಡ್" ಪದವಿಯನ್ನು ನೀಡಿ ಗೌರವಿಸಿತು. ಅವರು ಮೈಸೂರಿನಲ್ಲಿ ಇದ್ದಾಗಲೇ ಭಾರತೀಯ ತತ್ತ್ವಶಾಸ್ತ್ರವನ್ನು ಕುರಿತು ಒಂದು ಗ್ರಂಥವನ್ನು ರಚಿಸಿದರು; ಹಾಗೆಯೇ ರಾಜಾರಾಮ ಮೋಹನರಾಯ್ ಅವರನ್ನು ಕುರಿತು ಒಂದು ಪರಿಚಯಾತ್ಮಕ ಕೃತಿಯನ್ನು ಸಹ ಬರೆದರು. ಪ್ರಾಚೀನ ಹಿಂದೂ ವೈಜ್ಞಾನಿಕ ಸಿದ್ಧಾಂತವನ್ನು ಕುರಿತು ಅವರು ಹೆಚ್ಚಿನ ಅಧ್ಯಯನವನ್ನು ಮಾಡಿದ್ದರು; ಹಾಗಾಗಿ ಅವರು ಪ್ರಫುಲ್ಲಚಂದ್ರ ರಾಯ್ ಅವರ "ಹಿಸ್ಟರಿ ಆಫ್ ಕೆಮಿಸ್ಟ್ರಿ ಇನ್ ಏನ್ಷೆಂಟ್ ಇಂಡಿಯಾ" ಎಂಬ ಗ್ರಂಥಕ್ಕೆ ಒಂದು ಅಧ್ಯಾಯವನ್ನು ಬರೆದು ಕೊಡುವಂತಾಯಿತು. ಬ್ರಜೇಂದ್ರನಾಥರ ಕೃತಿಗಳನ್ನು ವಿದೇಶೀ ಪ್ರಪಂಚ ಗಮನಿಸುವಂತಾದುದು 1902 ರಲ್ಲಿ. ಹಾಗಾಗಿ ಅದು ಕೇಂಬ್ರಿಜ್ ವಿಶ್ವವಿದ್ಯಾನಿಲಯದ ತತ್ತ್ವಶಾಸ್ತ್ರ ವಿಭಾಗದ ಪ್ರಾಧ್ಯಾಪಕ ಹುದ್ದೆಗೆ ಅವರು ಸಲ್ಲಿಸಿದ್ದ ಅರ್ಜಿಯನ್ನು ಗಂಭೀರವಾಗಿ ಪರಿಗಣಿಸುವಂತೆ ಮಾಡಿತು.

Figure 9: ಸರ್. ಮೈಕಲ್ ಎರ್ನೆಸ್ಟ್ ಸಾಡ್ಲೆರ್

ಸರ್ ಬ್ರಜೇಂದ್ರನಾಥ ಸೀಲ್ ಅವರು 1936 ರಲ್ಲಿ ಅನಾರೋಗ್ಯದಿಂದಾಗಿ ಹಾಸಿಗೆ ಹಿಡಿಯುವಂತಾಯಿತು; ಈ ಹೊತ್ತಿಗೆ ಅವರು ಬಹುಮಟ್ಟಿಗೆ ಅಂಧರಾಗಿದ್ದರೂ ತಮ್ಮ "ಕ್ವೆಸ್ಟ್ ಎಟರ್ನಲ್" ಎಂಬ ಮೇರು ಕೃತಿಯನ್ನು ಪೂರ್ಣಗೊಳಿಸಿದರು.

ಅವರು ಸ್ಕಾಟಿಷ್ ಚರ್ಚ್ ಕಾಲೇಜಿನ ವಿದ್ಯಾರ್ಥಿಯಾಗಿದ್ದ ಕಾಲದಲ್ಲಿಯೆ ನರೇಂದ್ರ ದತ್ತರೂ (ಸ್ವಾಮಿ ವಿವೇಕಾನಂದ) ಅಲ್ಲಿಯೆ ಉನ್ನತ ವ್ಯಾಸಂಗ ಮಾಡುತ್ತಿದ್ದರು. ಸ್ವಾಮಿ ವಿವೇಕಾನಂದರನ್ನು ಬ್ರಜೇಂದ್ರನಾಥರು ಬಣ್ಣಿಸುವುದು ಹೀಗೆ: "ನಿರ್ವಿವಾದವಾಗಿ ಪ್ರತಿಭಾಶಾಲಿಯಾದ ತರುಣ, ಎಲ್ಲರೊಡನೆ ಬೆರೆವ ಸ್ವಭಾವ, ಸ್ವತಂತ್ರವಾದ ಮತ್ತು ಎಲ್ಲ ವಿಧದಲ್ಲೂ ಔಪಚಾರಿಕವಲ್ಲದ

ಗುಣಸ್ವಭಾವದ ವ್ಯಕ್ತಿ, ಮಧುರ ಕಂಠದ ಗಾಯಕ, ಸಾಮಾಜಿಕ ವಲಯದ ಆತ್ಮ, ಉಜ್ವಲವಾದ ಸಂಭಾಷಣಕಾರ, ಸ್ವಲ್ಪಮಟ್ಟಿಗೆ ಕಹಿ ಮತ್ತು ವ್ಯಂಗ್ಯಭರಿತ . . . ಸ್ಫೂರ್ತಿಯುಕ್ತ ಬೊಹೆಮಿಯನ್ ಆದರೂ ಬೊಹೆಮಿಯನ್ನರಲ್ಲಿ ಕಾಣದಿರುವಂಥ ದೃಢಸಂಕಲ್ಪವಿರುವ ವ್ಯಕ್ತಿ."

ಸರ್ ಬ್ರಜೇಂದ್ರನಾಥ ಸೀಲ್ ಅವರು 1927ರ ಆಗಸ್ಟ್ 8 ರಂದು ಮೈಸೂರಿನ ಇಂಟರ್‌ಮೀಡಿಯೆಟ್ ಕಾಲೇಜಿನ ಶಂಕುಸ್ಥಾಪನೆಯನ್ನು ಮಾಡಿದರು. ಮುಂದೆ ಇದು ಮೈಸೂರು ವಿಶ್ವವಿದ್ಯಾನಿಲಯದ ಕೈಕೆಳಗಿನ ಯುವರಾಜ ಕಾಲೇಜಾಗಿ ವಿಜ್ಞಾನದ ಕೋರ್ಸುಗಳಿಗೆ ಮೀಸಲಾಯಿತು. ಈ ಐತಿಹಾಸಿಕ ಸಂದರ್ಭದಲ್ಲಿ ಮೈಸೂರು ಸಂಸ್ಥಾನದ ದಿವಾನರಾಗಿದ್ದ ಸರ್ ಮಿರ್ಜಾ ಇಸ್ಮಾಯಿಲ್ ಅವರೂ ಉಪಸ್ಥಿತರಿದ್ದರು. ಅತ್ಯಂತ ಆಶ್ಚರ್ಯಕರವಾದ ಹಾಗೂ ಕಾಕತಾಳೀಯವಾದ ಘಟನೆ ಎಂದರೆ ಆ ಸಂದರ್ಭದಲ್ಲಿ ಮೋತಿಲಾಲ್ ನೆಹರೂ ಮತ್ತು ಮಹಾಮಹೋಪಾಧ್ಯಾಯ ಸಿದ್ಧಾಂತಿ ಶಿವಶಂಕರಶಾಸ್ತ್ರಿಗಳು ಉಪಸ್ಥಿತರಿದ್ದುದು. ಮೈಸೂರಿನ ಮಹಾರಾಜರಾದ ನಾಲ್ವಡಿ ಕೃಷ್ಣರಾಜ ವಡೆಯರ್ ಅವರು ಸರ್ ಬ್ರಜೇಂದ್ರನಾಥ ಸೀಲ್ ಅವರಿಗೆ "ರಾಜರತ್ನ ಪ್ರವೀಣ" ಎನ್ನುವ ಬಿರುದನ್ನು ನೀಡಿ ಗೌರವಿಸಿದರು.

ಲೀಡ್ಸ್ ವಿಶ್ವವಿದ್ಯಾನಿಲಯದ ಕುಲಪತಿಯಾಗಿದ್ದ ಸರ್ ಮೈಕೇಲ್ ಸ್ಯಾಡ್ಲರ್ ಅವರು 1920 ರಲ್ಲಿ ಮೈಸೂರು ವಿಶ್ವವಿದ್ಯಾನಿಲಯದ ಕುಲಪತಿ ಹುದ್ದೆಯನ್ನು ನಿರಾಕರಿಸಿದರಾದರೂ ಆ ಹುದ್ದೆಗೆ ಸರ್ ಬ್ರಜೇಂದ್ರನಾಥ ಸೀಲ್ ಅವರೇ ಸೂಕ್ತವಾದ ವ್ಯಕ್ತಿ ಎಂದು ಶಿಫಾರಸು ಮಾಡುತ್ತ ಈ ಸಾಲುಗಳನ್ನು ಬರೆದರು:

"ವಿದ್ವತ್ತಿನ ಆಳ-ಅಗಲಗಳ ವಿಷಯದಲ್ಲಿ ಮತ್ತು ಬುದ್ಧಿಶಕ್ತಿಯ ಸ್ವೋಪಜ್ಞತೆಯಲ್ಲಿ ಬ್ರಜೇಂದ್ರನಾಥ ಸೀಲ್ ಅವರಿಗೆ ಸರಿಸಮನಾದ ಯಾವೊಬ್ಬ ವ್ಯಕ್ತಿಯೂ ಪೂರ್ವದಲ್ಲಾಗಲಿ ಪಶ್ಚಿಮದಲ್ಲಾಗಲಿ ತಿಳಿದಿಲ್ಲ."

ಮೈಸೂರು ವಿಶ್ವವಿದ್ಯಾನಿಲಯದ ಅಭಿವೃದ್ಧಿಗಾಗಿ ಬ್ರಜೇಂದ್ರನಾಥ ಸೀಲ್ ತುಂಬ ಪರಿಶ್ರಮಪಟ್ಟು ಕೆಲಸಮಾಡಿದರು. ಆದರೆ ಅವರ ಆರೋಗ್ಯ ಕ್ಷೀಣವಾಗುತ್ತಹೋಯಿತು. 1930 ರಲ್ಲಿ ಅವರಿಗೆ ಪಾರ್ಶ್ವವಾಯು ತಗುಲಿತು. ತಮ್ಮ ವಿಶ್ರಾಂತ ಜೀವನವನ್ನು ಕಳೆಯಲು ಅವರು ಕಲ್ಕತ್ತಕ್ಕೆ ಹಿಂದಿರುಗಿಹೋದರು. ಅವರು 1938ರ ಡಿಸೆಂಬರ್ 3 ರಂದು

ದೈವಾಧೀನರಾದರು. ಮೈಸೂರು ವಿಶ್ವವಿದ್ಯಾನಿಲಯದ ಶತಮಾನೋತ್ಸವದ ವರ್ಷದಲ್ಲಿ ಸರ್ ಬ್ರಜೇಂದ್ರನಾಥ ಸೀಲ್ ಅವರನ್ನು ಸ್ಮರಿಸಿಕೊಳ್ಳುವುದು ನಾವು ಅವರಿಗೆ ಸಲ್ಲಿಸುವ ಯೋಗ್ಯ ಗೌರವ.

(ಸ್ಟಾರ್ ಆಫ್ ಮೈಸೂರ್, 09–05–2016)

ಮೈಸೂರಿನ ಮಹಾಮಹೋಪಾಧ್ಯಾಯ ಡಾ|| ಆರ್. ಶಾಮಶಾಸ್ತ್ರಿ

Figure 10: ಡಾ|| ಆರ್. ಶಾಮಶಾಸ್ತ್ರಿ

ಮೈಸೂರು ನಗರಕ್ಕೆ ಅಂತಾರಾಷ್ಟ್ರೀಯ ಪ್ರಖ್ಯಾತಿಯನ್ನು ತಂದು ಕೊಟ್ಟ ಅಸಾಮಾನ್ಯ ವಿದ್ವಾಂಸರು ಮಹಾಮಹೋಪಾಧ್ಯಾಯ ರುದ್ರಪಟ್ಟಣ ಶಾಮಶಾಸ್ತ್ರಿಗಳು. ಅವರು 1868ರ ಜನವರಿ 12ರಂದು ಬಸವಾಪಟ್ಟಣದಲ್ಲಿ ಜನಿಸಿದರು. ಅವರ ತಂದೆ ವೆಂಕಟರಾಮಯ್ಯನವರು ಮತ್ತು ತಾಯಿ ಪುಟ್ಟಮ್ಮನವರು. ತಮ್ಮ 13ನೆಯ ವಯಸ್ಸಿನಲ್ಲಿ ಶಾಮಶಾಸ್ತ್ರಿಗಳು ಪಂಡಿತ ಕಲ್ಲೀಕೋಟೆ ಶಾಸ್ತ್ರಿಗಳ ಕೈಕೆಳಗೆ ಅಧ್ಯಯನ ಮಾಡಲೆಂದು ಮೈಸೂರಿಗೆ ಬಂದರು. ಮುಂದೆ ಅವರು ವಿದ್ವತ್ ಪದವಿಗಾಗಿ ಅಭ್ಯಾಸ ಮಾಡಲು ಮಹಾರಾಜ ಸಂಸ್ಕೃತ ಪಾಠಶಾಲೆಯನ್ನು ಸೇರಿ, 1891 ರಲ್ಲಿ ವಿದ್ವತ್ ಪದವಿಯನ್ನು ಪಡೆದರು.

ಆಗಿನ ದಿವಾನರಾಗಿದ್ದ ಕೆ. ಶೇಷಾದ್ರಿ ಅಯ್ಯರ್ ಅವರು ಆರ್. ಶಾಮಶಾಸ್ತ್ರಿಗಳಿಗೆ ಆಶ್ರಯದಾತರಾಗಿ ಬೆಳೆಯುತ್ತಿರುವ ಈ ವಿದ್ವಾಂಸರಿಗೆ ಊಟೋಪಚಾರ ಮತ್ತು ವಾಸದ ವ್ಯವಸ್ಥೆಯನ್ನು ಒದಗಿಸಿಕೊಟ್ಟರು. ಶಾಮಶಾಸ್ತ್ರಿಗಳ ಏಕಮಾತ್ರ ಕರ್ತವ್ಯವೆಂದರೆ ದಿವಾನರ ತಾಯಿಯವರಿಗೆ ಧರ್ಮಗ್ರಂಥಗಳನ್ನು ಓದಿಹೇಳುವುದು. ಪದವಿ ಮಟ್ಟದಲ್ಲಿ ಇಂಗ್ಲಿಷ್, ಸಂಸ್ಕೃತ ಮತ್ತು ಭೌತಶಾಸ್ತ್ರ ವಿಷಯಗಳನ್ನು ಅಧ್ಯಯನ ಮಾಡಲು ಶಾಸ್ತ್ರಿಗಳನ್ನು ಬೆಂಗಳೂರಿನ ಸೆಂಟ್ರಲ್ ಕಾಲೇಜಿಗೆ ಕಳುಹಿಸಿಕೊಡಲಾಯಿತು. ಅವರು 1899 ರಲ್ಲಿ ಮದ್ರಾಸ್ ವಿಶ್ವವಿದ್ಯಾನಿಲಯದಿಂದ ಅತ್ಯುನ್ನತ ಶ್ರೇಣಿಯಲ್ಲಿ ಬಿ.ಎ. ಪದವಿಯನ್ನು ಪಡೆದುಕೊಂಡರು. ದಿವಾನರ ಶಿಫಾರಸಿನ ಮೇರೆಗೆ ಅವರನ್ನು ಮೈಸೂರಿನ ಪ್ರಾಚ್ಯವಿದ್ಯಾ

ಗ್ರಂಥಾಲಯದ (ಪ್ರಾಚ್ಯವಿದ್ಯಾ ಸಂಶೋಧನಾ ಸಂಸ್ಥೆ) ಗ್ರಂಥಪಾಲಕರನ್ನಾಗಿ ನೇಮಿಸಲಾಯಿತು; ಪ್ರಕಟಣೆಗಳ ಸಂಪಾದನೆಯ ಹೊಣೆಗಾರಿಕೆಯ ಜೊತೆಗೆ ಅವುಗಳ ನಿರ್ವಹಣೆ ಸಹ ಅವರ ಕೆಲಸವಾಗಿತ್ತು. ಶಾಸ್ತ್ರಿಗಳು ಇಲ್ಲಿರುವಾಗ "ದೇವನಾಗರಿ ಆಲ್ಫಬೆಟ್" (1905) ಮತ್ತು "ಗಾವಂ ಆಯಾಮ" (1908) ಗಳಂಥ ವಿದ್ವಲ್ಲೇಖನಗಳನ್ನು ಬರೆದರು.

ಈ ಅವಧಿಯಲ್ಲಿಯೆ ಗ್ರಂಥಾಲಯದಲ್ಲಿದ್ದ ಅಪರೂಪದ ಹಸ್ತಪ್ರತಿಗಳ ಮತ್ತು ಓಲೆಗರಿ ಪತ್ರಗಳ ಪೂರ್ಣಪಟ್ಟಿಯೊಂದನ್ನು (ಕ್ಯಾಟಲಾಗ್) ಸಿದ್ಧಪಡಿಸುವಂತೆ ಶಾಮಶಾಸ್ತ್ರಿಗಳನ್ನು ಕೋರಲಾಯಿತು. ಹಲವು ವರ್ಷಗಳ ಹಿಂದೆ ತಂಜಾವೂರಿನ ಪಂಡಿತರೊಬ್ಬರು ಅಪರೂಪದ ಓಲೆಗರಿಯ ಹಸ್ತಪ್ರತಿ ಯೊಂದನ್ನು ಗ್ರಂಥಾಲಯಕ್ಕೆ ನೀಡಿದ್ದರು. ಅರ್ಥನೀತಿ ಮತ್ತು ರಾಜನೀತಿಯ ಬಗ್ಗೆ ಕೌಟಿಲ್ಯ ರಚಿಸಿದ್ದ "ಅರ್ಥಶಾಸ್ತ್ರ" ಗ್ರಂಥವು ನಷ್ಟವಾಗಿಹೋಗಿದೆ ಎಂದೇ ಅಲ್ಲಿಯವರೆಗೆ ಭಾವಿಸಲಾಗಿತ್ತು. ಶಾಮಶಾಸ್ತ್ರಿಗಳು ಈ ಅಪರೂಪದ ಕೃತಿಯು ಗ್ರಂಥಾಲಯದ ಮೂಲೆಯೊಂದರಲ್ಲಿ ಇದ್ದುದನ್ನು ಪತ್ತೆಹಚ್ಚಿದರು; ಅದರಲ್ಲಿ ಭಟ್ಟಸ್ವಾಮಿ ರಚಿಸಿದ ಟೀಕೆಯೂ ಸೇರಿತ್ತು. ಈ ವಿಷಯ ತಿಳಿದಾಗ ವಿದ್ವತ್ ಪ್ರಪಂಚದಲ್ಲಿ ಮಿಂಚು ಹರಿದಂತಾಯಿತು. ರಾತ್ರಿ ಬೆಳಗಾಗುವುದರಲ್ಲಿ ಶಾಮಶಾಸ್ತ್ರಿ ಮತ್ತು ಮೈಸೂರು ಪ್ರಸಿದ್ಧಿಗೆ ಬಂದುಬಿಟ್ಟಿತು. ಜರ್ಮನಿಗೆ ಪ್ರವಾಸಹೋಗಿದ್ದ ಮಹಾರಾಜ ನಾಲ್ವಡಿ ಕೃಷ್ಣರಾಜ ವಡೆಯರ್ ಅವರನ್ನು ಪರಿಚಯಿಸುವಾಗ ಶಾಮಶಾಸ್ತ್ರಿಯವರ ಮತ್ತು "ಅರ್ಥಶಾಸ್ತ್ರ" ಪತ್ತೆಯಾದ ಮೈಸೂರಿನಿಂದ ಬಂದವರು ಎಂದು ತಿಳಿಸಲಾಯಿತು!

"ಅರ್ಥಶಾಸ್ತ್ರ" ಪತ್ತೆಯಾದ ಮೂರು ತಿಂಗಳ ಅನಂತರವೂ ಶಾಮಶಾಸ್ತ್ರಿಗಳಿಗೆ ಹಸ್ತಪ್ರತಿಯ ಲಿಪಿಯನ್ನು ಕಂಡುಹಿಡಿಯಲು ಸಹ ಸಾಧ್ಯವಾಗಿರಲಿಲ್ಲ. ಅವರಿಗೆ ಒಂದು ರಾತ್ರಿ ಕನಸಿನಲ್ಲಿ ಅದರ ಕೀಲಿಕೈ ಗೋಚರಿಸಿತು. ಆನಂತರ ಅವರಿಗೆ ಅದರ ಗ್ರಂಥಲಿಪಿಯನ್ನು ಓದಿ ಭಾಷಾಂತರ ಮಾಡಲು ಸಾಧ್ಯವಾಯಿತು. ಈ ಕೃತಿಯ ಪೂರ್ಣ ಪಾಠವು ಪ್ರಖ್ಯಾತ ಭಾರತಶಾಸ್ತ್ರಜ್ಞರಾದ (ಇಂಡಾಲಜಿಸ್ಟ್) ಡಾ. ಫ್ಲೀಟ್ ಅವರ ಪ್ರಸ್ತಾವನೆಯೊಂದಿಗೆ 1915ರಲ್ಲಿ ಪ್ರಕಟವಾಯಿತು. ಅಲ್ಲಿಯವರೆಗೆ ನಷ್ಟವಾಗಿಹೋಗಿದೆ ಎಂದೇ ಭಾವಿಸಲಾಗಿದ್ದ ಈ ಅದ್ಭುತ ಗ್ರಂಥವೊಂದರ ಅನ್ವೇಷಣೆ ಮತ್ತು ಭಾಷಾಂತರಕ್ಕೆ ಫ್ಲೀಟರು ಬರೆದ ಪ್ರಸ್ತಾವನೆಯು ಇಡೀ ವಿಶ್ವಕ್ಕೆ ಅದರ ಮುಂಬರಲಿದ್ದ ಮಹತ್ತವನ್ನು ಘೋಷಿಸಿತೆನ್ನಬೇಕು. ಹಾಗೆಯೇ ಅಂಥ ಮಹಾನ್ ಸಾಹಸದ ಯಶಸ್ಸನ್ನು

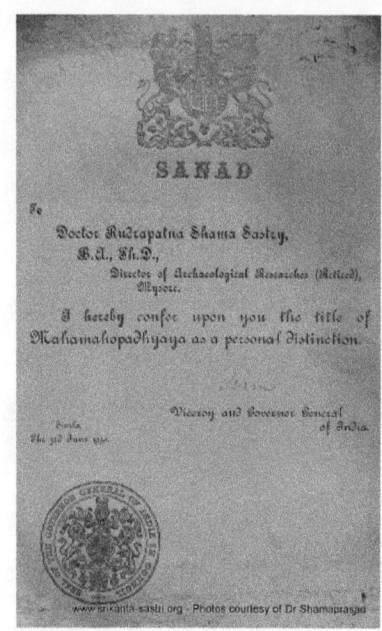

SANAD

To

Doctor Rudrapatna Shama Sastry,
B.A., Ph.D.,
Director of Archaeological Researches (Retired),
Mysore.

I hereby confer upon you the title of Mahamahopadhyaya as a personal distinction.

Viceroy and Governor General
of India.

www.srikanta-sastri.org - Photos courtesy of Dr Shamaprasad

Figure 11: ಮಹಾಮಹೋಪಾಧ್ಯಾಯ ಬಿರುದು

ಶಾಮಶಾಸ್ತ್ರಿಗಳಿಗೆ ಸಲ್ಲಿಸಲಾಯಿತು. ಆಗಿನಿಂದ "ಅರ್ಥಶಾಸ್ತ್ರ"ದ ಅನೇಕಾನೇಕ ಅನುವಾದಗಳು ಇವೆಯಾದರೂ ಸಾರ್ವಜನಿಕರ ಗಮನಕ್ಕೆ ಮೊತ್ತಮೊದಲು ತಂದದ್ದಕ್ಕಾಗಿ ಶಾಮಶಾಸ್ತ್ರಿಗಳಿಗೆ ವಿಶೇಷ ಮನ್ನಣೆ ಸಲ್ಲಬೇಕು.

ಗಾಂಧೀಜಿಯವರನ್ನು ಶಾಮಶಾಸ್ತ್ರಿಗಳು ನಂದಿಬೆಟ್ಟದಲ್ಲಿ ಭೇಟಿಮಾಡಿದಾಗ ಅವರಿಗೆ "ಅರ್ಥಶಾಸ್ತ್ರ"ದ ಪ್ರತಿಯೊಂದನ್ನು ಕಾಣಿಕೆಯಾಗಿ ನೀಡಿದರು. ಅವರು ಮಹಾತ್ಮ ಗಾಂಧಿಯವರಿಗೆ ಹೇಳಿದರಂತೆ: "ಪ್ರಾಚೀನ ಹಿಂದೂಗಳಿಗೆ ಸ್ವಾರ್ಥತ್ಯಾಗವೆನ್ನುವುದು ಒಂದು ಸೂತ್ರ. ಈಗಲೂ ಪ್ರಾಚೀನ ವಿಹಾರಗಳಂಥ ಸುಸಂಸ್ಕೃತ ಕೇಂದ್ರಗಳು ಉನ್ನತಸ್ಥಿತಿಗೆ ಬಂದರೆ ಎಲ್ಲವೂ ಸರಿಹೋಗುವುದು. ಅಶೋಕನ ಪಾಲಿಗೆ ಉಪಗುಪ್ತನಿದ್ದ; ಪುಷ್ಯಮಿತ್ರನಿಗೆ ಪತಂಜಲಿ ಇದ್ದ; ಕುಮಾರಪಾಲನ ಜೊತೆ ದೇವಚಂದ್ರನಿದ್ದ; ಅಂತೆಯೇ ವಿಜಯನಗರದ ಅರಸರೊಡನೆ ವಿದ್ಯಾರಣ್ಯರಿದ್ದರು. ನಾವೆಲ್ಲೇ ಹೋದರೂ ಈ ಸ್ವಾರ್ಥತ್ಯಾಗದ ಆದರ್ಶವನ್ನು ಘೋಷಿಸಲು ತುಂಬ ಸುಸಂಸ್ಕೃತವಾದ, ಸುಶಿಕ್ಷಿತವಾದ ಮತ್ತು ನಿಃಸ್ವಾರ್ಥವಾದ ಪಡೆಯೊಂದು ಆವಶ್ಯಕವಾಗಿದೆ. ಆಗ ತನ್ಮೂಲಕ ನಾವೂ ಶಾಶ್ವತವಾದ ಶಾಂತಿ ಮತ್ತು ಆನಂದಗಳನ್ನು ಪಡೆಯಬಲ್ಲೆವು." ಇದಕ್ಕೆ ಗಾಂಧೀಜಿಯವರು ಚಟಾಕಿ ಹಾರಿಸಿದುದು ಹೀಗೆ: "ಆದರೆ ಶಾಸ್ತ್ರಿಗಳೆ, ಬೆಕ್ಕಿಗೆ ಗಂಟೆ ಕಟ್ಟುವವರು ಯಾರು?"

ಶಾಮಶಾಸ್ತ್ರಿಗಳು 1906 ರಲ್ಲಿ ಶ್ರೀ ಕಸ್ತೂರಿ ರಂಗಾಚಾರ್ಯರೊಡನೆ ಸೇರಿ "ತೈತ್ತರೀಯ ಪ್ರಾತಿಶಾಖ್ಯ" ಎಂಬ ಗ್ರಂಥವನ್ನು ಸಂಪಾದಿಸಿಕೊಟ್ಟರು. ಇತರ ಹತ್ತೊಂಬತ್ತು ಸಂಸ್ಕೃತ ಗ್ರಂಥಗಳನ್ನು ಹಾಗೂ ಒಂಬತ್ತು ಪ್ರಾಚೀನ ಕನ್ನಡ ಗ್ರಂಥಗಳ ಭಾಷಾಂತರಗಳನ್ನು ಸಹ ಅವರು 1909 ರಲ್ಲಿ ಪ್ರಕಟಿಸಿದರು. ಅವರ ಈ ಪ್ರಯತ್ನಗಳಿಗೆ ಎ. ಆರ್. ಕೃಷ್ಣಶಾಸ್ತ್ರೀ,

ಟಿ. ಎನ್. ಸುಬ್ಬರಾಯಶಾಸ್ತ್ರೀ ಮತ್ತು. ವಿ. ಶ್ಯಾಮಾಚಾರ್ಯರಂಥ ಸಮಕಾಲೀನ ಘನ ವಿದ್ವಾಂಸರ ಉದಾರವಾದ ನೆರವು-ಸಹಕಾರ ಸಹ ಲಭಿಸಿತ್ತು. ಶಾಮಶಾಸ್ತ್ರಿಗಳು 1912 ರಿಂದ 1918 ರವರೆಗೆ ಬೆಂಗಳೂರಿನ ಚಾಮರಾಜ ಸಂಸ್ಕೃತ ಪಾಠಶಾಲೆಯ ಪ್ರಾಂಶುಪಾಲ ಹುದ್ದೆಯಲ್ಲಿದ್ದರು. 1918 ರಲ್ಲಿ ಮೈಸೂರಿನ ಪ್ರಾಚ್ಯವಿದ್ಯಾ ಸಂಶೋಧನಾಲಯದ ಗ್ರಂಥಪಾಲಕರಾಗಿ ಅವರು ಸೇವೆ ಸಲ್ಲಿಸಿದರು. ಅವರು 1922 ರಿಂದ ಮುಂದಿನ ಏಳುವರ್ಷಗಳವರೆಗೆ ಮೈಸೂರಿನಲ್ಲಿ ಪುರಾತತ್ತ್ವ ಇಲಾಖೆಯ ನಿರ್ದೇಶಕರಾಗಿದ್ದರು. ಅವರು ಬೇಲೂರು-ಹಳೇಬೀಡು ದೇವಾಲಯಗಳ ಜೀರ್ಣೋದ್ಧಾರಕಾರ್ಯಗಳ ಮೇಲ್ವಿಚಾರಣೆಯನ್ನು ನೋಡಿಕೊಂಡರು. ಶಾಸನಶಾಸ್ತ್ರ ಮತ್ತು ನಾಣ್ಯಶಾಸ್ತ್ರ ಕ್ಷೇತ್ರಗಳಿಗೆ ಸಹ ಅವರು ಹಲವು ಪ್ರಮುಖ ಕೊಡುಗೆಗಳನ್ನು ನೀಡಿರುವರು. ಪುರಾತತ್ತ್ವ ಇಲಾಖೆಯ ವಾರ್ಷಿಕ ವರದಿಗಳಲ್ಲಿ 1925 ರಿಂದ ಮುಂದೆ ಶಾಸನಗಳ ಕನ್ನಡ ಪಾಠಗಳನ್ನೂ ನೀಡುವ ಕ್ರಮ ಕಾರ್ಯಗತವಾಯಿತು. ಮೈಸೂರು ಸಂಸ್ಥಾನದಲ್ಲಿ ಪುರಾತತ್ತ್ವ ವಸ್ತುಸಂಗ್ರಹಾಲಯವನ್ನು ಅವರು ಸ್ಥಾಪಿಸಿದರು.

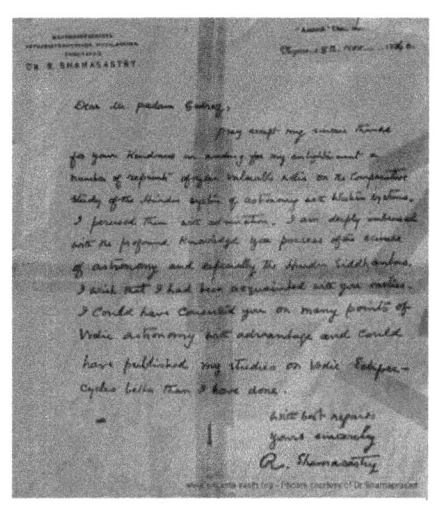

DR. R. SHAMASASTRY

Dear Mr. Padam Godrej,

Pray accept my sincere thanks for your kindness in sending for my enlightenment a number of "reprints" of your valuable notes on the Comparative study of the Hindu system of astronomy and Western systems. I perused them with admiration. I am deeply impressed with the profound knowledge you possess of the science of astronomy and especially the Hindu Siddhantas. I wish that I had been acquainted with you earlier. I could have consulted you on many points of Vedic astronomy with advantage and could have published my studies on Vedic Eclipse-Cycles better than I have done.

With best regards
Yours sincerely
R. Shamasastry

Figure 12: ಪದಮ್ ಗೊದ್ರೆಜ್ ಅವರಿಗೆ ಬರೆದ ಪತ್ರ

ಶಾಮಶಾಸ್ತ್ರಿಗಳು 1919 ರಲ್ಲಿ ವಾಷಿಂಗ್‌ಟನ್ನಿನ ಓರಿಯಂಟಲ್ ಯೂನಿವರ್ಸಿಟಿಯಿಂದ ಪಿಎಚ್.ಡಿ ಪದವಿ ಪ್ರಶಸ್ತಿಪತ್ರವನ್ನು ಸ್ವೀಕರಿಸಿದರು; 1921 ರಲ್ಲಿ ರಾಯಲ್ ಏಷ್ಯಾಟಿಕ್ ಸೊಸೈಟಿ, ಮುಂಬಯಿ ಶಾಖೆಯಿಂದ ಕ್ಯಾಂಪ್‌ಬೆಲ್ ಸ್ಮಾರಕ ಬಂಗಾರದ ಪದಕವನ್ನು ಪಡೆದರು. ನಾಲ್ವಡಿ ಕೃಷ್ಣರಾಜ ವಡೆಯರ್ ಅವರು 1926 ರಲ್ಲಿ ಶಾಮಶಾಸ್ತ್ರಿಗಳಿಗೆ "ಅರ್ಥಶಾಸ್ತ್ರ ವಿಶಾರದ" ಎನ್ನುವ ಬಿರುದನ್ನು ನೀಡಿ ಗೌರವಿಸಿ ದರು. ವೈಸ್‌ರಾಯ್ ಮತ್ತು ಭಾರತದ ಗವರ್ನರ್ ಜನರಲ್ ಅವರು 1930 ರಲ್ಲಿ

"ಮಹಾಮಹೋಪಾಧ್ಯಾಯ" ಬಿರುದನ್ನು ನೀಡಿದರು. ಭಾರತಧರ್ಮ ಮಹಾಮಂಡಲಿಯು (ವಾರಣಾಸಿ) 1924 ರಲ್ಲಿ ಅವರಿಗೆ "ವಿದ್ಯಾಲಂಕಾರ" ಮತ್ತು 1935 ರಲ್ಲಿ "ಪಂಡಿತರಾಜ" ಎನ್ನುವ ಬಿರುದುಗಳನ್ನು ಪ್ರದಾನ ಮಾಡಿ ಗೌರವಿಸಿತು.

Figure 13: ಓರಿಯೆಂಟಲ್ ವಿಶ್ವವಿದ್ಯಾನಿಲಯದಿಂದ ಶಾಮಶಾಸ್ತ್ರೀಗೆ ಬಂದ ಬಿರುದು

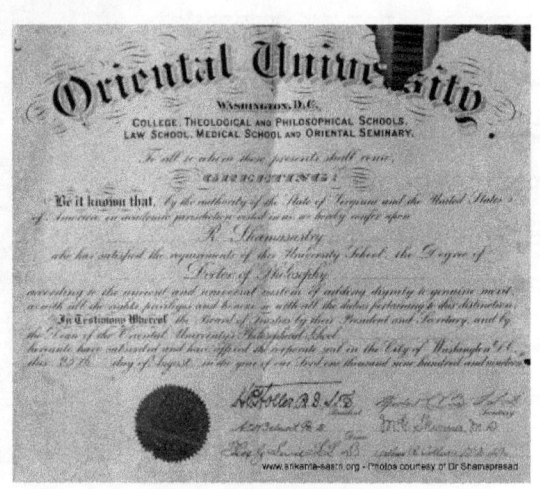

ಶಾಸ್ತ್ರಿಗಳು ಏಳು ಗ್ರಂಥಗಳ ಕರ್ತೃ; ಅವರು ವಿವಿಧ ವಿದ್ವತ್ಪತ್ರಿಕೆಗಳಿಗೆ ನೂರಕ್ಕೂ ಹೆಚ್ಚು ಲೇಖನಗಳನ್ನು ಬರೆದುಕೊಟ್ಟಿದ್ದಾರೆ. ಅವರ ಕೆಲವು ಜನಪ್ರಿಯ ಕೃತಿಗಳಲ್ಲಿ "ವೇದಾಂಗ ಜ್ಯೋತಿಷ" (1936), "ದ್ರಾಪ್ಸ: ವೇದಿಕ್ ಸೈಕಲ್ ಆಫ್ ಎಕ್ಲಿಪ್ಸಸ್" (1938) ಹಾಗೂ "ಎವಲ್ಯೂಷನ್ ಆಫ್ ಇಂಡಿಯನ್ ಪಾಲಿಟಿ" – ಇವು ಸೇರಿವೆ; ಅಲ್ಲದೆ ಇನ್ನೂ ಕೆಲವಿವೆ. ಶಾಮಶಾಸ್ತ್ರಿಗಳನ್ನು ಕುರಿತ ಅಭಿನಂದನ ಗ್ರಂಥಕ್ಕೆ ಆರ್. ಕೆ. ಮುಖರ್ಜಿ, ಕುಪ್ಪುಸ್ವಾಮಿ ಶಾಸ್ತ್ರಿ, ಎಂ. ವಿಂಟರ್‌ನಿಟ್ಜ್, ಪಿ. ವಿ. ಕಾಣೆ, ಝಾ, ಆಶುತೋಷ್ ಮುಖರ್ಜಿ, ಡಿ. ಆರ್. ಭಂಡಾರ್‌ಕರ್ ಹಾಗೂ ಸಿ. ಆರ್. ರೆಡ್ಡಿಯವರಂಥ ಪ್ರಸಿದ್ಧ ವಿದ್ವಾಂಸರು ಲೇಖನಗಳನ್ನು ಬರೆದುಕೊಟ್ಟಿದ್ದಾರೆ. ಶಾಸ್ತ್ರಿಗಳು ಪತ್ರ ವ್ಯವಹಾರ ಮಾಡುತ್ತಿದ್ದ ಸಂಪರ್ಕವಲಯದಲ್ಲಿ ರವೀಂದ್ರನಾಥ ಟಾಗೂರ್, ಬಿ. ಎನ್. ಸೀಲ್, ಎ. ವೆಂಕಟಸುಬ್ಬಯ್ಯ, ಬಿ. ಎ. ಸಾಲೆತ್ತೂರ್, ಎಸ್. ಎಂ. ಗಾಡ್ರೆಜ್, ಎಲ್. ಡಿ. ಬಾರ್ನೆಟ್, ಸ್ಟೆನ್ ಕೊನೊವ್, ಎ. ಬಿ. ಕೀತ್ ಮತ್ತು ಸರ್ ರಿಚರ್ಡ್ ಟೆಂಪಲ್ ಇವರಂಥ ಖ್ಯಾತನಾಮರು ಇದ್ದರು.

ಕಲ್ಕತ್ತ ವಿಶ್ವವಿದ್ಯಾನಿಲಯದ ಆಗಿನ ಕುಲಪತಿಗಳಾದ ಸರ್ ಆಶುತೋಷ್ ಮುಖರ್ಜಿಯವರ ಆಹ್ವಾನದ ಮೇರೆಗೆ ಶಾಮಶಾಸ್ತ್ರಿಗಳು ಅಲ್ಲಿಗೆ ಹೋಗಿ "ಎವಲ್ಯೂಷನ್ ಆಫ್ ಇಂಡಿಯನ್ ಪಾಲಿಟಿ" ಎಂಬ ವಿಷಯವನ್ನು ಕುರಿತು ಹತ್ತು ಉಪನ್ಯಾಸಗಳನ್ನು

ನೀಡಿದರು. ಈ ಉಪನ್ಯಾಸಗಳನ್ನು ಮುಂದೆ ಒಂದು ಪುಸ್ತಕರೂಪದಲ್ಲಿ ಸಹ ಪ್ರಕಟಿಸಲಾಯಿತು. ಅದೇ ವರ್ಷದಲ್ಲಿ ಕಲ್ಕತ್ತ ವಿಶ್ವವಿದ್ಯಾನಿಲಯವು ಶಾಮಶಾಸ್ತ್ರಿಗಳಿಗೆ ಗೌರವ ಡಾಕ್ಟರೇಟನ್ನು ಪ್ರದಾನ ಮಾಡಿತು. "ಅರ್ಥಶಾಸ್ತ್ರ"ದ ಆಧುನಿಕ ಭಾಷಾಂತರವು ಇಂದು ಹಾರ್ವರ್ಡ್, ಯೇಲ್ ಮತ್ತು ಆಕ್ಸ್‌ಫರ್ಡ್‌ಗಳಲ್ಲಿ ರಾಜ್ಯಶಾಸ್ತ್ರ, ಅಂತಾರಾಷ್ಟ್ರೀಯ ಸಂಬಂಧಗಳು ಹಾಗೂ ಅರ್ಥಶಾಸ್ತ್ರದ ವಿದ್ಯಾರ್ಥಿಗಳಿಗೆ ನಿಗದಿಪಡಿಸಲಾದ ಪಠ್ಯವಾಗಿದೆ.

ಶಾಮಶಾಸ್ತ್ರಿಗಳು ಮೈಸೂರಿನಲ್ಲಿರುವ ತಮ್ಮ ಮನೆಗೆ ಇಟ್ಟಿರುವ ಹೆಸರು "ಆಶುತೋಷ" (ಸಂತೋಷ/ ಸಂತೃಪ್ತಿ ನಿಲಯ); ತಮ್ಮ ಕೊನೆಯ ದಿನಗಳನ್ನು ಅವರು ಕಳೆದುದು ಇಲ್ಲಿಯೆ. ಅವರು 77 ವರ್ಷಗಳವರೆಗೆ ಜೀವಿಸಿದ್ದು 1944ರ ಜನವರಿ 23 ರಂದು ದೈವಾಧೀನರಾದರು. ಅವರ ಮರಣಾನಂತರ ಮೈಸೂರಿನ ಸಾಂಪ್ರದಾಯಿಕ ವಿದ್ವಾಂಸರ ಇತಿಹಾಸದಲ್ಲಿ ಒಂದು ವೈಭವಯುತ ಮತ್ತು ಗಮನಾರ್ಹ ಅಧ್ಯಾಯದ ಅಂತ್ಯವಾಯಿತು. ಜಗತ್ತಿನಾದ್ಯಂತ ಹೊರಟ ಸಂತಾಪಸೂಚಕ ಸುದ್ದಿಗಳು "ಆಶುತೋಷ"ದ ಹಾದಿಹಿಡಿದವು.

ರುದ್ರಪಟ್ಟಣದ ಮಹಾಮಹೋಪಾಧ್ಯಾಯ, ಅರ್ಥಶಾಸ್ತ್ರವಿಶಾರದ, ವಿದ್ಯಾಲಂಕಾರ, ಪಂಡಿತರಾಜ ಶಾಮಶಾಸ್ತ್ರಿಗಳ ವೈದುಷ್ಯ, ಪ್ರೌಢಿಮೆ ಮತ್ತು ಭಾಷೆಗಳ ಮೇಲಿನ ಪ್ರಭುತ್ವ – ಇವು ಇಂದಿನ ವಿದ್ವಾಂಸರಿಗೂ ವಿದ್ಯಾರ್ಥಿಗಳಿಗೂ ಅನುಸರಣೀಯ ಆದರ್ಶವಾಗಿರಲಿ ಎನ್ನುವುದು ಪ್ರಾಮಾಣಿಕವಾದ ಆಶಯವಾಗಿದೆ.

(ಸ್ಟಾರ್ ಆಫ್ ಮೈಸೂರ್, 20–02–2018)

ವಿಷಯದ ಆಕರಗಳು:

1. *"ಇಂಟ್ರೊಡಕ್ಷನ್ ಟು "ವೈಬ್ರಂಟ್ ಇಂಡಿಯಾ" (ಕಲೆಕ್ಟೆಡ್ ವರ್ಕ್ಸ್ ಆಫ್ ಡಾ. ಆರ್. ಶಾಮಶಾಸ್ತ್ರಿ)*– ಸಂಪಾದನೆ*: ಡಾ. ಟಿ. ವಿ. ವಿ. ಶಾಸ್ತ್ರೀ ಅಂಡ್ ಡಾ. ಬಿ. ಎಸ್. ಪ್ರಣತಾರ್ತಿ ಹರನ್;*

2. *ವಂಶಾವಳಿ, ಕೃಪೆ: ಡಾ. ಆರ್. ಶಾಮಪ್ರಸಾದ್ (ಡಾ. ಆರ್. ಶಾಮಶಾಸ್ತ್ರಿಯವರ ಮೊಮ್ಮಗ).*

ಮೈಸೂರಿನ ಸಾಕ್ರೆಟೀಸ್: ಪ್ರೊ. ಎಂ. ಹಿರಿಯಣ್ಣ

Figure 14: ಪ್ರೊ. ಎಂ. ಹಿರಿಯಣ್ಣ

ಮೈಸೂರು ಹಿರಿಯಣ್ಣನವರು 1871ರ ಮೇ 7 ರಂದು ಮೈಸೂರಿನಲ್ಲಿ ಜನಿಸಿದರು; ಅವರ ತಂದೆ ನಂಜುಂಡಯ್ಯ ಮತ್ತು ತಾಯಿ ಲಕ್ಷ್ಮೀದೇವಿ. ಅವರು ಬ್ರಾಹ್ಮಣ ಜಾತಿಯ "ಉಲುಚುಕಮ್ಮ" ಉಪಪಂಗಡಕ್ಕೆ ಸೇರಿದವರಾಗಿದ್ದರು; ವಿಜಯನಗರ ಸಾಮ್ರಾಜ್ಯದ ಸಂಸ್ಥಾಪಕರಾದ ವಿದ್ಯಾರಣ್ಯರಂಥವರು ಹಲವರು ಈ ಸಮುದಾಯದವರು. ತುಮಕೂರು ಜಿಲ್ಲೆಯ ಬರಿಗೆಹಳ್ಳಿಯಿಂದ ಇಲ್ಲಿಗೆ ಬಂದು ಸೇರಿದವರು. ಹಿರಿಯಣ್ಣನವರು ಅವರ ತಂದೆತಾಯಿಗಳಿಗೆ ಆರನೆಯ ಮಗ; ಅವರ ತಮ್ಮ ಎಂ.ಎನ್. ಕೃಷ್ಣರಾವ್ ಅವರು ಮುಂದೆ ಮೈಸೂರಿನ ದಿವಾನರಾಗಿ ಆಡಳಿತ ನಡೆಸಿದರು (1941).

ಪೆರಿಸಾಮಿ ತಿರುಮಲಾಚಾರ್ಯ (ಸದ್ವಿದ್ಯಾ ಪಾಠಶಾಲೆಯ ಸಂಸ್ಥಾಪಕರು) ಮತ್ತು ಕಾಶೀ ಶೇಷರಾಮಾಶಾಸ್ತ್ರಿ ಅವರ ಆಶ್ರಯದಲ್ಲಿ ಹಿರಿಯಣ್ಣನವರು ಸಂಸ್ಕೃತ ಶಿಕ್ಷಣ ಪಡೆದರು. ಅವರು ಮದ್ರಾಸ್ ವಿಶ್ವವಿದ್ಯಾನಿಲಯದಲ್ಲಿ ತಮ್ಮ ಬಿ.ಎ. ಮತ್ತು ಎಂ.ಎ. ಪದವಿಗಳನ್ನು ಪೂರ್ಣಗೊಳಿಸಿದರು.

ಹಿರಿಯಣ್ಣನವರು ಚಿಕ್ಕ ವಯಸ್ಸಿನಲ್ಲಿಯೆ ಲಕ್ಷ್ಮೀದೇವಮ್ಮನವರನ್ನು ಮದುವೆಯಾದರು. ಈ ದಂಪತಿಗೆ ರುಕ್ಕಮ್ಮ ಎಂಬ ಮಗಳಿದ್ದಳು. ಹಿರಿಯಣ್ಣನವರು ತಮ್ಮ ವೃತ್ತಿಯನ್ನು ಪ್ರಾರಂಭಿಸಿದ್ದು 1891ರಲ್ಲಿ, ಮೈಸೂರಿನ ಪ್ರಾಚ್ಯವಿದ್ಯಾ ಸಂಶೋಧನಾ ಸಂಸ್ಥೆಯಲ್ಲಿ (ಓ.ಆರ್.ಐ.) ಗ್ರಂಥಪಾಲಕರಾಗಿ. ಇಲ್ಲಿ ಅವರು ಸುಮಾರು 1653 ಮುದ್ರಿತ ಗ್ರಂಥಗಳು ಮತ್ತು 1358 ಹಸ್ತಪ್ರತಿಗಳ (ಕನ್ನಡ ಮತ್ತು ಸಂಸ್ಕೃತ) ನಿರ್ವಹಣೆಯ ಕೆಲಸವನ್ನು

ಕೈಗೆತ್ತಿಕೊಂಡರು. ಅನಂತರ ಅವರು ಬೆಂಗಳೂರಿನಲ್ಲಿ ಶಿಕ್ಷಣ ಇಲಾಖೆಯ ಸರ್ಕಾರೀ ಉದ್ಯೋಗ ಪಡೆದುಕೊಂಡು ಅಲ್ಲಿ ಮೂರು ವರ್ಷ ಸೇವೆ ಸಲ್ಲಿಸಿದರು. ಅವರ ಮನಸ್ಸಿನಲ್ಲಿ ಯಾವಾಗಲೂ "ಬೋಧಿಸುವ" ವೃತ್ತಿಯ ಮಹತ್ತ್ವಾಕಾಂಕ್ಷೆ ಸುಪೋಷಿತವಾಗಿತ್ತು; ಹಾಗಾಗಿ ಸೈದಾಪೇಟೆಯ ಟೀಚರ್ಸ್ ಕಾಲೇಜಿನಿಂದ ಎಲ್.ಟಿ. ಅರ್ಹತೆಯನ್ನು ಗಳಿಸಿಕೊಂಡರು. ಅನಂತರ ಅವರು ಮೈಸೂರಿಗೆ ಬಂದು 1896 ರಲ್ಲಿ "ಗೌರ್ನಮೆಂಟ್ ನಾರ್ಮಲ್ ಸ್ಕೂಲ್"ಗೆ ಶಿಕ್ಷಕರಾಗಿ ಸೇರಿಕೊಂಡರು. ಅಲ್ಲಿ ಅವರು 1907ರ ವೇಳೆಗೆ ಆ ಶಾಲೆಯ ಮುಖ್ಯೋಪಾಧ್ಯಾಯರಾದರು. ಬೋಧನ ಕಲೆಯನ್ನು ಕುರಿತು ಅವರು "ಬೋಧನ ಕ್ರಮ" ಎನ್ನುವ ತಮ್ಮ ಪ್ರಪ್ರಥಮ ಕೃತಿಯನ್ನು ಬರೆದುದು ಇಲ್ಲಿದ್ದಾಗ.

Figure 15: ಲಕ್ಷ್ಮೀದೇವಮ್ಮ (ಶ್ರೀಮತಿ) ಮತ್ತು ರುಕ್ಕಮ್ಮ (ಮಗಳು)

ಅವರು 1912 ರಲ್ಲಿ ಸಂಸ್ಕೃತ ಉಪನ್ಯಾಸಕರಾಗಿ ಮಹಾರಾಜ ಕಾಲೇಜನ್ನು ಸೇರಿದರು. ಆ ಕಾಲದಲ್ಲಿ ಆ ಕಾಲೇಜಿನ ಪ್ರಾಂಶುಪಾಲರಾಗಿದ್ದುದು ಟಿ. ಡೆನ್‌ಹ್ಯಾಮ್; ಇವರ ತರುವಾಯ ಬಂದವರು ಬಿ.ಎಂ. ಶ್ರೀಕಂಠಯ್ಯನವರು. ಡೆನ್‌ಹ್ಯಾಮ್, ಶ್ರೀಕಂಠಯ್ಯ ಮತ್ತು ಹೆಚ್.ಜೆ. ಭಾಭಾ ಇವರೆಲ್ಲರೂ ಹಿರಿಯಣ್ಣ ನವರ ಪಾಂಡಿತ್ಯದ ಬಗ್ಗೆ ತುಂಬ ಚೆನ್ನಾಗಿ ಅರಿತಿದ್ದರು ಮತ್ತು ಹಿರಿಯಣ್ಣನವರು ಯಾವುದೇ ಸಂಸ್ಥೆಗೆ ಒಂದು ಆಸ್ತಿ ಎಂದು ಪರಿಗಣಿಸಿದ್ದರು. ವಾಸ್ತವವಾಗಿ, ಒಬ್ಬ ಮಹಾನ್ ವಿದ್ವಾಂಸರಾಗಿ ಹಿರಿಯಣ್ಣನವರ ಪ್ರಖ್ಯಾತಿಯನ್ನು ತಿಳಿದೇ ಹೆಚ್.ವಿ. ನಂಜುಂಡಯ್ಯನವರು (ಮೈಸೂರು ವಿಶ್ವವಿದ್ಯಾನಿಲಯದ ಕುಲಪತಿಗಳು) ಅವರನ್ನು ಉಪನ್ಯಾಸಕರನ್ನಾಗಿ ನೇಮಕಮಾಡಿದುದು. ಎರಡು ವರ್ಷಗಳ ತರುವಾಯ ಹಿರಿಯಣ್ಣನವರು ಸಹಾಯಕ ಪ್ರಾಧ್ಯಾಪಕರಾದರು. ಪೆರಿಸಾಮಿ ತಿರುಮಲಾಚಾರ್ಯ, ಆಸ್ಥಾನ ವಿದ್ವಾನ್ ಕವಿರತ್ನ ಮಂಡಿಕಲ್ಲು ರಾಮಾಶಾಸ್ತ್ರಿ, ಕಸ್ತೂರಿ ರಂಗ ಅಯ್ಯಂಗಾರ್

ಮತ್ತು ವೆಂಕಟರಾಮಾಶಾಸ್ತ್ರಿಗಳಂಥ ಸಂಸ್ಕೃತ ವಿದ್ವಾಂಸರ ಒಬ್ಬ ಉತ್ತರಾಧಿಕಾರಿ ಹಿರಿಯಣ್ಣನವರು.

ತತ್ತ್ವಶಾಸ್ತ್ರ ವಿಭಾಗದ ಮುಖ್ಯಸ್ಥರಾದ ಎ.ಆರ್. ವಾಡಿಯಾ ಅವರು ತಮ್ಮ ವಿದ್ಯಾರ್ಥಿಗಳಿಗೆ ಹಿರಿಯಣ್ಣನವರು ಭಾರತೀಯ ತತ್ತ್ವಶಾಸ್ತ್ರವನ್ನು ಪಾಠಮಾಡಬೇಕೆಂದು ಕೋರಿದರು. ಈ ಕಾಲಕ್ಕೆ ಸರ್ವಪಲ್ಲಿ ರಾಧಾಕೃಷ್ಣನ್ ಅವರೂ ಆ ವಿಭಾಗದಲ್ಲಿದ್ದರು. ಅವರು ತಾವು "ಇಂಡಿಯನ್ ಫಿಲಾಸಫಿ" ಎಂಬ ಗ್ರಂಥವನ್ನು ಬರೆಯುವುದರಲ್ಲಿ ಮಗ್ನರಾಗಿರುವುದರಿಂದ ತಮ್ಮ ತರಗತಿಗಳನ್ನು ಹಿರಿಯಣ್ಣನವರು ತೆಗೆದುಕೊಳ್ಳಬೇಕೆಂದು ಮನವಿಮಾಡಿಕೊಂಡರು. ಹಿರಿಯಣ್ಣನವರ ತರಗತಿಯ ಉಪನ್ಯಾಸಗಳು ಎಷ್ಟು ವ್ಯಾಪಕವಾಗಿದ್ದವು ಎಂದರೆ ಅವನ್ನು ಪುಸ್ತಕ ರೂಪದಲ್ಲಿ ಪ್ರಕಟಿಸುವಂತೆ ಎಸ್. ರಾಧಾಕೃಷ್ಣನ್ ಅವರು ಅಲನ್ ಅಂಡ್ ಅನ್‌ವಿನ್ ಪ್ರಕಾಶನ ಸಂಸ್ಥೆಗೆ ಶಿಫಾರಸು ಮಾಡಿದರು; ಈ ಉಪನ್ಯಾಸಗಳು "ಔಟ್‌ಲೈನ್ಸ್ ಆಫ್ ಇಂಡಿಯನ್ ಫಿಲಾಸಫಿ" ಎಂಬ ಶೀರ್ಷಿಕೆಯಲ್ಲಿ ಪ್ರಕಟವಾಗಿ ಪಾಶ್ಚಾತ್ಯ ದೇಶಗಳಲ್ಲಿ ಅತ್ಯುತ್ತಮವಾಗಿ ಮಾರಾಟವಾದ ಪುಸ್ತಕವಾಗಿ ಜನಪ್ರಿಯವಾಯಿತು.

Figure 16: ಪ್ರೊ. ಎಂ. ಹಿರಿಯಣ್ಣ ಮತ್ತು ಪ್ರೊ. ಎ. ಆರ್. ವಾಡಿಯಾ

ಹಿರಿಯಣ್ಣನವರು 1919 ರಲ್ಲಿ ಸಂಸ್ಕೃತ ಪ್ರಾಧ್ಯಾಪಕರಾಗಿ ನೇಮಕಗೊಂಡರು. ಎರಡು ದಶಕಗಳ ಯಶಸ್ವೀ ಶಿಕ್ಷಕ ವೃತ್ತಿಯ ಅನಂತರ ಅವರು 1927ರಲ್ಲಿ ತಮ್ಮ 56ನೆಯ ವಯಸ್ಸಿನಲ್ಲಿ ವಿಶ್ವವಿದ್ಯಾನಿಲಯದ ಸೇವೆಯಿಂದ ನಿವೃತ್ತರಾದರು.

ನಮ್ಮ ದೇಶದ ಅನೇಕ ವಿಶ್ವವಿದ್ಯಾನಿಲಯಗಳು ತಮ್ಮಲ್ಲಿಗೆ ಬಂದು ಪಾಠಹೇಳುವಂತೆ ಹಿರಿಯಣ್ಣನವರನ್ನು ಆಹ್ವಾನಿಸಿದವು. ಆದರೆ ಅವರು ಎಲ್ಲ ಕೋರಿಕೆಗಳನ್ನೂ ನಿರಾಕರಿಸಿದರು. ಅವರು ಮೈಸೂರಿನ ದಿವಾನ ರಸ್ತೆಯಲ್ಲಿ ತಾವು 1910 ರಲ್ಲಿ ಕಟ್ಟಿಸಿದ್ದ

ಮನೆಯಲ್ಲಿಯೆ (ನಂ 962) ಇದ್ದು ಉಳಿದ ಕಾಲವನ್ನು ಆಳವಾಗಿ ತಮ್ಮ ಅಧ್ಯಯನದಲ್ಲಿ ಮಗ್ನರಾಗಿರುವುದರಲ್ಲಿ ತೃಪ್ತಿಯನ್ನ ಹೊಂದಿದರು. ಅವರು ಮೈಸೂರಿನಲ್ಲಿ 1935ರಲ್ಲಿ ನಡೆದ ಅಖಿಲ ಭಾರತ ಪ್ರಾಚ್ಯವಿದ್ಯಾ ಸಮ್ಮೇಳನದ ಅಧ್ಯಕ್ಷರಾಗಿದ್ದರು. ಹೈದರಾಬಾದಿನಲ್ಲಿ 1939 ರಲ್ಲಿ ನಡೆದ ಅಖಿಲ ಭಾರತ ತತ್ತ್ವಶಾಸ್ತ್ರ ಸಮ್ಮೇಳನದ ಅಧ್ಯಕ್ಷತೆ ವಹಿಸುವಂತೆ ಅವರನ್ನು ಕೋರಲಾಯಿತು. ಮದ್ರಾಸ್ ವಿಶ್ವವಿದ್ಯಾನಿಲಯದಲ್ಲಿ ಪ್ರತಿಷ್ಠಿತ "ಮಿಲ್ಲರ್ ಸ್ಮಾರಕ ಉಪನ್ಯಾಸ" ನೀಡುವಂತೆ 1940 ರಲ್ಲಿ ಅವರನ್ನು ಆಹ್ವಾನಿಸಲಾಯಿತು. ಆಶ್ಚರ್ಯದ ಸಂಗತಿಯೆಂದರೆ ಹಿರಿಯಣ್ಣನವರು ಈ ಆಹ್ವಾನವನ್ನು ಒಪ್ಪಿ ಸಮಾರಂಭದಲ್ಲಿ ಭಾಗವಹಿಸಿದುದು – ಬೇರೆ ಸ್ಥಳದಲ್ಲಿ ನಡೆದ ಸಮಾರಂಭವೊಂದರಲ್ಲಿ ಪಾಲ್ಗೊಳ್ಳಲು ಮೈಸೂರನ್ನು ಬಿಟ್ಟು ತೆರಳಿದ ಪ್ರಾಯಃ ಏಕಮಾತ್ರ ದೃಷ್ಟಾಂತ! ಮದ್ರಾಸ್ ಸಂಸ್ಕೃತ ಅಕಾಡೆಮಿಯು ಹಿರಿಯಣ್ಣನವರಿಗೆ "ಸಂಸ್ಕೃತ ಸೇವಾ ಧುರೀಣ" ಎಂಬ ಬಿರುದನ್ನು ನೀಡಿ ಗೌರವಿಸಿತು ಕೂಡ.

Figure 17: ಪ್ರೊ. ಎಂ. ಹಿರಿಯಣ್ಣ ಮತ್ತು ಪ್ರೊ. ಎ. ಆರ್. ವಾಡಿಯಾ - ಎಸ್. ರಾಧಾಕೃಷ್ಣನ್ ಬೀಳ್ಕೊಡಿ ಸಮಾರಂಭ

ಹಿರಿಯಣ್ಣನವರು ಯಾವಾಗಲೂ ತಮ್ಮ ಪಾಡಿಗೆ ತಾವು ಇರುತ್ತಿದ್ದವರು. ಅವರು ದಾನನಿರತರು; ಅನೇಕ ಬಡ ವಿದ್ಯಾರ್ಥಿಗಳಿಗೆ ಅವರು ಸಹಾಯಮಾಡುತ್ತಿದ್ದರಾದರ ೂ ಒಂದು ನಿಯಮ ವಿಧಿಸುತ್ತಿದ್ದರು – ಆ ವಿದ್ಯಾರ್ಥಿಗಳು ಎಂದೂ ಎಲ್ಲೂ ತಮ್ಮ ಹೆಸರನ್ನು ಬಹಿರಂಗಪಡಿಸಬಾರದು ಎಂದು! ಹಿರಿಯಣ್ಣನವರು ತರಪೇತಿ ಹೊಂದಿದುದು ಸಾಂಪ್ರದಾಯಿಕ ಸಂಸ್ಕೃತ ವಿದ್ವಾಂಸರಾಗಿಯೆ; ಆದರೆ ಪೌರ್ವಾತ್ಯ ಮತ್ತು ಪಾಶ್ಚಿಮಾತ್ಯ ತತ್ತ್ವಶಾಸ್ತ್ರಗಳಲ್ಲಿ ಅವರಿಗೆ ಆಳವಾದ ಜ್ಞಾನವಿತ್ತು. ಇಂಗ್ಲಿಷ್ ಸಾಹಿತ್ಯದ ಬಗ್ಗೆ ಅವರ ಪ್ರೀತಿ ಸುಪರಿಚಿತವಾದುದು. ಅವರು ನಿಯತವಾಗಿ "ಟೈಮ್ಸ್ ಲಿಟರರಿ ಸಪ್ಲಿಮೆಂಟ್" ಮತ್ತು "ಇಲ್ಲಸ್ಟ್ರೇಟೆಡ್ ಲಂಡನ್ ನ್ಯೂಸ್" ಪತ್ರಿಕೆಗಳನ್ನು

ಓದುತ್ತಿದ್ದರು. ತಮ್ಮ ಜೀವಿತದ ಕೊನೆಯ ದಶಕದಲ್ಲಿ ಹಿರಿಯಣ್ಣನವರು ಪಾಲ್ಘಾಟ್ ನಾರಾಯಣ ಶಾಸ್ತ್ರಿಗಳ ನಿವಾಸಕ್ಕೆ ಭೇಟಿ ನೀಡುತ್ತಿದ್ದರು; ಅವರ ಜೊತೆ ಭಾರತೀಯ ತತ್ತ್ವಶಾಸ್ತ್ರ, ವೇದಾಂತ ಮತ್ತು ಉಪನಿಷತ್ತುಗಳಲ್ಲಿನ ಸೂಕ್ಷ್ಮಾಂಶಗಳನ್ನು ಕುರಿತು ಚರ್ಚಿಸುತ್ತಿದ್ದರು.

ಹಿರಿಯಣ್ಣನವರು ಮದ್ರಾಸ್ ವಿಶ್ವವಿದ್ಯಾನಿಲಯದ ಖ್ಯಾತ ಸಂಸ್ಕೃತ ವಿದ್ವಾಂಸರಾದ ಕುಪ್ಪುಸ್ವಾಮಿ ಶಾಸ್ತ್ರಿಗಳ ಆಪ್ತ ಮಿತ್ರರಾಗಿದ್ದರು. ಪ್ರಾಸಂಗಿಕವಾಗಿ ಹಿರಿಯಣ್ಣನವರ ಗ್ರಂಥಭಂಡಾರದ ಬಹುಪಾಲು ಮೈಲಾಪುರದಲ್ಲಿ ಇರುವ "ಕುಪ್ಪುಸ್ವಾಮಿ ರಿಸರ್ಚ್ ಇನ್‌ಸ್ಟಿಟ್ಯೂಟ್"ಗೆ ಕೊಡುಗೆಯಾಗಿ ಸೇರಿದ್ದನ್ನು ಸಹ ಇಲ್ಲಿ ಪ್ರಸ್ತಾಪಿಸಬಹುದು. ಹಿರಿಯಣ್ಣನವರು ಸುಮಾರು ಇಪ್ಪತ್ತು ಗ್ರಂಥಗಳ ಲೇಖಕರು. ಕೆಲವು ಗಮನಾರ್ಹ ಕೃತಿಗಳಿವು: "ಔಟ್‌ಲೈನ್ಸ್ ಆಫ್ ಇಂಡಿಯನ್ ಫಿಲಾಸಫಿ" (1932), "ಎಸೆನ್ಷಿಯಲ್ಸ್ ಆಫ್ ಇಂಡಿಯನ್ ಫಿಲಾಸಫಿ" (1949), "ದಿ ಕ್ವೆಸ್ಟ್ ಫಾರ್ ಪರ್ಫೆಕ್ಷನ್" (1952) ಮತ್ತು "ಆರ್ಟ್ ಎಕ್ಸ್ ಪೀರಿಯನ್ಸ್" 1954).

ಸ್ವಲ್ಪಕಾಲ ಅನಾರೋಗ್ಯ ಪೀಡಿತರಾದ ಅನಂತರ ಹಿರಿಯಣ್ಣನವರು ತಮ್ಮ 79ನೆಯ ವಯಸ್ಸಿನಲ್ಲಿ, 1950ರ ಸೆಪ್ಟೆಂಬರ್ 19ರಂದು ವಿಧಿವಶರಾದರು. ಅವರ ಜನ್ಮಶತಾಬ್ದಿಯನ್ನು ಆಚರಿಸುವ ಸಮಯದಲ್ಲಿ (1871 – 1971) ಅವರ ಸಂಸ್ಮರಣ ಸಂಪುಟವನ್ನು ಸಮಿತಿಯೊಂದು ಪ್ರಕಟಿಸಿತು; ಈ ಸಮಿತಿಯಲ್ಲಿದ್ದ ಸದಸ್ಯರೆಂದರೆ ಪ್ರೊ. ವಿ. ಸೀತಾರಾಮಯ್ಯ, ಪು. ತಿ. ನರಸಿಂಹಾಚಾರ್, ಪ್ರೊ. ಎನ್. ಎ. ನಿಕ್ಕಂ ಮತ್ತು ಜಿ. ಮರುಳಸಿದ್ದಯ್ಯ. ಕರ್ನಾಟಕದ ಅಂದಿನ ರಾಜ್ಯಪಾಲರಾಗಿದ್ದ ಮೋಹನಲಾಲ್ ಸುಖಾಡಿಯಾ ಅವರು ಈ ಸಂಸ್ಮರಣ ಸಂಪುಟವನ್ನು ಬಿಡುಗಡೆ ಮಾಡಿದರು.

Figure 18: ಪ್ರೊ. ಎಂ. ಹಿರಿಯಣ್ಣ

ಭಾರತೀಯ ತತ್ತ್ವಶಾಸ್ತ್ರೀಯ ಅಧ್ಯಯನ ಲೋಕದಲ್ಲಿ ಹಿರಿಯಣ್ಣನವರ ಹೆಸರು ಎತ್ತರದಲ್ಲಿ ನಿಲ್ಲುತ್ತದೆ. ಅವರ ನಿರಹಂಕಾರದ ಪ್ರವರ್ತನೆ, ಸರಳತೆ ಮತ್ತು ಸಹಜ ಸ್ವಭಾವದ ವ್ಯಕ್ತಿತ್ವದ ಮುಖದ ಹಿಂದೆ ದೈತ್ಯ ಬುದ್ಧಿಶಕ್ತಿ ಸುಪ್ತವಾಗಿರುತ್ತಿತ್ತು. ಕಾಳಿದಾಸ ಹೇಳುವ "ಸತ್ಯಯಾ ಮಿತ ಭಾಷಿನಮ್" (ಮಾತು ಕಡಿಮೆ, ಹೆಚ್ಚು ದುಡಿಮೆ) ಎಂಬ ವಾಣಿಯು ಹಿರಿಯಣ್ಣನವರಿಗೆ ಚೆನ್ನಾಗಿ ಒಪ್ಪುತ್ತದೆ. ಅವರು ಪಾಲಿಸಿದ್ದು ಈ ಪ್ರಕಾರದ ಮೌನವನ್ನು.

ಹಿರಿಯಣ್ಣನವರನ್ನು ಕುರಿತಂತೆ ಪು.ತಿ. ನರಸಿಂಹಾಚಾರ್ ಅವರ ಅಭಿಪ್ರಾಯವೆ ಪ್ರಾಯಃ ಎಲ್ಲವನ್ನೂ ಕ್ರೋಡೀಕರಿಸುತ್ತದೆ:

"ಗುರು ಹಿರಿಯಣ್ಣನವರು ಸರ್ವ ಅರ್ಥಗಳಲ್ಲೂ ಒಬ್ಬ ಸ್ಥಿತಪ್ರಜ್ಞರಾಗಿದ್ದವರು. ಅವರು ಒಬ್ಬ ಅಭಿಜಾತ ಪುರುಷ; ಅವರು ತೋರುತ್ತಿದ್ದುದು ಸುಶಿಕ್ಷಿತ ಸಜ್ಜನರ ಸದ್ಗುಣವನ್ನು – ದಾನಿಗೆ ಬಿಟ್ಟು ಬೇರೆ ಯಾರಿಗೂ ತಿಳಿಯದ ರೀತಿಯಲ್ಲಿ ದಾನಮಾಡುತ್ತಿದ್ದರು; ತಮ್ಮ ಮನೆಗೆ ಯಾರೇ ಬಂದರೂ ಅವರನ್ನು ಸ್ವಾಗತಿಸಿ, ಅವರು ಸುಖನೆಮ್ಮದಿ ಹೊಂದುವಂತೆ ಮಾಡುವ ರೀತಿಯನ್ನು ತಿಳಿದುಕೊಂಡಿದ್ದರು; ತಮ್ಮದೇ ಒಳ್ಳೆಯ ಕೆಲಸಗಳ ಬಗ್ಗೆ ಮೌನವಹಿಸುವ, ಆದರೆ ತಮಗೆ ಇತರರು ಮಾಡಿದ ಸಹಾಯವನ್ನು ಮುಕ್ತವಾಗಿ ಹೇಳಿಕೊಳ್ಳುವ ಜಾಯಮಾನ ಅವರದು; ಅವರಲ್ಲಿ ಸಿರಿಸಂಪತ್ತು ಸುಯೋಗ ಅಹಂಕಾರವನ್ನು ಬೆಳೆಸಲಿಲ್ಲ; ಇತರರ ಬಗೆಗಿನ ದಂತಕಥೆಗಳನ್ನು ಕೇಳುವುದಕ್ಕೆ ಮನಸ್ಸೊಪ್ಪದ ಅವರು ತಮ್ಮನ್ನು ತೀವ್ರವಾಗಿ ಅಧ್ಯಯನಕ್ಕೇ ಸಮರ್ಪಿಸಿಕೊಂಡವರು. ಗುರು ಹಿರಿಯಣ್ಣನವರು ಓರ್ವ ಆದರ್ಶ ಭಾರತೀಯರು; ತನ್ನ ಸಂಸ್ಕೃತಿಯಲ್ಲಿ ಬೇರೂರಿದ ಆದರ್ಶಗಳನ್ನು ಮೈಗೂಡಿಸಿಕೊಂಡ ಭಾರತೀಯರು. ಪಾಶ್ಚಾತ್ಯ ಚಿಂತನೆ ಮತ್ತು ಸಂಸ್ಕೃತಿ ತಮ್ಮ ಭಾರತೀಯ ಅಸ್ಮಿತೆಯನ್ನು ನಾಶಮಾಡುವುದಕ್ಕೆ ಅವರು ಅವಕಾಶ ಕೊಡಲಿಲ್ಲ; ಪಾಶ್ಚಾತ್ಯರಲ್ಲಿದ್ದ ಅತ್ಯುತ್ತಮವಾದ ಅಂಶಗಳೆಲ್ಲವನ್ನೂ – ಅವರ ತತ್ತ್ವಜ್ಞಾನ ಮತ್ತು ಸಾಹಿತ್ಯ – ಅವರು ಅರಗಿಸಿಕೊಂಡು ತಮ್ಮ ವ್ಯವಸ್ಥೆಯಲ್ಲಿ ಸೇರ್ಪಡೆಮಾಡಿಕೊಂಡರು. ಪ್ರೊ. ಹಿರಿಯಣ್ಣನವರನ್ನು, ಅವರ ಜೀವನಕ್ರಮವನ್ನು, ವೈದುಷ್ಯವನ್ನು, ನಿರಾಡಂಬರ ಔದಾರ್ಯವನ್ನು, ಗಂಭೀರ ಪ್ರವರ್ತನೆಯನ್ನು ಹಾಗೂ ಆತ್ಮಾಭಿಮಾನ ಮತ್ತು ಸ್ವಾತಂತ್ರ್ಯಗಳ ದೃಷ್ಟಿಕೋನವನ್ನು ನಾವು ಸ್ಮರಿಸಿಕೊಳ್ಳುವುದು ಒಳ್ಳೆಯದು."

ಪಾಶ್ಚಾತ್ಯ ತತ್ತ್ವಶಾಸ್ತ್ರ ಪಿತಾಮಹನಾದ ಸಾಕ್ರೆಟೀಸ್ ಬದುಕಿದ್ದುದು ಅಥೆನ್ಸ್ ನಗರದಲ್ಲಿ, ಕ್ರಿ. ಪೂ, 500ರಲ್ಲಿ. ಪ್ರೊ. ಹಿರಿಯಣ್ಣನವರು ಸಾಕ್ರೆಟೀಸ್‌ನಂತೆ ತೆರೆದ ಮನಸ್ಸಿನವರು, ಉದಾರಿ, ಅನ್ವೇಷಣಶೀಲರು ಮತ್ತು ಸ್ನೇಹಸ್ವಭಾವದವರು. ಎಷ್ಟೋ ಸಲ ಅವರು ವಿದ್ಯಾರ್ಥಿಗಳ ಶುಲ್ಕವನ್ನು ಕಟ್ಟುತ್ತಿದ್ದರಾದರೂ ಅಪರಿಚಿತ ದಾನಿಯಾಗಿ ಉಳಿಯುತ್ತಿದ್ದರು. ವಿದ್ಯಾರ್ಥಿಗಳ ಪಾಲಿಗೆ ಹಿರಿಯಣ್ಣನವರ ಮನೆ ಸದಾ ತೆರೆದಿರುತ್ತಿತ್ತು; ಹಿರಿಯಣ್ಣನವರು ತಮ್ಮ ಹಿತ್ತಲಲ್ಲಿ ಬಟ್ಟೆ ಒಗೆದುಕೊಳ್ಳುತ್ತಿರುವಾಗಲೂ ತತ್ತ್ವಶಾಸ್ತ್ರ ಸಂಬಂಧಿತ ಸಮಸ್ಯೆಗಳನ್ನು ಕುರಿತು ಚರ್ಚಿಸುತ್ತಿದ್ದುದುಂಟು! ಅವರ ಧ್ಯೇಯವಾಕ್ಯ: "ಸರಳ ಜೀವನ ಮತ್ತು ಉನ್ನತ ಚಿಂತನ."

ತಮ್ಮ ಜೀವಿತಕಾಲದಲ್ಲಿ ಹಿರಿಯಣ್ಣನವರು ಭಾರತೀಯ ತತ್ತ್ವಶಾಸ್ತ್ರದ ಪರಮ ಸತ್ತ್ವದ ಸಾಕಾರ ಮೂರ್ತಿಯೆ ಆಗಿದ್ದರು; ಭಾರತೀಯ ಶ್ರೇಷ್ಠ ಮೌಲ್ಯಗಳ ಜೀವಂತ ನಿದರ್ಶನವಾಗಿದ್ದರು. ಜೀವನದಲ್ಲಿ ಉತ್ಕೃಷ್ಟತೆ ಮತ್ತು ಪರಿಪೂರ್ಣತೆ ಗಳೆರಡನ್ನೂ ಅವರು ಸಾಧಿಸಿದರು. ಜೀವನದಲ್ಲಿನ ಬದಲಾವಣೆಗಳನ್ನು ಮತ್ತು ಏರಿಳಿತಗಳನ್ನು ಅವರು ಧೈರ್ಯದಿಂದ ಎದುರಿಸಿದರು. ಇವು (ಹೆನ್ರಿ ಬರ್ಗ್‌ಸನ್ ಎಂಬಾತನ ಮಾತಿನಲ್ಲಿ ಹೇಳುವುದಾದರೆ) "ಜೀವಚೈತನ್ಯ" ("ಎಲಾನ್ ವೈಟಲ್") ಎಂದು ಅತ್ಯುತ್ತಮವಾಗಿ ಬಣ್ಣಿಸ'ಬಹುದಾದಂಥವನ್ನು ಅನುಭೋಗಿಸುವಲ್ಲಿ ಅವರ ಆತ್ಮಸ್ಥೈರ್ಯವನ್ನು ಕದಲಿಸಲಿಲ್ಲ.

(ಸ್ಟಾರ್ ಆಫ್ ಮೈಸೂರ್, 25–07–2018)

[ಆಕರಗಳು:

1. *"ಪ್ರೊಫೆಸರ್ ಎಂ. ಹಿರಿಯಣ್ಣ ಬರ್ತ್ ಸೆಂಟೆನರಿ ಕಮ್ಮೆಮೊರೇಷನ್ ವಾಲ್ಯೂಮ್ (1972); ಮಾಲತಿ ಜಯರಾವ್ ಅವರ "ತತ್ತ್ವಜ್ಞಾನಿ ಎಂ. ಹಿರಿಯಣ್ಣ" (ಕನ್ನಡ, 2010);*

2. *ಹೆಚ್. ಎಲ್. ಹರಿಯಪ್ಪನವರ "ದಿ ಲೇಟ್ ಪ್ರೊಫೆಸರ್ ಎಂ. ಹಿರಿಯಣ್ಣ" (ನಿಧನವಾರ್ತೆ): ಆ್ಯನಲ್ಸ್ ಆಫ್ ದಿ ಭಂಡಾರ್ಕರ್ ಓರಿಯೆಂಟಲ್ ರಿಸರ್ಚ್ ಇನ್‌ಸ್ಟಿಟ್ಯೂಟ್, ವಾಲ್ಯೂಮ್ 31, ನಂ. 1/4, ಪಿಪಿ. 335–336 (1950);*

3. *ಡೊರೊಥಿ ಸ್ಟೆಡ್ ಅವರ ರಿವ್ಯೂ "ದಿ ಎಸೆನ್ಷಿಯಲ್ಸ್ ಆಫ್ ಇಂಡಿಯನ್ ಫಿಲಾಸಫಿ", ಕೇಂಬ್ರಿಜ್ ಯೂನಿವರ್ಸಿಟಿ, ವಾಲ್ಯೂಮ್ 26, ಇಷ್ಯೂ 98, ಪಿಪಿ. 267–269 (ಜುಲೈ 1951);*

4. *"ಎಲಾನ್ ವೈಟಲ್" 1907 ರಲ್ಲಿ ಹೆನ್ರಿ ಬರ್ಗ್‌ಸನ್ ಎಂಬಾತ ಟಂಕಿಸಿದ ಒಂದು ತತ್ತ್ವಶಾಸ್ತ್ರೀಯ ಪಾರಿಭಾಷಿಕ ಶಬ್ದ; ಸರಿ ಸುಮಾರಾಗಿ ಇದನ್ನು "ಜೀವ ಚಾಲಕಶಕ್ತಿ" (ವೈಟಲ್ ಇಂಪೆಟಸ್) ಅಥವಾ "ಜೀವಚೈತನ್ಯ" (ವೈಟಲ್ ಫೋರ್ಸ್) ಎಂದು ಅನುವಾದಿಸಿದೆ;*

5. *ಎಂ. ಹಿರಿಯಣ್ಣನವರ ಕುಟುಂಬದ ಸದಸ್ಯರಾದ ಶ್ಯಾಮಲಾ ಜಯರಾಮ್ ಮತ್ತು ಮಾಲತಿ ಜಯರಾವ್ ಅವರಿಗೆ ವಿಶೇಷ ಕೃತಜ್ಞತೆಗಳು.*

ಅಸಮಾನ್ಯ ಕಲಾವಿದ: ಕೃಷ್ಣಪ್ಪ ವೆಂಕಟಪ್ಪ

ಪ್ರಖ್ಯಾತ ಕಲಾವಿದ, ವರ್ಣಚಿತ್ರಕಾರ, ಶಿಲ್ಪಿ ಹಾಗೂ ಸಂಗೀತಶಾಸ್ತ್ರಜ್ಞರಾದ ಕೃಷ್ಣಪ್ಪ ವೆಂಕಟಪ್ಪನವರು ತಮ್ಮ ಸಮಕಾಲೀನವಾದ ಪುನರುತ್ಥಾನ ಚಳುವಳಿಯಲ್ಲಿ ಆದರ್ಶವಾದವನ್ನು ಸಾಕಾರಗೊಳಿಸುವ ಕೆಲವೇ ಕಲಾವಿದರಲ್ಲಿ ಒಬ್ಬರಾಗಿದ್ದರು. ಮುಮ್ಮಡಿ ಕೃಷ್ಣರಾಜ ವಡೆಯರ್ ಅವರ ಆಳ್ವಿಕೆಯ ಕಾಲದಲ್ಲಿ ಚಿತ್ರದುರ್ಗದಿಂದ ಮೈಸೂರಿಗೆ ಬಂದ ಅವರ ಕುಟುಂಬದವರು ಕುಶಲ ಆಸ್ಥಾನ ಕಲಾವಿದರಾಗಿದ್ದು, ವಿಜಯನಗರ ಕಾಲದ ದಿನಗಳಿಂದಲೂ ಚಿನ್ನದ ರೇಕಿನ ಕುಸುರಿ ಕೆಲಸಕ್ಕೆ ಪ್ರಸಿದ್ಧರಾಗಿದ್ದರು.

Figure 19: ಕೃಷ್ಣಪ್ಪ ವೆಂಕಟಪ್ಪ

ಮೈಸೂರಿನಲ್ಲಿ 1886ರ ಜೂನ್ 23ರಂದು ಶ್ರೀ ಕೃಷ್ಣಪ್ಪ ಮತ್ತು ಶ್ರೀಮತಿ ರಂಗಮ್ಮನವರ ಮಗನಾಗಿ ವೆಂಕಟಪ್ಪ ಜನಿಸಿದರು.

ತನ್ನ ತಂದೆಯ ಜೊತೆಯಲ್ಲಿ ಅರಮನೆಗೆ ಹೋಗುತ್ತಿದ್ದಾಗಲೇ ಬಾಲಕ ವೆಂಕಟಪ್ಪನಿಗೆ ತಾನು ಸಹ ಅದೇ ಮಾರ್ಗದಲ್ಲಿ ಮುಂದುವರಿಯಬೇಕೆಂಬ ಮಹಾ ಹಂಬಲ ಆತನಲ್ಲಿ ಮೈಗೂಡಿತ್ತು. ಅವರ ಪ್ರಾಥಮಿಕ ವಿದ್ಯಾಭ್ಯಾಸವು 1902 – 1908ರ ಅವಧಿಯಲ್ಲಿ ನಜರ್ಬಾದಿನ ಸರ್ಕಾರಿ ಕೈಗಾರಿಕಾ ಶಾಲೆಯಲ್ಲಿ ನಡೆಯಿತು. ಇದೇ ಅವಧಿಯಲ್ಲಿ ಮದ್ರಾಸಿನ ಕಲಾಶಾಲೆಯಲ್ಲಿ (ದಿ ಆರ್ಟ್ಸ್ ಸ್ಕೂಲ್) ಕೆಲವು ವರ್ಷಗಳು ಕಳೆದವು; ಅರ್ನೆಸ್ಟ್ ಹ್ಯಾವೆಲ್ ಅವರು 1896 ರವರೆಗೂ ಆ ಶಾಲೆಯ ಅಧ್ಯಕ್ಷರಾಗಿದ್ದರು. ವೆಂಕಟಪ್ಪ 1906ರಿಂದ 1916ರ ವರೆಗೆ ಕಲ್ಕತ್ತದಲ್ಲಿ ಕಲೆ ಮತ್ತು ಕರಕುಶಲಕಲೆಗಳಿಗಾಗಿ ಇದ್ದ ಸರ್ಕಾರಿ ಶಾಲೆಯಲ್ಲಿ ಲಲಿತಕಲೆಗಳ ಬಗ್ಗೆ ಅಧ್ಯಯನ ಮಾಡಿದರು. ಅಲ್ಲಿ ಅವರಿಗೆ ಪ್ರಾಂಶುಪಾಲರಾಗಿದ್ದ ಪರ್ಸಿ ಬ್ರೌನ್ ಮತ್ತು ಉಪ ಪ್ರಾಂಶುಪಾಲರಾಗಿದ್ದ ಅವನೀಂದ್ರನಾಥ ಟಾಗೂರರ ಪೋಷಣೆ ಲಭಿಸಿತು. ಇದೇ ಸಮಯದಲ್ಲಿ ಅವರು ಗಗನೇಂದ್ರನಾಥ

ಟಾಗೂರರ ಜೊತೆ ಡಾರ್ಜಿಲಿಂಗ್‌ನಲ್ಲಿದ್ದು ಹಿಮಾಲಯದ ಭೂದೃಶ್ಯಚಿತ್ರಗಳನ್ನು ರಚಿಸಿದರು.

Figure 20: ಶಿವ ತಾಂಡವ ಕೆತ್ತನೆ

ಅಜಂತಾದ ಹಸಿಚಿತ್ರಗಳನ್ನು (ಫ್ರೆಸ್ಕೊ) ಪ್ರತಿಮಾಡುವ ಕಾರ್ಯಕ್ಕಾಗಿ 1910ರಲ್ಲಿ ಲೇಡಿ ಹೆರ್ರಿಂಗ್‌ಹ್ಯಾಮ್ ನೇತೃತ್ವದ ಕಲಾವಿದರ ತಂಡದ ಒಬ್ಬ ಸದಸ್ಯರಾಗಿ ವೆಂಕಟಪ್ಪನವರು ಆಯ್ಕೆಯಾದರು. ಈ ಅವಧಿಯಲ್ಲಿಯೆ ಅವರು ರಾಮಾಯಣ ಮತ್ತು ಮಹಾಭಾರತಗಳ ವಿಷಯಗಳ ಬಗ್ಗೆ ಸಹ ಕೆಲಸಮಾಡಿದರು. ಮಹಾನುಭಾವರ ಮಾನವಾಕಾರಗಳನ್ನು ಕುರಿತ ಅವರ ಚಿತ್ರರಚನೆಗಳಲ್ಲಿ ಪ್ರತಾಪಸಿಂಹ, ಶಂಕರಾಚಾರ್ಯ, ಶಿಷ್ಯರ ಜೊತೆಗಿರುವ ಬುದ್ಧ, ದಮಯಂತಿ, ಟಿಪ್ಪು ಸುಲ್ತಾನ್ ಹಾಗೂ ಪರ್ಷಿಯದ ಮಹಿಳೆ – ಇವು ಸೇರಿದ್ದವು. ಇವುಗಳಲ್ಲಿ ಸ್ಮರಣಾರ್ಹವೂ ಅತ್ಯುತ್ತಮವೂ ಆದ ಚಿತ್ರಗಳೆಂದರೆ ಅರ್ಧನಾರೀಶ್ವರ ಮತ್ತು ಬಂಗಾಳೀ ಫ್ಲೋರಿಕೇನ್ ಪಕ್ಷಿ. ಈ ಪಕ್ಷಿಚಿತ್ರಕ್ಕೆ ವೆಂಕಟಪ್ಪನವರಿಗೆ ರೊಥೆನ್ ಸ್ಟೈನ್ ಅವರಿಂದ ಪುರಸ್ಕಾರ ದೊರೆಯಿತು. ಒಂದು ಪಕ್ಷಿಯ ಪರಿಪೂರ್ಣ ಸಾಕ್ಷಾತ್ಕಾರವೆಂದು ಅವರು ಈ ಚಿತ್ರವನ್ನು ವರ್ಣಿಸಿದರು. ಅವರ ಆಪ್ತ ಮಾರ್ಗದರ್ಶಿಯಾದ ಅಬನೀಂದ್ರನಾಥರ ಪುಟ್ಟ ಟಿಪ್ಪಣಿಯೊಂದು "ಪ್ರಬಾಸಿ" ಪತ್ರಿಕೆಯ "ಚಿತ್ರ ಷಡಂಗ"ದಲ್ಲಿ ಪ್ರಕಟವಾಗಿದ್ದು, ಅವರು ಹೇಳುವಂತೆ ಈ ಚಿತ್ರದಲ್ಲಿ ಕಲೆಯ ಮಾನದಂಡಗಳ ಸಿದ್ಧಾಂತಗಳು – ಎಂದರೆ ಉತ್ತಮ ನವತಾಲಪ್ರಮಾಣ, ಸಮಭಂಗಿ ಮತ್ತು ತ್ರಿಭಂಗಿಯ ಅಳತೆಯ ತತ್ತ್ವಸಿದ್ಧಾಂತಗಳು – ನಿರೂಪಿತವಾಗಿರುವುದು. ಈ ಟಿಪ್ಪಣಿಯು ಬಂಗಾಳಿಯಿಂದ ಇಂಗ್ಲಿಷ್ ಭಾಷೆಗೆ "ನೋಟ್ಸ್ ಆನ್ ಇಂಡಿಯನ್ ಆರ್ಟಿಸ್ಟಿಕ್ ಅನಾಟಮಿ" ಎನ್ನುವ ಶೀರ್ಷಿಕೆಯಡಿ ಪ್ರಕಟವಾಗಿದೆ. ವೆಂಕಟಪ್ಪ ಮತ್ತು

ನಂದಲಾಲ್ ಬೋಸ್ ಅವರು ರಚಿಸಿರುವ ಸುಂದರ ಚಿತ್ರಗಳು ಈ ಲೇಖನದ ಜೊತೆಯಲ್ಲಿ ಮುದ್ರಿತವಾಗಿವೆ.

ಸ್ವಾರಸ್ಯಕರ ಸಂಗತಿ ಎಂದರೆ 1912 ರಲ್ಲಿ ವೆಂಕಟಪ್ಪನವರು ಕಲ್ಕತ್ತದಲ್ಲಿದ್ದಾಗ ವೀಣೆ ಶೇಷಣ್ಣನವರ ಶಿಷ್ಯರಾಗಿದ್ದ ಶ್ರೀರಂಗಂ ರಂಗಸ್ವಾಮಿ ಅಯ್ಯಂಗಾರ್ಯರ ಪ್ರಭಾವಕ್ಕೆ ಒಳಗಾದುದು. ವೀಣೆಯ ಮೇಲೆ ತಮ್ಮ ಮೊದಲ "ಕುಂಚ"ವನ್ನು ಆಡಿಸಿದ್ದ ವೆಂಕಟಪ್ಪನವರು 1916ರ ಸುಮಾರಿಗೆ ಮೈಸೂರಿಗೆ ಮರಳಿ ಬಂದು, ಮುಂದಿನ ದಶಕದ ಬಹುಭಾಗದವರೆಗೆ ಎಂದರೆ 1927 ರವರೆಗೂ ವೀಣೆ ಶೇಷಣ್ಣನವರ ಆಶ್ರಯದಲ್ಲಿ ತಮ್ಮ ವೀಣಾಭ್ಯಾಸವನ್ನು ಮುಂದುವರಿಸಿದರು. ವೀಣೆ ಶೇಷಣ್ಣನವರ ಜೊತೆಯಲ್ಲಿದ್ದಾಗಲೇ ಪ್ರಾಸಂಗಿಕವಾಗಿ 1924ರ ಡಿಸೆಂಬರ್‌ನಲ್ಲಿ ಅವರು ಬೆಳಗಾವಿಯಲ್ಲಿ ಮೊದಲ ಬಾರಿಗೆ ಮಹಾತ್ಮಾ ಗಾಂಧಿಯವರನ್ನು ಭೇಟಿ ಮಾಡಿದರು. ಸಂಗೀತಕ್ಕೆ ಅವರ ಶ್ರದ್ಧೆಯು ಪ್ರಾಯಃ ಅವರ ಏಕೈಕ ಆತ್ಮಕಥಾನಕವಾದ "ಮ್ಯಾಡ್ ಆಫ್ಟರ್ ವೀಣಾ" ಎನ್ನುವ ಕೃತಿಯಲ್ಲಿ ಬಿಂಬಿತವಾಗಿದೆ.

Figure 21: ಊಟಿಯಲ್ಲಿ ಪೂರ್ಣಚಂದ್ರ

ಕಳೆದ ಶತಮಾನದ ಮೊದಮೊದಲಲ್ಲಿ ಭಾರತೀಯ ಸಂಗೀತದಲ್ಲಿರುವ ಶ್ರುತಿಗಳ ಸಂಖ್ಯೆಯ ವಿಷಯದಲ್ಲಿ ಒಂದು ವಿವಾದವೆದ್ದಿತು. ಪಾಶ್ಚಿಮಾತ್ಯ ಮತ್ತು ಪೌರ್ವಾತ್ಯ ಸಂಗೀತಶಾಸ್ತ್ರಜ್ಞರು ಈ ಕೊನೆಗಾಣದ ಚರ್ಚೆಯಲ್ಲಿ ನಿರತರಾಗಿದ್ದಾಗ ವೆಂಕಟಪ್ಪನವರು ಒಂದು "ಶ್ರುತಿ ವೀಣೆ"ಯನ್ನು ತಯಾರಿಸಿ ಶ್ರುತಿಗಳ ಸಂಖ್ಯೆ 22 ಎಂದು ನಿರ್ಣಾಯಕವಾಗಿ ಸಾಬೀತುಪಡಿಸಿದರು.

ಕೆ. ವೆಂಕಟಪ್ಪನವರು ಚಿತ್ರಕಲಾ ರಂಗಕ್ಕೆ ಪ್ರವೇಶಿಸುವ ಹೊತ್ತಿಗೆ ರಾಜಾ ರವಿವರ್ಮ ಅವರು ನಾಲ್ವತ್ತರ ನಡುವಯಸ್ಸಿನಲ್ಲಿದ್ದು ಸುಪ್ರತಿಷ್ಠಿತರಾಗಿದ್ದರು ಎನ್ನುವ ಸಂಗತಿಯೂ ಇಲ್ಲಿ ಗಮನಿಸಬೇಕಾದುದು. ಹಾಗಿದ್ದರೂ ರಾಜಾ ರವಿವರ್ಮರ ಚಿತ್ರಕೃತಿಗಳಾದರೋ ಕಟ್ಟುನಿಟ್ಟಿನ ಯುರೋಪಿಯನ್ ಸಾಂಪ್ರದಾಯಿಕ ತಂತ್ರದಲ್ಲಿಯೆ ಮುಳುಗಿಹೋಗಿದ್ದು, ಅದರಿಂದಾಗಿ ಭಾರತೀಯ ಚಿತ್ರ ಮತ್ತು ಶಿಲ್ಪಕಲೆಯ ಸಾಂಪ್ರದಾಯಿಕ ಶೈಲೀಕೃತ ಚಿತ್ರಣದ ಕೊರತೆ ಎದ್ದುಕಾಣುವುದೆಂಬ ಟೀಕೆಗೂ ಗುರಿಯಾಗಿದ್ದವು; ಈ ಕೊರೆಯನ್ನು ಹೆಚ್ಚು ಸೂಕ್ತವಾಗಿ ಮತ್ತು ಸಮರ್ಥವಾಗಿ ತುಂಬಬಲ್ಲರೆಂಬ ಖ್ಯಾತಿಗೆ ವೆಂಕಟಪ್ಪನವರು ಭಾಜನರಾದರು.

Figure 22: ರಾಧಾ ಮತ್ತು ಜಿಂಕೆ

ವೆಂಕಟಪ್ಪನವರು 1917 ರಿಂದ 1934 ರವರೆಗೆ ತಮಗೆ ಖ್ಯಾತಿ ತಂದಿತ್ತ ಭೂದೃಶ್ಯ ಚಿತ್ರಗಳನ್ನು ರಚಿಸಿದರು. ಇವುಗಳಲ್ಲಿ ತುಂಬ ಜನಪ್ರಿಯವಾದವು ಎಂದರೆ ಊಟಿ ಮತ್ತು ಕೊಡೈಕನಾಲ್ ಭೂದೃಶ್ಯ ಚಿತ್ರಗಳು. ಡಿಸ್‌ಟೆಂಪರ್ ಲೇಪನದ ವರ್ಣಚಿತ್ರವನ್ನು ("ಟೆಂಪೆರ ಪೇಯಿಂಟಿಂಗ್") ಕುರಿತ ಅವರ ಟಿಪ್ಪಣಿಯು 1913 ರಲ್ಲಿ ಬಹುಮಾನವೊಂದನ್ನು ಗೆದ್ದುಕೊಂಡಿತು. ಅವರು ತಮ್ಮದೇ ಆದ ವರ್ಣದ್ರವ್ಯ ಮತ್ತು ಕುಂಚಗಳನ್ನು ತಯಾರಿಸುವುದಕ್ಕೇ ವಿಶೇಷವಾಗಿ ಪರಿಚಿತರಾದವರು. ಅವರು 1918 ರಲ್ಲಿ ರಚಿಸಿದ ತಮ್ಮ (ಆಪ್ತ ಮಾರ್ಗದರ್ಶಿ) "ಅಬನೀಂದ್ರನಾಥ್" ದಂತದ ಕಿರು ವರ್ಣಚಿತ್ರಗಳು, ರಾಜರ್ಷಿ ನಾಲ್ವಡಿ ಕೃಷ್ಣರಾಜ ವಡೆಯರ್ ಅವರ ಎರಡು ಭಾವಚಿತ್ರಗಳು, ಕೂಚ್ ಬೆಹಾರಿನ ಮಹಾರಾಜರ ಎರಡು ಭಾವಚಿತ್ರಗಳು – ಇವು ವಿಶಿಷ್ಟವಾದ ಉತ್ಕೃಷ್ಟ ಕೃತಿಗಳು. ಸಿಮೆಂಟುಗಾರೆಯಲ್ಲಿ (ಪ್ಲಾಸ್ಟರ್ ಆಫ್ ಪ್ಯಾರಿಸ್) ಅವರು ಮಾಡಿದ ಶಿಲ್ಪಗಳು ಜೀವಂತವೆನಿಸುವಂಥವು. ಮೈಸೂರಿನ ಹೋಟಲೊಂದರಲ್ಲಿ ಅವರಿಗೆ

ಸೇವೆ ಮಾಡುತ್ತಿದ್ದ ಎಳೆಯ ಹುಡುಗ "ಮಣಿ" ಗಾರೆ ಶಿಲ್ಪವಂತೂ ಪರಿಣಾಮಕಾರಿಯಾಗಿದ್ದು ವಾಸ್ತವತೆಯಿಂದ ಮಿಡಿಯುತ್ತದೆ. ಅವರ ಇತರ ಗಮನಾರ್ಹ ಗಾರೆ ಶಿಲ್ಪಗಳೆಂದರೆ "ವೀಣೆ ಶೇಷಣ್ಣ" ಮತ್ತು "ಟಾಗೂರರ ರೂಪಶಿಲ್ಪ."

ವೆಂಕಟಪ್ಪನವರು ಮೈಸೂರಿನಲ್ಲಿದ್ದಾಗ ಬಿಡಾರಂ ಕೃಷ್ಣಪ್ಪನವರು, ಕೆ. ವಾಸುದೇವಾಚಾರ್ಯರು, ಮುತ್ತಯ್ಯ ಭಾಗವತರು, "ಟೈಗರ್" ವರದಾಚಾರ್ಯರು, ಲೆಫ್ಟನಂಟ್ ಕರ್ನಲ್ ಎ. ವಿ. ಸುಬ್ರಹ್ಮಣ್ಯರಾಜ ಅರಸ್ (ಮಹಾರಾಜರ ಗೌರವ ಎಡಿಸಿ) ಹಾಗೂ ಸಿ. ಆನಂದರಾವ್ (ಮೈಸೂರು ನಾಟಕ ಸಂಘ) ಅವರ ಸ್ನೇಹವಲಯದಲ್ಲಿ ಸೇರಿದ್ದ ಮಹನೀಯರು. ಮೊದಲು ಹಳೇ ಅಗ್ರಹಾರದ ಗೋಪಾಲರಾಜ ಅರಸ್ ಛತ್ರದಲ್ಲಿ ಮತ್ತು ಅನಂತರ ಸಂತೆಪೇಟೆಯ ಉಡುಪಿ ಹೋಟೆಲಿನಲ್ಲಿ ವೆಂಕಟಪ್ಪನವರು ವಾಸಿಸುತ್ತಿದ್ದರು. ಮಧುಮೇಹವಿದ್ದ ಅವರಿಗೆ ನಿಯತವಾಗಿ ಡಾ. ಪಾರ್ಥನಾರಾಯಣ ಪಂಡಿತರು ಚಿಕಿತ್ಸೆ ನೀಡುತ್ತಿದ್ದರು.

ಮೈಸೂರು ಅರಮನೆಯ ಅಂಬಾವಿಲಾಸದಲ್ಲಿ ಉಬ್ಬು ಶಿಲ್ಪಗಳನ್ನು ರಚಿಸಲು 1930ರ ಹೊತ್ತಿಗೆ ವೆಂಕಟಪ್ಪನವರನ್ನು ಆಹ್ವಾನಿಸಲಾಯಿತು. ಇಲ್ಲಿ ಅವರು "ನೆರಳು–ಬೆಳಕು ತಂತ್ರವನ್ನು" ಪರಿಣಾಮಕಾರಿ ಯಾಗಿ ಬಳಸಿದರು. ಅವರು ರಚಿಸಿದ ಉಬ್ಬು ಚಿತ್ರಗಳಲ್ಲಿ "ಮಹಾ ಪರಿತ್ಯಾಗ" (ಗ್ರೇಟ್ ರಿನನ್ಸಿಯೇಷನ್), "ಬೈರಾಗಿ ಬುದ್ಧ" (ಬುದ್ಧ ದಿ ಮೆಂಡಿಕೆಂಟ್), ಶ್ರೀರಾಮಚಂದ್ರನಿಗೆ ಹನುಮಂತನು ಮುದ್ರಿಕೆಯನ್ನು ಒಪ್ಪಿಸುತ್ತಿರುವುದು, ದ್ರೋಣಾಚಾರ್ಯರು ಪಾಂಡವರಿಗೆ ಧನುರ್ವಿದ್ಯೆಯನ್ನು ಕಲಿಸಿಕೊಡುತ್ತಿರುವುದು, ಏಕಲವ್ಯನ ಧನುರಭ್ಯಾಸ, ಶಿವತಾಂಡವ ಹಾಗೂ ಶಕುಂತಲೆಯ ಬೀಳ್ಕೊಡಿಗೆ – ಇವು ಪ್ರಮುಖವಾದವು. ವ್ಯಥೆಯ ಸಂಗತಿ ಎಂದರೆ ಈ ಅದ್ಭುತ ಮಹತ್ಕಾರ್ಯವಾದರೋ ಸುಲಲಿತವಾಗಿ ಕೊನೆಗೊಳ್ಳದೆ ಇದ್ದುದು. ಈ ಮಹಾನ್ ಕಾರ್ಯಕ್ಕಾಗಿ ಅವರಿಗೆ 40000 ರೂಪಾಯಿಗಳ ದೊಡ್ಡ ಮೊತ್ತದ ಭರವಸೆಯನ್ನು ಸ್ಪಷ್ಟವಾಗಿ ನೀಡಲಾಗಿತ್ತು. ಆದರೆ ಅರಮನೆಯ ಆಡಳಿತ ವರ್ಗದಿಂದ ಅವರಿಗೆ ಈ ಮೊತ್ತ ಸಂದಾಯವಾಗಲಿಲ್ಲ ಎನ್ನುವುದನ್ನು ಬೇರೆ ಹೇಳಬೇಕಾಗಿಲ್ಲ. ವೆಂಕಟಪ್ಪನವರು ತಮಗೆ ನ್ಯಾಯವಾಗಿ ಸಲ್ಲಬೇಕಿದ್ದ ಮೊತ್ತವನ್ನು ಪಡೆಯಲು ಕಾನೂನು ಕ್ರಮವನ್ನು ತೆಗೆದುಕೊಳ್ಳುವಂತಾಯಿತೆಂದು ಹೇಳಲಾಗಿದೆ.

ಈ ಕಹಿ ಅನುಭವ 1940ರ ದಶಕದಲ್ಲಿ ವೆಂಕಟಪ್ಪನವರು ಮೈಸೂರನ್ನು ಬಿಟ್ಟು ಬೆಂಗಳೂರಿಗೆ ಬಂದು ನೆಲಸುವಂತೆ ಮಾಡಿದ್ದಿರಬೇಕು. ಬೆಂಗಳೂರಿನಲ್ಲಿದ್ದಾಗ ಅವರ ಸ್ನೇಹವಲಯದಲ್ಲಿ ಹೆಚ್. ಜೆ. ಭಾಭಾ (ಎಫ್.ಆರ್.ಎಸ್.), ವಿಕ್ರಮ್ ಸಾರಾಭಾಯಿ ಮತ್ತು ಅವರ ಧರ್ಮಪತ್ನಿ ಮೃಣಾಲಿನಿ, ಕಮಲಾದೇವಿ ಚಟ್ಟೋಪಾಧ್ಯಾಯ ಹಾಗೂ ಪ್ರಖ್ಯಾತ ಕಲಾವಿಮರ್ಶಕರಾದ ಜಿ. ವೆಂಕಟಾಚಲಂ ಸೇರಿದ್ದರು.

ವೆಂಕಟಪ್ಪನವರಿಗೆ ಅವರ ಕಲಾಮಾರ್ಗದಲ್ಲಿ ಅನೇಕ ಪ್ರಶಸ್ತಿ-ಪುರಸ್ಕಾರಗಳು ಮತ್ತು ಗೌರವಗಳು ಪ್ರಾಪ್ತವಾಗಿವೆ. 1961 ರಲ್ಲಿ ಅವರನ್ನು ಲಲಿತಕಲಾ ಅಕಾಡೆಮಿಯ "ಫೆಲೋ" ಮಾಡಿ ಗೌರವಿಸಲಾಯಿತು. ದೆಹಲಿಯ ಲಲಿತಕಲಾ ಅಕಾಡೆಮಿಯು 1962 ರಲ್ಲಿ ಅವರ ಮನೆಯಲ್ಲಿಯೆ ಆಯೋಜಿಸಲಾದ ವಿಶೇಷ ಸಮಾರಂಭವೊಂದರಲ್ಲಿ ಅವರಿಗೆ ತಾಮ್ರಪತ್ರ ನೀಡಿ ಹಾಗೂ ಅಂಗವಸ್ತ್ರವನ್ನು ಹೊದಿಸಿ ಸನ್ಮಾನಿಸಿತು.

ಅಹಮದಾಬಾದಿನ "ಶ್ರೀ ಕಸ್ತೂರಿಭಾಯಿ ಲಾಲ್‌ಭಾಯಿ ಕಲೆಕ್ಷನ್," ಮೈಸೂರಿನ "ಜಯಚಾಮರಾಜೇಂದ್ರ ಆರ್ಟ್ ಗ್ಯಾಲರಿ," ಬೆಂಗಳೂರಿನ ಕೆ. ರಾಮರಾಜು ಅವರ ಸಂಗ್ರಹ, ಬೆಂಗಳೂರಿನ "ವೆಂಕಟಪ್ಪ ಆರ್ಟ್ ಗ್ಯಾಲರಿ," ದಿವಂಗತ ಟ್ರೆಜ್ಹರಿವಾಲಾ ಸಂಗ್ರಹ, ""ದಿಗ್ಪಾಟಿಯಾ ರಾಜ" ಮತ್ತು "ತಂಜಾವೂರು ಕುಟುಂಬ"ಗಳಂಥ ಹತ್ತು ಹಲವು ಸ್ಥಳಗಳಲ್ಲಿ ವೆಂಕಟಪ್ಪನವರ ಕಲಾಕೃತಿಗಳು ಚದುರಿಹೋಗಿವೆ. ಅವರ ಅದ್ಭುತ ಕಲಾತ್ಮಕ ಮನೋಧರ್ಮ, ಕ್ರಿಯಾಶೀಲ ಉತ್ಕೃಷ್ಟತೆ ಮತ್ತು ತನ್ನ ಕೃತಿರಚನೆಯಲ್ಲಿ ಭಾರತೀಯ ಸಾಂಪ್ರದಾಯಿಕ ತಂತ್ರವನ್ನು ಅಸಾಮಾನ್ಯವಾಗಿ ಪುನರೂರ್ಜಿತಗೊಳಿಸಿದುದು - ಇವು ಅವರ ಕೃತಿಗಳನ್ನು ಅಮರಗೊಳಿಸಿವೆ. ಹಿಂದಿನ ಕಾಲದ ಈ ಕಲಾವಿದ, ಶಿಲ್ಪಿ ಮತ್ತು ಸಂಗೀತ ವಿದ್ವಾಂಸರು ಬೆಂಗಳೂರಿನ ತಮ್ಮ ನಿವಾಸದಲ್ಲಿ 1965ರ ಮೇ 25ರಂದು ದೈವಾಧೀನರಾದರು. ಆದರೆ ಕಾಲಾತೀತವಾದ ಅವರ ಕೃತಿಗಳಲ್ಲಿ ಅವರ ಕಾಣಿಕೆಯು ಜೀವಂತವಾಗಿದೆ.

(ಸ್ಟಾರ್ ಆಫ್ ಮೈಸೂರ್, 23-07-2017)

ಫೀಲ್ಡ್ ಮಾರ್ಷಲ್ ಕೆ. ಎಂ. ಕಾರಿಯಪ್ಪನವರ ಕಥೆ

ಅವರ ತ್ಯಾಗವನ್ನು ನಾವು ಮರೆಯದಿರೋಣ

Figure 23: ಫೀಲ್ಡ್ ಮಾರ್ಷಲ್ ಕೆ. ಎಂ. ಕಾರಿಯಪ್ಪ

ಕೊಡಗಿನ ಶನಿವಾರಸಂತೆಯ ನಿವಾಸಿಗಳು 1889ರ ಜನವರಿ 28ರಂದು ಕಂದಾಯ ಗೃಹವೊಂದರಿಂದ ಮೊಳಗಿದ ಗುಂಡಿನ ಶಬ್ದವನ್ನು ಕೇಳಿದರು; ಅದು ಗಂಡು ಮಗುವೊಂದು ಹುಟ್ಟಿದ ಕ್ಷಣ. ಆ ಮಗುವಿನ ತಂದೆತಾಯಿಗಳು ಕೊದಂಡೇರ ಮಾದಪ್ಪ ಮತ್ತು ಅಮ್ಮಯ್ಯ. ಈ ದಂಪತಿಗಳ ಆರು ಮಕ್ಕಳಲ್ಲಿ ಕಾರಿಯಪ್ಪ ಎರಡನೆಯವರು; ಅವರನ್ನು "ಚಿಮ್ಮ" ಎಂದು ಪ್ರೀತಿಯಿಂದ ಕರೆಯಲಾಗುತ್ತಿತ್ತು. ಮಾದಪ್ಪನವರು ಆಗ ಶನಿವಾರಸಂತೆಯಲ್ಲಿ ಸಬ್-ಡಿವಿಷನಲ್ ಮ್ಯಜಿಸ್ಟ್ರೇಟ್ ಆಗಿದ್ದರು. ಈ ಚಿಮ್ಮ ಮುಂದೊಂದು ದಿನ ಸ್ವತಂತ್ರ ಭಾರತದಲ್ಲಿ ಭಾರತೀಯ ಸೇನಾಧಿಪತಿಯಾದರು ಹಾಗೂ ಎರಡನೆಯ ಮಹಾಯುದ್ಧದಲ್ಲಿ ಮತ್ತು ಸ್ವಾತಂತ್ರ್ಯ ಬಂದ ಒಡನೆಯೇ ಪಾಕಿಸ್ತಾನದೊಡನೆ ನಡೆದ ಕದನದಲ್ಲಿ ನಿರ್ಣಾಯಕ ಪಾತ್ರವನ್ನು ವಹಿಸಿದರು. ಕಾಲದ ಪರೀಕ್ಷೆಯನ್ನು ಗೆಲ್ಲುವ ಸೇನೆಯೊಂದನ್ನು ಅವರು ಪೋಷಿಸಿ ಬೆಳೆಸಿದರು. ಅವರು ತಮ್ಮ ಜೀವಿತದ ಕೊನೆಯ ಕ್ಷಣದವರೆಗೂ ಅವರು ಸೇನೆಗೆ ಸಮರ್ಪಿತರಾದವರು, ಆಪ್ತ ಗೆಳೆತನದ ಚೇತನ ಮತ್ತು ದೇಶಭಕ್ತ; ಇಂದಿಗೆ ಒಂದು ಐತಿಹ್ಯವಾಗಿ ಉಳಿದಿದೆ.

Figure 24: ಕಾರಿಯಪ್ಪ ಮತ್ತು ಸೇನಾಧಿಪತಿಗಳು

ಫೀಲ್ಡ್ ಮಾರ್ಷಲ್ ಕಾರಿಯಪ್ಪನವರು ದಿನವೂ ಒಂದು ಅಭ್ಯಾಸಕ್ಕೆ ಅಂಟಿಕೊಂಡಿದ್ದರು – ಬೆಳಗ್ಗೆ ಏಳುವುದು, ತಮ್ಮ ಸ್ನಾನಾದಿ ಕ್ರಿಯೆಗಳನ್ನು ಮುಗಿಸುವುದು ಮತ್ತು ತಮ್ಮ ಉಪಾಹಾರಕ್ಕೆ ಮೊದಲು ಮಂಚದ ಸಮೀಪವಿದ್ದ ಬೆಂಕಿಗೂಡಿನತ್ತ ಸಾಗಿ ಅಲ್ಲಿ ಸಾಲಾಗಿ ಇದ್ದ ಮೂರು ವಸ್ತುಗಳಿಗೆ ತಮ್ಮ ಸೆಲ್ಯೂಟ್ ಅರ್ಪಿಸುವುದು – ಅವೆಂದರೆ ತಮ್ಮ ತಾಯಿಯ ಮತ್ತು ತಂದೆಯ ಫೋಟೋಗಳು ಹಾಗೂ ಅನಾಮಧೇಯ ಭಾರತೀಯ ಸೈನಿಕನೊಬ್ಬನ ಪುಟ್ಟ ಬೆಳ್ಳಿಯ ಮೂರ್ತಿ! ಒಬ್ಬ ಸಭ್ಯ ಮನುಷ್ಯನ ಹಾಗೆ ಪೂರ್ಣ ಸೂಟು ಧರಿಸಿ ಉಪಾಹಾರಕ್ಕೆ ಕುಳಿತುಕೊಳ್ಳುವುದು, ಎಷ್ಟೋ ಸಲ ಒಬ್ಬರೇ.

ಮೊದಲ ವರ್ಷಗಳು

Figure 25: ಕಾರಿಯಪ್ಪ ಮತ್ತು ಸಿ. ರಾಜಗೋಪಾಲಾಚಾರಿ

ಕೆ.ಎಂ. ಕಾರಿಯಪ್ಪನವರ ಶಾಲಾ ಶಿಕ್ಷಣ ನಡೆದುದು ಮಡಿಕೇರಿಯಲ್ಲಿ. ಇಂಗ್ಲಿಷ್ ಶಿಕ್ಷಕರಾದ ಸಿ. ರೆನ್ಸ್ ಫೋರ್ಡ್ ಮತ್ತು ಡಬ್ಲ್ಯು. ಎಚ್. ವೈಟ್‌ವರ್ತ್ ಅವರ ಸಾಕಷ್ಟು ಪ್ರಭಾವ ಎಳೆಯ ಕಾರಿಯಪ್ಪನವರ ಮೇಲೆ ಆಯಿತು ಮತ್ತು ಬ್ರಿಟಿಷ್ ರೀತಿನೀತಿ–ಮೌಲ್ಯಗಳನ್ನು ಅವರಲ್ಲಿ ಮೈಗೂಡಿಸಿತು. ಕ್ರಿಕೆಟ್ ಮತ್ತು ಹಾಕಿ ಆಟಗಳನ್ನು ಆಡುವುದು ಅವರಿಗೆ ಪ್ರಿಯವಾಗಿತ್ತು. ಅವರು 1918ರಲ್ಲಿ ತಮ್ಮ ಪದವಿ ಶಿಕ್ಷಣಕ್ಕಾಗಿ ಮದ್ರಾಸಿನ ಪ್ರೆಸಿಡೆನ್ಸಿ ಕಾಲೇಜಿಗೆ ಹೋದರು. ಅವರು ಅಲ್ಲಿಂದ ಕೊಡಗಿಗೆ ಮರಳಿಬಂದಾಗ ಅಲ್ಲಿ ಸೈನ್ಯಕ್ಕಾಗಿ "ಕಮಿಷನ್ಡ್ ಆಫೀಸರ್ಸ್" ನೇಮಕಾತಿ ನಡೆಯುತ್ತಿತ್ತು. ಚೀಫ್ ಕಮಿಷನರ್ ಆಗಿದ್ದ ಕಾಬ್ ಅವರು ಕೆ.ಎಂ. ಅವರ ವ್ಯಕ್ತಿತ್ವದಿಂದ ಪ್ರಭಾವಿತರಾಗಿ ಅವರನ್ನು ಆಯ್ಕೆ ಮಾಡಿದರು.

Figure 26: ರಾಷ್ಟ್ರಪತಿಯವರಿಂದ ಫೀಲ್ಡ್ ಮಾರ್ಷಲ್ ಪಟ್ಟ ಪಡೆದ ಕಾರಿಯಪ್ಪ

ಕಾರಿಯಪ್ಪನವರು 1918ರ ಜೂನ್ 1 ರಂದು 'ಡಲೇ ಕೆಡೆಟ್ ಕಾಲೇಜ್" ಅನ್ನು ಸೇರಿದರು. ಅವರ ಮೊದಲ ನೇಮಕ 88ನೆಯ ಕರ್ನಾಟಕ್ ಇನ್‌ಫೆಂಟ್ರಿಯಲ್ಲಿ (2ನೆಯ ಬೆಟಾಲಿಯನ್); ಅಲ್ಲಿಂದ ಅವರನ್ನು 125 ನೇಪಿಯರ್ ರೈಫಲ್ಸ್‌ಗೆ ವರ್ಗಮಾಡಲಾಯಿತು. ಈ ರೆಜಿಮೆಂಟು ಎರಡು ವರ್ಷಗಳ ಕಾಲ ಮೆಸೊಪೊಟೇಮಿಯದಲ್ಲಿ (ಇರಾಕ್) ಸ್ಥಾಪಿಸಲ್ಪಟ್ಟಿತು. ಎರಡು ವರ್ಷಗಳ ಕೊನೆಯಲ್ಲಿ ಅವರನ್ನು "ಪ್ರಿನ್ಸ್ ಆಫ್ ವೇಲ್ಸ್" 37ನೆಯ ಡೋಗ್ರಾ ರೆಜಿಮೆಂಟಿಗೆ ವರ್ಗಮಾಡಲಾಯಿತು; ಆಗ ಅದನ್ನು ಇರಿಸಲಾಗಿದ್ದುದು ಅಫ್ಘಾನಿಸ್ತಾನದಲ್ಲಿ. ಈ ನೆಲೆಗಳಲ್ಲಿದಾಗ ಕಾರಿಯಪ್ಪನವರಿಗೆ ಗೆರಿಲ್ಲಾ ಯುದ್ಧತಂತ್ರಗಳು ತಿಳಿದು ಅವುಗಳನ್ನು ತಮ್ಮ ಸೈನಿಕರಲ್ಲಿ ಸಂಘಟಿಸಿದರು. ಈ ನಡೆ ಅವರ ಬ್ರಿಟಿಷ್ ಮೇಲಧಿಕಾರಿಗಳ ಗಮನ ಸೆಳೆಯಿತು; ತತ್ಪರಿಣಾಮವಾಗಿ ಅವರಿಗೆ ಬಡ್ತಿ ನೀಡಿ ಕ್ವಾರ್ಟರ್‌ಮಾಸ್ಟರ್ ಹುದ್ದೆಗೆ ನೇಮಿಸಲಾಯಿತು. ಈ ಕಾಲದ ಸುಮಾರಿಗೆ ಅವರಿಗೆ "ಕಿಪ್ಪರ್" ಎನ್ನುವ ಅಡ್ಡ ಹೆಸರೂ ಇತ್ತೆಂದು ಭಾವಿಸಲಾಗಿದೆ. ಈ ಅಡ್ಡ ಹೆಸರನ್ನೇ ಮುಂದೆ ನೆಹರೂ ಮತ್ತು ಇಂದಿರಾ ಗಾಂಧಿಯವರು ಸಹ ಅಳವಡಿಸಿದರು.

ಬ್ರಿಟಿಷ್ ಇಂಡಿಯನ್ ಆರ್ಮಿಯ ಒಬ್ಬ ಪ್ರತಿನಿಧಿಯಾಗಿ ಕಾರಿಯಪ್ಪನವರಿಗೆ ಅನೇಕ ಇತರ ಸೈನ್ಯಗಳನ್ನು ಸಂದರ್ಶಿಸುವ ಮತ್ತು ಪರಿಶೀಲಿಸುವ ಅವಕಾಶಗಳು ದೊರಕಿದವು. ಅವರು ಜಪಾನಿನಲ್ಲಿದ್ದಾಗ ಭಾರತದಲ್ಲಿದ್ದ ಅವರ ತಾಯಿಯನ್ನು ಕಳೆದುಕೊಂಡದ್ದು ವಿಷಾದದ ಸಂಗತಿ. ಅವರು ಅಲ್ಲಿಂದ ಹಿಂದಿರುಗುತ್ತಿದ್ದಂತೆ, ಒಬ್ಬ ದಕ್ಷ ಅಧಿಕಾರಿಯಾಗಿ

ಅವರ ಖ್ಯಾತಿ ಬ್ರಿಟಿಷ್ ಆಡಳಿತದ ಉನ್ನತ ಉನ್ನತ ವಲಯಗಳಲ್ಲಿ ಕೇಳಿಬರಲು ಪ್ರಾರಂಭವಾಗಿತ್ತು. ವೈಸ್‌ರಾಯ್ ಲಾರ್ಡ್ ಇರ್ವಿನ್ನನ ಅಧಿಕೃತ ಮಡಿಕೇರಿ ಭೇಟಿಯ ಸಂದರ್ಭದಲ್ಲಿ ಅವರ ಬೆಂಗಾವಲಾಗಿ ಜೊತೆ ಹೋಗುವ ಗುರುತರ ಜವಾಬ್ದಾರಿಯನ್ನು ಕಾರಿಯಪ್ಪನವರಿಗೆ ವಹಿಸಲಾಯಿತು. ಆಗ ಅವರ ವಯಸ್ಸು ಕೇವಲ 24! ಕಾರಿಯಪ್ಪನವರು 1927ರ ಹೊತ್ತಿಗೆ ಸೈನ್ಯದಲ್ಲಿ ಕ್ಯಾಪ್ಟನ್ ಆಗಿದ್ದರು. 1932 ರಲ್ಲಿ ರಾಯಲ್ ಯುನೈಟೆಡ್ ಸರ್ವೀಸಸ್ ಇನ್‌ಸ್ಟಿಟ್ಯೂಟ್‌ನಲ್ಲಿ ಕಾರಿಯಪ್ಪನವರ ಕೋಚಿಂಗ್ ಮತ್ತು ಸ್ಮಾಲ್ ಆರ್ಮ್ಸ್ ಸ್ಕೂಲ್ (ಎಸ್‌ಎಎಸ್) ಮತ್ತು ರಾಯಲ್ ಸ್ಕೂಲ್ ಆಫ್ ಆರ್ಟಿಲ್ಲರಿಯಲ್ಲಿ(ಆರ್‌ಎಸ್‌ಎ) ಅವರ ಅಭ್ಯಾಸಾವಧಿ –ಇವು ಕ್ವೆಟ್ಟಾ ಸ್ಟಾಫ್ ಕಾಲೇಜ್ ಪ್ರವೇಶ ಪರೀಕ್ಷೆಯಲ್ಲಿ ತೇರ್ಗಡೆಯಾಗುವಂತೆ ಅವರನ್ನು ಸಾಕಷ್ಟು ಸಿದ್ಧಪಡಿಸಿದವು. 1936 ರಲ್ಲಿ ಅವರನ್ನು ಸ್ಟಾಫ್ ಕ್ಯಾಪ್ಟನ್ ಆಗಿ ನೇಮಿಸಲಾಯಿತು ಹಾಗೂ 1938 ರಲ್ಲಿ ಅವರಿಗೆ ಮೇಜರ್ ದರ್ಜೆಯ ಬಡ್ತಿ ನೀಡಲಾಯಿತು.

ಖಾಸಗಿ ಜೀವನ

Figure 27: ಕಾರಿಯಪ್ಪ ಮತ್ತು ಸಹಕುಟುಂಬ

ಕಾರಿಯಪ್ಪನವರನ್ನು ಅವರ 37ನೆಯ ವರ್ಷದಲ್ಲಿ ಮರಳಿ ಭಾರತಕ್ಕೆ ಕಳುಹಿಸಲಾಯಿತು; ಅವರನ್ನು ಹೈದರಬಾದಿನಲ್ಲಿ ಇರಿಸಲಾಯಿತು. ಅದೇ ವರ್ಷ ಅವರು ಕೊಡಗಿನ ಸಾಪ್ರದಾಯಿಕ ರೀತಿಯಲ್ಲಿ ಮುತ್ತು ಎಂಬಾಕೆಯನ್ನು ಮದುವೆಯಾದರು. ಅವರ ಮೊದಲ ಮಗು ಗಂಡು (ನಂದಾ ಕಾರಿಯಪ್ಪ); 1938ರ ಜನವರಿಯಲ್ಲಿ ಜನಿಸಿತು. ಅವರ ಮಗಳು ನಳಿನಿ ಕಾರಿಯಪ್ಪ ಹುಟ್ಟಿದ್ದು 1943ರ ಫೆಬ್ರವರಿಯಲ್ಲಿ. ಕಾರಿಯಪ್ಪನವರ ಪ್ರಯಾಸಕರ ಮತ್ತು ಬಿಡುವಿಲ್ಲದ ಕೆಲಸಕಾರ್ಯಗಳು ಹಾಗೂ ಖಂಡದುದ್ದಕ್ಕೂ

ನಿರಂತರವಾಗಿ ಆಗುತ್ತಿದ್ದ ವರ್ಗಾವಣೆ –ಇವು ಅವರ ದಾಂಪತ್ಯ ಜೀವನದ ಮೇಲೆ ಪರಿಣಾಮ ಬೀರಿತು; ದಂಪತಿ 1946 ರಲ್ಲಿ ಬೇರೆಯಾದರು. ಬೇರೆಯಾದ ತರುವಾಯ ಕಾರಿಯಪ್ಪನವರು ಮಕ್ಕಳನ್ನು (ಎಂಟು ಮತ್ತು ಮೂರು ವರ್ಷದ ಮಕ್ಕಳು) ತಮ್ಮ ಆಶ್ರಯಕ್ಕೆ ಪಡೆದುಕೊಂಡರು. ಈ ಪ್ರಯತ್ನದಲ್ಲಿ ಅವರಿಗೆ ಅವರ ಸೋದರಿ ಸಮರ್ಥವಾಗಿ ಸಹಾಯ ಮಾಡಿದರು. ಹಠಾತ್ತಾಗಿ ಅವರ ಸೋದರಿಯ ಗಂಡನಿಗೆ ಅಂಡಮಾನ್ ಮತ್ತು ನಿಕೊಬಾರ್ ದ್ವೀಪಗಳಿಗೆ ವರ್ಗವಾಯಿತು; ಎರಡೂ ಮಕ್ಕಳ ಜವಾಬ್ದಾರಿಯನ್ನು ತಾವೇ ತೆಗೆದುಕೊಳ್ಳಲು ಕಾರಿಯಪ್ಪನವರಿಗೆ ಸಾಧ್ಯವಿರಲಿಲ್ಲ. ಮಗಳನ್ನು ಸೋದರಿಯೊಡನೆ ಕಳುಹಿಸಿ, ಮಗನನ್ನು ತಾವೇ ಉಳಿಸಿಕೊಳ್ಳುವುದೆಂದು ಅವರು ನಿರ್ಣಯಿಸಿದರು. 1954 ರಲ್ಲಿ ಕಾರಿಯಪ್ಪನವರಿಗೆ ಅವರ ಮಾಜಿ ಪತ್ನಿ ಮುತ್ತು ಅವರು ಕಾರ್ ಅಪಘಾತದಲ್ಲಿ ಮರಣಹೊಂದಿದ ದುಃಖದ ವಿಷಯ ತಿಳಿಯಿತು.

ವೃತ್ತಿಜೀವನ

Figure 28: ಕಾರಿಯಪ್ಪ ಮತ್ತು ನೆಹ್ರು

ಎರಡನೆಯ ಮಹಾಯುದ್ಧದ ಪ್ರಾರಂಭದಲ್ಲಿ (1939) ಕಾರಿಯಪ್ಪನವರನ್ನು ಇರಿಸಿದ್ದು ಇರಾಕಿನಲ್ಲಿ, ಹತ್ತನೆಯ ಇಂಡಿಯನ್ ಡಿವಿಷನ್‌ನಲ್ಲಿ, ಜನರಲ್ ಸ್ಲಿಮ್ ಎಂಬಾತನ ಕೈಕೆಳಗೆ. 1939ರ ಕೊನೆಯ ಹೊತ್ತಿಗೆ ಸ್ಲಿಮ್ ಕಾರಿಯಪ್ಪನವರನ್ನು ಪ್ರತಿಷ್ಠಿತ "ಮೆನ್ಷನ್ಡ್ ಇನ್‌ಸ್ಪ್ಯಾಚಸ್" ಗೌರವಕ್ಕೆ ಶಿಫಾರಸು ಮಾಡಿದ. ಇರಾನ್ ಮತ್ತು ಸಿರಿಯಾಗಳಲ್ಲಿ ಇರಿಸಲಾಗಿದ್ದ ಇಂಡಿಯನ್ ಡಿವಿಷನ್‌ಗಳ ಧಿಪತಿಯಾದದ್ದನ್ನು ಮಾರನೆಯ ವರ್ಷ (1940) ಕಂಡಿತು. ಅನಂತರದ ದಶಕಗಳಲ್ಲಿ ಭಾರತೀಯ ಇತಿಹಾಸದಲ್ಲಿಯೆ "ಕಮಾಂಡರ್" ಹುದ್ದೆಯ ಅವಕಾಶ ದೊರೆತ ಮೊದಲಿಗರು ಕಾರಿಯಪ್ಪನವರು. ಅವರು 1942 ರಲ್ಲಿ ಪ್ರಭಾರಿ

ಲೆಫ್ಟನಂಟ್ ಕರ್ನಲ್ ಆಗಿ "ರಜಪೂತ್ ಮೆಷಿನ್ ಗನ್ ಬೆಟ್ಲಿಯನ್" ನ ಅಧಿಕಾರ ವಹಿಸಿಕೊಂಡರು. 1943 ರಲ್ಲಿ ಜಪಾನಿನ ಸೈನ್ಯವು ಬರ್ಮಾ ಹಾಗೂ ಅಂಡಮಾನ್ ಮತ್ತು ನಿಕೋಬಾರ್ ದ್ವೀಪಗಳನ್ನು ಆಕ್ರಮಿಸಿತು. ಬರ್ಮಾ ಹಾಗೂ ಅಂಡಮಾನ್ ಮತ್ತು ನಿಕೋಬಾರ್ ದ್ವೀಪಗಳ ಪ್ರದೇಶಗಳನ್ನು ಮರಳಿ ಪಡೆದುಕೊಳ್ಳಲು ಕೆ.ಎಂ. ಕಾರಿಯಪ್ಪನವರನ್ನು ಕಲ್ಕತ್ತಕ್ಕೆ (ಈಸ್ಟರ್ನ್ ಕಮಾಂಡ್) ವರ್ಗಮಾಡಲಾಯಿತು. ಎರಡನೆಯ ಮಹಾಯುದ್ಧದ ಪರಾಕಾಷ್ಠೆಯಲ್ಲಿದ್ದಾಗ ಅವರು ತೋರಿದ ಶೌರ್ಯ ಮತ್ತು ಸಮರ್ಥ ನಾಯಕತ್ವಗಳಿಂದಾಗಿ ಅವರಿಗೆ 1944 ರಲ್ಲಿ "ಆರ್ಡರ್ ಆಫ್ ದಿ ಬ್ರಿಟಿಷ್ ಎಂಪೈರ್" ಗೌರವವು ದಕ್ಕಿತು. ಎರಡನೆಯ ಮಹಾಯುದ್ಧ ಕೊನೆಗೊಂಡ ಒಡನೆಯೇ ಬಡ್ತಿ ನೀಡಿ ಅವರನ್ನು ಬ್ರಿಗೇಡಿಯರ್ ಹುದ್ದೆಗೆ ಏರಿಸಲಾಯಿತು.

Figure 29: ಫೀಲ್ಡ್ ಮಾರ್ಷಲ್ ಕೆ. ಎಂ. ಕಾರಿಯಪ್ಪ

ಭಾರತದ ಸ್ವಾತಂತ್ರ್ಯ ಸಮಯ ಇನ್ನೇನು ಸನ್ನಿಹಿತವಾಗುತ್ತಿದ್ದಾಗ, ಭಾರತೀಯ ಸೇನೆಯ ಭವಿಷ್ಯದ ಕಮಾಂಡರುಗಳನ್ನು ಬ್ರಿಟಿಷರು ಆಯ್ಕೆ ಮಾಡುವ ಸಂದರ್ಭದಲ್ಲಿ ಅನೇಕ ಉನ್ನತ ಅಧಿಕಾರಿಗಳ ಹೆಸರುಗಳನ್ನು ಪಟ್ಟಿಮಾಡಲಾಗುತ್ತಿತ್ತು. ಇವರಲ್ಲಿ ಜೆ.ಎನ್. ಚೌಧರಿ, ಎನ್.ಎನ್. ವಾಂಡು, ಎನ್.ಟಿ. ನಖ್ವಿ ಮತ್ತು ಕೆ.ಎಂ. ಕಾರಿಯಪ್ಪ ಇದ್ದರು. ಆಯ್ಕೆಯಾದ ಕೆಲವರನ್ನು ಹೆಚ್ಚಿನ ತರಬೇತಿಗಾಗಿ ಲಂಡನ್ನಿನ "ಇಂಪೀರಿಯಲ್ ಡಿಫೆನ್ಸ್ ಕಾಲೇಜಿಗೆ" (ಐಡಿಸಿ) ಕಳುಹಿಸಿಕೊಡಲಾಯಿತು. ಸುದೈವವೋ ಎಂಬಂತೆ ಜನರಲ್ ಸ್ಲಿಮ್ ಅವರು ಐಡಿಸಿಯ ಮುಖ್ಯಸ್ಥರಾಗಿದ್ದರು. ಅಂತಿಮವಾಗಿ ಭಾರತವಿಭಜನೆಗೆ ಕಾರಣವಾದ ಅ ದಿನಗಳಲ್ಲಿ ಹೆಚ್ಚುತ್ತಿದ್ದ ಕೋಮು ಸಂಘರ್ಷಗಳು ಈ ಅಧಿಕಾರಿಗಳ ಮನಗಳಲ್ಲಿ ಭಾರೀ ಪರಿಣಾಮ ಬೀರಿದವು. ಇಂಗ್ಲೆಂಡಿನಿಂದ ಹಿಂದಿರುಗಿ ಬರುತ್ತಿದ್ದ ಕೆ. ಎಮ್. ಕಾರಿಯಪ್ಪನವರು ಕೋಮು ಉದ್ವಿಗ್ನತೆಯನ್ನು ತಣಿಸಲು ನೆಹರೂ ಮತ್ತು ಜಿನ್ನಾರಿಗೆ ಒಂದು ಸಲಹೆಯನ್ನು ಕೊಟ್ಟರು;

ಅದೆಂದರೆ ಭಾರತ ಮತ್ತು ಪಾಕಿಸ್ತಾನೀಗಳ ನಡುವೆ ಸೇನೆಯನ್ನು ವಿಭಜಿಸದೆ ಯಥಾಸ್ಥಿತಿಯನ್ನು ಕಾಪಾಡಿಕೊಳ್ಳುವುದು. ಈ ಸಲಹೆಯನ್ನು ನೆಹರೂ ಮತ್ತು ಮೌಂಟಬ್ಯಾಟನ್ ಇಬ್ಬರೂ ಒಪ್ಪಿಕೊಂಡರು, ದುಃಖದ ಅಂಶವೆಂದರೆ ಒಪ್ಪದ ಜಿನ್ನಾ!

ಸ್ವಾತಂತ್ರ್ಯದ ಅನಂತರ ಸೈನ್ಯವನ್ನು ಐದು ವರ್ಷಗಳ ಕಾಲ ಒಟ್ಟಾಗಿಯೆ ಇರಿಸಿಕೊಂಡು ಕ್ರಮೇಣ ಮತ್ತು ಸಾವಕಾಶವಾಗಿ ಅದನ್ನು ವಿಭಜಿಸುವುದು ಕೆ.ಎಂ. ಕಾರಿಯಪ್ಪನವರ ಗುರಿಯಾಗಿತ್ತು. ಇದಂದೂ ಸಾಧಿತವಾಗದಿದ್ದುದು ವಿಷಾದದ ಸಂಗತಿ. ಇದರ ಬದಲಾಗಿ ಸ್ವಾತಂತ್ರ್ಯ ದಿನದಂದು ಭಾರತದ ಅಥವಾ ಪಾಕಿಸ್ತಾನದ ಸೇನೆಗಳಿಗೆ ಸೇರಿಕೊಳ್ಳುವ ಆಯ್ಕೆಯ ಅವಕಾಶವನ್ನು ಸೈನಿಕರಿಗೆ ಮತ್ತು ಅಧಿಕಾರಿಗಳಿಗೆ ನೀಡಲಾಯಿತು. ಆಗತಾನೆ ಮೇಜರ್ ಜನರಲ್ ಆಗಿದ್ದ ಕಾರಿಯಪ್ಪನವರನ್ನು "ಡೆಪ್ಯುಟಿ ಚೀಫ್ ಆಫ್ ಜನರಲ್ ಸ್ಟಾಫ್" ಎಂದು ಅಧಿಕೃತವಾಗಿ ನೇಮಿಸಲಾಯಿತು. ದೆಹಲಿಯ ಜಮ್ಖಾನ ಕ್ಲಬ್ಬಿನಲ್ಲಿ ಅವರು ತಮ್ಮ ಪಾಕೀಸ್ತಾನೀ ಸಂಗಾತಿಗಳಿಗೆ ಒಂದು ಬೀಳ್ಕೊಡುಗೆ ಔತಣಕೂಟವೊಂದನ್ನು ವ್ಯವಸ್ಥೆಮಾಡಿದರು; ಅಲ್ಲಿ ಅವರು ಟೋಸ್ಟೊಂದನ್ನು ಎತ್ತಿಹಿಡಿದು "ಓ ರವ್‌ವಾರ್" (ನಾವು ಮರಳಿ ಸೇರೋಣ) ಎಂದು ಹೇಳಿದರೇ ಹೊರತು "ಆಲ್ಡ್ ಲ್ಯಾಂಗ್ ಸೈನ್" (ವಿದಾಯ) ಎಂದು ಹೇಳಲಿಲ್ಲ! ಆದರೆ ಅವರ ಸೌಹಾರ್ದದ ವರ್ತನೆಗೆ ಪಾಕೀಸ್ತಾನೀ ಸೈನ್ಯದಿಂದ ಸರಿಯಾದ ಸ್ಪಂದನೆ ಬರಲಿಲ್ಲವೆನ್ನುವುದು ವಿಷಾದದ ಸಂಗತಿ.

ಜನರಲ್ ಕಾರಿಯಪ್ಪನವರು 1947ರ ಕೊನೆಯ ಹೊತ್ತಿಗೆ ಲೆಫ್ಟನೆಂಟ್ ಜನರಲ್ ಪದವಿಗೇರಿದರು; ಅವರನ್ನು ಈಸ್ಟರ್ನ್ ಆರ್ಮಿ ಕಮಾಂಡರ್ ಆಗಿ ನೇಮಿಸಲಾಯಿತು. ಕೇವಲ ಮೂರು ತಿಂಗಳು ಕಳೆಯುವಷ್ಟರಲ್ಲಿ ಜಮ್ಮು ಮತ್ತು ಕಾಶ್ಮೀರದ ಭೌಗೋಳಿಕ-ರಾಜಕೀಯ ದೃಶ್ಯ ಬದಲಾಗಿ ಬಿಗಡಾಯಿಸಿ, ಸರ್ಕಾರವು ಕಾರಿಯಪ್ಪನವರನ್ನು "ಜಿಓಸಿ-ಇನ್-ಸಿ"ಯಾಗಿ ದೆಹಲಿಗೆ ಕರೆಸಬೇಕಾಯಿತು. ಈ ಅಧಿಕಾರದಲ್ಲಿ ಅವರು ಮಾಡಿದ ಮೊದಲ ಕೆಲಸವೆಂದರೆ ವೆಸ್ಟರ್ನ್ ಕಮಾಂಡಿನ ಕೇಂದ್ರಕಛೇರಿಯನ್ನು ಜಮ್ಮುವಿಗೆ ಬದಲಾಯಿಸಿದುದು; ಅವರು ಸೇನೆಯನ್ನು ವಿಕೇಂದ್ರಿಕರಣಗೊಳಿಸಿದುದರಿಂದ ಹೆಚ್ಚು ಒಳನುಗ್ಗಲು ಅನುಕೂಲಕರವಾದುದು; ಲೆಫ್ಟನೆಂಟ್ ಜನರಲ್ ಕೊದಂಡೆರ ಎಸ್. ತಿಮ್ಮಯ್ಯನವರನ್ನು ಜಮ್ಮು ಮತ್ತು ಕಾಶ್ಮೀರ ಪಡೆಯ "ಜಿಓಸಿ"ಯಾಗಿ ನೇಮಕಮಾಡಿದುದು ಹಾಗೂ ಆತ್ಮಸಿಂಗ್ ಅವರನ್ನು ಜಮ್ಮು ವಿಭಾಗದ "ಜಿಓಸಿ" ಮಾಡಿದುದು.

ಕೆ.ಎಂ. ಕಾರಿಯಪ್ಪ ಮತ್ತು ಮಹಾತ್ಮ ಗಾಂಧಿ

Figure 30: ಕಾರಿಯಪ್ಪ ಮತ್ತು ಬಾಲ್ ತ್ಯಾಕೆರೇ

ಜನರಲ್ ಕಾರಿಯಪ್ಪನವರು ಮೊದಲ ಬಾರಿಗೆ ಮಹಾತ್ಮ ಗಾಂಧಿಯವರನ್ನು ಭೇಟಿಯಾದ ದಿನ ಗಾಂಧಿಯವರು ಬಿರ್ಲಾ ಹೌಸ್‌ನಲ್ಲಿ ಮೌನವ್ರತವನ್ನು ಆಚರಿಸುತ್ತಿದ್ದರು. ತಮ್ಮ ದಿರಿಸಿನ ವಿಷಯದಲ್ಲಿ ಎಂದೂ ಬದಲಾಗದಿದ್ದ ಕಾರಿಯಪ್ಪನವರು ಅಂದು ಮಹಾತ್ಮರ ಕೊಠಡಿಯನ್ನು ಪ್ರವೇಶಿಸುವ ಮೊದಲು ತಮ್ಮ ಶೂಗಳನ್ನು ಕಳಚಿದರೆಂದು ಪ್ರತೀತಿ. ಅನಂತರ ಯಾರೊ ಇದಕ್ಕೆ ಕಾರಣ ಕೇಳಿದಾಗ, ಕಾರಿಯಪ್ಪ ಸ್ಪಷ್ಟವಾಗಿ ಹೇಳಿದರಂತೆ: "ದೇವತಾಮನುಷ್ಯನನ್ನು ಕಾಣಲು ಹೋಗುತ್ತಿರುವಾಗ ಶೂ ಹಾಕಿಕೊಂಡೇ ಹೋಗುವುದು ದೊಡ್ಡ ಅಗೌರವ." ಅನಂತರ ನಡೆದ ಅವರ ಸಭೆಗಳಲ್ಲಿ ಗಾಂಧೀಜಿಯವರು ಸೈನಿಕಕಾರ್ಯಾಚರಣೆಯ ದೃಷ್ಟಿಯಿಂದ ಕಾರಿಯಪ್ಪನವರ ಯೋಜನೆಗಳನ್ನು ಪ್ರಸ್ತಾಪಿಸುತ್ತಿದ್ದರು. ಅಂಥ ಒಂದು ಸಭೆಯಲ್ಲಿ ಕಾರಿಯಪ್ಪನವರು ನೀಡಿದ ಉತ್ತರ ಮಾರ್ಮಿಕವಾದುದು – "ಒಂದು ಯುದ್ಧ ಮತ್ತೊಂದು ಯುದ್ಧಕ್ಕೆ ಜನ್ಮನೀಡುತ್ತದೆ. ಯುದ್ಧ ಕೊನೆಯ ಆಯ್ಕೆಯಾಗಿರಬೇಕು; ಆಗಲೂ ಯುದ್ಧ ನಿಲ್ಲಿಸಲು ಆಲೋಚಿಸಬಹುದಾದ ಪ್ರತಿಯೊಂದು ಪ್ರಯತ್ನವೂ ಕೈಯಲ್ಲಿರಬೇಕು."

ಮಿಲಿಟರಿ ಇತಿಹಾಸ

Figure 31: ಕಾರಿಯಪ್ಪ ಮತ್ತು ರಾಜ್ಕುಮಾರ್

ವಿಷಾದದ ಸಂಗತಿ ಎಂದರೆ ದೇಶವಿಭಜನೆಯಾದ ಎರಡೇ ತಿಂಗಳುಗಳಲ್ಲಿ ಪಾಕಿಸ್ತಾನ ಸೈನ್ಯವು ಬಾರಾಮುಲ್ಲ ಪ್ರದೇಶಕ್ಕೆ ನುಸುಳುಕೋರರನ್ನು ಕಳುಹಿಸಿದುದು. ಭಾರತ ಒಕ್ಕೂಟಕ್ಕೆ ಸೇರಲು "ಇನ್‌ಸ್ಟ್ರುಮೆಂಟ್ ಆಫ್ ಆ್ಯಕ್ಸೆಷನ್"ಗೆ ಕಾಶ್ಮೀರದ ಮಹಾರಾಜ 1947ರ ಅಕ್ಟೋಬರ್ 26 ರಂದು ಸಹಿ ಹಾಕಿದ. ಪ್ರದೇಶವನ್ನು ರಕ್ಷಿಸಿಕೊಳ್ಳುವುದಕ್ಕಾಗಿ ಭಾರತೀಯ ಸೇನೆಯನ್ನು ತುರ್ತಾಗಿ ಶ್ರೀನಗರಕ್ಕೆ ತಲುಪಿಸಬೇಕಿತ್ತು. ಆದರೆ ಭಾರತದ ಗೌರ್ನರ್ ಜನರಲ್ಲ್ ಆಗಿದ್ದ ಲಾರ್ಡ್ ಮೌಂಟ್‌ಬ್ಯಾಟನ್ ಮತ್ತು ಪ್ರಧಾನಮಂತ್ರಿಗಳ ಕಛೇರಿ – ಎರಡೂ ಕಡೆಯಿಂದ ಹಸಿರು ನಿಶಾನೆ ದೊರೆಯುವುದು ವಿಳಂಬವಾಯಿತು. ಕೊನೆಯ ಕ್ಷಣದಲ್ಲಿ ಭಾರತೀಯ ಸೇನೆಯನ್ನು ವಿಮಾನದ ಮೂಲಕ ಜನರಲ್ ಕಾರಿಯಪ್ಪ ಕೊಂಡೊಯ್ಯುವಲ್ಲಿ ಸಫಲರಾದರು. ಭಾರತೀಯ ಸೇನೆಯು ಯಶಸ್ವಿಯಾಗಿ ನುಸುಳುಕೋರರ ಆಕ್ರಮಣವನ್ನು ಹಿಮ್ಮೆಟ್ಟಿಸಿ ಅವರನ್ನು ಹಿಂದಕ್ಕೆ ಕಳಿಸಿತು. ಜನರಲ್ ಕಾರಿಯಪ್ಪ ಮತ್ತು ಜನರಲ್ ತಿಮ್ಮಯ್ಯ ಇಬ್ಬರೂ ಕಾಶ್ಮೀರದ ಪಾಕ್ ಆಕ್ರಮಿತ ಪ್ರದೇಶಗಳನ್ನು ಮರಳಿ ಪಡೆಯಲು ಸಿದ್ಧರಾಗಿದ್ದರು; ಆದರೆ ದುರದೃಷ್ಟವಶಾತ್ ಪ್ರಧಾನ ಮಂತ್ರಿಗಳಾದ ನೆಹರೂ ತನ್ನ ಸೇನಾಧಿಕಾರಿಗಳ ಜೊತೆ ಸಹ ಸಮಾಲೋಚಿಸದೆ ಕದನವಿರಾಮವನ್ನು ಘೋಷಿಸಿಬಿಟ್ಟರು. ರಜ಼ಾಕಾರರೊಡನೆ ನಡೆದ ಈ ಯುದ್ಧದ ಸಮಯದಲ್ಲಿ ಭಾರತೀಯ ಸೇನೆಗೆ 900 ರಜ಼ಾಕಾರರನ್ನು ಕೊಲ್ಲಲು ಸಾಧ್ಯವಾಯಿತು; ಇದು "ಆಪರೇಷನ್ ಕಿಪ್ಪರ್" ಎಂದು ಪ್ರಸಿದ್ಧವಾಯಿತು. ಅದೇ ಕ್ಷಣದಲ್ಲಿ ಜನರಲ್ ಕಾರಿಯಪ್ಪನವರನ್ನು ನವದೆಹಲಿಗೆ ವರ್ಗಾಯಿಸಿ, ಕ್ರಿಯಾರಂಗಭೂಮಿಯಿಂದ ಹೊರಗಿಡಲಾಯಿತು!

ರಾಜಕೀಯ ಇಚ್ಛಾಶಕ್ತಿಯ ಅಭಾವ

ಸ್ವತಂತ್ರ ಭಾರತದ ಪ್ರಥಮ ಪ್ರಧಾನ ದಂಡನಾಯಕ ಅಥವಾ ಮುಖ್ಯ ಸೇನಾಧಿಪತಿ (ಸಿ–ಇನ್–ಸಿ) ಜನರಲ್ ಸರ್ ಲಾಕ್‌ಹರ್ಟ್. ಆತ ಭಾರತೀಯ ಸೇನೆಯ ಆಧುನಿಕೀಕರಣಕ್ಕೆ ಯೋಜನೆಯೊಂದನ್ನು ನೆಹರೂ ಅವರಿಗೆ ಕಳುಹಿಸಿಕೊಟ್ಟಾಗ ನೆಹರೂ ಅವರ ಪ್ರತಿಕ್ರಿಯೆ ಉದಾಸೀನಭಾವದ್ದಾಗಿತ್ತು. ಒಂದು ಸಂಸ್ಥೆಯಾಗಿ ಸೇನೆಗೆ ವಿನಾಯಿತಿ ನೀಡಬಹುದು ಮತ್ತು ಯಾವುದೇ ತುರ್ತು ಸನ್ನಿವೇಶದಲ್ಲಿ ಪೊಲೀಸ್ ಬಲವೇ ಅದನ್ನು ನಿಭಾಯಿಸಲು ಬೇಕಾದಷ್ಟು ಎಂದು ಸಹ ನೆಹರೂ ಹೇಳಿದ್ದುಂಟು! ಗಾಯಕ್ಕೆ ಉಪ್ಪು ಹಚ್ಚಿದ ಹಾಗೆ ಸೇನೆಯ ಸಂಖ್ಯಾಬಲವನ್ನು 2,80,000ದಿಂದ 1,50,000ಕ್ಕೆ ಇಳಿಸುವ ಆದೇಶವೊಂದನ್ನೂ ನೆಹರೂ ಹೊರಡಿಸಿದರು. ನೆಹರೂ 1949ರ ಜನವರಿ 1ರ ಹೊತ್ತಿಗೆ ಕದನವಿರಾಮವನ್ನು ಘೋಷಿಸಿದರು – ಈ ಸಮರವನ್ನು ಹಠಾತ್ ನಿಲ್ಲಿಸದಿದ್ದಲ್ಲಿ, ಕಳೆದುಕೊಂಡ ಪ್ರದೇಶಗಳನ್ನು ಮರಳಿ ಪಡೆದುಕೊಳ್ಳುವ ಆತ್ಮವಿಶ್ವಾಸ ಜನರಲ್ ಕಾರಿಯಪ್ಪನವರಿಗಿತ್ತು. ಇಷ್ಟಾದರೂ ಕಾರಿಯಪ್ಪನವರು ಲಡಾಖ್‌ನಲ್ಲಿ ಗೂಢ ಕಾರ್ಯಾಚರಣೆ ನಡೆಸಿ ಭಾರತಕ್ಕೆ ಅದನ್ನು ದಕ್ಕಿಸಿಕೊಟ್ಟರು. ಲಾಕ್‌ಹರ್ಟ್‌ನ ತರುವಾಯ ಜನರಲ್ ರಾಯ್ ಬುಚರ್ ಅವರು ಭಾರತೀಯ ಸೇನೆಯ ಎರಡನೆಯ ಪ್ರಧಾನ ದಂಡನಾಯಕರಾದರು.

ಪ್ರಥಮ ಭಾರತೀಯ ಪ್ರಧಾನ ದಂಡನಾಯಕ

Figure 32: ಕಾರಿಯಪ್ಪ ಮತ್ತು ಸಿ. ರಾಜಗೋಪಾಲಾಚಾರಿ

ಜನರಲ್ ಕೆ.ಎಂ. ಕಾರಿಯಪ್ಪನವರು ಅಧಿಕಾರ ವಹಿಸಿಕೊಂಡ ಪ್ರಥಮ ಪ್ರಧಾನ ದಂಡಾಧಿಕಾರಿ. ಅವರು 1949ರ ಜನವರಿ 15 ರಂದು ತಮ್ಮ ಹುದ್ದೆಯನ್ನು ವಹಿಸಿಕೊಂಡು. "ಬ್ರಿಗೇಡ್ ಆಫ್ ಗಾರ್ಡ್ಸ್" ಮತ್ತು "ಪ್ಯಾರಾಚೂಟ್ ರೆಜಿಮೆಂಟ್" ಪ್ರಾರಂಭಿಸುವಲ್ಲಿ ಅವರು ನಿಮಿತ್ತವಾದರು. ಹತ್ತು ಲಕ್ಷ ನಿರಾಶ್ರಿತರಿಗೆ ಪುನರ್ವಸತಿ ಕಲ್ಪಿಸುವ ಪ್ರಯತ್ನಗಳಲ್ಲಿ ಸೇನೆಯು ಸಕ್ರಿಯವಾಗಿ ಪಾಲಗೊಳ್ಳಬೇಕೆಂಬ ಅವರ ಸೂಚನೆ ತುಂಬು ಪ್ರಶಂಸೆಗೆ ಪಾತ್ರವಾಯಿತು. ಭಾರತೀಯ ಸೇನೆಯ ಸ್ಥಿರವಾದ ಆಧುನಿಕೀಕರಣಕ್ಕೆ ಅವರು ಯೋಜನೆಗಳನ್ನು ರೂಪಿಸಿದರು. ಮುಂದಿನ ದಶಕಗಳಲ್ಲಿ ಸಶಸ್ತ್ರ ಪಡೆಗಳ "ರಾಜಕೀಯರಾಹಿತ್ಯವನ್ನು" ಅವರು ಖಾತರಿಪಡಿಸಿದರು. ರಾಜ ಸಂಸ್ಥಾನಗಳ ಅಧೀನದಲ್ಲಿದ್ದ ಪಡೆಗಳನ್ನು ಸಂಘಟಿಸಿ, ಸಮನ್ವಯಗೊಳಿಸಿ, ಏಕೀಕೃತ ಕೇಂದ್ರೀಯ ಸೇನೆಯಾಗಿ ರೂಪಿಸುವ ಕಾರ್ಯದಲ್ಲಿ ಅವರು ಕ್ರಿಯಾಶೀಲ ಪಾತ್ರವನ್ನು ನಿರ್ವಹಿಸಿದರು. ಅವರು ಅಸ್ಸಾಮಿನ ರಿನಾಟಾಟಾವರೆಗೆ ಆದ ಚೀನೀ ದಾಳಿಗಳನ್ನು ಅಡಗಿಸಿದರು; ನೆಹರೂ ಅವರಿಗೆ ಭವಿಷ್ಯ ದಾಳಿಗಳ ಬಗ್ಗೆ ಎಚ್ಚರಿಸಿದರು; ಆದರೆ ಅವರ ಎಚ್ಚರಿಕೆಯ ನುಡಿಗೆ ಕಿವುಡಾದದ್ದು ವಿಪರ್ಯಾಸ; ಸರಿಯಾಗಿ ಒಂದು ದಶಕದ ಅನಂತರ ಚೀನಾ ಪೂರ್ಣ ಯುದ್ಧವನ್ನು ಮಾಡಿತು! ರಾಜಕೀಯ ಬಣ್ಣದ ಭೀತಿಗೆ, ಕಾರಿಯಪ್ಪನವರು ಮುಖ್ಯವಾಹಿನಿಯ ಸೇನಾಪಡೆಗಳೊಂದಿಗೆ ಐ.ಎನ್.ಎ. ದ (ಇಂಡಿಯನ್ ನ್ಯಾಷನಲ್ ಆರ್ಮಿ) ಸಮನ್ವಯವನ್ನು ತಿರಸ್ಕರಿಸಿದರು; ಆದಾಗ್ಯೂ ಅವರ "ಜೈ ಹಿಂದ್" ಘೋಷಣೆಯನ್ನು ಬಳಸಿಕೊಂಡರು.

ನಿವೃತ್ತಿಯ ನಂತರದ ವರ್ಷಗಳು

ಜನರಲ್ ಕೆ.ಎಂ. ಕಾರಿಯಪ್ಪನವರು 1953ರ ಜನವರಿ 14 ರಂದು ತಮ್ಮ ಕ್ರಿಯಾಶೀಲ ಸೇವೆಯಿಂದ ನಿವೃತ್ತಿ ಹೊಂದಿದರು. ಬ್ರಿಗೆಡಿಯರ್ ರಾಜೇಂದ್ರ ಸಿಂಗ್ ಅವರು ಜನರಲ್ ಕೆ.ಎಂ. ಕಾರಿಯಪ್ಪನವರಿಗೆ ಭಾರತೀಯ ಸೈನಿಕನ ಬೆಳ್ಳಿಯ ಮೂರ್ತಿಯೊಂದನ್ನು ಕಾಣಿಕೆಯಾಗಿ ನೀಡಿದರು. ಈ ಸ್ಮರಣಿಕೆಯು ಅವರ ನಿವಾಸದ ಬೆಂಕಿಗೂಡಿನ ಮ್ಯಾಂಟಲಿನ ಮೇಲೆ ಅವರ ತಂದೆತಾಯಿಗಳ ಫೋಟೋಗಳ ಪಕ್ಕದಲ್ಲಿ ಸದಾ ಇರುತ್ತಿತ್ತು. ಕೆಲವು ವರ್ಷಗಳ ಅನಂತರ ಅವರು ಆಸ್ಟ್ರೇಲಿಯಾದಲ್ಲಿ ಭಾರತದ ಹೈ ಕಮಿಷನರ್ ಹುದ್ದೆಯನ್ನು ಒಪ್ಪಿಕೊಂಡರು. ಪ್ರಾಸಂಗಿಕವಾಗಿ ಈ ಕಾಲದಲ್ಲಿಯೆ ಜನರಲ್ ಸ್ಲಿಮ್ ಅವರು ಆಸ್ಟ್ರೇಲಿಯಾದ ಗೌರ್ನರ್ ಜನರಲ್ ಆಗಿದ್ದರು; ಅವರಿಬ್ಬರೂ ಮತ್ತೊಮ್ಮೆ ಒಟ್ಟಿಗೆ

ಫಲಪ್ರದವಾದ ಸಮಯವನ್ನು ಕಳೆದಂತೆ ತೋರುತ್ತದೆ! ಕಾರಿಯಪ್ಪನವರು 1956ರ ಹೊತ್ತಿಗೆ ಒಳಿತಿಗಾಗಿಯೆ ಮಡಿಕೇರಿಗೆ ಹಿಂದಿರುಗಿದರು; ಮೊದಲು ಒಬ್ಬ ಬ್ರಿಟಿಷ್ ಪ್ಲಾಂಟರ್‌ಗೆ ಸ್ವಂತದ್ದಾಗಿದ್ದ 50 ಎಕರೆ ಪ್ರದೇಶವನ್ನು ಕೊಂಡು "ರೋಷನಾರಾ" ಎಂಬ ಹೆಸರಿನ ನಿವಾಸವೊಂದನ್ನು ಕಟ್ಟಿಸಿದರು. ಅವರು ಆ ಭೂಪ್ರದೇಶವನ್ನು ಪಾಲುಮಾಡಿ ತಮ್ಮ ಸೋದರನಿಗೆ ಕೆಲವು ಎಕರೆ ಜಾಗ, ಅನಾಥಾಲಯಕ್ಕೆ ಒಂದಷ್ಟು ಜಾಗ ಮತ್ತು ಮಡಿಕೇರಿ ನಗರ ಸಭೆಗೆ ಉಳಿದ ಭೂಮಿಯನ್ನು ಬಿಟ್ಟುಕೊಟ್ಟರು. ಅವರ ಎಸ್ಟೇಟಿನಲ್ಲಿರುವ ಪುಟ್ಟ ಕೊಳ ಈಗಲೂ ಮಡಿಕೇರಿಯ ನಾಗರಿಕರಿಗೆ ಕುಡಿಯುವ ನೀರನ್ನು ಒದಗಿಸುತ್ತಿದೆ.

ಅಮೆರಿಕದ ಅಧ್ಯಕ್ಷ ಹ್ಯಾರಿ ಎಸ್. ಟ್ರೂಮನ್ ಅವರಿಂದ ಕಾರಿಯಪ್ಪನವರಿಗೆ ಲೀಜನ್ ಆಫ್ ಮೆರಿಟ್ ಎಂಬ ಗೌರವ ಲಭಿಸಿತು. ಕಾರಿಯಪ್ಪನವರ ಸಂಕ್ಷಿಪ್ತ ರಾಜಕೀಯ ಕೆಲಸ ಹೆಚ್ಚು ಯಶ ಕಾಣದೆ ಹೋಯಿತು. ಅವರು ಕೃಷ್ಣ ಮೆನನ್ ಮತ್ತು ಜೆ.ಬಿ. ಕೃಪಲಾನಿ ವಿರುದ್ಧ ಸ್ವತಂತ್ರ ಅಭ್ಯರ್ಥಿಯಾಗಿ ಈಶಾನ್ಯ ಬೊಂಬಾಯಿ ಕ್ಷೇತ್ರದಿಂದ ಲೋಕಸಭೆಗೆ ಸ್ಪರ್ಧಿಸಿ ಸೋತುಹೊದರು.

ಜನರಲ್ ಕಾರಿಯಪ್ಪನವರು ಎಂ.ಎಸ್. ಸುಬ್ಬುಲಕ್ಷ್ಮಿಯವರ ಭಕ್ತಿಸಂಗೀತದ ರೆಕಾರ್ಡುಗಳನ್ನು ಇಷ್ಟಪಟ್ಟು ಕೇಳುತ್ತಿದ್ದರೆಂದು ಭಾವಿಸಲಾಗಿದೆ. ಪಾಶ್ಚಿಮಾತ್ಯ ಶಾಸ್ತ್ರೀಯ ಸಂಗೀತದ ಬಗ್ಗೆ ಅವರಿಗಿದ್ದ ಆಸಕ್ತಿ–ಅಭಿರುಚಿ ಸುವಿದಿತವಾದುದು. ಮರಗಳ ಕಳ್ಳಸಾಗಾಟ ಮಾಡುವವರನ್ನು ಬೆನ್ನಟ್ಟುತ್ತ ದೇವರ ಕಾಡುಗಳಲ್ಲಿ ಸುದೀರ್ಘ ನಡಿಗೆ ಮಾಡುವುದನ್ನು ಅವರು ಇಷ್ಟಪಡುತ್ತಿದ್ದರು. ತಮಗೆ ಬಂದ ಬೆಟ್ಟದಷ್ಟು ಪತ್ರಗಳಿಗೆ ಉತ್ತರಿಸಲು ಪ್ರತಿ ದಿನ ಒಂದು ಗಂಟೆಯ ಕಾಲವನ್ನು ಮುಡಿಪಾಗಿಡುತ್ತಿದ್ದರು. ಒಂದು ಗಂಟೆಯ ವಿಶ್ರಾಂತಿಯ ನಂತರ ಸಂಜೆಯ ಹೊತ್ತು ತಮ್ಮ ಸೋದರನೊಡನೆ ಇಸ್ಪೀಟಾಡುತ್ತಿದ್ದರು. ಈ ಕಾಲದಲ್ಲಿ ಅವರನ್ನು "ಆಲ್ ಇಂಡಿಯಾ ಕೌನ್ಸಿಲ್ ಆಫ್ ಸ್ಪೋರ್ಟ್ಸ್" ನ ಅಧ್ಯಕ್ಷರನ್ನಾಗಿ ನೇಮಿಸಲಾಯಿತು. ಕಾರಿಯಪ್ಪನವರು ಸ್ವಾಮಿ ಶಿವಾನಂದ ಮತ್ತು ಶ್ರೀ ಸತ್ಯಸಾಯಿ ಬಾಬಾ ಅವರ ಭಕ್ತರಾಗಿದ್ದರು. ತಮ್ಮ ಬಿಡುವಿನ ವೇಳೆಯಲ್ಲಿ ಅವರು ಪೋಲೋ ಆಡುವುದನ್ನು ಇಷ್ಟಪಡುತ್ತಿದ್ದರು. ಮಕ್ಕಳಿಗಾಗಿ ಅವರ ಜೇಬಿನಲ್ಲಿ ಯಾವಾಗಲೂ ಚಾಕಲೇಟುಗಳಿರುತ್ತಿದ್ದವು.

ಚೀನೀ ಆಕ್ರಮಣದ ಕಾಲದಲ್ಲಿ ಜನರಲ್ ಕಾರಿಯಪ್ಪನವರು ದೇಶದ ಉದ್ದಕ್ಕೂ ಸಂಚಾರ ಮಾಡಿ ಯುವಜನರಿಗೆ ಸೈನ್ಯಕ್ಕೆ ಸೇರುವಂತೆ ಪ್ರಚೋದಿಸುತ್ತಿದ್ದರು.

ಶಾಂತಿಭಂಗವಾದ ಸಂದರ್ಭಗಳಲ್ಲಿ ತಮ್ಮ ಪ್ರಯತ್ನಗಳನ್ನು ನಡೆಸಲು ಆರಕ್ಕೂ ಹೆಚ್ಚು ಬಾರಿ ಪಾಕಿಸ್ತಾನಕ್ಕೆ ತೆರಳಿದರು. 1965 ರಲ್ಲಿ ಯುದ್ಧವಾದಾಗ, ಜನರಲ್ ಕೆ.ಎಂ. ಕಾರಿಯಪ್ಪನವರ ಮಗ ಏರ್ ಮಾರ್ಷಲ್ ನಂದಾ ಅವರು ಪಾಕಿಸ್ತಾನದ ಪ್ರದೇಶದಲ್ಲಿ ಪ್ಯಾರಾಚೂಟ್ ಮೂಲಕ ಇಳಿದಾಗ ಯುದ್ಧ ಖೈದಿಯಾಗಿ (ಪ್ರಿಸನರ್ ಆಫ್ ವಾರ್–ಪಿಒಡಬ್ಲ್ಯು) ಪಾಕಿಸ್ತಾನಕ್ಕೆ ಸೆರೆ ಸಿಕ್ಕರು. ಕಾರಿಯಪ್ಪನವರು ಅಪೇಕ್ಷೆಪಟ್ಟರೆ ಅವರ ಮಗನನ್ನು ಕೂಡಲೆ ಬಿಡುಗಡೆ ಮಾಡುವುದಾಗಿಯೂ ಆತನನ್ನು ಚೆನ್ನಾಗಿ ನೋಡಿಕೊಳ್ಳುತ್ತಿರುವುದಾಗಿಯೂ ಜನರಲ್ ಅಯೂಬ್ ಖಾನ್ ಹೇಳಿಕಳುಹಿಸಿದರು. ಎಲ್ಲ ಯುದ್ಧ ಖೈದಿಗಳೂ ತಮ್ಮ ಮಕ್ಕಳಂತೆ, ಜಿನೀವಾ ಒಪ್ಪಂದದಂತೆ ಅವರೆಲ್ಲರನ್ನೂ ಚೆನ್ನಾಗಿ ನೋಡಿಕೊಳ್ಳತಕ್ಕದ್ದು ಎಂದು ಜನರಲ್ ಕಾರಿಯಪ್ಪ ಉತ್ತರಿಸಿದರು. 1966ರ ಜನವರಿಯಲ್ಲಿ ಹೆಚ್ಚಿನ ಯುದ್ಧ ಸೆರೆಯಾಳುಗಳು ಬಿಡುಗಡೆಯಾಗಿ ಭಾರತಕ್ಕೆ ಕಳುಹಿಸಲ್ಪಟ್ಟರು.

1986 ರಲ್ಲಿ ಜನರಲ್ ಕಾರಿಯಪ್ಪನವರನ್ನು ಅವರ 87ನೆಯ ವಯಸ್ಸಿನಲ್ಲಿ ಫೀಲ್ಡ್ ಮಾರ್ಷಲ್ ಆಗಿ ಮಾಡಿ ಗೌರವಿಸಲಾಯಿತು. ಗ್ಯಾನಿ ಜೈಲ್ ಸಿಂಗ್ ಅವರು ಜನರಲ್ ಕಾರಿಯಪ್ಪನವರಿಗೆ ಫೀಲ್ಡ್ ಮಾರ್ಷಲ್ ಪದವಿಯನ್ನು "ದಂಡ" ಸಹಿತವಾಗಿ ನೀಡಿದರು. ಭಾರತದ ಮಿಲಿಟರಿ ಇತಿಹಾಸದಲ್ಲಿ ಫೀಲ್ಡ್ ಮಾರ್ಷಲ್ ಮಾಣೇಕ್ ಷಾ ಅನಂತರ ಈ ಉನ್ನತ ಗೌರವವನ್ನು ಸ್ವೀಕರಿಸಿದವರಲ್ಲಿ ಅವರು ಎರಡನೆಯ ಫೀಲ್ಡ್ ಮಾರ್ಷಲ್. ಕ್ಷೀಣಿಸುತ್ತಿರುವ ಆರೋಗ್ಯದಿಂದಾಗಿ ಅವರನ್ನು ಬೆಂಗಳೂರಿನ ಕಮಾಂಡ್ ಹಾಸ್ಪಿಟಲ್ ಪಕ್ಕ ಇರುವ ಆರ್ಮಿ ಸರ್ವೀಸ್ ಕಾರ್ಪ್ ಕ್ವಾರ್ಟಸಿಗೆ ಬದಲಾಯಿಸಲಾಯಿತು.

ಬ್ರಿಗೆಡಿಯರ್ ಜಸ್‌ಪಾಲ್ ಸಿಂಗ್ ಅವರು ತೊಂಬತ್ತು ವರ್ಷದ ಫೀಲ್ಡ್ ಮಾರ್ಷಲ್ ಕಾರಿಯಪ್ಪನವರನ್ನು "ಆನರ್ಸ್ ಡೇ ಫಂಕ್ಷನ್"ಗಾಗಿ ಮದ್ರಾಸ್ ರೆಜಿಮೆಂಟಲ್ ಸೆಂಟರಿಗೆ ಆಹ್ವಾನಿಸಿದ್ದರು. ಪ್ರಮುಖ ಗೌರವಾನ್ವಿತ ಅತಿಥಿಯಾಗಿ ಫೀಲ್ಡ್ ಮಾರ್ಷಲ್ ಕಾರಿಯಪ್ಪನವರು ನಿಗದಿತ ಸ್ಥಳದಲ್ಲಿ ಹೂವಿನ ಸಿಂಬಿಯನ್ನು ಇರಿಸಬೇಕೆಂದು ನಿರೀಕ್ಷಿಸಲಾಗಿತ್ತು. ಕಾರಿಯಪ್ಪನವರ ದುರ್ಬಲ ದೇಹಸ್ಥಿತಿಯಿಂದಾಗಿ ಜಸ್ ಪಾಲ್ ಸಿಂಗ್ ಒಂದು ಬದಲಿ ವ್ಯವಸ್ಥೆ ಮಾಡಿದ್ದರು; ಅದರಂತೆ ಸೆಂಟ್ರಿಯೊಬ್ಬ ಹೂವಿನ ಸಿಂಬಿಯನ್ನು ಮೊದಲು ಫೀಲ್ಡ್ ಮಾರ್ಷಲ್ ಕಾರಿಯಪ್ಪನವರತ್ತ ಹೂವಿನ ದಂಡೆಯನ್ನು ಕೊಂಡೊಯ್ಯುವುದು, ಅವರು ಅದನ್ನು ಸ್ಪರ್ಶಿಸುವುದು; ಅನಂತರ ಸೆಂಟ್ರಿಯು ನಿಗದಿತ ಸ್ಥಳದಲ್ಲಿ ಅದನ್ನು ಇರಿಸುವುದು. ಸೆಂಟ್ರಿಯು ಹೂವಿನ ಸಿಂಬಿಯೊಡನೆ ಫೀಲ್ಡ್ ಮಾರ್ಷಲ್ ಹತ್ತಿರ ಹೋದಾಗ, ಅವರು ಅದನ್ನು ಮುಟ್ಟಿ ಕಳುಹಿಸಲಿಲ್ಲ; ಬದಲಾಗಿ ಆ

ತೊಂಬತ್ತರ ವಯಸ್ಸಿನ ಹಿರಿಯ ವ್ಯಕ್ತಿ ಸೆಂಟ್ರಿಯಿಂದ ಹೂವಿನ ಸಿಂಬಿಯನ್ನು ಕಿತ್ತುಕೊಂಡರು ಮತ್ತು ತಮ್ಮೆಲ್ಲ ಶಕ್ತಿಯನ್ನ ಕ್ರೋಡೀಕರಿಸಿ ನಿಂತು, ನಿಧಾನವಾಗಿ ಪೋಡಿಯಮ್‌ವರೆಗೆ ನಡೆದು ಹೂವಿನ ಸಿಂಬಿಯನ್ನು ಇರಿಸಿ ಧ್ವಜಕ್ಕೆ ಸೆಲ್ಯೂಟ್ ಮಾಡಿದರು! ಅಲ್ಲಿ ಉಪಸ್ಥಿತರಿದ್ದ ಪ್ರತಿಯೊಬ್ಬರೂ ಮಂತ್ರಮುಗ್ಧರಾದರು. ಇದೇ ಫೀಲ್ಡ್ ಮಾರ್ಷಲ್ ಕಾರಿಯಪ್ಪನವರ ಅಧಿಕೃತವಾದ ಅಂತಿಮ ಸಾರ್ವಜನಿಕ ಸಮಾರಂಭ. 1993ರ ಮೇ 15 ರಂದು ಅವರು ಕೊನೆಯುಸಿರೆಳೆದರು. ಭಾರತದ ಒಂದು ಮಹಾನ್ ಮತ್ತು ಶ್ರೇಷ್ಠ ಆತ್ಮವು ತನ್ನ ಶಾಶ್ವತ ಪ್ರಯಾಣವನ್ನು ಬೆಳೆಸಿತು.

ನಮ್ಮ ಸಶಸ್ತ್ರ ಪಡೆಗಳು ಮಾಡಿರುವ ತ್ಯಾಗದ ಬಗ್ಗೆ ನಮ್ಮ ಜನರು ಸಂದೇಹಗಳನ್ನು ಬೆಳೆಸಿಕೊಂಡಿರುವಂತೆ ತೋರುವ ಮತ್ತು ಅವರ ಸಾಹಸ ಪರಾಕ್ರಮಗಳ ಬಗ್ಗೆ "ಸಾಕ್ಷ್ಯ" ಕೇಳುವ ಉದ್ಧಟತನ ಹೊಂದಿರುವ ಈ ಕಾಲದಲ್ಲಿ, ಯಾರ ಬಲಿದಾನ ಮತ್ತು ದೂರಾಲೋಚನೆಯಿಲ್ಲದೆ ನಾವು ಏಕೀಕೃತ ದೇಶವಾಗಿರಲು ಸಾಧ್ಯವೇ ಇರಲಿಲ್ಲವೋ ಅಂಥ ದಿವಂಗತ ಚೇತನಗಳ ಐತಿಹ್ಯಗಳನ್ನು ನಾವು ನೆನಪಿಸಿಕೊಳ್ಳೋಣ; ಈ ದೇಶವನ್ನು ಸಿದ್ಧವಾದುದೆಂದು ನಾವು ಇಂದು ಭಾವಿಸಿಕೊಂಡುಬಿಟ್ಟಿದ್ದೇವೆ!

(ಸ್ಟಾರ್ ಆಫ್ ಮೈಸೂರ್, 28–05–2019, 29–05–2019 ಮತ್ತು 30–05–2019)

[ಆಕರಗಳು:

1. *ಎಲ್. ಶೇಷಗಿರಿ ರಾವ್: ಫೀಲ್ಡ್ ಮಾರ್ಷಲ್ ಕೆ.ಎಂ. ಕಾರಿಯಪ್ಪ, ಸಪ್ನ ದಿವ್ಯ ದರ್ಶನ ಮಾಲೆ;*
2. *ಏರ್ ಮಾರ್ಷಲ್ ಕೆ.ಸಿ. ಕಾರಿಯಪ್ಪ: ಫೀಲ್ಡ್ ಮಾರ್ಷಲ್ ಕೆ.ಎಂ. ಕಾರಿಯಪ್ಪ (2007);*
3. *ವೆಇಸ್ ಎಡೆಲ್ (2002) – ಫೀಲ್ಡ್ ಮಾರ್ಷಲ್ ಕೆ.ಎಂ. ಕಾರಿಯಪ್ಪ: ದಿ ಮ್ಯಾನ್ ಹೂ ಟಚ್ಡ್ ದಿ ಸ್ಕೈ;*
4. *ಐ.ಎಂ. ಮುತ್ತಣ್ಣ (1964): ಜನರಲ್ ಕಾರಿಯಪ್ಪ, ಉಷಾ ಪ್ರೆಸ್ ಮೈಸೂರು;*
5. *ಬಿ.ಕೆ. ಗಣೇಶ್: ಫೀಲ್ಡ್ ಮಾರ್ಷಲ್ ಕೆ.ಎಂ. ಕಾರಿಯಪ್ಪ (ವ್ಯಕ್ತಿ ಚಿತ್ರ ಮಾಲೆ).*

ಕರ್ನಾಟಕ ಪುರಾತತ್ವಶಾಸ್ತ್ರ ವರಿಷ್ಠ: ಡಾ॥ ಎಂ. ಎಚ್. ಕೃಷ್ಣ

Figure 33: ಡಾ॥ ಎಂ. ಎಚ್. ಕೃಷ್ಣ

ಮೈಸೂರು ಹಟ್ಟಿ ಕೃಷ್ಣ (ಅಯ್ಯಂಗಾರ್) ಅವರು ರಂಗ ಅಯ್ಯಂಗಾರ್ ಮತ್ತು ಲಕ್ಷ್ಮಮ್ಮ ದಂಪತಿಯ ಮಗನಾಗಿ 1892ರ ಆಗಸ್ಟ್ 19 ರಂದು ಮೈಸೂರಿನಲ್ಲಿ ಜನಿಸಿದರು. ಅವರ ತಂದೆಯವರು ಒಬ್ಬ ಸಂಸ್ಕೃತ ಪಂಡಿತರಾಗಿದ್ದರು ಹಾಗೂ ನಾಲ್ವಡಿ ಕೃಷ್ಣರಾಜ ವಡೆಯರ್ ಅವರು ಚಿಕ್ಕವರಾಗಿದ್ದಾಗ ಮಹಾರಾಜರಿಗೆ ಶಿಕ್ಷಕರೂ ಆಗಿದ್ದರು. ರಂಗ ಅಯ್ಯಂಗಾರ್ ಅವರು ಅರಮನೆಯಲ್ಲಿ ಭಂಡಾರದ ಮುಖ್ಯಸ್ಥರೂ ಆಗಿದ್ದರು. ನಂಜನಗೂಡಿನ ಬಳಿಯ ಕಳಲೆ ಎಂಬ ಗ್ರಾಮದಿಂದ ಬಂದ ಕುಟುಂಬ ಅವರದು. ಆ ದಂಪತಿಯ ಐದು ಜನ ಗಂಡುಮಕ್ಕಳಲ್ಲಿ ಎಂ. ಹೆಚ್. ಕೃಷ್ಣ ಎರಡನೆಯವರು.

ಕೃಷ್ಣ ಅವರು ಶಾಲಾಶಿಕ್ಷಣ ಪಡೆದುದು ಮೊದಲು ಜಯಾಚಾರ್ಯ ಪಾಠಶಾಲೆಯಲ್ಲಿ; ತದನಂತರ ವೆಸ್ಲಿಯನ್ ಮಿಷನ್ ಹೈಸ್ಕೂಲಿನಲ್ಲಿ – ಇಲ್ಲಿ ಅವರು ಮಾಸ್ತಿ ವೆಂಕಟೇಶ ಅಯ್ಯಂಗಾರ್ ಅವರ ಸಮಕಾಲೀನ. ಕೃಷ್ಣ ಅವರು 1911 ರಲ್ಲಿ ಬಿ.ಎ. ಪದವಿವ್ಯಾಸಂಗಕ್ಕಾಗಿ ಮಹಾರಾಜ ಕಾಲೇಜನ್ನು ಸೇರಿದರು. ಇಲ್ಲಿ ಕನ್ನಡದ ಪ್ರಸಿದ್ಧ ಬರಹಗಾರರಾದ ತಳುಕಿನ ವೆಂಕಣ್ಣಯ್ಯನವರು ಕೃಷ್ಣರ ಸಹಪಾಠಿಯಾಗಿದ್ದರು. ಬಿ.ಎ. ಪದವಿ ಪಡೆದ ತರುವಾಯ ಕೃಷ್ಣ ಅವರು ಮೈಸೂರು ರಾಜ್ಯದ ಶಿಕ್ಷಣ ಇಲಾಖೆಯಲ್ಲಿ ಶಿಕ್ಷಕರಾಗಿ ಕೆಲಸಮಾಡಿದರು. ಅವರನ್ನು 1916 ರಲ್ಲಿ ವಿಶ್ವವಿದ್ಯಾನಿಲಯದ ಇತಿಹಾಸ ವಿಭಾಗದಲ್ಲಿ ಉಪನ್ಯಾಸಕರನ್ನಾಗಿ ನೇಮಿಸಲಾಯಿತು. ಅವರು 1917 ರಲ್ಲಿ ಮದ್ರಾಸ್ ವಿಶ್ವವಿದ್ಯಾನಿಲಯದಿಂದ ಸ್ನಾತಕೋತ್ತರ ಪದವಿಯನ್ನು ಪಡೆದುಕೊಂಡರು. ಅವರನ್ನು 1919 ರಲ್ಲಿ ಲಂಡನ್ನಿನ ರಾಯಲ್ ಏಷ್ಯಾಟಿಕ್ ಸೊಸೈಟಿಯ ಸದಸ್ಯರನ್ನಾಗಿ ಮಾಡಲಾಯಿತು.

ಕೃಷ್ಣ ಅವರ ಕಾರ್ಯಶ್ರದ್ಧೆ ಮತ್ತು ಪರಿಶ್ರಮದ ದುಡಿಮೆಯಿಂದ ಕುಲಪತಿ ಬ್ರಜೇಂದ್ರನಾಥ ಸೀಲ್ ಮತ್ತು ಪ್ರೊ. ರಾಧಾ ಕುಮುದ ಮುಖರ್ಜಿಯವರು ಪ್ರಭಾವಿತರಾದರು. ಅವರು ಬೆಂಗಳೂರಿನ ಪುರಾತತ್ತ್ವ ಇಲಾಖೆಗೆ (ನಾಣ್ಯಶಾಸ್ತ್ರ) 1920 ರಿಂದ 1922 ರವರೆಗೆ, ಎರಡು ವರ್ಷಗಳ ಕಾಲದ ಅವಧಿಗೆ, ಕೃಷ್ಣ ಅವರನ್ನು ನಿಯೋಜಿಸಿದರು; ಈ ಅವಧಿಯಲ್ಲಿ ಇಲಾಖೆಯಲ್ಲಿ ಸೇರಿಹೋಗಿದ್ದ ಅಪಾರ ನಾಣ್ಯಸಂಗ್ರಹದ ವರ್ಗೀಕೃತ ಯಾದಿಯೊಂದನ್ನು ತಯಾರಿಸುವ ಜವಾಬ್ದಾರಿಯನ್ನು ಕೃಷ್ಣ ಅವರಿಗೆ ವಹಿಸಲಾಯಿತು. ಇಲ್ಲಿ ಅವರಿಗೆ ಆರ್. ನರಸಿಂಹಾಚಾರ್ಯ ಮತ್ತು "ಅಕ್ಷರ ಬ್ರಹ್ಮ" ಎಂದು ಕೂಡ ಪರಿಚಿತರಾದ ಖ್ಯಾತ ಶಾಸನ ತಜ್ಞ ಚಿಂಚೋಳಿ ವೆಂಕಣ್ಣಾಚಾರ್ಯರಿಂದ ಆಡಳಿತ ಕಲೆಯಲ್ಲಿ ಉತ್ತಮ ತರಬೇತಿ ದೊರೆಯಿತು.

Figure 34: ಮಹರಾಜಾ ಕಾಲೇಜು ಚಿತ್ರ: ಕುಳಿತಿರುವವರು (ಎಡದಿಂದ - ಬಲಕ್ಕೆ): ಸತ್ಯಗಿರಿನಾಥನ್, ವಿ. ರಾಘವೇಂದ್ರ ರಾವ್, ಎಸ್, ಶ್ರೀಕಂಠ ಶಾಸ್ತ್ರೀ, ನಾ ಕಸ್ತೂರಿ, ಎಮ್. ಎಚ್. ಕೃಷ್ಣ, ಜಯಚಾಮರಾಜೇಂದ್ರ ಒಡೆಯರ್, ಪ್ರಾಂಶುಪಾಲರು ಜೆ. ಸಿ. ರೋಲೋ, ಸಿ. ಎಸ್. ಶೇಷಾದ್ರಿ, ಎಚ್. ಮುದ್ದುರಾಜೇ ಅರಸ್, ಎ. ಶಾರದಮ್ಮ, ವೈ. ವೆಂಕಮ್ಮ.

ಕೃಷ್ಣ ಅವರನ್ನು 1924 ರಲ್ಲಿ ಇನ್ನೂ ಹೆಚ್ಚಿನ ವ್ಯಾಸಂಗಕ್ಕಾಗಿ ಲಂಡನ್ನಿನ ಯೂನಿವರ್ಸಿಟಿ ಕಾಲೇಜಿಗೆ ಪ್ರಾಯೋಜಿಸಿ ಕಳುಹಿಸಿಕೊಡಲಾಯಿತು. ಅಲ್ಲಿ ಪ್ರಸಿದ್ಧ ಬ್ರಿಟಿಷ್ ಪುರಾತತ್ತ್ವಜ್ಞರಾದ ಅರ್ನೆಸ್ಟ್ ಆರ್ಥರ್ ಗಾರ್ಡನರ್ ಕೃಷ್ಣ ಅವರಿಗೆ

ಮಾರ್ಗದರ್ಶಕರಾಗಿದ್ದರು. ಕೃಷ್ಣ ಅವರು ಅಲ್ಲಿದ್ದಾಗ "ಶಾಸನಶಾಸ್ತ್ರ", "ಶಿಲ್ಪಗಳ ಅಧ್ಯಯನ", "ವಾಸ್ತುಕಲೆ", "ನಾಣ್ಯಶಾಸ್ತ್ರ"ಗಳನ್ನು ಕುರಿತು ವ್ಯಾಪಕವಾಗಿ ಅಧ್ಯಯನ ಮಾಡಿದರು. ಹಾಗೆಯೇ ಉತ್ಖನನಗಳ ಹಿಂದಿರುವ ವೈಜ್ಞಾನಿಕ ವಿಧಾನವನ್ನು ಕರಗತ ಮಾಡಿಕೊಂಡರು. ಗಾರ್ಡನರ್ ಅವರಲ್ಲದೆ, ಎಲ್.ಡಿ. ಬಾರ್ನೆಟ್, ಸರ್ ಫ್ಲಿಂಡರ್ಸ್ ಪೆಟ್ರಿ, ಸೆಲಿಗ್‌ಮನ್ ಮತ್ತು ಎಡ್ವರ್ಡ್ ವೆಸ್ಟರ್‌ಮಾರ್ಕ್ ಇವರೆಲ್ಲರ ಉತ್ತಮ ಆಶ್ರಯವೂ ಲಭಿಸಿತ್ತು. ಕೃಷ್ಣ ಅವರು ಈಜಿಪ್ಟಿನ ಉತ್ಖನನಗಳಲ್ಲಿ ಫ್ಲಿಂಡರ್ಸ್ ಪೆಟ್ರಿ ಅವರ ಜೊತೆಗೂಡಿ ಕೆಲಸಮಾಡಿದರು. ಯೂರೋಪಿನಲ್ಲಿ ತಮಗೆ ದೊರೆತ ಸಮಯವನ್ನು ಕೃಷ್ಣ ಅವರು ಬ್ರಿಟಿಷ್ ಮ್ಯೂಸಿಯಂ, ಆಕ್ಸ್‌ಫರ್ಡಿನ ಆಷ್ಮೊಲೀನ್ ಮ್ಯೂಸಿಯಂ, ಕೇಂಬ್ರಿಜ್‌ನ ಫಿಟ್ಜ್ ವಿಲಿಯಂ ಕಲೆಕ್ಷನ್, ಪ್ಯಾರಿಸ್ಸಿನ ನ್ಯಾಷನಲ್ ಮ್ಯೂಸಿಯಂ ಹಾಗೂ ಬರ್ಲಿನ್ನಿನ ಕೈಸರ್ ಫ್ರೆಡೆರಿಕ್ ಮ್ಯೂಸಿಯಂ – ಇವುಗಳಿಗೆ ಭೇಟಿ ನೀಡಿ ದಕ್ಷಿಣ ಭಾರತಕ್ಕೆ ಸಂಬಂಧಿಸಿದವುಗಳನ್ನು ಕುರಿತು ಅಧ್ಯಯನಮಾಡುವುದರಲ್ಲಿ ವಿನಿಯೋಗಿಸಿದರು. ಇದೇ ಕಾಲದಲ್ಲಿ ಅವರು "ರಾಯಲ್ ಇನ್ ಸ್ಟಿಟ್ಯೂಟಿಗೆ" "ಡೆಕ್ಕನ್ ನ್ಯುಮಿಸ್‌ಮ್ಯಾಟಿಕ್ಸ್" ಎಂಬ ತಮ್ಮ ಸಂಶೋಧನೆಯ ಮಹಾಪ್ರಬಂಧವನ್ನು ಒಪ್ಪಿಸಿದರು. ಅವರನ್ನು 1921 ರಲ್ಲಿ "ರಾಯಲ್ ನ್ಯುಮಿಸ್‌ಮ್ಯಾಟಿಕ್ಸ್ ಸೊಸೈಟಿ"ಯ ಮತ್ತು 1925 ರಲ್ಲಿ "ರಾಯಲ್ ಆ್ಯಂತ್ರೊಪೊಲಾಜಿಕಲ್ ಇನ್‌ಸ್ಟಿಟ್ಯೂಟ್"ನ ಫೆಲೋವನ್ನಾಗಿ ಮಾಡಲಾಯಿತು. ಲಂಡನ್ ಯೂನಿವರ್ಸಿಟಿಯು 1926 ರಲ್ಲಿ ಅವರಿಗೆ ಡಾಕ್ಟರೇಟ್ ಆಫ್ ಲಿಟರೇಚರ್ ಪದವಿಯನ್ನು (ಡಿ. ಲಿಟ್) ಪ್ರದಾನ ಮಾಡಿತು.

ಕೃಷ್ಣ ಅವರು 1926ರ ಕೊನೆಯಲ್ಲಿ ಮೈಸೂರಿಗೆ ಮರಳಿಬಂದರು. ವಿಶ್ವವಿದ್ಯಾನಿಲಯದಲ್ಲಿನ ತಮ್ಮ ಹುದ್ದೆಯ ಜೊತೆಗೆ ಅವರು 1944 ರವರೆಗೆ ಪುರಾತತ್ತ್ವ ವಿಭಾಗದಲ್ಲಿ ಹೆಚ್ಚುವರಿ ಹುದ್ದೆಯನ್ನೂ ವಹಿಸಿಕೊಂಡಿದ್ದರು. ಅವರು 1944 ರಿಂದ ಮುಂದೆ ಪುರಾತತ್ತ್ವ ಇಲಾಖೆಯ ಪೂರ್ಣಾವಧಿ ನಿರ್ದೇಶಕರಾದರು. ಅವರು ಮೈಸೂರು ವಿಶ್ವವಿದ್ಯಾನಿಲಯದ ಇತಿಹಾಸ ವಿಭಾಗದ ಮುಖ್ಯಸ್ಥರಾದದ್ದು 1932 ರಲ್ಲಿ. ಮಾರನೆಯ ವರ್ಷ ಅವರನ್ನು ವಿಶ್ವವಿದ್ಯಾನಿಲಯದ ಸೆನೇಟಿನ ಸದಸ್ಯರನ್ನಾಗಿ ಮಾಡಲಾಯಿತು. ಅವರನ್ನು 1939 ರಲ್ಲಿ ಕಲಾ ನಿಕಾಯದ ಡೀನ್ ಆಗಿ ನೇಮಕ ಮಾಡಲಾಯಿತು.

Figure 35: ಮಹರಾಜಾ ಕಾಲೇಜು ಚಿತ್ರ: ನಿಂತಿರುವರು (ಎಡದಿಂದ - ಬಲಕ್ಕೆ): ವಾಸುದೇವರಾವ್, ಡಿ. ಎಲ್. ನರಸಿಂಹಾಚಾರ್, ನಾರಾಯಣ ಮೂರ್ತಿ, ತಿ. ನಮ. ಶ್ರೀ, ನಾರಾಯಣ ಶರ್ಮ, ರಾಜಶೇಖರಯ್ಯ, ಜಿ. ವೆಂಕಟಸುಬ್ಬಯ್ಯ.
ಕುರ್ಚಿಯ ಮೇಲೆ ಕುಳಿತಿರುವರು: ಸಿ. ಆರ್. ನರಸಿಂಹ ಶಾಸ್ತ್ರೀ, ಎಮ್. ಆರ್. ವರದಾಚಾರ್, ಡಿ. ಶ್ರೀನಿವಾಸಾಚಾರ್, ಟಿ. ಸಿ. ವೆಂಕಣ್ಣಯ್ಯ, ಬಿ. ಎಂ. ಶ್ರೀಕಂಠಯ್ಯ, ಎಮ್. ಎಚ್. ಕೃಷ್ಣ, ಎಸ್. ಶ್ರೀಕಂಠ ಶಾಸ್ತ್ರೀ, ರಾಳಪಲ್ಲಿ ಅನಂತ ಕೃಷ್ಣ ಶರ್ಮಾ

ವಿಶ್ವವಿದ್ಯಾನಿಲಯದ ವಿವಿಧ ಕೋರ್ಸುಗಳಿಗೆ, ಸಿವಿಲ್ ಸರ್ವೀಸ್ ಪರೀಕ್ಷೆಗಳಿಗೆ, ಅಲಹಾಬಾದ್ ಮತ್ತು ಬೊಂಬಾಯಿ ವಿಶ್ವವಿದ್ಯಾನಿಲಯಗಳಗೆ ಒಬ್ಬ ಪರೀಕ್ಷಕರಾಗಿ ಕೆಲಸಮಾಡಿದ ಕೃಷ್ಣ ಅವರ ಆಶ್ರಯದಡಿಯಲ್ಲಿ ಹಲವು ಭಾವೀ ವಿದ್ವಾಂಸರು ಪೋಷಿತರಾದರು. ಅವರ ವಿದ್ಯಾರ್ಥಿಗಳಲ್ಲಿ ಎಸ್. ಶ್ರೀಕಂಠ ಶಾಸ್ತ್ರೀ, ಜಯಚಾಮರಾಜೇಂದ್ರ ವಡೆಯರ್, ದಿನಕರ ದೇಸಾಯಿ, ಎಂ.ಎನ್. ಶ್ರೀನಿವಾಸ, ಎಸ್.ಆರ್. ರಾವ್, ಬಿ. ಷೇಕ್ ಅಲಿ, ಎ.ವಿ. ವೆಂಕಟರತ್ನಂ, ಡಿ. ಜವರೇಗೌಡ, ಜಿ. ವೆಂಕಟಸುಬ್ಬಯ್ಯ, ಎಸ್.ವಿ. ಪರಮೇಶ್ವರ ಭಟ್ಟ ಮತ್ತು ಚದುರಂಗ ಸೇರಿದ್ದಾರೆ.

ಮೈಸೂರು ಸರ್ಕಾರೀ ಪುರಾತತ್ತ್ವ ಇಲಾಖೆಯು 1885 ರಲ್ಲಿ ಜನ್ಮ ತಳೆಯಿತು; ಪ್ರವರ್ತಕರಾದ ಬೆಂಜಮಿನ್ ಲೂಯಿ ರೈಸ್, ಆರ್. ನರಸಿಂಹಾಚಾರ್ಯ ಮತ್ತು ಆರ್. ಶಾಮಶಾಸ್ತ್ರಿಗಳಂಥವರು ಅದಕ್ಕೆ ಅಡಿಪಾಯವನ್ನು ಹಾಕಿದರು. ರೈಸ್ ಅವರು 9000 ಶಾಸನಗಳನ್ನು ಪತ್ತೆ ಮಾಡುವುದರಲ್ಲಿ ನಿಮಿತ್ತವಾದರು! ಅನಂತರ ಅವರು ಈ

ಶಾಸನಗಳನ್ನು "ಎಪಿಗ್ರಾಫಿಯಾ ಕರ್ಣಾಟಿಕಾ" ಸರಣಿ ಸಂಪುಟಗಳಲ್ಲಿ ದಾಖಲಿಸಿ ನೀಡಿರುವರು.

Figure 36: ಸರ್ ವಿಲಿಯಂ ಮಾತಿಯು ಫ್ಲಾಂಡರ್ಸ್ ಪೆಟ್ರಿ

ರೈಸ್ ಅವರ ಉತ್ತರಾಧಿಕಾರಿಯಾದ ಆರ. ನರಸಿಂಹಾಚಾರ್ಯರು 5000 ಶಾಸನಗಳನ್ನು ಕಂಡುಹಿಡಿದರು. ಆರ್. ಶಾಮಶಾಸ್ತ್ರಿಯವರು ಸುಮಾರು 1000 ಮತ್ತು ಎಂ.ಹೆಚ್. ಕೃಷ್ಣ ಅವರು ಮತ್ತೆ 2000 ಶಾಸನಗಳನ್ನು ಪ್ರಕಟಿಸಿದರು. ಭಾರತದಲ್ಲಿ ನಡೆದ ಉತ್ಖನನಗಳಲ್ಲಿ "ಸ್ತರಶಾಸ್ತ್ರ"ವನ್ನು (ಸ್ಟ್ರ್ಯಾಟಿಗ್ರಫಿ) ಅನ್ವಯಿಸಿದವರಲ್ಲಿ ಕೃಷ್ಣ ಅವರೇ ಮೊದಲಿಗರು. ಚಂದ್ರವಳ್ಳಿಯಲ್ಲಿ ಉತ್ಖನನ ಮಾಡಿ ಅವರು ಸಾಮ್ರಾಟ ಅಗಸ್ಟಸ್‌ನ ಕಾಲದಿಂದ ರೋಮನ್ ಕಾಲಕ್ಕೆ ಸೇರಿದ ನಾಣ್ಯಗಳನ್ನು, ಸುಂದರ ವಿನ್ಯಾಸಗಳಿಂದ ಕೂಡಿದ ಮಣ್ಣಿನ ಪಾತ್ರೆಗಳನ್ನು ಮತ್ತು ಇತರ ವಸ್ತುಗಳನ್ನು ಹೊರತೆಗೆದರು. ಆದರೆ ಅವರ ಇಲ್ಲಿನ ಉತ್ಖನನವನ್ನು ಹೆಚ್ಚು ನೆನಪಿಸಿಕೊಳ್ಳುವುದೇಕೆಂದರೆ ಅವರು (ಬ್ರಹ್ಮಗಿರಿ ಸಮೀಪ) "ಇಸಿಲ" ಪಟ್ಟಣವನ್ನು ಯಶಸ್ವಿಯಾಗಿ ಗುರುತಿಸಿರುವುದು. ಮುಂದೆ 1946 ರಲ್ಲಿ ಮಾರ್ಟಿಮರ್ ವೀಲರ್ ಅವರು ಇಲ್ಲಿ ಉತ್ಖನನ ಕಾರ್ಯಗಳನ್ನು ನಡೆಸುವಂತೆ ಆದದ್ದು ಕೃಷ್ಣ ಅವರ ಪ್ರಭಾವದಿಂದ.

ಕೃಷ್ಣ ಅವರು ಐದು ಬೇರೆ ಬೇರೆ ಸಾಂಸ್ಕೃತಿಕ ಸ್ತರಗಳನ್ನು ಗುರುತಿಸಿದರು; ಅವೆಂದರೆ, ಸೂಕ್ಷ್ಮಶಿಲಾಯುಗ, ನವಶಿಲಾಯುಗ, ಕಬ್ಬಿಣ ಯುಗ, ಮೌರ್ಯಕಾಲೀನ ಮತ್ತು ಚಾಲುಕ್ಯ–ಹೊಯ್ಸಳ ಸ್ತರಗಳು. ಮೊದಲನೆಯದನ್ನು ಅವರು (ಸೂಕ್ಷ್ಮಶಿಲಾಯುಗ) "ರೊಪ್ಪ ಸಂಸ್ಕೃತಿ" ಎಂದು ಕರೆದರು; ಏಕೆಂದರೆ ಅದು ಕಂಡುಬಂದದ್ದು ಆ ಹೆಸರಿನ ಗ್ರಾಮದ ಪರಿಸರದಲ್ಲಿ. ಅತ್ಯಂತ ಪ್ರಾಚೀನವಾದ ಕನ್ನಡ ಶಾಸನವನ್ನು – ಹಲ್ಮಿಡಿ ಶಾಸನ – ಕಂಡುಹಿಡಿದುದಕ್ಕಾಗಿ ಅವರನ್ನು ಹೆಚ್ಚು ನೆನಪಿಸಿಕೊಳ್ಳಲಾಗುತ್ತದೆ. ಶಿವಾಜಿಯ ತಂದೆಯ (ಷಹಜಿ) ಸಮಾಧಿ ಸ್ಥಳವನ್ನು ಕೂಡ ಅವರು ಗುರುತಿಸಿದರು.

ಕೃಷ್ಣ ಅವರು "ಮಾನ್ಯುಮೆಂಟಾ ಕರ್ನಾಟಕಾ" ಮತ್ತು "ಹೊಯ್ಸಳ ವಾಸ್ತುಶಿಲ್ಪ" ಎಂಬ ಕರತಿಗಳನ್ನು ಬರೆದರು. ಆದರೆ ಅವೆರಡೂ ಕೃತಿಗಳು ಪ್ರಕಟವಾಗದೆ ಉಳಿದುದು ವಿಷಾದದ ಸಂಗತಿ. "ಎಪಿಗ್ರಾಫಿಯಾ ಕರ್ಣಾಟಿಕಾ" ಮಾಲೆಯ 13 (ಪೂರ್ವಾರ್ಧ), 14 ಮತ್ತು 15ನೆಯ ಸಂಪುಟಗಳನ್ನು ಹೊರತರುವಲ್ಲಿ ಅವರು ನಿಮಿತ್ತವಾದರು. 1929 ರಿಂದ 1946 ರ ನಡುವೆ ಅವರ ಆಶ್ರಯದಡಿ ಪುರಾತತ್ತ್ವ ಇಲಾಖೆಯ ಅನೇಕ ವಾರ್ಷಿಕ ವರದಿಗಳು ಹೊರಬಂದವು.

ಕೃಷ್ಣ ಅವರು ಅನೇಕ ಸಂಘಸಂಸ್ಥೆಗಳ ಸದಸ್ಯರಾಗಿದ್ದರು. ಅವುಗಳಲ್ಲಿ ಕೆಲವನ್ನು ಹೆಸರಿಸುವುದಾದರೆ, ಮಹಾರಾಜ ಕಾಲೇಜಿನ ಕರ್ನಾಟಕ ಸಂಘ, ಕನ್ನಡ ಸಾಹಿತ್ಯ ಪರಿಷತ್, ರಾಯಲ್ ಏಷ್ಯಾಟಿಕ್ ಸೊಸೈಟಿ, ರಾಯಲ್ ನ್ಯುಮಿಸ್‌ಮ್ಯಾಟಿಕ್ ಸೊಸೈಟಿ ಮತ್ತು ಲಂಡನ್ನಿನ ರಾಯಲ್ ಆ್ಯಂತ್ರೊಪೊಲಾಜಿಕಲ್ ಸೊಸೈಟಿ.

ರಾಷ್ಟ್ರೀಯ ಮಟ್ಟದ ಹಲವು ಸಮ್ಮೇಳನ ಮತ್ತು ವಿಚಾರ ಸಂಕಿರಣಗಳಲ್ಲಿ ಅಧ್ಯಕ್ಷತೆ ವಹಿಸಲು ಅವರನ್ನು ಆಹ್ವಾನಿಸಲಾಯಿತು. 1929 ರಲ್ಲಿ ಅವರು ಬೆಳಗಾವಿಯಲ್ಲಿ ನಡೆದ "ಕರ್ನಾಟಕ ಹಿಸ್ಟಾರಿಕಲ್ ಕಾಂಗ್ರೆಸ್"ನಲ್ಲಿ, 1937 ರಲ್ಲಿ ತಿರುವನಂತಪುರದಲ್ಲಿ ನಡೆದ ಅಖಿಲ ಭಾರತ ಪ್ರಾಚ್ಯವಿದ್ಯಾ ಸಮ್ಮೇಳನದಲ್ಲಿ (ಪುರಾತತ್ತ್ವ ಗೋಷ್ಠಿಯ ಅಧ್ಯಕ್ಷ ಸ್ಥಾನ), 1941 ರಲ್ಲಿ ಹೈದರಾಬಾದಿನಲ್ಲಿ ಸೇರಿದ "ಇಂಡಿಯನ್ ಹಿಸ್ಟರಿ ಕಾಂಗ್ರೆಸ್"ನಲ್ಲಿ (ಪ್ರಾಚೀನ ಭಾರತ, ಅಧ್ಯಕ್ಷ ಸ್ಥಾನ) ಹಾಗೂ 1942 ರಲ್ಲಿ ಬರೋಡದಲ್ಲಿ ನಡೆದ ಇಂಡಿಯನ್ ಸೈನ್ಸ್ ಕಾಂಗ್ರೆಸ್ (ಮಾನವಿಕ, ಅಧ್ಯಕ್ಷಸ್ಥಾನ) – ಇವುಗಳಲ್ಲಿ ಅವರು ಅಧ್ಯಕ್ಷತೆ ವಹಿಸಿದ್ದರು. ಯಾವುದೇ ಒಬ್ಬ ವ್ಯಕ್ತಿಗೆ ಅಪರೂಪವಾದ ಸಾಧನೆ!

ಕೃಷ್ಣ ಅವರು 1924 ರಲ್ಲಿ ರಾಜಮ್ಮ ಎಂಬಾಕೆಯನ್ನು ಮದುವೆಯಾದರು. ಆಕೆ ಒಂದು ಗಂಡು ಮತ್ತು ಒಂದು ಹೆಣ್ಣು ಮಕ್ಕಳಿಗೆ ಜನ್ಮ ನೀಡಿ ಮರಣಹೊಂದಿದರು. 1933 ರಲ್ಲಿ ಕೃಷ್ಣ ಅವರು ಜಯಮ್ಮ ಎಂಬಾಕೆಯನ್ನು ಮದುವೆಯಾದರು. ಈ ದಂಪತಿಗೆ ನಾಲ್ವರು ಮಕ್ಕಳು. ಕೃಷ್ಣ ಅವರು ರಾಮಕೃಷ್ಣಾಶ್ರಮದ ನಿಷ್ಠ ಅನುಯಾಯಿಯಾಗಿದ್ದರು. ಕುಸ್ತಿ ಕಲೆಯಲ್ಲಿ ಸಹ ಅವರಿಗೆ ತುಂಬ ಆಸಕ್ತಿ ಮತ್ತು ಅವರು ಅದರಲ್ಲಿ ಕುಶಲರಾಗಿದ್ದರು. ವಾಸ್ತವವಾಗಿ, ಅವರು ಸುಮಾರು ಒಂದು ದಶಕ ಕಾಲ ಮಹಾರಾಜ ಕಾಲೇಜಿನ ವ್ಯಾಯಾಮ ಶಾಲೆಯ ಸಂಯೋಜಕರಾಗಿದ್ದರು.

ಕೃಷ್ಣ ಅವರು ತಮ್ಮ ಸರಳತೆ ಮತ್ತು ನಮ್ರತೆಗೆ ಪ್ರಸಿದ್ಧರಾಗಿದ್ದರು. ಅವರ ಸಮಾನಸ್ಕಂಧರು ಮತ್ತು ವಿದ್ಯಾರ್ಥಿಗಳು ಅವರನ್ನು "ಪಂಚೆ-ಪ್ರೊಫೆಸರ್" ಎಂದು ನೆನಪಿಸಿಕೊಳ್ಳುತ್ತಿದ್ದರು! ಒಂದಾದ ಮೇಲೆ ಇನ್ನೊಂದರಂತೆ ಸತತವಾಗಿ ಶೈಕ್ಷಣಿಕ ಕೆಲಸವನ್ನು ಮಾಡುತ್ತ ದಿನಕ್ಕೆ ಹದಿನಾಲ್ಕು ಗಂಟೆಗಳ ಕಾಲ ಅವರು ದುಡಿಯುತ್ತಿದ್ದರು. ಅವರ ಸತತ ದುಡಿಮೆಯಿಂದಾಗಿ ಅವರು ತಮ್ಮ 55ನೆಯ ವಯಸ್ಸಿನಲ್ಲಿ, 1947ರ ಡಿಸೆಂಬರ್ 23 ರಂದು ಹೃದಯಾಘಾತದಿಂದ ಮರಣಹೊಂದಿದರು. ಭಾರತದಲ್ಲಿ ಪುರಾತತ್ತ್ವ ಬೆಳವಣಿಗೆಯಲ್ಲಿ ಅಲೆಕ್ಸಾಂಡರ್ ಕನಿಂಗ್‌ಹ್ಯಾಮ್ ಮತ್ತಿತರರು ಮೊದಲಿಗರಾಗಿ ಕೆಲಸಮಾಡಿದರೂ ಅವರು ಹಚ್ಚಿದ ಜ್ಯೋತಿಯನ್ನು ಕೊಂಡೊಯ್ದು ಮತ್ತು ದೈತ್ಯ ಹೆಜ್ಜೆಗಳನ್ನು ಹಾಕಿದ ಭಾರತೀಯ ಪುರಾತತ್ತ್ವಜ್ಞರಲ್ಲಿ ಕೃಷ್ಣ ಅವರು ಅಗ್ರಗಣ್ಯರು. ಅವರು ನಿಸ್ಸಂಶಯವಾಗಿ ಹಳೆಯ ಮೈಸೂರು ರಾಜ್ಯದಲ್ಲಿ ನಿಜವಾದ ಪುರಾತತ್ತ್ವೀಯ ಕ್ಷೇತ್ರಕಾರ್ಯಕ್ಕೆ ಅಡಿಪಾಯ ಹಾಕಿದ ಪೂರ್ವಸೂರಿಗಳಲ್ಲೊಬ್ಬರು; ಇಂದಿನ ಕರ್ನಾಟಕದಲ್ಲಿ ಸಮೃದ್ಧವಾಗಿರುವ ಶಾಸನಗಳ, ನಾಣ್ಯಗಳ ಮತ್ತು ನೆಲದೊಳಗೆ ಸೇರಿಹೋದ ನಗರಗಳ ನಿರಂತರ ಅನ್ವೇಷಣೆಗಳಲ್ಲಿ ಕೃಷ್ಣ ಅವರ ಕಾಣಿಕೆ ಸಹ ಸಾಕ್ಷಿದೆ.

(ಸ್ಟಾರ್ ಆಫ್ ಮೈಸೂರ್, 18-09-2018)

[ಆಕರಗಳು ಮತ್ತು ಕೃತಜ್ಞತೆಗಳು:

1. *ಕೆ.ಜಿ. ನಾಗರಾಜನ್: "ಡಾ. ಎಂ.ಹೆಚ್. ಕೃಷ್ಣ- ಎ ಬಯಾಗ್ರಫಿ";*
2. *"ನ್ಯುಮಿಸ್‌ಮ್ಯಾಟಿಕ್ ಡೈಜೆಸ್ಟ್" (1983, 1998);*
3. *"ಪ್ರೊಸೀಡಿಂಗ್ಸ್ ಆಫ್ ದಿ ಇಂಡಿಯನ್ ಹಿಸ್ಟರಿ ಕಾಂಗ್ರೆಸ್";*
4. *ಸೂರ್ಯನಾಥ ಕಾಮತ್: "ಹಿಸ್ಟರಿಯೋಗ್ರಫಿ ಆಫ್ ಕರ್ನಾಟಕ-ಸೆಮಿನಾರ್ ಪೇಪರ್ಸ್" (1991);*
5. *ಕ್ಯಾಟಲಾಗ್ ರೆಕಾರ್ಡ್ಸ್ ಆಫ್ ಬೊಡ್ಲಿಯನ್ ಲೈಬ್ರರಿ- ಆಕ್ಸ್‌ಫರ್ಡ್; ಕೇಂಬ್ರಿಜ್ ಯೂನಿವರ್ಸಿಟಿ ಲೈಬ್ರರಿ - ಕೇಂಬ್ರಿಜ್ ಅಂಡ್ ಲೈಬ್ರರಿ ಆಫ್ ಕಾಂಗ್ರೆಸ್, ವಾಷಿಂಗ್‌ಟನ್ ಡಿ.ಸಿ.; ಮಿಥಿಕ್ ಸೊಸೈಟಿ, ಬೆಂಗಳೂರು.]*

ಮೈಸೂರಿನ ಪಿಟೀಲು ಕಲಾವಿದ: ತಿರುಮಕೂಡಲು ಚೌಡಯ್ಯ

ರಾಮಕೃಷ್ಣ ಪರಮಹಂಸರಿಗೆ ವಿವೇಕಾನಂದರು ಹೇಗೋ
ಅವರ ಗುರುಗಳಿಗೆ ಚೌಡಯ್ಯನವರು ಹಾಗೆ.
–ಶೆಮ್ಮಂಗುಡಿ ಶ್ರೀನಿವಾಸ ಅಯ್ಯರ್

Figure 37: ತಿರುಮಕೂಡಲು ಚೌಡಯ್ಯ

ಅದು 1903 ನೆಯ ಇಸವಿ. ಕಪಿಲಾನದಿಯ ತೀರದಲ್ಲಿ ಒಂಬತ್ತು ವರ್ಷದ ಹುಡುಗನೊಬ್ಬ ದಿನವೂ ಬರುತ್ತಿದ್ದ ದೋಣಿಗಾಗಿ ಕಾಯುತ್ತ ನಿಂತಿದ್ದ; ಆತನ ಮುಖದ ಮೇಲೊಂದು ನಿರೀಕ್ಷೆ–ಆತಂಕದ ಭಾವ. ಆತ ಓದುತ್ತಿದ್ದ ಶಾಲೆ ನದಿಯ ಇನ್ನೊಂದು ದಡದ ಮೇಲಿದ್ದುದು. ಅಲ್ಲಿ ಸಾಗುತ್ತಿದ್ದ ವಿದ್ಯಾಕಾಂತ ಆಚಾರ್ಯ ಎಂಬ (ಸೋಸಲೆ ಮಠದ) ವಿದ್ವಾಂಸರೊಬ್ಬರು ಆ ಬಾಲಕನ ಮುಖಭಾವದಿಂದ ಕುತೂಹಲಗೊಂಡು ಅವನು ಹಾಗಿರಲು ಕಾರಣವೇನೆಂದು ವಿಚಾರಿಸಿದರು. ಅಮರ ಮತ್ತು ರಘುವಂಶ ಗಳನ್ನು ಓದಿದ ಮೇಲೆ ಆತನಿಗೆ ಸಂಸ್ಕೃತ ಪಾಠಶಾಲೆಯಲ್ಲಿ ಮುಂದೇನೂ ಕಲಿಯಲು ಒಲವು ಇರಲಿಲ್ಲವೆಂದು ಅವರಿಗೆ ತಿಳಿಯಿತು! ಹಾಗೆಯೇ ಆ ಬಾಲಕನಿಗೆ ಪ್ರಿಯವಾದ ತೀವ್ರಾಸಕ್ತಿ ಇದ್ದುದು ಒಂದೇ ಒಂದು ವಿಷಯದಲ್ಲಿ, ಅದು ಸಂಗೀತ! ಈ ಸಂಗತಿ ಸಹ ಅವರಿಗೆ ಗೊತ್ತಾಯಿತು. ಆ ಘನ ವಿದ್ವಾಂಸರು ಬಾಲಕನ ಹಸ್ತರೇಖೆಗಳನ್ನು ಗಮನಿಸಿ ಕೂಡಲೇ ಅವನನ್ನು ಕರೆದುಕೊಂಡು ಅವನ ಮನೆಗೆ ಹೋದರು; ಆತನನ್ನು ಸಾಮಾನ್ಯ ಶಾಲೆಗೆ ಹೋಗುವಂತೆ

ಒತ್ತಾಯಿಸದಂತೆ, ಅದರ ಬದಲಾಗಿ ಸಂಗೀತವನ್ನು ಮುಂದುವರಿಸಲು ಅವಕಾಶ ಮಾಡಿಕೊಡುವಂತೆ ಅವನ ತಂದೆತಾಯಿಗಳನ್ನು ಒಪ್ಪಿಸಿದರು. ಈ ಬಾಲಕನೇ ಮುಂದೆ ಮೈಸೂರಿನ ಪಿಟೀಲುವಾದನದ ಘನ ವಿದ್ವಾಂಸರಾದ ಪಿಟೀಲು ಚೌಡಯ್ಯ ಎಂದು ಸುಪರಿಚಿತರಾದರು.

ಮೈಸೂರಿನಿಂದ ಹದಿನೆಂಟು ಮೈಲು ದೂರದಲ್ಲಿರುವ್ ತಿರುಮಕೂಡಲಿನಲ್ಲಿ ಅಗಸ್ತ್ಯ ಗೌಡ ಮತ್ತು ಸುಂದರಮ್ಮನವರ ಮಗನಾಗಿ ಚೌಡಯ್ಯನವರು 1894ರ ಜನವರಿ 1ರಂದು ಜನಿಸಿದರು. ಕಾವೇರಿ ಮತ್ತು ಕಪಿಲಾ ನದಿಗಳ ಸಂಗಮ ಕ್ಷೇತ್ರವಾದ ತಿರುಮಕೂಡಲು ಸಮೃದ್ಧವಾದ ಹಚ್ಚಹಸುರಿನಿಂದ ಕಂಗೊಳಿಸುತ್ತಿದ್ದು ನಿಜವಾಗಿ ಆನಂದದಾಯಕವಾದ ಪರಿಸರದಿಂದ ಕೂಡಿತ್ತು. ಇಲ್ಲಿನ ಪುರಾತನವಾದ ಅಗಸ್ತ್ಯೇಶ್ವರ ದೇವಾಲಯದ ಉಲ್ಲೇಖ ವಿವಿಧ ಪುರಾಣಗಳಲ್ಲಿ ಕಂಡುಬರುವುದು. ದೇವಾಲಯದ ಮುಂದೆ ನಿಂತಿರುವ ಬೃಹತ್ ಅರಳಿ ಮರವನ್ನು "ಬ್ರಹ್ಮ-ಅಶ್ವತ್ಥ" ಎಂದು ಕರೆಯಲಾಗಿದೆ. ಕಾವೇರಿ ನದಿಯ ದಂಡೆಯ ಮೇಲೆ ಸೋಸಲೆ ಮಠವಿದೆ. ಕಪಿಲಾ ನದಿಯ ತೀರದಲ್ಲಿ ತಿರುಮಕೂಡಲು ನರಸೀಪುರ ಪಟ್ಟಣವಿದೆ. ಪಿಟೀಲು ವಿದ್ವಾಂಸ ಚೌಡಯ್ಯನವರಿಗೆ ಅವರ ಬಾಲ್ಯಕಾಲದಲ್ಲಿ ದೊರೆತಿದ್ದ ಪರಿಸರವಿದು.

Figure 38: ಪಿಟೀಲು ಚೌಡಯ್ಯ ಮತ್ತು ಎಮ್. ಎಸ್. ಸುಬ್ಬುಲಕ್ಷ್ಮಿ

ವಿದ್ಯಾಕಾಂತ ಆಚಾರ್ಯರ ಮಾತಿನಿಂದ ಮನವೊಪ್ಪಿದ ಟಿ. ಚೌಡಯ್ಯನವರ
ತಾಯಿಯವರು ಆಚಾರ್ಯರ ಮಲಸೋದರರಾದ ಪಕ್ಕಣ್ಣನವರಲ್ಲಿಗೆ ಪಿಟೀಲು ಕಲಿಯಲು
ಕಳುಹಿಸಿಕೊಟ್ಟರು. ಆದರೆ ಅದೇಕೋ ಸರಿಹೋಗಲೇ ಇಲ್ಲ; ಪಕ್ಕಣ್ಣನವರಿಂದ ಚೌಡಯ್ಯ
ಏನನ್ನೂ ಕಲಿಯಬಯಸಲಿಲ್ಲ! ತಳಮಳ ಗೊಂಡ ಸುಂದರಮ್ಮನವರು ಸಹಾಯಕ್ಕಾಗಿ
ತಮ್ಮ ಸಹೋದರನತ್ತ ತಿರುಗಿದರು. ಅವರು ಚೌಡಯ್ಯನನ್ನು ಮೈಸೂರಿಗೆ ಕರೆತರಲು
ನಿರ್ಧರಿಸಿದರು; ಸಂಗೀತದಲ್ಲಿ ಹೆಚ್ಚಿನ ತರಬೇತಿಗಾಗಿ 1910 ರಲ್ಲಿ ಬಿಡಾರಂ ಕೃಷ್ಣಪ್ಪನವರ
ವಶಕ್ಕೆ ಆ ಹುಡುಗನನ್ನು ಒಪ್ಪಿಸಿದರು. ಆಗ ಚೌಡಯ್ಯನವರಿಗೆ ಹದಿನಾರರ ಹದಿಹರೆಯ.

Figure 39: ಪಿಟೀಲು ಚೌಡಯ್ಯ ಮತ್ತು ವೀಣೆ ದೊರೆಸ್ವಾಮಿ ಐಯ್ಯಂಗಾರ್

ಮುಂದಿನ ಕೆಲವು ವರ್ಷಗಳವರೆಗೆ ಚೌಡಯ್ಯನವರನ್ನು ಅತ್ಯಂತ ಕಠಿಣ ತರಬೇತಿಯ
ಗರಡಿಗೆ ಸೇರಿಸಲಾಯಿತು. ಬೆಳಗಿನ ಜಾವ ನಾಲ್ಕು ಗಂಟೆಗೆ ಅವರು ಎದ್ದು ಎಂಟು
ಗಂಟೆಯವರೆಗೂ ಕುಸ್ತಿಯ ಅಭ್ಯಾಸಗಳನ್ನು ಮಾಡಬೇಕಿತ್ತು. ಬೆಳಗ್ಗೆ ಒಂಬತ್ತರಿಂದ
ಮಧ್ಯಾಹ್ನದವರೆಗೆ ಪಿಟೀಲಿನ ಅಭ್ಯಾಸ. ಭೋಜನಾನಂತರ ಸ್ವಲ್ಪಕಾಲ ವಿಶ್ರಾಂತಿ.
ಅಪರಾಹ್ನ ಮೂರು ಗಂಟೆಯಿಂದ ಐದು ಗಂಟೆಯವರೆಗೆ ಮತ್ತೆ ಪಿಟೀಲಿನ ಅಭ್ಯಾಸ
ಮಾಡಬೇಕಿತ್ತು.

ಸಂಜೆಯ ಹೊತ್ತು ಏಳು ಗಂಟೆಯವರೆಗಿನ ತಾಜಾ ಗಾಳಿಯಲ್ಲಿ ನಡೆಯುವುದನ್ನು
ಚೌಡಯ್ಯನವರ ಗುರುಗಳು ಉತ್ತೇಜಿಸುತ್ತಿದ್ದರು; ಅನಂತರ ಮತ್ತೆ ರಾತ್ರಿ ಹತ್ತು

ಗಂಟೆಯವರೆಗೆ ಸಂಗೀತಾಭ್ಯಾಸ! ಪೂರ್ತಿ ಒಂದು ವಾರದವರೆಗೂ ಒಂದೇ ರಾಗದ ಅಭ್ಯಾಸಕ್ಕೆ ಚೌಡಯ್ಯನವರು ಅಂಟಿಕೊಳ್ಳಬೇಕಿತ್ತು. ಮೈಸೂರು ವಾಸುದೇವಾಚಾರ್ಯರನ್ನು ಕೂಡ ತಮ್ಮ ಗುರುವೆಂದೇ ಚೌಡಯ್ಯನವರು ಪರಿಗಣಿಸಿದ್ದರು. ಬಿಡಾರಂ ಕೃಷ್ಣಪ್ಪನವರ ಹಲವು ಸಂಗೀತ ಕಾರ್ಯಕ್ರಮಗಳಿಗೆ ಚೌಡಯ್ಯ ಪಕ್ಕವಾದ್ಯ ನುಡಿಸಿದ್ದರು.

ಗೊತ್ತಾದ ಒಂದು ಸಂಗೀತ ಕಾರ್ಯಕ್ರಮಕ್ಕೆ ನಿಗದಿಯಾಗಿದ್ದ ಒಬ್ಬ ಪಿಟೀಲುವಾದಕರು ಬರಲಿಲ್ಲ; ಹಾಗಾಗಿ ಚೌಡಯ್ಯನವರ ಮೊದಲ ಸಾರ್ವಜನಿಕ ಕಾರ್ಯಕ್ರಮವು ಕೇವಲ ಆಕಸ್ಮಿಕವಾದುದಾಗಿತ್ತು. ಬಿಡಾರಂ ಕೃಷ್ಣಪ್ಪನವರು (ಪ್ರಧಾನ ಗಾಯಕರು) ತಮ್ಮ ಜೊತೆಗೂಡುವಂತೆ ಚೌಡಯ್ಯನವರನ್ನು ವೇದಿಕೆಗೆ ಆಹ್ವಾನಿಸಿದರು! ಅದು ನಡೆದುದು 1911 ರಲ್ಲಿ; ಚೌಡಯ್ಯನವರಿಗೆ ಆಗ ಕೇವಲ ಹದಿನೇಳು ವರ್ಷ. ಆದರೆ ಸಂದರ್ಭಕ್ಕನುಗುಣವಾಗಿ ಅವರು ಘನವಾಗಿ ಪಿಟೀಲು ನುಡಿಸಿ ತಮ್ಮ ಸಾಧನೆಯ ಗುರುತು ತೋರಿದರು.

ಚೌಡಯ್ಯನವರು ಹತ್ತಿರ ಹತ್ತಿರ 55 ವರ್ಷಗಳ ಕಾಲ ಸಂಗೀತ ಕಾರ್ಯಕ್ರಮಗಳನ್ನು ನೀಡಿದರು! ಭಾರತೀಯ ಸಂದರ್ಭದಲ್ಲಿ ಏಳು ತಂತಿಗಳ ಪಿಟೀಲನ್ನು ಪರಿಚಯಿಸಿದ ಕೀರ್ತಿಗೆ ಅವರು ಭಾಜನರಾದರು. ಅವರು ಅದನ್ನು ಮಾಡಲು ಇದ್ದ ಕಾರಣಗಳೂ ಸಾಕಷ್ಟು ಪ್ರಾಯೋಗಿಕವಾಗಿದ್ದವು. ಆ ದಿನಗಳಲ್ಲಿ ಧ್ವನಿವರ್ಧಕ ಸಾಧನಗಳು ಇರಲಿಲ್ಲ; ಕೊನೆಯ ಸಾಲಿನಲ್ಲಿ ಕುಳಿತ ಶ್ರೋತೃಗಳಿಗೆ ಸಂಗೀತವು ಸ್ಪಷ್ಟವಾಗಿ ಕೇಳುತ್ತಲೇ ಇರಲಿಲ್ಲ. ಅವರಿಗೆ ಸಹ ಕೇಳಿಸಬೇಕು ಎಂಬ ಉದ್ದೇಶದಿಂದ ಅವರು ಈ ಜಾಣ್ಮೆಯ ಸೇರ್ಪಡೆಯನ್ನು ಮಾಡಿದರು. ಏಳು ತಂತಿಗಳ ಪಿಟೀಲಿನ ಪ್ರಯೋಗ ಪಾಶ್ಚಿಮಾತ್ಯ ದೇಶಗಳಲ್ಲಿ ನಡೆಯುತ್ತಿತ್ತು; ಆದರೆ ಚೌಡಯ್ಯನವರಿಗೆ ಈ ಪ್ರಯೋಗದ ಪ್ರಯತ್ನಗಳು ತಿಳಿದಿತ್ತೋ ಇಲ್ಲವೋ ಎಂಬುದು ಸ್ಪಷ್ಟವಿಲ್ಲ. ಆದರೂ ಭಾರತೀಯ ಸಂಗೀತದ ಮುಖ್ಯ ವಾಹಿನಿಗೆ ಆ ಸಾಧನವನ್ನು ತರುವುದು ಅವರಿಗೆ ಸಾಧ್ಯವಾಗಿ ಪರಿಣಮಿಸಿತು.

ಟಿ. ಚೌಡಯ್ಯನವರದು ಭವ್ಯ ಗಂಭೀರ ಆಕೃತಿ – ನೋಡುವುದಕ್ಕೆ ಗಟ್ಟಿಮುಟ್ಟಾದ ಮತ್ತು ಗಿಡ್ಡನೆಯ ಧಡೂತಿ ವ್ಯಕ್ತಿ. ಅವರ ಪೊದೆಯಂಥ ಹುಬ್ಬು, ಹೊಳೆವ ಕಣ್ಣ ನೋಟವನ್ನು ಯಾರೂ ಮರೆಯುವಂತಿರಲಿಲ್ಲ. ಅವರದು ಸಾಕಷ್ಟು ದೊಡ್ಡ ಗಂಟಲು, ಪಟ್ಟುಬಿಡದ ಸ್ವಭಾವ, ಆದರೆ ಎಂದೂ ಅನಾಗರಿಕವಲ್ಲ. ಬಿಂಕಬಿಗುಮಾನಗಳಿಲ್ಲದ ಮತ್ತು

ಪ್ರೀತಿಯುಂಟುಮಾಡುವ ವ್ಯಕ್ತಿತ್ವ ಅವರದು. ಅವರ ಹಣೆಯ ಮೇಲೆ ಯಾವಾಗಲೂ ನಿರ್ದಿಷ್ಟವಾಗಿ ಇರಿಸಲಾದ ವಿಭೂತಿಪಟ್ಟೆ; ವ್ಯತಿರಿಕ್ತವಾಗಿ ಎರಡೂ ಕಿವಿಗಳಲ್ಲಿ ಧರಿಸಿದ ಥಳಥಳಿಸುವ ವಜ್ರದೋಲೆಗಳು.

Figure 40: ಮೈಸೂರು ಅಯ್ಯನಾರ್ ಸಂಗೀತ ಪಾಠಶಾಲೆ

ಚೌಡಯ್ಯನವರ ವೈಯುಕ್ತಿಕ ಜೀವನ ಅಷ್ಟೇನೂ ಸಂತೋಷಕರವಾಗಿರಲಿಲ್ಲ. ಮದುವೆಯಾದ ವರ್ಷದೊಳಗೇ ಅವರ ಹೆಂಡತಿ ರಮಮ್ಮ ನಿಧನರಾದರು. ಐದು ವರ್ಷಗಳ ಅನಂತರ ಚೌಡಯ್ಯನವರು ನಂಜಮ್ಮ ಎಂಬಾಕೆಯನ್ನು ಮದುವೆಯಾದರು; ಹಲವು ವರ್ಷಗಳನ್ನು ಅವರು ಆಕೆಯೊಡನೆ ಕಳೆದರು. ಬೇರೆ ಬೇರೆ ಕಾರಣಗಳಿಗಾಗಿ ತೀರಾ ಸಂಕಷ್ಟದಲ್ಲಿದ್ದ ತಮ್ಮ ಮಿತ್ರರಿಗೆ ಮತ್ತು ಹಿತೈಷಿಗಳಿಗೆ ತಮ್ಮ ಸಂಗೀತ ಕಚೇರಿಗಳನ್ನು ಅರ್ಪಣೆ ಮಾಡುವುದರಲ್ಲಿ ಚೌಡಯ್ಯನವರು ಪ್ರಸಿದ್ಧರಾಗಿದ್ದರು.

ಪ್ರಖ್ಯಾತ ಇತಿಹಾಸಕಾರ ಮತ್ತು ಬಹುಭಾಷಾ ವಿದ್ವಾಂಸರಾದ ಡಾ. ಎಸ್. ಶ್ರೀಕಂಠಶಾಸ್ತ್ರಿಗಳು ಪಿಟೀಲು ಚೌಡಯ್ಯನವರ ಪರಿಚಯಸ್ಥರಲ್ಲಿ ಒಬ್ಬರು. ಅನಾರೋಗ್ಯದಿಂದಾಗಿ ಶ್ರೀಕಂಠಶಾಸ್ತ್ರಿಗಳನ್ನು ಮೈಸೂರಿನ ಕೆ. ಆರ್. ಆಸ್ಪತ್ರೆಗೆ ಸೇರಿಸಿದಾಗ,

ಚೌಡಯ್ಯನವರು ನಿಜವಾದ ಸ್ನೇಹದ ಒಂದು ಪ್ರವರ್ತನೆಯಾಗಿ ಆ ಪ್ರಾಧ್ಯಾಪಕರು ಶೀಘ್ರವಾಗಿ ಗುಣಮುಖರಾಗಲೆಂದು ಮೈಸೂರಿನ ದಿವಾನ್ ರಸ್ತೆಯಲ್ಲಿನ ಶಾಸ್ತ್ರಿಗಳ ಮನೆಯಲ್ಲಿ ಪುಟ್ಟ ಸಂಗೀತ ಕಚೇರಿ ನಡೆಸಿ ತಮ್ಮ ಪ್ರಾರ್ಥನೆ ಮತ್ತು ಕಾಣಿಕೆಯನ್ನು ಸಲ್ಲಿಸಿದರು.

ಅಂಥದೇ ಇನ್ನೊಂದು ದೃಷ್ಟಾಂತ ಮೈಸೂರಿನ ಶ್ರೀಮಂತ ಚೆಟ್ಟಿಯಾರ್ ವ್ಯಾಪಾರಿಯಾದ ಸಾಹುಕಾರ್ ಚನ್ನಯ್ಯನವರಿಗೆ ಸಂಬಂಧಿಸಿದುದು. ಕೊನೆಗಾಲದಲ್ಲಿ ಅವರಿಗೆ ಸಾಕಷ್ಟು ಕಷ್ಟನಷ್ಟಗಳು ಸಂಭವಿಸಿ ಅವರು ಖಿನ್ನತೆಗೆ ಒಳಗಾಗಿದ್ದರು; ಅನಾರೋಗ್ಯ ಸಹ. ಬಿಡಾರಂ ಕೃಷ್ಣಪ್ಪನವರು (ಚೌಡಯ್ಯನವರ ಗುರುಗಳು) ಎರಡು ವಾರಗಳ ಕಾಲ ಸಾಹುಕಾರ್ ಚನ್ನಯ್ಯನವರ ಶೀಘ್ರ ಚೇತರಿಕೆಗಾಗಿಯೆ ಹಾಡಿದರು. ಚನ್ನಯ್ಯ ಉದಾರ ಮನಸ್ಸಿನ ವ್ಯಕ್ತಿ; ಯಾವುದಾದರೂ ರೂಪದಲ್ಲಿ ಕೃಷ್ಣಪ್ಪನವರಿಗೆ ಪ್ರತಿಫಲ ನೀಡಲು ಅಪೇಕ್ಷಿಸಿದರು. ನಿರ್ಮಾಣವಾಗುತ್ತಿದ್ದ ದೇವಮಂದಿರದ ತೊಲೆಗಳ ವೆಚ್ಚಕ್ಕೆ ಚನ್ನಯ್ಯನವರು ಸ್ವಲ್ಪ ಹಣವನ್ನು ನೀಡಬಹುದೆಂದು ಕೃಷ್ಣಪ್ಪನವರು ಸೂಚಿಸಿದರು.

Figure 41: ಅರಿಯಕುಡಿ ರಾಮಾನುಜಾ ಐಯ್ಯಂಗಾರ್

ಸಂಗೀತದ ವೇದಿಕೆಯ ಮೇಲೆ ಅನೇಕ ದಿಗ್ಗಜರಿಗೆ ಚೌಡಯ್ಯನವರು ಪಿಟೀಲಿನ ಸಹಕಾರ ನೀಡಿದರು. ಅರಿಯಾಕುಡಿ ರಾಮಾನುಜ ಅಯ್ಯಂಗಾರ್ ಮತ್ತು ಚೌಡಯ್ಯನವರು ಹೇಗೆ ಒಂದುಗೂಡಿದರು ಎಂಬ ಬಗ್ಗೆ ಸ್ವಾರಸ್ಯಕರವಾದ ಕಥೆಯೊಂದಿದೆ. ರಾಮಾನುಜ ಅಯ್ಯಂಗಾರ್ ಅವರು ಕರ್ನಾಟಕ ಸಂಗೀತದ ಪ್ರಸಿದ್ಧ ಗಾಯಕರು; ಮದ್ರಾಸಿನಲ್ಲಿ ಅವರ

ಸಂಗೀತ ಕಚೇರಿಯೊಂದು ಏರ್ಪಾಟಾಗಿತ್ತು. ಅವರಿಗೆ ಪಿಟೀಲು ನುಡಿಸಬೇಕಿದ್ದ ಕಲಾವಿದರು ಕಾರಣಾಂತರದಿಂದ ಬರಲಾಗಲಿಲ್ಲ. ಕಾರ್ಯಕ್ರಮದ ಸಂಘಟಕರಿಗೆ ದಿಗ್ಭ್ರಾಂತಿಯಾಯಿತು. ಆಕಸ್ಮಿಕವಾಗಿ ಚೌಡಯ್ಯನವರು ಆ ದಿನ ಮದ್ರಾಸಿನಲ್ಲಿದ್ದರು. ಅವರನ್ನು ಆ ಕೊರತೆ ತುಂಬಿಕೊಡುವಂತೆ ಸಂಘಟಕರು ಬೇಡಿದರು. ಚೌಡಯ್ಯನವರು ಸಮ್ಮತಿಸಿದು. ಅರಿಯಾಕುಡಿಯವರಿಗೆ ಸಹ ಅಷ್ಟೇನೂ ಸಂತೋಷವಿರದಿದ್ದರೂ ಅವರು ಒಲ್ಲದ ಮನಸ್ಸಿನಿಂದಲೇ ಒಪ್ಪಿಕೊಂಡರು. ಚೌಡಯ್ಯನವರು ಅನಿವಾರ್ಯ ಕಾರಣಗಳಿಂದಾಗಿ ತಲುಪುವುದು ತಡವಾಗಿಬಿಟ್ಟಿತು; ಅವರು ಸಭೆಗೆ ಪ್ರವೇಶಿಸುವಷ್ಟರಲ್ಲಿಯೇ ಅರಿಯಾಕುಡಿಯವರು ಗಾಯನವನ್ನು ಪ್ರಾರಂಭಿಸಿಬಿಟ್ಟಿದ್ದರು. ಚೌಡಯ್ಯನವರಿಗೆ ತಮ್ಮನ್ನು ಕಡೆಗಣಿಸಲಾಯಿತೇನೋ ಎನ್ನುವ ಭಾವ ಉಂಟಾಯಿತಾದರೂ ತತ್ ಕ್ಷಣವೇ ವೇದಿಕೆಯನ್ನೇರಿ ಅರಿಯಾಕುಡಿಯವರ ಜೊತೆಗೂಡಿದರು. ಆ ಸಂಜೆಯ

Figure 42: ತಿರುಮಕೂಡಲು ಚೌಡಯ್ಯ

ವಿಶೇಷವೆಂದರೆ ಅರಿಯಾಕುಡಿಯವರ ಪ್ರೀತಿಯ ರಾಗಗಳಲ್ಲಿ ಒಂದಾದ "ಶಂಕರಾಭರಣ." ಅವರು ಹಾಡಿದುದು ಸಹ ಉತ್ಕೃಷ್ಟವಾಗಿತ್ತು. ತಮ್ಮ ಕೈಮೇಲಾಗದಂತೆ ಚೌಡಯ್ಯನವರೂ ಆ ಸಂದರ್ಭಕ್ಕೆ ತಕ್ಕಂತೆ ಪಿಟೀಲನ್ನು ಅತ್ಯುತ್ತಮವಾಗಿ ನುಡಿಸಿ ಅದೊಂದು ಅದ್ಭುತ ಕಾರ್ಯಕ್ರಮವಾಗುವಂತೆ ಮಾಡಿದರು. ಇದು ಅವರಿಬ್ಬರ ಸ್ಪರ್ಧಾತ್ಮಕ ಸಂಬಂಧವನ್ನು ಸ್ಥಾಪಿಸಿತು.

ಎರಡು ವಾರಗಳ ತರುವಾಯ ಅವರಿಬ್ಬರೂ ಮತ್ತೆ ಇನ್ನೊಂದು ಕಾರ್ಯಕ್ರಮದಲ್ಲಿ ಜೊತೆಗೂಡಿದರು. ಈ ಸಲ ಅರಿಯಾಕುಡಿಯವರು ತ್ಯಾಗರಾಜ ವಿರಚಿತ "ನಿಧಿಚಾಲಸುಖಿಮಾ" ಎನ್ನುವ ಕೀರ್ತನೆಯನ್ನು ಆರಿಸಿಕೊಂಡರು. ಈ ಕೀರ್ತನೆಯನ್ನು

ಆರಂಭಿಸುವ ಮೊದಲಲ್ಲಿ ಒಂದು ತಾಳಕ್ಷಣದ ಅಂತರ ಆವಶ್ಯಕ; ಅದು ಸಾಂಪ್ರದಾಯಿಕವಾಗಿ ಪಾಲಿಸಿಕೊಂಡು ಬಂದಿರುವ ಒಂದು ತಾಂತ್ರಿಕತೆ. ಅರಿಯಾಕುಡಿಯವರು ಒಂದು ಕ್ಷಣದ ಅಂತರದ ಬದಲಾಗಿ ಒಂದೂವರೆ ತಾಳಕ್ಷಣಗಳ ಅಂತರವಿಟ್ಟು ಕೀರ್ತನೆಯನ್ನು ಆರಂಭಿಸಿದರು. ಅವರ ಗಾಯನ ಯಾವ ರೀತಿಯಲ್ಲೂ ಶ್ರೇಷ್ಠತೆಗೆ ಕಡಮೆಯದಲ್ಲ. ಅವರ ಅಭಿಪ್ರಾಯವಾದರೋ ತಮ್ಮ ಸಮಯಸ್ಫೂರ್ತಿಯ ಗಾಯನಕಲ್ಪನೆಯನ್ನು ಚೌಡಯ್ಯನವರು ಸರಿಗಟ್ಟಲಾರರು ಎಂಬುದಾಗಿದ್ದಿತು. ಚೌಡಯ್ಯನವರು ತುಸು ಅಸಡ್ಡೆಯ ನಗುವಿನೊಂದಿಗೇ ತಮ್ಮ ವಾದನವನ್ನು ಆರಂಭಿಸಿದರು. ಅವರು ತಾಳದ ವಿಷಯದಲ್ಲಿ ತಾಂತ್ರಿಕವಾಗಿ ಗಾಯಕರನ್ನು ಸರಿಗಟ್ಟಿದರಷ್ಟೇ ಅಲ್ಲ, ಎಂಥ ವಾದನ ಕಾರ್ಯಕ್ರಮ ನೀಡಿದರೆಂದರೆ ಅವರಿಗೆ ಶ್ರೋತೃಗಳು ಎದ್ದು ನಿಂತು ತಮ್ಮ ಮೆಚ್ಚುಗೆಯನ್ನು ವ್ಯಕ್ತಪಡಿಸಿದರು.

ಇದು ಆದ ಮೇಲೆ ಚೌಡಯ್ಯನವರು ಅರಿಯಾಕುಡಿಯವರತ್ತ ನೋಡಿ ಉದ್ಗರಿಸಿದರು: "ಅಯ್ಯಂಗಾರ್ ಸ್ವಾಮಿಯವರೆ, ನಮಗೆ ಇಂಥ ತಾಂತ್ರಿಕ ಚಮತ್ಕಾರಗಳು ತಿಳಿದಿಲ್ಲವೆಂದು ದಯವಿಟ್ಟು ಭಾವಿಸಬೇಡಿ. ನಮಗೆ ಅವು ತಿಳಿದಿದೆಯಷ್ಟೇ ಅಲ್ಲ, ಅವನ್ನು ಸ್ವಲಾಭಕ್ಕೆ ಬಳಸಿಕೊಳ್ಳುವುದು ಹೇಗೆಂಬುದೂ ಗೊತ್ತುಂಟು. ಆದರೆ ನೋಡಿ, ಈ ಚಮತ್ಕಾರಗಳನ್ನು ಮಾಡುವುದಲ್ಲ, ಸಂಪ್ರದಾಯವನ್ನು ಪಾಲಿಸಬೇಕಾದುದು ಆವಶ್ಯಕವಾದುದು." ಅರಿಯಾಕುಡಿಯವರು ಆಶ್ಚರ್ಯಚಕಿತರಾದರು. ಆಶ್ಚರ್ಯದ ಸಂಗತಿ ಎಂದರೆ ಈ ಘಟನೆಯು ಅವರಿಬ್ಬರ ದೀರ್ಘಕಾಲಿಕ ದ್ವೇಷಕ್ಕೆ ಕಾರಣವಾಗದಿದ್ದುದು; ಬದಲಾಗಿ ಅವರಿಬ್ಬರ ವಿಶ್ವಾಸಭರಿತ ಗಾಢ ಸಂಬಂಧವನ್ನು ಬೆಳೆಸಿತು; ಮುಂದಿನ ನಾಲ್ಕು ದಶಕಗಳ ಕಾಲ ಈ ಜೋಡಿ ಅನೇಕಾನೇಕ ಸಂದರ್ಭಗಳಲ್ಲಿ – ಅಗಲಿಸಲಾಗದ ಜೋಡಿ ಎನ್ನುವಷ್ಟು ಮಟ್ಟಿಗೆ – ಒಟ್ಟಾಗಿ ಕಾರ್ಯಕ್ರಮಗಳನ್ನು ನೀಡಿತು.

ಕೊಡುಗೆಯ ಪರಂಪರೆ

ನಾಲ್ವಡಿ ಕೃಷ್ಣರಾಜ ವಡೆಯರ್ ಅವರು ಚೌಡಯ್ಯನವರನ್ನು 1939 ರಲ್ಲಿ ಆಸ್ಥಾನ ವಿದ್ವಾಂಸರನ್ನಾಗಿ ನೇಮಿಸಿದರು. ಚೌಡಯ್ಯನವರು "ವಾಣಿ" ಎಂಬ ಕನ್ನಡ ಚಲನಚಿತ್ರದ ನಿರ್ಮಾಪಕರು ಹಾಗೂ ಸಂಗೀತ ನಿರ್ದೇಶಕರು. ಮೈಸೂರಿನ ರಾಜಕುಟುಂಬವು 1947

ರಲ್ಲಿ ಚೌಡಯ್ಯನವರಿಗೆ "ಸಂಗೀತ ರತ್ನ" ಬಿರುದನ್ನು ನೀಡಿ ಗೌರವಿಸಿತು. ಹತ್ತು ವರ್ಷಗಳ ಅನಂತರ ಮದ್ರಾಸ್ ಮ್ಯೂಸಿಕ್ ಅಕಾಡೆಮಿಯು ಅವರಿಗೆ "ಸಂಗೀತ ಕಲಾನಿಧಿ" ಎಂಬ ಬಿರುದನ್ನು ನೀಡಿತು. ಅವರು 1957 ರಲ್ಲಿ ಭಾರತದ ರಾಷ್ಟ್ರಪತಿಗಳಾದ ರಾಜೇಂದ್ರಪ್ರಸಾದ್ ಅವರಿಂದ ಕೇಂದ್ರ ಸಂಗೀತ ನಾಟಕ ಅಕಾಡೆಮಿಯ ಪ್ರಶಸ್ತಿಯನ್ನು ಸ್ವೀಕರಿಸಿದರು. ಅವರಿಗೆ 1958 ರಲ್ಲಿ ಭಾರತೀಯ ಲಲಿತಕಲಾ ಸೊಸೈಟಿಯು "ಸಂಗೀತಕಲಾ ಶಿಖಾಮಣಿ" ಎಂಬ ಬಿರುದನ್ನಿತ್ತು ಗೌರವಿಸಿತು. ಅವರು 1959 ರಲ್ಲಿ ಮೈಸೂರು ಸಂಗೀತ ಸಮ್ಮೇಳನದ ಅಧ್ಯಕ್ಷರಾದರು; ಆ ಸಂದರ್ಭದಲ್ಲಿ ಅವರಿಗೆ "ಗಾನಕಲಾಸಿಂಧು ಗೌರವ" ನೀಡಿ ಪುರಸ್ಕರಿಸಲಾಯಿತು. ಶೃಂಗೇರಿ ಮಠವು 1960 ರಲ್ಲಿ "ಸಂಗೀತ ರತ್ನಾಕರ" ಪ್ರಶಸ್ತಿಯನ್ನು ನೀಡಿತು.

ಚೌಡಯ್ಯನವರ ಆಶ್ರಯಕ್ಕೆ ಬಂದ ಮಹಾನ್ ಪಿಟೀಲುವಾದಕರ ಸುದೀರ್ಘಪಟ್ಟಿಯಲ್ಲೂ ಅವರ ಕೊಡುಗೆಯ ಪರಂಪರೆ ಇದೆ. ಕೆಲವರನ್ನು ಹೆಸರಿಸುವುದಾದರೆ, ಆರ್. ಕೆ. ವೆಂಕಟರಾಮಾಶಾಸ್ತ್ರಿ, ವಿ. ಸೇತುರಾಮ್, ಪಾಲ್ಘಾಟ್ ಎಸ್. ಆರ್. ಮಣಿ, ವಿ. ರಾಮರತ್ನಂ, ಕೆ. ಎಸ್. ಅಳಗಿರಿಸ್ವಾಮಿ, ಹೆಚ್. ಆರ್. ಸೀತಾರಾಮಶಾಸ್ತ್ರಿ ಹಾಗೂ ಹೆಚ್. ಎಸ್. ಅನಸೂಯಾ. ಕನಿಷ್ಠ ಹದಿನೇಳು ಕೀರ್ತನೆಗಳು ಮತ್ತು ಐದು ತಿಲ್ಲಾನಗಳನ್ನು ರಚಿಸಿದ ಕೀರ್ತಿ ಚೌಡಯ್ಯನವರದು. ಮೈಸೂರಿನ ಆಕಾಶವಾಣಿಯಲ್ಲಿ ಅವರು ನಿಲಯ ಕಲಾವಿದರಾಗಿದ್ದರು. ಮುಖ್ಯಮಂತ್ರಿಯಾಗಿದ್ದ ಎಸ್. ನಿಜಲಿಂಗಪ್ಪನವರ ಕುಟುಂಬದ ವಿವಾಹ ಸಮಾರಂಭವೊಂದರಲ್ಲಿ ವೀಣೆ ದೊರೆಸ್ವಾಮಿ ಅಯ್ಯಂಗಾರರ ಜೊತೆಗೂಡಿ ಸಂಗೀತ ನುಡಿಸಿದ ಅಪರೂಪದ ಸಂದರ್ಭವೂ ಅವರದಾಗಿತ್ತು!

ಮೈಸೂರಿನ ಪ್ರಸನ್ನ ಸೀತಾರಾಮ ಮಂದಿರದಲ್ಲಿ ಚೌಡಯ್ಯನವರು ಅಯ್ಯನಾರ್ ಸ್ಕೂಲ್ ಆಫ್ ಮ್ಯೂಸಿಕ್ ಸಂಸ್ಥೆಯನ್ನು ಸ್ಥಾಪಿಸಿದರು. ಇಂದಿಗೂ ಜನಪ್ರಿಯವಾಗಿ "ಪಿಟೀಲು ಚೌಡಯ್ಯ" ಎಂದೇ ಅವರನ್ನು ನೆನಪಿಸಿಕೊಳ್ಳಲಾಗುತ್ತಿದೆ. ಅವರ ನೆನಪಿನಲ್ಲಿ ಬೆಂಗಳೂರಿನ ಮಲ್ಲೇಶ್ವರದಲ್ಲಿರುವ ಸಂಗೀತ ಸಭಾಭವನಕ್ಕೆ ಅವರ ಹೆಸರನ್ನೇ ಇಡಲಾಗಿದೆ. ಅವರು ತಮ್ಮ 72ನೆಯ ವಯಸ್ಸಿನಲ್ಲಿ 1972ರ ಜನವರಿ 19ರಂದು ನಿಧನರಾದರು. ಆವರ

ಸೌಜನ್ಯಶೀಲ ಮತ್ತು ಅಕ್ಕರೆಯ ವ್ಯಕ್ತಿತ್ವ ಈಗಲೂ ನೆನಪಿನಲ್ಲಿ ಉಳಿದುಕೊಂಡಿರುವಂಥದು. ಅವರ ಸಂಗೀತ ಕಾಲಾತೀತವಾಗಿ ಉಳಿದಿದೆ.

(ಸ್ಟಾರ್ ಆಫ್ ಮೈಸೂರ್, 30–09–2019 ಮತ್ತು 01–10–2019)

(ಪರಾಮರ್ಶನ ಗ್ರಂಥಗಳು:

1. *"ಸಂಗೀತ ಸಮಯ";*

2. *"ಸಂಗೀತ ಸರಿತ";*

3. *ಟಿ. ಚೌಡಯ್ಯನವರ "ಸಂಗೀತ ಸಂಪ್ರದಾಯ";*

4. *ಎಸ್. ಕೃಷ್ಣಮೂರ್ತಿಯವರ "ವಿದ್ವಾನ್ ಚೌಡಯ್ಯ."*

ಶ್ರೀ ವಿ. ಸೀತಾರಾಮಯ್ಯ: ಕನ್ನಡ ಸಾಹಿತ್ಯದ ವಿನಯಮೇರು

Figure 43: ವಿ. ಸೀತಾರಾಮಯ್ಯ

ಶ್ರೀ ವೆಂಕಟರಾಮಯ್ಯ ಸೀತಾರಾಮಯ್ಯನವರು (ವಿ.ಸೀ) 1899ರ ಅಕ್ಟೋಬರ್ 2ರಂದು ದೇವನಹಳ್ಳಿ ತಾಲ್ಲೂಕಿನ ಬೂದಿಗೆರೆ ಗ್ರಾಮದಲ್ಲಿ ಜನಿಸಿದರು. ಅವರ ತಂದೆ ವೆಂಕಟರಾಮಯ್ಯ ಮತ್ತು ತಾಯಿ ದೊಡ್ಡವೆಂಕಮ್ಮನವರು; ಧರ್ಮನಿಷ್ಠರಾದ ಸಾತ್ತ್ವಿಕ ದಂಪತಿ. ಜೀವನನಿರ್ವಹಣೆಗಾಗಿ ವಿ.ಸೀಯವರ ತಂದೆ ಪೌರೋಹಿತ್ಯ ವೃತ್ತಿಯನ್ನು ಮಾಡುತ್ತಿದ್ದರು. ಆರನೆಯ ವಯಸ್ಸಿನವರೆಗೆ ವಿ.ಸೀಯವರನ್ನು ಅವರ ಅಜ್ಜಿ ದೇವನಹಳ್ಳಿಯಲ್ಲಿ ಸಾಕಿಸಲಹಿದರು. ಅನಂತರ ಶಾಲಾಶಿಕ್ಷಣಕ್ಕಾಗಿ ವಿ.ಸೀಯವರನ್ನು ಬೆಂಗಳೂರಿಗೆ ಕಳುಹಿಸಿಕೊಡಲಾಯಿತು. ಅವರು ಬೆಂಗಳೂರಿನ ಮುನಿಸಿಪಲ್ ಮತ್ತು ಆಂಗ್ಲೋ-ವರ್ನಾಕ್ಯುಲರ್ ಶಾಲೆಗಳಲ್ಲಿ ವ್ಯಾಸಂಗ ನಡೆಸಿ, ಒಮ್ಮೆಲೇ ಎರಡು ಬಡತಿಗಳನ್ನು (ಡಬಲ್‌ಪ್ರಮೋಷನ್) ಪಡೆದುಕೊಂಡರು. ಶಾಲಾ ದಿನಗಳಲ್ಲಿ ಟಿ.ಪಿ.ಕೈಲಾಸಂ, ಕೆ.ವಿ.ಅಯ್ಯರ್ ಮತ್ತು ಸಿ.ಎಸ್.ವೆಂಕಟಾಚಾರ್ ಅವರ ಸಹಪಾಠಿಗಳಾಗಿದ್ದರು. ವಿ.ಸೀಯವರು 1916ರಲ್ಲಿ ತಮ್ಮ ಇಂಟರ್ ಮೀಡಿಯೆಟ್ ಶಿಕ್ಷಣವನ್ನು ಪೂರ್ಣಗೊಳಿಸಿದರು. ತಮ್ಮ ವ್ಯಕ್ತಿತ್ವ ರೂಪುಗೊಳ್ಳುತ್ತಿದ್ದ ಈ ವರ್ಷಗಳಲ್ಲಿ ಪಂಡಿತ ಜಯರಾಮ ವೆಂಕಟಾಚಾರ್ಯ ಮತ್ತು ದೊಡ್ಡಬೆಲೆ ನಾರಾಯಣಶಾಸ್ತ್ರಿಗಳಂಥ ಗುರುಗಳ ಪ್ರೀತಿವಾತ್ಸಲ್ಯಗಳು ತಮಗೆ ದೊರೆತದ್ದನ್ನು ವಿ.ಸೀ.ಯವರು ಅನಂತರದ ದಿನಗಳಲ್ಲಿ ನೆನಪಿಸಿಕೊಳ್ಳುತ್ತಿದ್ದರು. ಹಾಗೆಯೇ ತಮ್ಮ ಶಾಲೆಗೆ ಭೇಟಿ ನೀಡಿದ್ದ ರೈಟ್ ಆನರಬಲ್ ಶ್ರೀನಿವಾಸಶಾಸ್ತ್ರಿಗಳ ವಾಗ್ವೈಭವ ಕೌಶಲದಿಂದ ತಾವು ಹೇಗೆ ನಿಜವಾಗಿಯೂ

ಪ್ರಭಾವಿತರಾದರೆಂಬುದನ್ನು ವಿ.ಸೀ.ಯವರು ತಮ್ಮ ಅನಂತರಕಾಲದ ಸ್ಮೃತಿಚಿತ್ರಗಳಲ್ಲಿ ತುಸು ಗತಕಾಲದ ಹಂಬಲ–ಆಕರ್ಷಣೆಗಳಿಂದಲೆ ನೆನಪಿಸಿಕೊಂಡಿದ್ದಾರೆ. ಅವರ ಅಸ್ಖಲಿತ ಇಂಗ್ಲಿಷ್, ಜೊತೆಗೆ ಅವರ ತಲೆಯ ಮೇಲಿನ ದೊಡ್ಡ ರುಮಾಲು ಮತ್ತು ಅವರ ಧೀರಗಂಭೀರ ನಿಲವು ಸಹ ತರುಣ ವಿ.ಸೀ.ಯವರ ಕಲ್ಪನಾಶಕ್ತಿಯನ್ನು ಪ್ರಭಾವಿತಗೊಳಿಸಿದವು! ವೀಣೆಶೇಷಣ್ಣ, ಬಿಡಾರಂ ಕೃಷ್ಣಪ್ಪ ಮತ್ತು ಮೈಸೂರು ವಾಸುದೇವಾಚಾರ್ಯರಂಥ ಮಹಾನ್ ಸಂಗೀತಗಾರರ ಕಚೇರಿಗಳಲ್ಲಿ ಮತ್ತು ಎಂ. ವೆಂಕಟಪ್ಪ ಹಾಗೂ ಎಂ.ವಿ. ವರದಾಚಾರ್ಯರಂಥ ಖ್ಯಾತ ಕಲಾವಿದರ ಕಲಾ ಪ್ರದರ್ಶನಗಳಲ್ಲಿ ತಾವು ಭಾಗವಹಿಸುತ್ತಿದ್ದುದನ್ನು ವಿ. ಸೀ. ಸ್ಮರಿಸಿಕೊಳ್ಳುತ್ತಿದ್ದರು.

Figure 44: ಮಿಥಿಕ್ ಸೊಸೈಟಿ: ವಿ. ಸೀತಾರಾಮಯ್ಯ ಮತ್ತು ಎಮ್. ಚಿದಾನಂದ ಮೂರ್ತಿ

ಶಾಲಾ ಶಿಕ್ಷಣ ಪೂರ್ಣಗೊಂಡ ಮೇಲೆ, ಹಿರಿಯ ವಿದ್ಯಾರ್ಥಿಗಳಲ್ಲಿ ಹಲವರು ಹೆಚ್ಚಿನ ವ್ಯಾಸಂಗಕ್ಕಾಗಿ ಮದ್ರಾಸ್ ಅಥವಾ ಪುಣೆಗೆ ಪ್ರಯಾಣ ಮಾಡುವುದು ಅಂದಿನ ವಾಡಿಕೆಯಾಗಿತ್ತು. ದುರದೃಷ್ಟಕರ ಸಂಗತಿ ಎಂದರೆ ವಿ.ಸೀ.ಯವರಿಗೆ ಹಾಗೆ ಹೋಗಲು ಅನುಕೂಲತೆಗಳಿರಲಿಲ್ಲ ಎನ್ನುವುದು. ಆದರೆ ಸುದೈವವೆಂಬಂತೆ ಮೈಸೂರು ವಿಶ್ವವಿದ್ಯಾನಿಲಯವು ಆಗಷ್ಟೇ ಅಸ್ತಿತ್ವಕ್ಕೆ ಬಂದಿತು; ಅದು ಅವರ ಪರಿಸ್ಥಿತಿಗೆ ಅನುಕೂಲಕರವಾಗಿದ್ದು ಅವರಿಗೆ ಎಟಕುವಂತಿತ್ತು. ವಿ.ಸೀ.ಯವರು ಅದಕ್ಕಾಗಿ ಬೆಂಗಳೂರಿನಲ್ಲಿ ಪ್ರವೇಶ ಪರೀಕ್ಷೆಗೆ ಬರೆದರು. ಪರೀಕ್ಷಕರಲ್ಲಿ ಒಬ್ಬರಾದ ಜೆ. ಟೇಟ್ ವಿ.ಸೀ.ಯವರ ಉತ್ತರ ಪತ್ರಿಕೆಗಳನ್ನು ಪರಿಶೀಲಿಸುವಾಗ ಹೀಗೆ ಹೇಳಿದರೆಂಬ ಒಂದು ದಂತಕತೆ ಪ್ರಚಲಿತವಿದೆ: "ಪರವಾಗಿಲ್ಲ. ಈ ತರುಣನ ಮೂಗು ಹಿಡಿದೆಳೆದು ಹೆಚ್ಚು ಸರಳವಾದ ಇಂಗ್ಲಿಷ್ ಬರೆಯುವಂತೆ ಮತ್ತು ವಾಕ್ಯಗಳನ್ನು ಹೆಚ್ಚು ಚಿಕ್ಕದಾಗಿ ಮಾಡುವಂತೆ ತಿಳಿಸಬೇಕು!" (ವಾಸ್ತವವಾಗಿ ಇದು ದೊಡ್ಡ ಪ್ರಶಂಸೆ). ವಿ.

ಸೀ.ಯವರು ಪ್ರವೇಶ ಪರೀಕ್ಷೆಯಲ್ಲಿ ಉತ್ತೀರ್ಣರಾದರು. ಮೈಸೂರು ವಿಶ್ವವಿದ್ಯಾನಿಲಯಕ್ಕೆ ಪ್ರವೇಶ ದೊರೆಯಿತು.

ವಿಶ್ವವಿದ್ಯಾನಿಲಯದ ವ್ಯಾಸಂಗ ಕಾಲ

Figure 45: ಮಹರಾಜಾ ಕಾಲೇಜು ಚಿತ್ರ: ಕುರ್ಚಿಯ ಮೇಲೆ ಕುಳಿತಿರುವವರು (ಎಡದಿಂದ - ಬಲಕ್ಕೆ): ಎಸ್. ಶ್ರೀಕಂಠ ಶಾಸ್ತ್ರೀ, ಎಂ. ಆರ್. ವರದಾಚಾರ್, ಪಟ್ಟಂಕರ್ ಚಂದ್ರಶೇಖರ ಭಟ್, ಲಕ್ಷ್ಮೀನರಸಿಂಹಯ್ಯ, ಕೆ. ವಿ. ಪುಟ್ಟಪ್ಪ (ಕುವೆಂಪು), ಎ. ಆರ್. ಕೃಷ್ಣ ಶಾಸ್ತ್ರೀ, ರಾಳಪಲ್ಲಿ ಅನಂತ ಕೃಷ್ಣ ಶರ್ಮ, ವಿ. ಸೀತಾರಾಮಯ್ಯ, ?, ?, ಎಸ್. ವಿ. ರತ್ನಂ

ನಿಂತಿರುವವರು (ಮೊದಲನೇ ಸರದಿ)(ಎಡದಿಂದ - ಬಲಕ್ಕೆ): ಟಿ. ಎಸ್. ಶಾಮರಾವ್, ?, ?, ವಿ. ರಾಘವಾಚಾರ್, ಕೆ. ಸ್. ಕೃಷ್ಣಮೂರ್ತಿ, ಕೆ. ವೆಂಕಟರಾಮಪ್ಪ, ?, ?, ?, ಸಿ. ಮಹದೇವಪ್ಪ, ಎನ್. ಅನಂತರಂಗಾಚಾರ್?

ನಿಂತಿರುವವರು (ಕೊನೆಯ ಸರದಿ)(ಎಡದಿಂದ - ಬಲಕ್ಕೆ): ಉ. ಕೆ. ಸುಬ್ಬರಾಯಾಚಾರ್

ವಿ.ಸೀ.ಯವರು 1920ರಲ್ಲಿ ಮೈಸೂರು ವಿಶ್ವವಿದ್ಯಾನಿಲಯದಲ್ಲಿ ತಮ್ಮ ಬಿ.ಎ. ಪದವಿಶಿಕ್ಷಣವನ್ನು ಪೂರ್ಣಗೊಳಿಸಿದರು. ಅವರು ಆಯ್ಕೆಮಾಡಿಕೊಂಡ ವಿಷಯಗಳೆಂದರೆ ಅರ್ಥಶಾಸ್ತ್ರ, ತತ್ತ್ವಶಾಸ್ತ್ರ ಹಾಗೂ ರಾಜ್ಯಶಾಸ್ತ್ರ. ಪದವಿ ಪೂರ್ಣಗೊಂಡಾಗ ಅರ್ಥಶಾಸ್ತ್ರದಲ್ಲಿ ಅತಿ ಹೆಚ್ಚು ಅಂಕಗಳನ್ನು ಪಡೆದುಕೊಂಡದ್ದಕ್ಕಾಗಿ ಅವರಿಗೆ "ಸರ್ ಶೇಷಾದ್ರಿ ಚಿನ್ನದ ಪದಕ"ವನ್ನು ಪ್ರದಾನಮಾಡಲಾಯಿತು. ಅವರ ಬಿ.ಎ. ತರಗತಿಯ ಗುರುವರ್ಗದಲ್ಲಿ ಎಂ. ಹಿರಿಯಣ್ಣ ಮತ್ತು ಸರ್ವಪಲ್ಲಿ ರಾಧಾಕೃಷ್ಣನ್ ಸಹ ಇದ್ದರು. ತತ್ತ್ವಶಾಸ್ತ್ರ ಮತ್ತು ರಾಜ್ಯಶಾಸ್ತ್ರಗಳಲ್ಲಿ ವಿ.ಸೀ.ಯವರಿಗೆ ಅಭಿರುಚಿ–ಆಸಕ್ತಿಗಳಿದ್ದರೂ ಅವರು

ಸ್ನಾತಕೋತ್ತರ ಪದವಿಗೆ ಪ್ರಧಾನ ವಿಷಯವನ್ನಾಗಿ ಅಂತಿಮವಾಗಿ ಆಯ್ಕೆಮಾಡಿಕೊಂಡದ್ದು ಅರ್ಥಶಾಸ್ತ್ರವನ್ನು. ಕಾರಣ ಎರಡು ಬಗೆಯದು: ವಿದ್ಯಾರ್ಥಿವೇತನ ಪಡೆದುಕೊಳ್ಳುವುದಕ್ಕೆ ಹೆಚ್ಚಿನ ಸಾಧ್ಯತೆ ಇದ್ದುದು ಅರ್ಥಶಾಸ್ತ್ರ ವಿಷಯಕ್ಕೆ. ಇನ್ನೊಂದು ಕಾರಣವೆಂದರೆ, ಅರ್ಥಶಾಸ್ತ್ರ ವಿಭಾಗಕ್ಕೆ ಪ್ರವೇಶ ಪಡೆಯುವುದೆಂದರೆ ಮಹಾರಾಜ ಕಾಲೇಜಿನಲ್ಲಿ ಪ್ರೊ. ಎನ್.ಎಸ್. ಸುಬ್ಬರಾಯರ ಪಾಲನೆ–ಪೋಷಣೆಗೆ ಬರುವುದು ಎಂದೇ ಅರ್ಥ. ಎನ್.ಎಸ್. ಸುಬ್ಬರಾಯರು ಕೇಂಬ್ರಿಜ್ ವಿಶ್ವವಿದ್ಯಾನಿಲಯದ ಹಳೆಯ ವಿದ್ಯಾರ್ಥಿಯಾಗಿದ್ದವರು. ಅಲ್ಲಿ ಆ ಕಾಲದ ಪ್ರಖ್ಯಾತ ಅರ್ಥ ಶಾಸ್ತ್ರಜ್ಞರಾದ ಆಲ್‌ಫ್ರೆಡ್ ಮಾರ್ಷಲ್ಲರ ಕೈಕೆಳಗೆ ಹಾಗೂ ಜೆ.ಎಂ. ಕೆಯ್ನಸ್ ಜೊತೆಜೊತೆಯಲ್ಲೇ ವಿ.ಸೀ. ಯವರೂ ಅರ್ಥಶಾಸ್ತ್ರವನ್ನು ಅಧ್ಯಯನ ಮಾಡಿದವರು. ಒಬ್ಬ ಸಮರ್ಥ ಅರ್ಥಶಾಸ್ತ್ರಜ್ಞರಾಗಿ ಮತ್ತು ದಕ್ಷ ಅಧ್ಯಾಪಕರಾಗಿ ಎನ್.ಎಸ್. ಸುಬ್ಬರಾಯರ ಖ್ಯಾತಿ ಆಗಲೇ ಎಲ್ಲೆಡೆ ಹರಡಿತ್ತು. ವಿ.ಸೀ.ಯವರು ತಮ್ಮ ಪ್ರಯತ್ನದಲ್ಲಿ ಸಫಲರಾದರು; ಪ್ರೊ. ಎನ್.ಎಸ್.ಸುಬ್ಬರಾಯರ ಕೈಕೆಳಗೆ ಎಂ.ಎ. ಪದವಿ ಕೋರ್ಸಿಗೆ ಸೇರಿಕೊಂಡರು.

Figure 46: ಸೆಂಟ್ರಲ್ ಕಾಲೇಜು "ಕರ್ನಾಟಕ ಸಂಘ", ಬೆಂಗಳೂರು (೧೯೪೨): ಎಡದಿಂದ - ಬಲಕ್ಕೆ (ಕುರ್ಚಿಯ ಮೇಲೆ ಕುಳಿತಿರುವರು): ಕೆ. ಎಸ್. ನರಸಿಂಹ ಸ್ವಾಮಿ, ಅಸ್ಥಾನ್ ವಿದ್ವಾನ್ ಮೋಟಗಾನಹಳ್ಳಿ ಸುಬ್ರಮಣ್ಯ ಶಾಸ್ತ್ರೀ, ಡಿ. ಎಲ್. ನರಸಿಂಹಾಚಾರ್, ಆರ್. ಎಲ್. ನರಸಿಂಹಯ್ಯ, ಎಸ್. ರಾಜ ರತ್ನಂ, ಎಸ್. ವಿ. ಕೃಷ್ಣಮೂರ್ತಿ ರಾವ್, ?, ವಿ. ಸೀತಾರಾಮಯ್ಯ, ಎಸ್. ವಿ. ಶ್ರೀನಿವಾಸ ರಾವ್, ಟಿ. ಎಸ್. ವೆಂಕನಯ್ಯ, ?, ಟಿ. ಎಸ್. ಶಾಮ ರಾವ್, ಕೆ. ವಿ. ಐಯರ್

ದುರದೃಷ್ಟಕರ ಸಂಗತಿ ಎಂದರೆ ತತ್ತ್ವಶಾಸ್ತ್ರದಿಂದ ವಿ.ಸೀ.ಯವರ ಈ ನಿರ್ಗಮನ ಎಂ. ಹಿರಿಯಣ್ಣ ನವರಿಗಾಗಲಿ ಅಥವಾ ಎಸ್. ರಾಧಾಕೃಷ್ಣನ್ ಅವರಿಗಾಗಲಿ ಸರಿಕಾಣದಿದ್ದುದು. ವಾಸ್ತವವಾಗಿ ರಾಧಾಕೃಷ್ಣನ್ ಅವರು ಹೀಗೆ ಟೀಕಿಸಿದರೆನ್ನುವ ವದಂತಿಯೊಂದುಂಟು: "ನೋಡಿ ಈ ಮನುಷ್ಯನನ್ನು. ಅರ್ಥಶಾಸ್ತ್ರಕ್ಕಾಗಿ ನಮ್ಮನ್ನು ತೊರೆದುಬಿಟ್ಟರಲ್ಲ. ತಮ್ಮ ಬುದ್ಧಿಶಕ್ತಿಯನ್ನು ತುಚ್ಛ ಲಾಭಕ್ಕಾಗಿ ಮಾರಿಕೊಂಡಿದ್ದಾರೆ!" ಆದರೂ ಹಿರಿಯಣ್ಣ ಮತ್ತು ರಾಧಾಕೃಷ್ಣನ್ ಇಬ್ಬರೂ ವಿ.ಸೀ.ಯವರ ಅಭ್ಯುದಯವನ್ನೇ ಬಯಸಿದವರು. ಅವರು ವಿಷಾದಪಟ್ಟದ್ದಾದರೂ ವಿ.ಸೀ.ಯವರಂಥ ಪ್ರತಿಭೆ–ಸಾಮರ್ಥ್ಯವಿರುವ ಒಬ್ಬ ವಿದ್ಯಾರ್ಥಿಯು ತಮ್ಮ ವಿಷಯ ಕ್ಷೇತ್ರದಿಂದ ದೂರಸರಿಯುತ್ತಿರುವುದಕ್ಕಾಗಿ ಅಷ್ಟೆ.

Figure 47: ಮಿಥಿಕ್ ಸೊಸೈಟಿ: ತಿ. ಥಾ. ಶರ್ಮ, ಎಂ. ವಿ. ಸೀತಾರಾಮಯ್ಯ, ಜಿ. ಎಸ್. ಶಿವರುದ್ರಪ್ಪ ಮತ್ತು ಎಮ್. ಚಿದಾನಂದ ಮೂರ್ತಿ

ವಿ.ಸೀ.ಯವರು ವಿಶ್ವವಿದ್ಯಾನಿಲಯದ ಈ ವ್ಯಾಸಂಗದ ಅವಧಿಯಲ್ಲಿ ತಮ್ಮ ಜೀವನ ನಿರ್ವಹಣೆಗಾಗಿ ಹಲವು ಉದ್ಯೋಗಗಳನ್ನು ಮಾಡಿದರು. ಅವರು ಬಿ.ಎ. ಓದುವಾಗ ಮೈಸೂರು ಸರ್ಕಾರದ ಶಿಕ್ಷಣ ಇಲಾಖೆಯಲ್ಲಿ ಕೆಲಸಮಾಡಿದರು ಮತ್ತು ಎಂ.ಎ. ಓದುವಾಗ ಶಾರದಾವಿಲಾಸ ಹೈಸ್ಕೂಲಿನಲ್ಲಿ ಸ್ವಲ್ಪ ಕಾಲ ಕನ್ನಡ ಶಿಕ್ಷಕರಾಗಿ ಕೆಲಸಮಾಡಿದರು.

ವಿ.ಸೀ.ಯವರು ಎಂ.ಎ. ಪದವಿಶಿಕ್ಷಣವನ್ನು 1922ರಲ್ಲಿ ಪೂರ್ಣಗೊಳಿಸಿದರು. ಮಹಾರಾಜ ಕಾಲೇಜನ್ನು "ಕರ್ನಾಟಕದ ಆಕ್ಸ್‌ಫರ್ಡ್" ಎಂದು ಅವರು ಮುಂದೆ ತಮ್ಮ ಸ್ಮೃತಿ ಬರಹದಲ್ಲಿ ಬಣ್ಣಿಸುತ್ತಾರೆ. ಇದನ್ನು ವಿಲಿಯಂ ವರ್ಡ್ಸ್‌ವರ್ತ್‌ನ ಮಾತುಗಳಲ್ಲಿ

ಹೇಳುವುದಾದರೆ "ಆ ಅರುಣಕಾಲದಲ್ಲಿ ಇರುವುದೆಂದರೆ ದಿವ್ಯಾನಂದ. ಆದರೆ ತರುಣವಾಗಿರುವುದದೇ ಸ್ವರ್ಗ" (*Bliss was it in that dawn to be alive. But to be young was very heaven*).

ಪ್ರಾಂಶುಪಾಲರೂ ಸೇರಿದಂತೆ ಆಗಿನ ವಿವಿಧ ವಿಭಾಗಗಳಲ್ಲಿದ್ದ ಇತರ ಗುರುಗಳೆಂದರೆ ಸಿ.ಆರ್.ರೆಡ್ಡಿ, ಎ.ಆರ್. ವಾಡಿಯಾ (ತತ್ತ್ವಶಾಸ್ತ್ರ), ಜೆ.ಸಿ.ರಾಲೋ (ಇಂಗ್ಲಿಷ್), ಬಿ.ಎಂ.ಶ್ರೀಕಂಠಯ್ಯ ಮತ್ತು ಮ್ಯಾಕಿಂಟಾಷ್ ಹಾಗೂ ಕನ್ನಡ ಅಧ್ಯಾಪಕರಾದ ಕಾನಕಾನಹಳ್ಳಿ ವರದಾಚಾರ್ಯ ಮತ್ತು ಬಿ. ಕೃಷ್ಣಪ್ಪ. ಇದೇ ಕಾಲದಲ್ಲಿ ಟಿ.ಎಸ್. ವೆಂಕಣ್ಣಯ್ಯ, ಎ.ಆರ್. ಕೃಷ್ಣಶಾಸ್ತ್ರಿ ಮತ್ತು ರಾಳ್ಳಪಲ್ಲಿ ಅನಂತಕೃಷ್ಣಶರ್ಮರ ಸಂಪರ್ಕಕ್ಕೆ ವಿ.ಸೀ. ಯವರು ಸಹ ಬಂದರು. ಮೈಸೂರು ವಿಶ್ವವಿದ್ಯಾನಿಲಯದ ಅಂದಿನ ವೈಭವಕಾಲದ ಅಮೂಲ್ಯವಾದ ತುಣುಕುಚಿತ್ರಗಳು ಮುಂದೆ ವಿ.ಸೀ.ಯವರು ಬರೆದ ಮತ್ತು 1971ರಲ್ಲಿ ಪ್ರಕಟವಾದ "ಕಾಲೇಜು ದಿನಗಳು" ಎಂಬ ಕೃತಿಯಲ್ಲಿ ಸಮೃದ್ಧವಾಗಿ ಕಾಣಸಿಗುತ್ತವೆ.

ಬೊಂಬಾಯಿಯಲ್ಲಿ ಅಲ್ಪಕಾಲದ ವಾಸ

ಮೈಸೂರಿನಲ್ಲಿ ವಿಶ್ವವಿದ್ಯಾನಿಲಯದ ಶಿಕ್ಷಣ ಪಡೆದ ಅನಂತರ ವಿ.ಸೀ.ಯವರು ಎಲ್.ಎಲ್.ಬಿ. ವ್ಯಾಸಂಗ ಮಾಡುವುದಕ್ಕಾಗಿ ಬೊಂಬಾಯಿಗೆ ತೆರಳಿದರು. ಈ ದಿನಗಳಲ್ಲಿ ಅವರು ಕನ್ನಡದಲ್ಲಿ ತಮ್ಮ ಮೊದಲ ಕವನಗಳನ್ನು ಮತ್ತು ಗದ್ಯಕೃತಿಗಳನ್ನು ಬರೆದರು. ಅವನ್ನು ಆಗ ಮೈಸೂರು ವಿಶ್ವವಿದ್ಯಾನಿಲಯದ ಪ್ರಕಟಣೆಯಾದ "ಪ್ರಬುದ್ಧ ಕರ್ಣಾಟಕ"ದ ಸಂಪಾದಕರಾಗಿದ್ದ ಎ.ಆರ್. ಕೃಷ್ಣಶಾಸ್ತ್ರಿಗಳಿಗೆ ಕಳುಹಿಸಿಕೊಡುತ್ತಿದ್ದರು. ಕೃಷ್ಣಶಾಸ್ತ್ರಿಗಳು ವಿ.ಸೀ.ಯವರ ಕವನಗಳನ್ನು ಪ್ರಕಟಿಸಲು ಮುಂದಾದಾಗ ಅಂಥ ಯಾವ

Figure 48: ವಿ. ಸೀತಾರಾಮಯ್ಯ ಕನ್ನಡ ಸಾಹಿತ್ಯ ಪರಿಷತ್ ಸಮಾರಂಭದಲ್ಲಿ ಮಾತನಾಡುತ್ತಿರುವುದು

ಸಾಹಸಕ್ಕೂ ಕೈಹಾಕದಂತೆ ಅವರನ್ನು ಎಚ್ಚರಿಸಿದರು! ಆದರೆ ಶಾಸ್ತ್ರಿಗಳು ಅಷ್ಟು ಸುಲಭವಾಗಿ ಪಟ್ಟುಸಡಿಲಿಸುವವರಾಗಿರಲಿಲ್ಲ. ಬದಲಾಗಿ ಇನ್ನಷ್ಟು ಕವನ ಮತ್ತು ಗದ್ಯಬರಹಗಳನ್ನು ರಚಿಸಿ ತಮಗೆ ಕಳುಹಿಸಿಕೊಡುವಂತೆ ಪ್ರಚೋದಿಸಿ ಮತ್ತು ಪ್ರಕಟಿಸಲು ಅನುಮತಿಕೊಡುವಂತೆ ಕೇಳತೊಡಗಿದರು. ವಿ.ಸೀ.ಯವರು ಕೊನೆಗೆ ಸೋತು ಶರಣಾಗ ಬೇಕಾಯಿತು. ಅವರಿಗೆ ತಿಳಿಯಗೊಡದಂತೆ ಎ. ಆರ್. ಕೃಷ್ಣಶಾಸ್ತ್ರಿಗಳು ವಿ. ಸೀತಾರಾಮಯ್ಯ ಎಂಬ ಹೆಸರನ್ನು ವಿ. ಸೀ. ಎಂದು ಸಂಕ್ಷಿಪ್ತಗೊಳಿಸಿ ಅವರ ಪ್ರಥಮ ಕವನವನ್ನು "ಪ್ರಬುದ್ಧ ಕರ್ಣಾಟಕ"ದಲ್ಲಿ ಪ್ರಕಟಿಸಿದರು. ವಿ.ಸೀ ಎನ್ನುವ ಈ ಕಾವ್ಯನಾಮವು ಮುಂದಿನ ದಶಕಗಳ ಕಾಲ ಒಂದು ಪ್ರಮುಖ ಹೆಸರಾಗಿ ಕನ್ನಡ ಕಾವ್ಯಲೋಕವನ್ನು ಪ್ರತಿನಿಧಿಸುವಂತಾಯಿತು!

ವಿ.ಸೀ.ಯವರ ಬೊಂಬಾಯಿ ಬಿಡಾರ ದಿಢೀರ್ ಕೊನೆಗೊಳ್ಳಲು ಕಾರಣ ಕಡಿಮೆಯಾಗದ ಮಲೇರಿಯಾ ಜ್ವರದ ಅಬ್ಬರ. ಚೇತರಿಸಿಕೊಳ್ಳುವುದಕ್ಕಾಗಿ ಅವರು ಊರಿಗೆ ಧಾವಿಸಿ ಬರಬೇಕಾಯಿತು. ಬಹಳ ಕಾಲ ಅವರು ಸುಧಾರಿಸಿಕೊಂಡ ಮೇಲೆ ಮತ್ತೆ ಬೊಂಬಾಯಿಗೆ ಹೊರಡಲು ಸಿದ್ಧರಾದರು. ಆದರೆ ಅವರ ದೀರ್ಘಕಾಲದ ಹಿತೈಷಿ ಮತ್ತು ಆಪ್ತ ಸಲಹೆಗಾರರಾದ ಟಿ.ಎಸ್. ವೆಂಕಣ್ಣಯ್ಯನವರು ವಿ.ಸೀ.ಯವರ ಬೊಂಬಾಯಿ ಯೋಜನೆಯನ್ನು ಕೈಬಿಟ್ಟು ಇಲ್ಲಿಯೇ ನೆಲೆನಿಲ್ಲುವಂತೆ ಮನವೊಲಿಸಿದರು. ಸುದೈವವಶಾತ್ ವಿ.ಸೀ.ಯವರೂ ಅದಕ್ಕೆ ಸಮ್ಮತಿಸಿದರು.

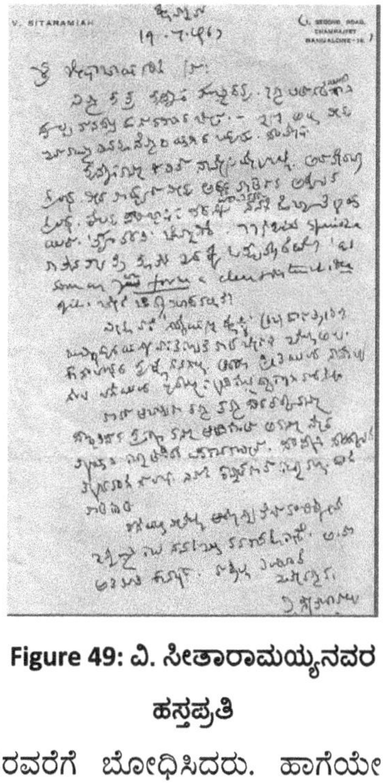
V. SITARAMIAH

Figure 49: ವಿ. ಸೀತಾರಾಮಯ್ಯನವರ ಹಸ್ತಪ್ರತಿ

ಮರಳಿ ಕರ್ನಾಟಕಕ್ಕೆ

ವಿ.ಸೀ.ಯವರು ಮತ್ತೊಮ್ಮೆ ಮೈಸೂರಿನ ಶಾರದಾವಿಲಾಸ ಹೈಸ್ಕೂಲಿಗೆ ಕನ್ನಡ ಶಿಕ್ಷಕರಾಗಿ ಸೇರಿಕೊಂಡರು. ಅವರು ಅಲ್ಲಿ 1923ರಿಂದ 1928ರವರೆಗೆ ಬೋಧಿಸಿದರು. ಹಾಗೆಯೇ

"ಪ್ರಬುದ್ಧ ಕರ್ಣಾಟಕ", "ಅರುಣ", "ರಾಷ್ಟ್ರಬಂಧು" ಮತ್ತು "ಅರ್ಥಸಾರ್ಥ" ಪತ್ರಿಕೆಗಳಿಗೆ ನಿಯತವಾಗಿ ಬರಹಗಳನ್ನು ಬರೆದುಕೊಟ್ಟರು.

ಮೈಸೂರು ವಿಶ್ವವಿದ್ಯಾನಿಲಯಕ್ಕೆ 1927ರಲ್ಲಿ ಬಿ.ಎಂ. ಶ್ರೀಕಂಠಯ್ಯನವರು ಕುಲಸಚಿವರಾದ (ರಿಜಿಸ್ಟ್ರಾರ್) ಅನಂತರ ಹೊಸದಾಗಿ ಕನ್ನಡ ವಿಭಾಗವನ್ನು ಕಟ್ಟಿ ಸಜ್ಜುಗೊಳಿಸುವುದಕ್ಕಾಗಿ ಸುತ್ತಮುತ್ತಲೂ ಸೂಕ್ತ ವ್ಯಕ್ತಿಗಳನ್ನು ಹುಡುಕಲು ಪ್ರಾರಂಭಿಸಿದ್ದರು; ವಿಶ್ವವಿದ್ಯಾನಿಲಯದಲ್ಲಿ ಕನ್ನಡ ಎಂ.ಎ. ಕೋರ್ಸನ್ನು ಆರಂಭಿಸುವುದಕ್ಕಾಗಿ ಇದು. ಈ ಹೊಸ ವಿಭಾಗಕ್ಕೆ ಆಯ್ಕೆಯಾದವರಲ್ಲಿ ಟಿ.ಎಸ್. ವೆಂಕಣ್ಣಯ್ಯನವರು ಮೊದಲಿಗರು. ವಿ.ಸೀ.ಯವರು ತರಬೇತಿ ಪಡೆದದ್ದು ಅರ್ಥಶಾಸ್ತ್ರದಲ್ಲಾದರೂ ಕನ್ನಡದಲ್ಲಿ ಅವರ ತಜ್ಞತೆ ಬಿ.ಎಂ. ಶ್ರೀಕಂಠಯ್ಯನವರಿಗೆ ಚೆನ್ನಾಗಿ ತಿಳಿದಿತ್ತು; ಹಾಗಾಗಿ ಅವರು ಬೆಂಗಳೂರಿನ ಸೆಂಟ್ರಲ್ ಕಾಲೇಜಿನ ಕನ್ನಡ ವಿಭಾಗದಲ್ಲಿ ಉಪನ್ಯಾಸಕ ಹುದ್ದೆಯನ್ನು ಒಪ್ಪಿಕೊಳ್ಳುವಂತೆ ವಿ.ಸೀ.ಯವರ ಮನವೊಲಿಸಿದರು. ಬೆಂಗಳೂರಿನಲ್ಲಿ 1928ರಿಂದ 1942ರವರೆಗೆ ವಿ.ಸೀ.ಯವರು ಕನ್ನಡವನ್ನು ಬೋಧಿಸಿದರು; 1943ರಲ್ಲಿ ದೊರೆತ ಬಡತಿಗೆ ಅನುಗುಣವಾಗಿ ಅವರು ಮೈಸೂರಿನ ಮಹಾರಾಜ ಕಾಲೇಜಿಗೆ ಬಂದು ಅಲ್ಲಿ 1948ರವರೆಗೂ ಮುಂದುವರಿದರು. ಮುಂದಿನ ಎರಡು ವರ್ಷಗಳ ಕಾಲ ವಿ.ಸೀ.ಯವರನ್ನು ಚಿಕ್ಕಮಗಳೂರಿನ ಇಂಟರ್‌ಮೀಡಿಯೆಟ್ ಕಾಲೇಜನ್ನು – ಮೊದಲು ಅಧೀಕ್ಷಕರಾಗಿ, ಅನಂತರ ಪ್ರಾಂಶುಪಾಲರಾಗಿ – ಮುನ್ನಡೆಸುವಂತೆ ಕೋರಲಾಯಿತು. ಅವರು 1950ರಿಂದ 1955ರಲ್ಲಿ ನಿವೃತ್ತರಾಗುವವರೆಗೂ ಬೆಂಗಳೂರಿನ ಸೆಂಟ್ರಲ್ ಕಾಲೇಜಿನ ಕನ್ನಡ ವಿಭಾಗದ ಮುಖ್ಯಸ್ಥರಾದರು.

Figure 50: ವಿ. ಸೀತಾರಾಮಯ್ಯನವರು ಮತ್ತು ಇತರೆ ಕನ್ನಡ ಬರಹಗಾರರು

ಈ ನಾಲ್ಕು ದಶಕಗಳ ಅವಧಿಯಲ್ಲಿದ್ದ ಅವರ ಸಹೋದ್ಯೋಗಿಗಳಲ್ಲಿ ಜಿ.ಪಿ. ರಾಜರತ್ನಂ, ಎ.ಆರ್. ಕೃಷ್ಣಶಾಸ್ತ್ರಿ, ಕೆ.ವಿ. ಪುಟ್ಟಪ್ಪ, ತೀ.ನಂ. ಶ್ರೀಕಂಠಯ್ಯ, ಡಿ.ಎಲ್. ನರಸಿಂಹಾಚಾರ್, ಎಂ.ವಿ. ಸೀತಾರಾಮಯ್ಯ ಮತ್ತು ಎಸ್. ಶ್ರೀಕಂಠಶಾಸ್ತ್ರಿಗಳಂಥ ಮಹಾನುಭಾವರಿದ್ದರು. ಅವರ ಕೆಲವು ಶ್ರೇಷ್ಠ ವಿದ್ಯಾರ್ಥಿಗಳೆಂದರೆ ಬಿ.ಜಿ.ಎಲ್. ಸ್ವಾಮಿ, ಆರ್.ಕೆ. ಲಕ್ಷ್ಮಣ್, ಎ.ಕೆ. ರಾಮಾನುಜಂ, ಎಚ್.ವೈ. ಶಾರದಾಪ್ರಸಾದ್, ಎಸ್.ವಿ. ಪರಮೇಶ್ವರ ಭಟ್ಟ, ಹಾ.ಮಾ. ನಾಯಕ, ಜಿ.ಎಸ್. ಶಿವರುದ್ರಪ್ಪ, ಎಲ್.ಎಸ್. ಶೇಷಗಿರಿರಾವ್, ಎಚ್.ಎಂ. ಶಂಕರನಾರಾಯಣ ರಾವ್ ಮತ್ತು ಶ್ರೀಮತಿ ಚಿ.ನ. ಮಂಗಳಾ.

ವಿ.ಸೀ.ಯವರು ನಿವೃತ್ತಿ ಹೊಂದುತ್ತಿದ್ದಂತೆಯೇ ಬೆಂಗಳೂರು ಆಕಾಶವಾಣಿಯನ್ನು ಸೇರಿ 1956ರಿಂದ 1958ರವರೆಗೆ ಪ್ರಸಾರವಾದ "ಆಡು ನುಡಿ" (ಠಿಜಾಜಟಿ ತಿಡಾಜ) ಮಾಲಿಕೆಯ ನಿರ್ಮಾಪಕರಾಗಿದ್ದರು. ಅವರು 1964ರಿಂದ 1968ರವರೆಗೆ ಹೊನ್ನಾವರದಲ್ಲಿ ಹೊಸದಾಗಿ ಸ್ಥಾಪಿತವಾದ ಕಲಾ ಮತ್ತು ವಿಜ್ಞಾನ ಪ್ರಥಮ ದರ್ಜೆ ಕಾಲೇಜಿನ ಮುಖ್ಯಸ್ಥರಾಗಿ ಸೇವೆ ಸಲ್ಲಿಸಿದರು. ಕವಿರಾಜಮಾರ್ಗಕಾರನಾದ ನೃಪತುಂಗನಿಂದ ನವೋದಯ ಕಾಲದ ಮುದ್ದಣನವರೆಗೆ ಹರಿದುಬಂದ ಕನ್ನಡದ ಎಲ್ಲ ಕಾವ್ಯಪರಂಪರೆಯನ್ನು ಕೋಶೀಕರಿಸುವ ಬೃಹದ್ ಯೋಜನೆಯ ಕೆಲಸಕ್ಕಾಗಿ, ಐ.ಬಿ.ಎಚ್.ನ (ಇಂಡಿಯಾ ಬುಕ್ ಹೌಸ್) ಕೋರಿಕೆಯ ಮೇರೆಗೆ, ವಿ.ಸೀ. ಯವರನ್ನು ಮತ್ತೆ ಬೆಂಗಳೂರಿಗೆ ಕರೆಸಲಾಯಿತು. ಬಹುಮಟ್ಟಿಗೆ ವಿಶ್ವಕೋಶದ ಸಾಹಸದಂಥ ಈ ಯೋಜನೆಯನ್ನು ವಿ.ಸೀ. ನೇತೃತ್ವದ ತಂಡವೊಂದಕ್ಕೆ ವಹಿಸಿಕೊಡಲಾಯಿತು. "ಕನ್ನಡ ಕವಿ ಕಾವ್ಯ ಪರಂಪರೆ" ಶೀರ್ಷಿಕೆಯಡಿ ಮೂವತ್ತು ಕೃತಿಗಳ ಸಂಗ್ರಹವನ್ನು ಪ್ರಕಟಿಸುವಲ್ಲಿ ವಿ.ಸೀ.ಯವರು ಸಫಲರಾದರು. ಅವರ ಸಂಪಾದಕೀಯ ಸಾಮರ್ಥ್ಯಕ್ಕೆ ಇದೊಂದು ಅತ್ಯುತ್ತಮ ಪುರಾವೆಯಾಗಿದೆ.

ವ್ಯಕ್ತಿ–ಜೀವನ

ವಿ.ಸೀ.ಯವರದು ಗಿಡ್ಡನೆಯ ಆಕೃತಿ; ಸೂಕ್ಷ್ಮವಾದ ದೇಹಪ್ರಕೃತಿ. ಅವರ ನಿತ್ಯದ ದಿರಿಸೆಂದರೆ ಇಸ್ತ್ರಿಮಾಡಿದ ಬಿಳಿಯ ಕಚ್ಚೆಪಂಚೆ, ಉಲನ್ ಕೋಟು, ಮೈಸೂರು ರುಮಾಲು, ಕಪ್ಪು ಫ್ರೇಮಿನ ಕನ್ನಡಕ ಹಾಗೂ ಮೆತ್ತನೆಯ ಪಾದರಕ್ಷೆಗಳು. ಯಾವಾಗಲೂ

ಮೃದುಮಾತಿನವರೂ ತುಂಬ ಸೌಜನ್ಯದ ವರ್ತನೆಯವರೂ ಆಗಿದ್ದ ವಿ.ಸೀ. ಯವರನ್ನು ಕುರಿತು ಡಿ.ವಿ.ಜಿ.ಯವರು ಅತ್ಯುತ್ತಮವಾಗಿ ಬಣ್ಣಿಸಿದ್ದು ಹೀಗೆ: "ಒಳ್ಳೆಯತನದ ಮೂರ್ತರೂಪ ಅವರು."

ವಿ.ಸೀ.ಯವರ ಹಿತೈಷಿ ಮತ್ತು ಆಪ್ತ ಸಲಹೆಗಾರರಾಗಿದ್ದ ಟಿ.ಎಸ್. ವೆಂಕಣ್ಣಯ್ಯನವರು ನಿಯತವಾಗಿ ವಿ.ಸೀ. ಯವರ ಬೆಂಗಳೂರು ಮನೆಗೆ ಭೇಟಿಕೊಡುತ್ತಿದ್ದರು. ವೆಂಕಣ್ಣಯ್ಯನವರು ತುಂಬ ಎತ್ತರದ ವ್ಯಕ್ತಿ. ಚಾಮರಾಜ ಪೇಟೆಯ ಆ ಮನೆಯೊಳಗೆ ಹೋಗುವಾಗೆಲ್ಲ ಬಾಗಿಲ ಚೌಕಟ್ಟು ಅವರ ತಲೆಗೆ ಬಡಿಯುವುದನ್ನು ತಡೆಯಲು ಅವರು ಬಾಗಿ ತಲೆತಗ್ಗಿಸಬೇಕಾಗಿತ್ತು. ವಿ.ಸೀ.ಯವರಿಗೇಕೋ ಇದು ಒಪ್ಪಿಗೆಯಾಗಲಿಲ್ಲ. ಅದಕ್ಕಾಗಿಯೇ ಅವರು ಇಡೀ ಬಾಗಿಲ ಚೌಕಟ್ಟನ್ನು ತೆಗೆಸಿ ಹೆಚ್ಚು ಎತ್ತರವೂ ಅಗಲವೂ ಆದ' ಬಾಗಿಲ ಚೌಕಟ್ಟನ್ನು ಮಾಡಿಸಿದರು. ಅವರ ಆಪ್ತ ಮಾರ್ಗದರ್ಶಿಯಾದ ವೆಂಕಣ್ಣಯ್ಯನವರು ಹಾಗೆ ತಲೆ ಬಾಗಿಸದೆ ಬರಲೆಂಬ ಆಶಯಕ್ಕಾಗಿ ಈ ಕೆಲಸ! ಅಂಥ ಉದಾರ ಚೇತನ. "ವಿ.ಸೀ.ಯವರು ತಮ್ಮನ್ನೇ ನಾಶವನ್ನು ಮಾಡಿಕೊಳ್ಳುವವರೆಗೂ ಉದಾರಿ!" ಎನ್ನುವುದು ಅವರ ಗೆಳೆಯರೊಬ್ಬರ ಮಾತಿನ ತಾತ್ಪರ್ಯ.

ವಿ.ಸೀ.ಯವರು 1925ರಲ್ಲಿ ಸರೋಜಮ್ಮ ಎನ್ನುವವರನ್ನು ಮದುವೆಯಾದರು. ಈ ದಂಪತಿಗೆ ಏಳು ಜನ ಮಕ್ಕಳು. ವಿ.ಸೀ.ಯವರ ಧರ್ಮಪತ್ನಿ 1974ರಲ್ಲಿ ಅನಾರೋಗ್ಯದಿಂದ ದೈವಾಧೀನರಾದಾಗ ಅವರ ವೈವಾಹಿಕ ಜೀವನದ ಐವತ್ತು ವರ್ಷಗಳ ಸಂಬಂಧವು ಕೊನೆಗೊಂಡಿತು.

ವಿ.ಸೀ.ಯವರು ಭಾರತದಲ್ಲಿ ವ್ಯಾಪಕವಾಗಿ ಪ್ರವಾಸ ಮಾಡಿದವರು; ರವೀಂದ್ರನಾಥ ಟಾಗೂರರ ಶಾಂತಿ ನಿಕೇತನಕ್ಕೆ ಸಹ ಹೋಗಿಬಂದವರು. ಶೇಕ್ಸ್ಪಿಯರ್, ಚಾಸರ್ ಮತ್ತು ಮಿಲ್ಟನ್ನರ ಕರ್ಮಭೂಮಿಯಾದ ಇಂಗ್ಲೆಂಡಿಗೆ ಭೇಟಿಕೊಡಬೇಕೆಂಬುದು ಅವರ ಬಹುಕಾಲದ ಅತ್ಯುನ್ನತ ಆಸೆ. ಅವರು 1974ರಲ್ಲಿ ಇಂಗ್ಲೆಂಡಿಗೆ ನೀಡಿದ ಭೇಟಿ ಸಂತೋಷಕರವಾಗಿ ಪರಿಣಮಿಸದೆ ಹೋಯಿತು; ಅವರು ಲಂಡನ್ನಿನಲ್ಲಿ ಇಳಿಯುತ್ತಿದ್ದ ಹಾಗೆ ವಿ.ಸೀಯವರಿಗೆ ಚಿಂತಾಜನಕ ಪಾರ್ಶ್ವವಾಯು ಉಂಟಾಯಿತು. ಎರಡು ವಾರಗಳ ಕಾಲ ಅವರು ಆಸ್ಪತ್ರೆಯಲ್ಲಿ ಇರಬೇಕಾಗಿ ಬಂತು. ತಮ್ಮ ಜೀವಮಾನದುದ್ದಕ್ಕೂ ಕಾಣಲು

ಹಂಬಲಿಸಿದ್ದ ಅನೇಕ ಸ್ಥಳಗಳಲ್ಲಿ ಅಮೂಲ್ಯವಾದ ಯಾವುದೊಂದನ್ನೂ ನೋಡಲಾಗದೆ ಬಹಳ ನಿರಾಶರಾಗಿ ಅವರು ಭಾರತಕ್ಕೆ ಹಿಂದಿರುಗಿಬಂದರು.

ವಿ.ಸೀ. ಬರಹಗಳು

ವಿ.ಸೀ.ಯವರು ತಮ್ಮ ಪ್ರಪ್ರಥಮ ಕವನವನ್ನು ಹಾಗೂ ಪ್ರಪ್ರಥಮ ಗದ್ಯ ಬರಹವನ್ನು ಎ.ಆರ್. ಕೃಷ್ಣಶಾಸ್ತ್ರಿಗಳ ಆಶ್ರಯದಲ್ಲಿ ಪ್ರಕಟಿಸಿದ್ದು "ಪ್ರಬುದ್ಧ ಕರ್ಣಾಟಕ"ದಲ್ಲಿ. ಮುಂದೆ ವಿ.ಸೀ.ಯವರೇ "ಪ್ರಬುದ್ಧ ಕರ್ಣಾಟಕ"ದ ಸಂಪಾದಕತ್ವದ ಹೊಣೆಯನ್ನು ವಹಿಸಿಕೊಳ್ಳಬೇಕಾಯಿತು. ಐವತ್ತು ವರ್ಷಗಳಷ್ಟು ಹರಡಿದ ಅವಧಿಯಲ್ಲಿ ವಿ.ಸೀ.ಯವರು ಸುಮಾರು ಅರವತ್ತು ಕೃತಿಗಳನ್ನು ರಚಿಸಿದರು. ಇವುಗಳಲ್ಲಿ 8 ಕವನ ಸಂಕಲನ ಗಳು, 36 ಕನ್ನಡ ಗದ್ಯಕೃತಿಗಳು, 10 ಇಂಗ್ಲಿಷ್‌ನಿಂದ ಕನ್ನಡಕ್ಕೆ ಮಾಡಿದ ಅನುವಾದಗಳು ಮತ್ತು 10 ಇಂಗ್ಲಿಷಿನಲ್ಲಿ ಬರೆದ ಜೀವನಚರಿತ್ರೆಗಳು ಸೇರಿವೆ. ಇವುಗಳ ಜೊತೆಗೆ "ಕನ್ನಡ ಕವಿ ಕಾವ್ಯ ಪರಂಪರೆ" ಮಾಲಿಕೆಗೆ ಅವರು ಮಾಡಿದ ವ್ಯಾಪಕವಾದ ಸಂಪಾದಕೀಯ ಕಾರ್ಯ. ತಮ್ಮ ಸಾಹಿತ್ಯಿಕ ಬದುಕನ್ನು ನಿಜವಾಗಿ ತರಬೇತುಗೊಳಿಸಿದ ತ್ರಿಮೂರ್ತಿಗಳೆಂದರೆ ಮಾಸ್ತಿ ವೆಂಕಟೇಶ ಅಯ್ಯಂಗಾರ್, ಡಿ.ವಿ. ಗುಂಡಪ್ಪ ಹಾಗೂ ಪಂಜೆ ಮಂಗೇಶರಾಯರು ಎಂದು ವಿ.ಸೀ.ಯವರು ಯಾವಾಗಲೂ ನೆನಪಿಸಿಕೊಳ್ಳುತ್ತಿದ್ದರು. "ದಿ ಹಿಂದೂ", "ಡೆಕ್ಕನ್ ಹೆರಾಲ್ಡ್", "ಇಂಡಿಯನ್ ಪಿ.ಇ.ಎನ್.", "ಆರ್ಯನ್ ಪಾತ್" ಮತ್ತು "ತ್ರಿವೇಣಿ"ಯಂಥ ಪತ್ರಿಕೆಗಳಿಗೆ ಅವರು ನಿಯತವಾಗಿ ಲೇಖನಗಳನ್ನು ಬರೆಯುತ್ತಿದ್ದರು.

ಮನ್ನಣೆ

ವಿ.ಸೀ.ಯವರು 1931ರಲ್ಲಿ ಕಾರವಾರದಲ್ಲಿ ನಡೆದ ಕನ್ನಡ ಸಾಹಿತ್ಯ ಸಮ್ಮೇಳನದ ಕಾವ್ಯಗೋಷ್ಠಿಯ ಅಧ್ಯಕ್ಷತೆಯನ್ನು ವಹಿಸಿದ್ದರು. ಆಗ ಅವರ ವಯಸ್ಸಾದರೋ ಕೇವಲ 36. ಕುಮಟಾದಲ್ಲಿ 1954ರಲ್ಲಿ ನಡೆದ 36ನೆಯ ಕನ್ನಡ ಸಾಹಿತ್ಯ ಸಮ್ಮೇಳನಕ್ಕೆ ಅವರು ಅಧ್ಯಕ್ಷರಾಗಿದ್ದರು. ವಿ.ಸೀ.ಯವರು "ಪಿ.ಇ.ಎನ್.", "ಕೇಂದ್ರ ಸಾಹಿತ್ಯ ಅಕಾಡೆಮಿ ಪ್ರಶಸ್ತಿ ಸಮಿತಿ" ಹಾಗೂ "ಭಾರತೀಯ ಜ್ಞಾನಪೀಠ ಪ್ರಶಸ್ತಿ ಸಮಿತಿ"ಗಳ ಗೌರವ ಸದಸ್ಯರಾಗಿದ್ದರು. ಅವರಿಗೆ 1973ರಲ್ಲಿ ಕರ್ನಾಟಕ ಸಾಹಿತ್ಯ ಅಕಾಡೆಮಿಯ ಪ್ರಶಸ್ತಿಯನ್ನು ಪ್ರದಾನ ಮಾಡಲಾಯಿತು. ಸಮಕಾಲೀನ ಸಾಹಿತ್ಯ ದಿಗ್ಗಜರು ಬರೆದ ಲೇಖನಗಳಿಂದ ಕೂಡಿರುವ

"ವಿ.ಸೀ." ಮತ್ತು "ವಿ.ಸೀ.–75" ಎಂಬ ಅಭಿನಂದನ ಗ್ರಂಥಗಳನ್ನು ಅವರಿಗೆ ಸಮರ್ಪಿಸಲಾಯಿತು. ಮೈಸೂರು ವಿಶ್ವವಿದ್ಯಾನಿಲಯವು 1976ರಲ್ಲಿ ಅವರಿಗೆ ಗೌರವ ಡಾಕ್ಟೊರೇಟ್ ಪದವಿಯನ್ನು ಪ್ರದಾನಮಾಡಿತು.

ಕನ್ನಡ ಸಾಹಿತ್ಯದ ನಿಜ ಭಂಡಾರ ಈ ಮಹಾನ್ ಚೇತನ; ವಿ.ಸೀ.ಯವರು 1983ರ ಸೆಪ್ಟೆಂಬರ್ 4ರಂದು, ತಮ್ಮ 83ನೆಯ ವಯಸ್ಸಿನಲ್ಲಿ, ಬೆಂಗಳೂರಿನಲ್ಲಿ ಕೊನೆಯುಸಿರೆಳೆದರು.

ತಮ್ಮ ಅನೇಕ ಕೃತಿಗಳಿಂದ, ಭಾವಪೂರ್ಣ ಕವನಗಳಿಂದ ಮತ್ತು ತಮ್ಮ ಮಾನವೀಯ, ಸಂಪದ್ಭರಿತ ಹಾಗೂ ಅಸಾಮಾನ್ಯ ಬೋಧನೆಯ ಅಪರೂಪದ ಸೌಲಭ್ಯ ಪಡೆದಿದ್ದ ಅನೇಕಾನೇಕ ವಿದ್ಯಾರ್ಥಿಗಳಿಂದ ವಿ.ಸೀ.ಯವರು ಜೀವಂತವಿದ್ದಾರೆ. ತಮ್ಮದೇ ಆದ ವಿಶಿಷ್ಟತೆಗಳಿಂದ ಕೂಡಿದ ಅಪರೂಪದ ವಜ್ರವಾಗಿರುವ ವಿ.ಸೀ.ಯವರಿಗೆ ಪ್ರಸ್ತುತ ಲೇಖನವು ಒಂದು ಪುಟ್ಟ ಕಾಣಿಕೆಯಾಗಿದೆ.

ವಿ.ಸೀ.ಯವರು ನಿಜವಾಗಿಯೂ ಒಳ್ಳೆಯತನದ ಮೂರ್ತರೂಪವೇ. . . . .

ಪರಾಮರ್ಶನ ಗ್ರಂಥಗಳು

1. *ವಿ. ಸೀತಾರಾಮಯ್ಯ – ಜೀವನಚರಿತ್ರೆ – ಪ್ರೊ. ಎಂ. ರಾಮಚಂದ್ರ (2009)*
2. *ವಿ. ಸೀತಾರಾಮಯ್ಯ – ವ್ಯಕ್ತಿತ್ವ ಮತ್ತು ಕಾವ್ಯ – ವಿ.ಸೀ. ಸಂಪದ (1981)*
3. *ವಿ. ಸೀತಾರಾಮಯ್ಯ –ಸ್ಮರಣೆ – ಎಂ. ವಿ. ವೆಂಕಟೇಶಮೂರ್ತಿ*
4. *ಸಾರ್ಥಕ ಬದುಕು – ಬಿ.ಪಿ. ರಾಧಾಕೃಷ್ಣ*
5. *"ವಿ.ಸೀ. ನೂರರ ನೆನಪು"*
6. *ಛಾಯಾಚಿತ್ರ ಕೃಪೆ: ಕೆ.ಜಿ. ಸೋಮಶೇಖರ್ (ಅವರ ಅನುಮತಿಯಿಂದ ಬಳಸಿಕೊಳ್ಳಲಾಗಿದೆ).*

ಅಸಮಾನ್ಯ ವಿದ್ವನ್ಮಣಿ: ಡಾ।। ಎಸ್. ಶ್ರೀಕಂಠಶಾಸ್ತ್ರೀ

"ಒಂದು ವಿಶ್ವವಿದ್ಯಾನಿಲಯದ ಘನತೆ ಗೌರವಗಳನ್ನು ಕಟ್ಟಿ ಬೆಳೆಸುವವರೆಂದರೆ ಡಾ. ಎಸ್. ಶ್ರೀಕಂಠಶಾಸ್ತ್ರೀ ಅವರಂಥ ವಿದ್ವಾಂಸರು. ಆದರೆ ಶ್ರೀಕಂಠಶಾಸ್ತ್ರಿಗಳಂಥ ಒಬ್ಬ ವಿದ್ವಾಂಸರನ್ನು ರೂಪುಗೊಳಿಸುವಲ್ಲಿ ವಿಶ್ವವಿದ್ಯಾನಿಲಯದ ಕೊಡುಗೆ ಏನೂ ಇಲ್ಲ."

– ಡಾ.॥ ಯು. ಆರ್. ಅನಂತಮೂರ್ತಿ

(ಜ್ಞಾನಪೀಠ ಪ್ರಶಸ್ತಿ ಪುರಸ್ಕೃತರು)

Figure 51: ಡಾ।। ಎಸ್. ಶ್ರೀಕಂಠಶಾಸ್ತ್ರೀ

ಮೈಸೂರು ವಿಶ್ವವಿದ್ಯಾನಿಲಯದ ಶತಮಾನೋತ್ಸವದ ವರ್ಷದಲ್ಲಿ ಹಿಂದಿನ ವರ್ಷಗಳಲ್ಲಿ ಸೇವೆ ಸಲ್ಲಿಸಿದ್ದ ಅನೇಕ ಪ್ರತಿಭಾವಂತ ವಿದ್ವಾಂಸರು, ವಿಜ್ಞಾನಿಗಳು, ತಂತ್ರಜ್ಞರು ಹಾಗೂ ಸಾಹಿತಿಗಳನ್ನು ಗತಕಾಲದ ಭಾವುಕ ಸ್ಮರಣಸಂಸ್ಕೃತಿಯಿಂದ (ನಾಸ್ಟಾಲಿಯಾ) ನೆನಪಿಸಿಕೊಳ್ಳಲಾಗಿದೆ. ಈ ತಾರಾ ಸಮೂಹದಲ್ಲಿ ಡಾ. ಎ. ವೆಂಕಟಸುಬ್ಬಯ್ಯ (ಬೆರ್ನ್ ವಿಶ್ವವಿದ್ಯಾನಿಲಯ) ಅವರಿಗೆ ಸರಿಸಮಾನವಾಗಿ ಅಂತಾರಾಷ್ಟ್ರೀಯ ಪ್ರಖ್ಯಾತಿಯ ಡಾ. ಎಸ್. ಶ್ರೀಕಂಠಶಾಸ್ತ್ರೀ ಅವರು ಗಮನ ಸೆಳೆಯುತ್ತಾರೆ. ಈ ಇತಿಹಾಸ ವಿದ್ವಾಂಸರ ಸಲಹೆಯ ಮೇರೆಗೆ ಸರಿಪಡಿಸಲಾದ ಅಶೋಕಸ್ತಂಭವು ಈಗ ಮಹಾರಾಜ ಕಾಲೇಜಿನ ಮುಂಭಾಗದಲ್ಲಿ ನಿಂತಿದೆ. ಮೊದಲು ಇದ್ದ ಸ್ತಂಭದ ಮೇಲೆ ವೃಷಭ, ಸಿಂಹ, ಆನೆ ಮತ್ತು ಕುದುರೆಯಂಥ ಪ್ರಾಣಿಶಿಲ್ಪಗಳು 'ಧರ್ಮಚಕ್ರ'ವನ್ನು ಎರಡೂ ಪಾರ್ಶ್ವಗಳಿಂದ ನೂಕುತ್ತಿರುವಂತೆ ಇದ್ದು, ಅದು ಎಲ್ಲಿಗೂ ಚಲಿಸುವಂತೆಯೇ ಇರಲಿಲ್ಲ!

ಡಾ. ಶ್ರೀಕಂಠಶಾಸ್ತ್ರೀ ಅವರು ಒಬ್ಬ ಅಸಾಮಾನ್ಯ ಶಿಕ್ಷಕರೂ ಸಂಶೋಧಕ ವಿದ್ವಾಂಸರೂ ಆಗಿದ್ದರು. ಅವರಿಗೆ ಹದಿನಾಲ್ಕು ಭಾಷೆಗಳಲ್ಲಿ ಪ್ರಭುತ್ವವಿತ್ತು. ಅವರು 1925ರಲ್ಲಿ ಮೈಸೂರು ವಿಶ್ವವಿದ್ಯಾನಿಲಯದ ಪ್ರಪ್ರಥಮ ಸಂಶೋಧನೆಯೋಜನೆಯೊಂದನ್ನು ಕೈಗೆತ್ತಿಕೊಂಡು "ಸೋರ್ಸಸ್ ಆಫ್ ಕರ್ನಾಟಕ ಹಿಸ್ಟರಿ– ವಾಲ್ಯೂಮ್–1" ಎಂಬ ಗ್ರಂಥವನ್ನು ರಚಿಸುವ ಮೂಲಕ ಕರ್ನಾಟಕ ಇತಿಹಾಸ ರಚನೆಗೆ ಬುನಾದಿ ಹಾಕಿದರು. ಅವರು 1926ರಲ್ಲಿ "ಜರ್ನಲ್ ಆಫ್ ರಾಯಲ್ ಏಷ್ಯಾಟಿಕ್ ಸೊಸೈಟಿ ಆಫ್ ಗ್ರೇಟ್ ಬ್ರಿಟನ್ ಅಂಡ್ ಐರ್ಲೆಂಡ್" ಎಂಬ ವಿದ್ವತ್ ಪತ್ರಿಕೆಯಲ್ಲಿ ಮೊದಲಬಾರಿಗೆ ಬರೆದು ಪ್ರಕಟಿಸಿದ ಸಂಶೋಧನ ಲೇಖನ: "ದಿ ಕಾಂಕ್ವೆಸ್ಟ್ ಆಫ್ ಶಿಲಾದಿತ್ಯ ಇನ್ ದಿ ಸೌತ್." ಭಾರತಶಾಸ್ತ್ರದ ಕ್ಷೇತ್ರಕ್ಕೆ ನೀಡಿದ ಕೊಡುಗೆಗಾಗಿ ಮೈಸೂರು ವಿಶ್ವವಿದ್ಯಾನಿಲಯದಿಂದ ಅವರು 1949ರಲ್ಲಿ ಡಿ. ಲಿಟ್ ಪದವಿಯನ್ನು ಪಡೆದರು; ಹಾಗೆ ಪಡೆದ ಮಹನೀಯರಲ್ಲಿ ಶ್ರೀಕಂಠಶಾಸ್ತ್ರೀ ಅವರು ಪ್ರಾಯಶಃ ಎರಡನೆಯವರು.

A group photo of B.A. Honours (1936 - 37), Maharaja's College. Sitting (on chairs): Sathyagirinathan, V. Raghavendra Rao, S. Srikanta Sastri, N. Kasturi, M. H. Krishna, Sri Jayachamarajendra Wadiyar, J. C. Rollo, C. S. Seshadri, H. Muddaraje Urs, A. Sharadamma and Y. Venkamma; Standing (first row): B. Basappa, B. S. Rama Rao, K. S. Venkatanarayana, A. S. Lakshminarayana Rao, S. Mohammed Zakaria, A. S. Jagannath, S. Devaraje Urs, M. S. Bhimasenachar, M. V. Lakshmana Rao and D. L. Narasimha Sastry; Standing (second row): B. K. Raghunatha Murthy, M. L. Krishna Murthy, M. L. Ramaswamy, B. V. Venkannachar, C. V. Venkatesaiah, K. B. Ramaswamy Iyengar, B. Chikke Urs, V. S. Krishna Murthy and B. Puttaraje Urs; Standing (third row): B. V. Keshava Iyengar, D. Chokkanna and K. S. Subba Rao.

ವಾಸ್ತವವಾಗಿ ಮೈಸೂರು ರಾಜಸಂಸ್ಥಾನವು ಅಸ್ತಿತ್ವದಲ್ಲಿ ಇದ್ದಾಗಲೇ ಶ್ರೀಕಂಠಶಾಸ್ತ್ರೀ ಅವರು ಕರ್ನಾಟಕದ ಇತಿಹಾಸ ಸಂಶೋಧನೆಯಲ್ಲಿ ತಮ್ಮನ್ನು ತೊಡಗಿಸಿಕೊಂಡಿದ್ದರು. ಅವರು ಇಂಗ್ಲಿಷ್, ಕನ್ನಡ, ತೆಲುಗು, ಹಿಂದಿ ಹಾಗೂ ಸಂಸ್ಕೃತ ಭಾಷೆಗಳಲ್ಲಿ ವ್ಯಾಪಕವಾಗಿ ಬರೆದರು. ಮೈಸೂರಿನ ಮಹಾರಾಜ ಕಾಲೇಜಿನಲ್ಲಿ ಮನೋವಿಜ್ಞಾನ ವಿಭಾಗದ ಮುಖ್ಯಸ್ಥರೂ ಮುಂದೆ ಆ ಕಾಲೇಜಿನ ಪ್ರಾಂಶುಪಾಲರೂ ಆದ ಪ್ರೊ. ಎಂ. ವಿ.

ಗೋಪಾಲಸ್ವಾಮಿಯವರು ಶಾಸ್ತ್ರಿಗಳ ಆತ್ಮೀಯ ಸ್ನೇಹಿತರಾಗಿದ್ದರು. ಗೋಪಾಲಸ್ವಾಮಿಯವರ ಬಹುಪ್ರೀತಿಯ ಯೋಜನೆಯಾದ ಬಾನುಲಿ ಪ್ರಸಾರವನ್ನು (ಆಕಾಶವಾಣಿ) ಪೋಷಿಸಿ ಬೆಳೆಸುವಲ್ಲಿ ಶ್ರೀಕಂಠಶಾಸ್ತ್ರೀ ಅವರೂ ಸಹಭಾಗಿಯಾದರು. ಮುಂದೆ ಅವರು ಮೈಸೂರು, ಬೆಂಗಳೂರು, ಧಾರವಾಡದ ಆಕಾಶವಾಣಿ ಕೇಂದ್ರಗಳಿಂದ ಇಂಗ್ಲಿಷ್ ಮತ್ತು ಕನ್ನಡ ಭಾಷೆಗಳಲ್ಲಿ ಇಪ್ಪತ್ತಕ್ಕೂ ಹೆಚ್ಚು ಉಪನ್ಯಾಸಗಳನ್ನು ನೀಡಿದರು.

Figure 52: ಕರ್ನಾಟಕ ರಾಜ್ಯಪಾಲ ಮೋಹನಲಾಲ್ ಸುಖಾಡಿಯಾರವರು ಎಸ್. ಶ್ರೀಕಂಠ ಶಾಸ್ತ್ರೀ ಪುರಸ್ಕಾರ ನೀಡುತ್ತಿರುವುದು

"ಗೂರ್ಖಾ ದಕ್ಷಿಣಬಾಹು" ಎಂಬ ನೇಪಾಳದ ಪ್ರತಿಷ್ಠಿತ ಬಿರುದನ್ನು ಪಡೆದ, ಖ್ಯಾತ ವೈ. ಜಿ. ಕೃಷ್ಣಮೂರ್ತಿಯವರು ಶ್ರೀಕಂಠಶಾಸ್ತ್ರಿಗಳ ವಿದ್ಯಾರ್ಥಿಯಾಗಿದ್ದರು; ಅವರ ಮೂಲಕ ಶಾಸ್ತ್ರಿಗಳಿಗೆ ಪಂಡಿತ್ ಜವಹರಲಾಲ್ ನೆಹರೂ, ಸುಭಾಷ್‌ಚಂದ್ರ ಬೋಸ್ ಮುಂತಾದವರೊಡನೆ ಸಂಪರ್ಕ–ಸಂಬಂಧವೇರ್ಪಟ್ಟಿತು. ನೆಹರೂ ತಾವು ರಚಿಸಿದ "ಡಿಸ್ಕವರಿ ಆಫ್ ಇಂಡಿಯಾ" ಎಂಬ ಕೃತಿಯ ಮುದ್ರಣವಾದಾಗ ಅದರ ಮೊದಲ ಪ್ರತಿಯನ್ನು ಶಾಸ್ತ್ರಿಗಳಿಗೆ ಕಳುಹಿಸಿಕೊಟ್ಟು ಆ ಕೃತಿಯ ಬಗ್ಗೆ ಶಾಸ್ತ್ರಿಗಳ ಅಭಿಪ್ರಾಯವನ್ನು ತಿಳಿಯಬಯಸಿದರು. ಮುಂದೆ ಶ್ರೀಕಂಠಶಾಸ್ತ್ರೀ ಅವರು "ನೆಹರೂ ಆ್ಯಸ್ ಎ ಹಿಸ್ಟೋರಿಯನ್" ಎಂಬ ಲೇಖನವೊಂದನ್ನು ಬರೆದರು. 1938ರಲ್ಲಿ ನಡೆದ ಹರಿಪುರ ಕಾಂಗ್ರೆಸ್ ಅಧಿವೇಶನದ ಸವಿಸಂಚಿಕೆಗೆ ಅವರು ಲೇಖನವನ್ನು ಬರೆದರಾದರೂ ಆ ಲೇಖನಕ್ಕೆ ಶಾಸ್ತ್ರಿಗಳು ತಮ್ಮ ಹೆಸರನ್ನು ಹಾಕಿಕೊಳ್ಳಲಿಲ್ಲ; "ದಿ ಹಿಸ್ಟರಿ ಆಫ್ ಕಾಂಗ್ರೆಸ್ ಪಾಲಿಟಿ" ಎಂಬುದೇ ಆ ಲೇಖನ. ಅದೊಂದು ಐತಿಹಾಸಿಕ ಅಧಿವೇಶನವಾಗಿತ್ತು; ಮಹಾತ್ಮಾ ಗಾಂಧಿಯವರ ಅಂತಃಸಾಕ್ಷಿಯ ಉಮೇದುವಾರರಾದ ಪಟ್ಟಾಭಿ ಸೀತಾರಾಮಯ್ಯನವರು ಸ್ಪರ್ಧೆಯಲ್ಲಿ ಪರಾಭವ ಹೊಂದಿ, ಸುಭಾಷ್‌ಚಂದ್ರ ಬೋಸ್

ಅವರು ವಿಜೇತರಾಗಿದ್ದರು. ಕಾಂಗ್ರೆಸ್ ಪಕ್ಷದ ಅಧ್ಯಕ್ಷರಾಗಿ ಸುಭಾಷ್‌ಚಂದ್ರ ಬೋಸ್ ಅವರು ಈ ಸವಿ ಸಂಚಿಕೆಗೆ ವಿಶೇಷ ಸಂದೇಶವನ್ನು ಕಳುಹಿಸಿಕೊಟ್ಟಿದ್ದರು. ಶ್ರೀಕಂಠಶಾಸ್ತ್ರಿಗಳ ಪ್ರಿಯ ಶಿಷ್ಯರಾಗಿದ್ದ ವೈ. ಜಿ. ಕೃಷ್ಣಮೂರ್ತಿಯವರು ಈ ಸವಿ ಸಂಚಿಕೆಯ ಸಂಪಾದಕರು.

Figure 53: ಎಸ್. ಶ್ರೀಕಂಠ ಶಾಸ್ತ್ರೀ ಪುರಸ್ಕಾರ ಸಮಾರಂಭ

ವೈ. ಜಿ. ಕೃಷ್ಣಮೂರ್ತಿಯವರ ಒಂದು ಕೃತಿ "ಇಂಡಿಪೆಂಡೆಂಟ್ ಇಂಡಿಯಾ ಅಂಡ್ ಎ ನ್ಯೂ ವರ್ಲ್ಡ್ ಆರ್ಡರ್"; 1943ರಲ್ಲಿ ಪ್ರಕಟವಾದ ಈ ಕೃತಿಗೆ ಶ್ರೀಕಂಠಶಾಸ್ತ್ರೀ ಅವರು ಬರೆದಿದ್ದ ಉಪೋದ್ಘಾತವು ಅಡಾಲ್ಫ್ ಹಿಟ್ಲರನಿಗೆ ಪ್ರಚಾರ ಪ್ರಮುಖನಾಗಿದ್ದ ಜೋಸೆಫ್ ಗೊಬೆಲ್ಸ್‌ನ ಗಮನವನ್ನು ಸೆಳೆಯಿತು. ಒಂದು ಸಂಜೆ ಬರ್ಲಿನ್ ರೇಡಿಯೋದಲ್ಲಿ ಆತ ಭಾಷಣ ಮಾಡುವಾಗ ಡಾ. ಎಸ್. ರಾಧಾಕೃಷ್ಣನ್ ಅವರ ಹೆಸರಿನ ಜೊತೆಜೊತೆಗೆ ಶ್ರೀಕಂಠಶಾಸ್ತ್ರೀ ಅವರ ಹೆಸರನ್ನೂ ಪ್ರಸ್ತಾಪಿಸಿದ. ಹಾಗಾಗಿ ಶ್ರೀಕಂಠಶಾಸ್ತ್ರಿಗಳನ್ನು ಬಂಧಿಸಿ, ಅವರ ಕಾರ್ಯಚಟುವಟಿಕೆಗಳನ್ನು ಪ್ರಶ್ನಿಸಬೇಕೆಂಬ ಪ್ರಚೋದನೆಯು ಬ್ರಿಟಿಷ್ ಗೂಢಚಾರ ವಿಭಾಗಕ್ಕೆ ಉಂಟಾಯಿತು. ಜರ್ಮನಿಯಿಂದ ಪ್ರಸಾರವಾದ ಆ ರೇಡಿಯೋ ಭಾಷಣವನ್ನು ಆಲಿಸಿದ್ದ ಅನೇಕ ವಿದ್ಯಾರ್ಥಿಗಳ ಪಾಲಿಗೆ ಶಾಸ್ತ್ರಿಗಳು ಹೀರೋ ಎನಿಸಿದರು! ಅವರೆಲ್ಲ ಒಂದು ರೀತಿಯಲ್ಲಿ ವ್ಯಕ್ತಿಪೂಜೆಯನ್ನು ಪ್ರಾರಂಭಿಸಿದರೆನ್ನಬೇಕು.

ಶ್ರೀಕಂಠಶಾಸ್ತ್ರೀ ಅವರ ಆತ್ಮಸ್ಥೈರ್ಯ ಉತ್ತಮ ಮಟ್ಟದ್ದಾಗಿತ್ತು. ಮೈಸೂರು ಸಂಸ್ಥಾನದ ಬಗ್ಗೆ ಅವರು "ಈಸ್ ದಿ ಮಹಾರಾಜ ಆಫ್ ಮೈಸೂರ್ ಎ ಟ್ರೂ ಸಾವರಿನ್?" ಎನ್ನುವ ಲೇಖನವೊಂದನ್ನು ಬರೆದರು. ಇದು ಆಗ ದಿವಾನರಾಗಿದ್ದ ಸರ್ ಮಿರ್ಜಾ ಇಸ್ಮಾಯಿಲ್ ಅವರ ಕಡುಕೋಪಕ್ಕೆ ಗುರಿಯಾಯಿತು. ಆ ಕಾಲದಲ್ಲಿ

ಶ್ರೀಕಂಠಶಾಸ್ತ್ರಿಗಳು ಇನ್ನೂ ಮಹಾರಾಜ ಕಾಲೇಜಿನಲ್ಲಿ ಬೋಧಕರಾಗಿದ್ದೆಂಬ ಸಂಗತಿಯು ಗಮನಾರ್ಹವಾದುದು. ಇದೇ "ಬೆಂಕಿಕಿಡಿಯ" ಪ್ರಾಧ್ಯಾಪಕರು 1936–37ನೆಯ ಸಾಲಿನಲ್ಲಿ ಯುವರಾಜ ಜಯಚಾಮರಾಜೇಂದ್ರ ವಡೆಯರ್ ಅವರಿಗೆ ಇತಿಹಾಸ ಪಾಠವನ್ನು ಮಾಡುತ್ತಿದ್ದರು!

www.srikanta-sastri.org (Copyright Free)

Figure 54: ಮಹರಾಜಾ ಕಾಲೇಜು ಚಿತ್ರ: ಕುರ್ಚಿಯ ಮೇಲೆ ಕುಳಿತಿರುವರು (ಎಡದಿಂದ - ಬಲಕ್ಕೆ): ಎಸ್. ಶ್ರೀಕಂಠ ಶಾಸ್ತ್ರೀ, ಎಂ. ಆರ್. ವರದಾಚಾರ್, ಪಟ್ಟಂಕರ್ ಚಂದ್ರಶೇಖರ ಭಟ್, ಲಕ್ಷ್ಮೀನರಸಿಂಹಯ್ಯ, ಕೆ. ವಿ. ಪುಟ್ಟಪ್ಪ (ಕುವೆಂಪು), ಎ. ಆರ್. ಕೃಷ್ಣ ಶಾಸ್ತ್ರೀ, ರಾಳಪಲ್ಲಿ ಅನಂತ ಕೃಷ್ಣ ಶರ್ಮ, ವಿ. ಸೀತಾರಾಮಯ್ಯ, ?, ?, ಎಸ್. ವಿ. ರತ್ನಂ

ನಿಂತಿರುವರು (ಮೊದಲನೇ ಸರದಿ)(ಎಡದಿಂದ - ಬಲಕ್ಕೆ): ಟಿ. ಎಸ್. ಶಾಮರಾವ್, ?, ?, ವಿ. ರಾಘವಾಚಾರ್, ಕೆ. ಸ್. ಕೃಷ್ಣಮೂರ್ತಿ, ಕೆ. ವೆಂಕಟರಾಮಪ್ಪ, ?, ?, ?, ಸಿ. ಮಹದೇವಪ್ಪ, ಎನ್. ಅನಂತರಂಗಾಚಾರ್

ನಿಂತಿರುವರು (ಕೊನೆಯ ಸರದಿ)(ಎಡದಿಂದ - ಬಲಕ್ಕೆ): ಉ. ಕೆ. ಸುಬ್ಬರಾಯಾಚಾರ್

ಶಾಸ್ತ್ರಿಗಳು 1943ರಲ್ಲಿಯೇ ಭವಿಷ್ಯತ್ ಕಾಲಕ್ಕೆ ಸಂಬಂಧಿಸಿದಂತಹ "ಜಿಯೋ–ಪಾಲಿಟಿಕ್ಸ್ ಆಫ್ ಇಂಡಿಯಾ ಅಂಡ್ ಗ್ರೇಟರ್ ಇಂಡಿಯಾ" ಎಂಬ ಐತಿಹಾಸಿಕ ಗ್ರಂಥವೊಂದನ್ನು ಬರೆದರು. ಸ್ವಾತಂತ್ರ್ಯಾನಂತರ ಕಾಲದಲ್ಲಿ ಭಾರತವು ಆಗ್ನೇಯ ಏಷ್ಯಾದಲ್ಲಿ ವಹಿಸಬೇಕಾದ ಮಹತ್ತ್ವದ ಪಾತ್ರವನ್ನು ಈ ಕೃತಿಯು ಮುನ್ಸೂಚಿಸಿತ್ತು. ತನ್ನ

ಬೃಹತ್ ಜನಸಂಖ್ಯೆ ಮತ್ತು ಸಮೃದ್ಧ ಖನಿಜ ಸಂಪನ್ಮೂಲಗಳಿಂದ ಭಾರತವು ವಿಶ್ವದ ಸೂಪರ್ ಪವರ್ ರಾಷ್ಟ್ರಗಳಲ್ಲಿ ಒಂದಾಗಬಹುದಾದ ಸುಪ್ತ ಸತ್ತ್ವವನ್ನು ಹೊಂದಿರುವುದನ್ನು ಕೂಡ ಶಾಸ್ತ್ರಿಗಳು ಮೊದಲೇ ಸೂಚಿಸಿದ್ದರು. 1956ರ ನವೆಂಬರ್ 1 ರಂದು ಕರ್ನಾಟಕ ರಾಜ್ಯದ ರಚನೆಯಾದಾಗ ಅವರು ನಮ್ಮ ನಾಡಿನ ಇತಿಹಾಸ, ಸಂಸ್ಕೃತಿ ಮತ್ತು ವೈವಿಧ್ಯಗಳನ್ನು ಸೊಗಸಾಗಿ ತಿಳಿಸಿಕೊಡುವ ಲೇಖನಗಳ ಸರಣಿಯೊಂದನ್ನು ಬರೆದರು. "ಭಾರತೀಯ ಸಂಸ್ಕೃತಿ" ಅವರು ಕನ್ನಡ ಭಾಷೆಯಲ್ಲಿ ರಚಿಸಿದ ಪ್ರಸಿದ್ಧ ಕೃತಿ; ಇದು ಐದು ಮುದ್ರಣಗಳನ್ನು ಕಂಡಿದೆ. ಶ್ರೀಕಂಠಶಾಸ್ತ್ರಿಗಳು ತಮ್ಮ ಜೀವಮಾನದಲ್ಲಿ ಸುಮಾರು 12 ಗ್ರಂಥಗಳನ್ನು ಮತ್ತು 224 ಲೇಖನಗಳನ್ನು ಬರೆದಿರುವರು. "ಶ್ರೀಕಂಠಯಾನ" ಅವರ ಇಂಗ್ಲಿಷ್ ಬರಹಗಳ ಸಂಕಲನ; ಇದರ ಎರಡು ಸಂಪುಟಗಳನ್ನು ಮಿಥಿಕ್ ಸೊಸೈಟಿಯು 2016ರಲ್ಲಿ ಹೊರತಂದಿದೆ.

ಶ್ರೀಕಂಠಶಾಸ್ತ್ರಿಗಳು 1960ರಲ್ಲಿ ನಿವೃತ್ತರಾದಾಗ ಯುಜಿಸಿಯು ಅವರನ್ನು ಮೈಸೂರು ವಿಶ್ವವಿದ್ಯಾನಿಲಯದ ಮೊತ್ತಮೊದಲ ಎಮೆರಿಟಸ್ ಸ್ಕಾಲರ್ ಆಗಿ ನೇಮಿಸಿತು. ಪ್ರೊ. ದೇ. ಜವರೇಗೌಡರು ಮೈಸೂರು ವಿಶ್ವವಿದ್ಯಾನಿಲಯದ ಕುಲಪತಿಯಾಗಿದ್ದಾಗ 1973ರಲ್ಲಿ ಶ್ರೀಕಂಠಶಾಸ್ತ್ರಿಗಳನ್ನು ಸನ್ಮಾನಿಸಿ "ಶ್ರೀಕಂಠಿಕಾ" ಎನ್ನುವ ಅಭಿನಂದನ ಗ್ರಂಥವನ್ನು ಸಹ ಸಮರ್ಪಿಸಲಾಯಿತು. ಈ ಗ್ರಂಥದಲ್ಲಿ ಪ್ರೊ. ಟಿ. ವಿ. ಮಹಾಲಿಂಗಂ, ಎಸ್. ಆರ್. ರಾವ್, ಎಸ್. ಶೆಟ್ಟರ್, ಬಾ. ರಾ. ಗೋಪಾಲ್, ಎಂ. ಚಿದಾನಂದಮೂರ್ತಿ, ಕೆ. ವಿ. ರಮೇಶ್, ಬಿ. ಶೇಕ್ ಅಲಿ, ಟಿ. ವಿ. ವೆಂಕಟಾಚಲ ಶಾಸ್ತ್ರೀ, ಎಸ್. ಎಸ್. ರಾಘವಾಚಾರ್, ಎ. ವಿ. ನರಸಿಂಹಮೂರ್ತಿ ಮುಂತಾದವರು ಬರೆದಿರುವ ಅತ್ಯುನ್ನತ ಮಟ್ಟದ ವಿದ್ವತ್‌ಪೂರ್ಣವಾದ ಲೇಖನಗಳಿವೆ. ಬೆಂಗಳೂರಿನ ಮಿಥಿಕ್ ಸೊಸೈಟಿಯ ವಜ್ರಮಹೋತ್ಸವದ ಸಂಭ್ರಮಾಚರಣೆಯ ಸಂದರ್ಭದಲ್ಲಿ ಕರ್ನಾಟಕದ ಅಂದಿನ ರಾಜ್ಯಪಾಲರಾದ ಸನ್ಮಾನ್ಯ ಮೋಹನಲಾಲ್ ಸುಖಾಡಿಯಾ ಅವರು ಪ್ರೊ. ಎಸ್. ಶ್ರೀಕಂಠಶಾಸ್ತ್ರಿಗಳನ್ನು ಗೌರವಿಸಿದರು. 1970ರಲ್ಲಿ ಬೆಂಗಳೂರಿನಲ್ಲಿ ನಡೆದ ವಾರ್ಷಿಕ ಕನ್ನಡ ಸಾಹಿತ್ಯ ಸಮ್ಮೇಳನದಲ್ಲಿ ಕನ್ನಡ ಸಾಹಿತ್ಯ ಪರಿಷತ್ತು ಅವರನ್ನು ಸನ್ಮಾನಿಸಿತು. ಪಾಶ್ಚಿಮಾತ್ಯ ವಿದ್ವಾಂಸರ ಪರಿಕಲ್ಪನೆಯಾದ ಆರ್ಯರ ಆಕ್ರಮಣ ಸಿದ್ಧಾಂತವನ್ನು ವಿರೋಧಿಸಿದ ಭಾರತೀಯ ಇತಿಹಾಸಕಾರರಲ್ಲಿ ಶ್ರೀಕಂಠಶಾಸ್ತ್ರೀ ಅವರೇ ಪ್ರಪ್ರಥಮರು. ಭಾರತೀಯ ಸಂಸ್ಕೃತಿ ಮತ್ತು ತತ್ತ್ವಶಾಸ್ತ್ರಗಳ

ಅಂತರ್ದರ್ಶನ ಮಾಡಿರುವಂಥ ಭಾರತೀಯ ಇತಿಹಾಸ ವಿದ್ವಾಂಸರೇ ಈ ದೇಶದ ಚರಿತ್ರೆಯನ್ನು, ವಿಶೇಷವಾಗಿ ಕರ್ನಾಟಕದ ಚರಿತ್ರೆಯನ್ನು, ಬರೆಯಬೇಕು ಎನ್ನುವುದು ಅವರ ಅಪೇಕ್ಷೆಯಾಗಿತ್ತು.

ಶ್ರೀಕಂಠಶಾಸ್ತ್ರಿಗಳು 1974ರಲ್ಲಿ ದೈವಾಧೀನರಾದರು. ಅವರ ಜನ್ಮಶತಮಾನೋತ್ಸವವನ್ನು ಮಿಥಿಕ್ ಸೊಸೈಟಿಯು 2004ರಲ್ಲಿ ಆಚರಿಸಿ, ಎರಡು ದಿನಗಳ ರಾಷ್ಟ್ರೀಯ ವಿಚಾರ ಸಂಕಿರಣವೊಂದನ್ನು ನಡೆಸಿತು.

ಶ್ರೀಕಂಠಶಾಸ್ತ್ರಿಗಳ ವಿದ್ಯಾರ್ಥಿಗಳಲ್ಲಿ ಅತ್ಯಂತ ಪ್ರಸಿದ್ಧರಾದವರು ಎಂದರೆ ಮೈಸೂರು ವಿಶ್ವವಿದ್ಯಾನಿಲಯದ ವಿಶ್ರಾಂತ ಕುಲಪತಿಗಳಾಗಿದ್ದ ಪ್ರೊ. ದೇ. ಜವರೇಗೌಡ, ಡಾ. ಟಿ. ವಿ. ವೆಂಕಟಾಚಲ ಶಾಸ್ತ್ರೀ, ಆರ್. ಕೆ. ಲಕ್ಷ್ಮಣ್ ಮತ್ತು ಅವರ ಸೋದರರಾದ ಆರ್. ಕೆ. ನಾರಾಯಣ್, ಶ್ರೀ ಜಯಚಾಮರಾಜೇಂದ್ರ ವಡೆಯರ್, ಹೆಚ್. ವೈ. ಶಾರದಾಪ್ರಸಾದ್, ಯು. ಆರ್. ಅನಂತಮೂರ್ತಿ, ಟಿ. ಎಸ್. ಸತ್ಯನ್, ಎಸ್. ಆರ್. ರಾವ್, ಎಂ. ಎಸ್. ನಾಗರಾಜರಾವ್ ಹಾಗೂ ಅತ್ಯಂತ ಹಿರಿಯರಾಗಿ ಈಗಲೂ ನಮ್ಮ ಜೊತೆ ಇರುವ ಡಾ. ಜಿ. ವೆಂಕಟಸುಬ್ಬಯ್ಯ. ಶಾಸ್ತ್ರಿಗಳ ಸಮಕಾಲೀನರಾದ ಕೆಲವು ಮಹನೀಯರು ಎಂದರೆ ಪ್ರೊ. ಬಿ. ಎಂ. ಶ್ರೀಕಂಠಯ್ಯ, ಪ್ರೊ. ತೀ. ನಂ. ಶ್ರೀ., ಪ್ರೊ. ಡಿ. ಎಲ್. ನರಸಿಂಹಾಚಾರ್, ಕುವೆಂಪು, ರಾಳ್ಳಪಲ್ಲಿ ಅನಂತಕೃಷ್ಣಶರ್ಮ, ಪ್ರೊ. ನಿಕ್ಕಂ ಹಾಗೂ ಎಂ. ಹೆಚ್. ಕೃಷ್ಣ.

ಮೈಸೂರು ವಿಶ್ವವಿದ್ಯಾನಿಲಯದಲ್ಲಿ ಕರ್ನಾಟಕ ಸಾಂಸ್ಕೃತಿಕ ಇತಿಹಾಸದ ವಿಷಯದಲ್ಲಿ ಅತಿ ಹೆಚ್ಚು ಅಂಕಗಳನ್ನು ಗಳಿಸುವ ಎಂ. ಎ. ವಿದ್ಯಾರ್ಥಿಗೆ ನೀಡಲಾಗುವ ಶ್ರೀಕಂಠಶಾಸ್ತ್ರೀ ಚಿನ್ನದ ಪದಕವು ಸ್ವತಃ ಅವರೇ ಸ್ಥಾಪಿಸಿದುದಾಗಿದೆ.

(ಸ್ಟಾರ್ ಆಫ್ ಮೈಸೂರ್, 02–04–2016 ಮತ್ತು 03–04–2016)

ವಿದ್ವತ್ತಿನ ಸಾಕಾರರೂಪ: ಡಿ. ಎಲ್. ನರಸಿಂಹಾಚಾರ್

Figure 55: ಡಿ. ಎಲ್. ನರಸಿಂಹಾಚಾರ್

ದೊಡ್ಡಬೆಲೆ ನರಸಿಂಹಾಚಾರ್ಯರು 1906ರ ಅಕ್ಟೋಬರ್ 27 ರಂದು ತುಮಕೂರು ಜಿಲ್ಲೆಯ ಚಿಕ್ಕನಾಯಕನಹಳ್ಳಿಯಲ್ಲಿ ಜನಿಸಿದರು. ಅವರ ತಂದೆ ಶಾಮಯ್ಯ ಅಯ್ಯಂಗಾರ್ ಉಪನೋಂದಣಿ ಕಛೇರಿಯಲ್ಲಿ ಗುಮಾಸ್ತರಾಗಿದ್ದರು. ಭಾರತ ವಾಚನಕ್ಕೆ ಖ್ಯಾತರಾಗಿದ್ದ ಅಣ್ಣಾಸ್ವಾಮಿ ಅಯ್ಯಂಗಾರರ ಮಗಳಾದ ಲಕ್ಷ್ಮಮ್ಮನವರು ಅವರ ತಾಯಿ. ಡಿ. ಎಲ್. ನರಸಿಂಹಾಚಾರ್ಯರು (ಡಿ.ಎಲ್.ಎನ್.) ತಮ್ಮ ಬಾಲ್ಯದ ಬಹುಭಾಗವನ್ನು ಕಳೆದದ್ದು ಅಜ್ಜ ಅಣ್ಣಾಸ್ವಾಮಿ ಅಯ್ಯಂಗಾರರ ಮನೆಯಲ್ಲಿ; ಅವರಿಗೆ ಹನ್ನೆರಡನೆಯ ವಯಸ್ಸಿನಲ್ಲಿಯೇ ಜೈಮಿನಿ ಭಾರತವು ಕರತಲಾಮಲಕವಾಗಿತ್ತು. ವಿಜಯನಗರ ಸಾಮ್ರಾಜ್ಯದ ಆಡಳಿತವಿದ್ದ ಕಾಲದಲ್ಲಿ ಅವರ ಕುಟುಂಬವು ಸೇಲಂನಿಂದ ಈ ಪ್ರದೇಶಕ್ಕೆ ವಲಸೆ ಬಂದಿತ್ತು.

ನರಸಿಂಹಾಚಾರ್ಯರು ತಮ್ಮ ಶಾಲಾ ಶಿಕ್ಷಣವನ್ನು ಪಾವಗಡ, ಮಧುಗಿರಿ ಮತ್ತು ಶಿರಾಗಳಲ್ಲಿ ಪೂರ್ಣಗೊಳಿಸಿದರು. ಅವರು ಖಾಸಗಿಯಾಗಿ ಸಂಸ್ಕೃತವನ್ನು ಸಹ ಕಲಿತುಕೊಂಡರು. ಶಾಲೆಯ ಮುಖ್ಯೋಪಾಧ್ಯಾಯರಾಗಿದ್ದ ಕೃಷ್ಣಸ್ವಾಮಿ ಅಯ್ಯರ್ ಅವರು ಪ್ರಾರಂಭಿಸಿದ "ಸ್ಕೂಲ್ ಫೋಕ್" ಎಂಬ ಹೆಸರಿನ ಶಾಲಾಪತ್ರಿಕೆಗೆ ಲವಲವಿಕೆ– ಉತ್ಸಾಹದಿಂದ ನರಸಿಂಹಾಚಾರ್ಯರು ಲೇಖನಗಳನ್ನು ಬರೆಯುತ್ತಿದ್ದರು. ಅವರ ಮೊದಮೊದಲ ಲೇಖನಗಳೆಂದರೆ ಕನ್ನಡದಲ್ಲಿ "ದೊಡ್ಡ ಮನುಷ್ಯರು ಯಾರು? ಹಾಗೂ ಇಂಗ್ಲಿಷಿನಲ್ಲಿ "ದಿ ಸ್ಟೋರಿ ಆಫ್ ಎ ಕಾಟನ್ ಸೀಡ್." ಅವರು ತಮ್ಮ ಶಾಲಾದಿನಗಳಲ್ಲಿಯೇ "ರಘುವಂಶ" ಮತ್ತು "ಚಂಪೂರಾಮಾಯಣ" ಕೃತಿಗಳನ್ನು

ಓದಿಕೊಂಡಿದ್ದರು. ಈ ಕಾಲದಲ್ಲಿಯೆ ಒಮ್ಮೆ ಅವರು ಓದುತ್ತಿದ್ದ ಶಾಲೆಗೆ ಬಿ. ಎಂ. ಶ್ರೀಕಂಠಯ್ಯನವರು ಭೇಟಿ ನೀಡಿದರು ಹಾಗೂ ವಿದ್ಯಾರ್ಥಿಗಳಿಗೆ "ಸ್ಟೋಲನ್ ಫ್ರಂ ಏನಿಯಡ್" ಎನ್ನುವ ಪಾಠವನ್ನು ಸಹ ಮಾಡಿದರು. ಅವರ ಪಾಠ ಡಿ. ಎಲ್. ಎನ್. ಅವರ ಮನಸ್ಸನ್ನು ಸೆರೆಹಿಡಿದುಬಿಟ್ಟಿತು; ಇದರಿಂದಾಗಿ ಅವರಿಗೆ ಬಿ. ಎಂ. ಶ್ರೀಕಂಠಯ್ಯನವರ ಬಗ್ಗೆ ಒಂದು ತೆರನ ಆರಾಧನಾ ಭಾವ ಹುಟ್ಟಿ ಬೆಳೆಯುವಂತೆ ಮಾಡಿತು. ಮುಂದೆ ಅವರು ಶ್ರೀಕಂಠಯ್ಯನವರ ಪೋಷಣೆಯಲ್ಲಿಯೇ ಸ್ನಾತಕೋತ್ತರ ಶಿಕ್ಷಣವನ್ನು ಪೂರ್ಣಗೊಳಿಸುವಂತಾಯಿತು.

Figure 56: **ಬಿ. ಎ. ಆನರ್ಸ್ ಚಿತ್ರ:(ನಿಂತುರುವರು) (ಎಡದಿಂದ - ಬಲಕ್ಕೆ): ವಾಸುದೇವ ರಾವ್, ಡಿ. ಎಲ್. ನರಸಿಂಹಾಚಾರ್, ನಾರಾಯಣ ಮೂರ್ತಿ, ತಿ. ನಂ. ಶ್ರೀ., ನಾರಾಯಣ ಶರ್ಮ, ರಾಜಶೇಖರಯ್ಯ, ಜಿ. ವೆಂಕಟಸುಬ್ಬಯ್ಯ.**
ಕುರ್ಚಿ ಮೇಲೆ ಕುಳಿತಿರುವರು: (ಎಡದಿಂದ ಬಲಕ್ಕೆ): ಸಿ. ಆರ್. ನರಸಿಂಹ ಶಾಸ್ತ್ರೀ, ಎಮ್. ಆರ್. ವರದಾಚಾರ್, ಡಿ. ಶ್ರೀನಿವಾಸಾಚಾರ್, ಟಿ. ಎಸ್. ವೆಂಕಣ್ಣಯ್ಯ, ಬಿ. ಎಂ. ಶ್ರೀಕಂಠಯ್ಯ, ಎಮ್. ಎಚ್. ಕೃಷ್ಣ, ಎಸ್. ಶ್ರೀಕಂಠ ಶಾಸ್ತ್ರೀ, ರಾಳಪಲ್ಲಿ ಅನಂತ ಕೃಷ್ಣ ಶರ್ಮ

ನರಸಿಂಹಾಚಾರ್ಯರು 1927 ರಲ್ಲಿ ಬಿ.ಎ. ವ್ಯಾಸಂಗಕ್ಕಾಗಿ ಸೆಂಟ್ರಲ್ ಕಾಲೇಜನ್ನು ಸೇರಿದರು. ಅವರು ಆಯ್ಕೆ ಮಾಡಿಕೊಂಡಿದ್ದ ವಿಷಯಗಳೆಂದರೆ ರಸಾಯನಶಾಸ್ತ್ರ ಮತ್ತು ಭೌತಶಾಸ್ತ್ರ. ಅವರು ಕನ್ನಡದಲ್ಲಿ ಉನ್ನತ ಅಂಕಗಳನ್ನು ಗಳಿಸಿದುದರಿಂದ ಮೈಸೂರಿನ ಮಹಾರಾಜ ಕಾಲೇಜಿನಲ್ಲಿ ಕನ್ನಡ ಎಂ.ಎ.ಗೆ ಸೇರಿಕೊಂಡರು. ಅವರ ಸಹಪಾಠಿಗಳಲ್ಲಿ ಕೆ.

ವಿ. ಪುಟ್ಟಪ್ಪ, ಕೆ. ವಿ. ರಾಘವಾಚಾರ್, ಎನ್. ಅನಂತರಂಗಾಚಾರ್ ಹಾಗೂ ಕೆ. ವೆಂಕಟರಾಮಪ್ಪ ಸೇರಿದ್ದರು. ಮಹಾರಾಜ ಕಾಲೇಜಿನಲ್ಲಿ ಬಿ. ಎಂ. ಶ್ರೀಕಂಠಯ್ಯ, ರಾಳ್ಳಪಲ್ಲಿ ಅನಂತಕೃಷ್ಣ ಶರ್ಮ, ಸಿ. ಆರ್. ನರಸಿಂಹಶಾಸ್ತ್ರಿ, ಟಿ. ಎಸ್. ವೆಂಕಣ್ಣಯ್ಯ ಮತ್ತು ಎ. ಆರ್. ಕೃಷ್ಣಶಾಸ್ತ್ರಿಗಳ ಆಶ್ರಯದಲ್ಲಿ ಅವರು ವ್ಯಾಸಂಗ ಮಾಡಿದರು. ತಮ್ಮ ಬಿಡುವಿನ ವೇಳೆಯಲ್ಲಿ ನರಸಿಂಹಾಚಾರ್ಯರು ಪ್ರಾಚೀನ ಕನ್ನಡ ಹಸ್ತಪ್ರತಿಗಳಿದ್ದ ಪ್ರಾಚ್ಯವಿದ್ಯಾ ಸಂಶೋಧನಾಲಯದ ಗ್ರಂಥಭಂಡಾರಕ್ಕೆ ಆಗಾಗ ಹೋಗಿಬರುತ್ತಿದ್ದರು. ಅವರು 1929 ರಲ್ಲಿ ತಮ್ಮ ಎಂ.ಎ. ಶಿಕ್ಷಣವನ್ನು ಪೂರ್ಣಗೊಳಿಸಿದರು. ಅವರಿಗೆ ಹೆಚ್. ವಿ. ನಂಜುಂಡಯ್ಯ ಚಿನ್ನದ ಪದಕವನ್ನು ಪ್ರದಾನ ಮಾಡಲಾಯಿತು.

Figure 57: ಡಿ. ಎಲ್. ಎನ್.ರವರ ಗ್ರಾಜುಯೇಶನ್ ಸಮಾರಂಭ

ಕನ್ನಡ ವಿಭಾಗಕ್ಕಾಗಿ ಇರಿಸಲಾಗಿದ್ದ ಸಂಶೋಧನ ಅನುದಾನವನ್ನು ಪಡೆದವರಲ್ಲಿ ಡಿ.ಎಲ್.ಎನ್. ಮೊದಲಿಗರು. ಕರ್ನಾಟಕದಲ್ಲಿ ವೀರಶೈವ ಸಾಹಿತ್ಯವು ಬೆಳವಣಿಗೆ ಹೊಂದಿದ ಕಾಲವನ್ನು ಕುರಿತ ಆಧ್ಯಯನ ಅವರ ಸಂಶೋಧನೆಯ ವಸ್ತು. ಪ್ರಾಚ್ಯವಿದ್ಯಾ ಸಂಶೋಧನಾಲಯದ ಗ್ರಂಥಭಂಡಾರದಲ್ಲಿ ರೆಸಿಡೆಂಟ್ ಅಧ್ಯಾಪಕರಾಗಿ ಅವರ ನೇಮಕ ಅವರ ಮೊದಲ ಉದ್ಯೋಗ. ಅದೇ ಕಾಲಕ್ಕೆ ಅವರು ಮಹಾರಾಜ ಕಾಲೇಜಿನ ಕನ್ನಡ ವಿಭಾಗದಲ್ಲಿ ಒಪ್ಪೊತ್ತಿನ ಉಪನ್ಯಾಸಕರಾಗಿ ಸಹ ನೇಮಕಗೊಂಡಿದ್ದರು.

ಸ್ವತಃ ಕನ್ನಡದ ಶ್ರೇಷ್ಠ ವಿದ್ವಾಂಸರಲ್ಲಿ ಒಬ್ಬರಾದ ತಿರುವಳ್ಳೂರು ಶ್ರೀನಿವಾಸ ರಾಘವಾಚಾರ್ಯರ ಮಗಳಾದ ಮುತ್ತಮ್ಮ ಎನ್ನುವವರನ್ನು ಡಿ.ಎಲ್.ಎನ್. ಅವರು ವಿವಾಹವಾದರು. ರಾಘವಾಚಾರ್ಯರ ಮನೆಯಲ್ಲಿ ಅಪರೂಪದ ಕನ್ನಡ ಗ್ರಂಥಭಂಡಾರವಿತ್ತು. ಆ ಅಮೂಲ್ಯ ಗ್ರಂಥಭಂಡಾರವನ್ನು ಉಪಯೋಗಿಸಿಕೊಂಡು ಅವರು "ಪಂಪರಾಮಾಯಣ ಸಂಗ್ರಹ" ಎಂಬ ಹೆಸರಿನ ಕೃತಿಯನ್ನು ಬರೆದರು.

ಡಿ.ಎಲ್.ಎನ್. ಮತ್ತು ಮುತ್ತಮ್ಮನವರ ಚೊಚ್ಚಲ ಮಗಳು ರಾಜಲಕ್ಷ್ಮಿ. ಅವರ ಎರಡನೆಯ ಮಗು ಗಂಡು; ಆದರೆ ಬಾಲ್ಯದಲ್ಲಿಯೇ ತೀರಿಕೊಂಡಿತು. ಆ ದಂಪತಿಯ ಪಾಲಿಗೆ ಅದು ತುಂಬಲಾರದ ನಷ್ಟವಾಯಿತು. ತರುವಾಯ ಹುಟ್ಟಿದ ಮಕ್ಕಳೆಂದರೆ ಪ್ರಭಾ, ಪದ್ಮಿನಿ, ಜಯಶ್ರೀ ಹಾಗೂ ಮಾಧವಿ.

Figure 58: ಕನ್ನಡ ತರುಣ ಸಂಘ: ಕುರ್ಚಿಯ ಮೇಲೆ ಕುಳಿತಿರುವವರು: (ಎಡದಿಂದ - ಬಲಕ್ಕೆ): ?, ?, ಕುವೆಂಪು, ಬಿ. ಎಮ್. ಶ್ರೀಕಂಠಯ್ಯ, ದ. ರಾ. ಬೇಂದ್ರೆ, ಟಿ. ಎಸ್. ವೆಂಕಣ್ಣಯ್ಯ, ?, ?, ?, ?

ನಿಂತಿರುವವರು (ಎಡದಿಂದ ಬಲಕ್ಕೆ)(ಕೆಳಗಿನಿಂದ ಮೂರನೆ ಸರದಿ): ?, ?, ?, ಡಿ. ಎಲ್. ನರಸಿಂಹಾಚಾರ್, ?, ?, ?

ನಿಂತಿರುವವರು (ಎಡದಿಂದ - ಬಲಕ್ಕೆ)(ಕೆಳಗಿನಿಂದ ನಾಲ್ಕನೆ ಸರದಿ): ಜಿ. ವೆಂಕಟಸುಬ್ಬಯ್ಯ, ?, ?, ?, ?

ಡಿ.ಎಲ್.ಎನ್. ಅವರ ಮೊದಲ ಮಗಳು ಬಿ.ಎ. ಪದವಿಗಾಗಿ ಕನ್ನಡವನ್ನು ಆಯ್ಕೆಮಾಡಿಕೊಂಡು ಮುಂದುವರಿಯಬೇಕೆಂದಿದ್ದಾಗ ಅವರು ತಡೆದರೆಂಬುದು ಪ್ರಸಿದ್ಧ ಸುದ್ದಿಯಾಯಿತು. ಒಂದು ವೇಳೆ ಆಕೆ ಬಿ.ಎ. ಪದವಿಯಲ್ಲಿ ಪ್ರಥಮ ರ್‍ಯಾಂಕ್ ಪಡೆಯುವಂತಾಗಿಬಿಟ್ಟರೆ, ಆಗ ಸ್ವಜನ ಪಕ್ಷಪಾತವೆಂಬ ಗಾಳಿಸುದ್ದಿಯನ್ನು ನಾಲಗೆಗಳು ಆರೋಪಿಸಿಯಾವು ಎನ್ನುವುದು ಡಿ.ಎಲ್.ಎನ್. ಅವರ ಆತಂಕದ ಭಾವನೆಯಾಗಿದ್ದಿರಬೇಕು.

ಡಿ.ಎಲ್.ಎನ್. ಅವರಿಗೆ ನಶ್ಯದ ಬಗ್ಗೆ ವಿಪರೀತ ವ್ಯಾಮೋಹ. ಇದು ಅವರಿಗೆ ತಗುಲಿಕೊಂಡದ್ದು ಅವರ ಆತ್ಮೀಯ ಮಿತ್ರ ಕುವೆಂಪು ಅವರಿಂದ. ಸ್ವಾರಸ್ಯದ ಸಂಗತಿ

ಎಂದರೆ ಕುವೆಂಪು ಅವರು ಆ ಚಟದಿಂದ ದೂರವಾದದ್ದು; ಆದರೆ ಅವರ ಗೆಳೆಯರಿಗೆ ಮುಂದಿನ ಹಲವು ವರ್ಷಗಳ ಕಾಲ ಅದು ಅಂಟಿಕೊಂಡದ್ದು.

Figure 59: ಡಿ. ಎಲ್. ಎನ್. ಮತ್ತು ಸಹಕುಟುಂಬ

ನರಸಿಂಹಾಚಾರ್ಯರು 1932 ರಲ್ಲಿ ಮಹಾರಾಜ ಕಾಲೇಜಿನ ಕನ್ನಡ ವಿಭಾಗಕ್ಕೆ ಪೂರ್ಣಾವಧಿ ಅಧ್ಯಾಪಕರಾಗಿ ನೇಮಕಗೊಂಡರು. ಅನಂತರದ ಏಳು ವರ್ಷಗಳ ಕಾಲ ಅವರು ಅಲ್ಲಿಯೇ ಇದ್ದರು; ಮುಂದೆ ಅವರು 1939 ರಿಂದ 1941 ರವರೆಗೆ ಅವರನ್ನು ಮೈಸೂರಿನ ಇಂಟರ್‌ಮೀಡಿಯೆಟ್ ಕಾಲೇಜಿಗೆ (ಈಗಿನ ಯುವರಾಜ ಕಾಲೇಜು) ನಿಯೋಜಿಸಲಾಯಿತು. ಉಪಪ್ರಾಧ್ಯಾಪಕರಾಗಿ ಬಡ್ತಿ ದೊರೆತುದರಿಂದ ಅವರನ್ನು 1945ರಲ್ಲಿ ಬೆಂಗಳೂರಿನ ಸೆಂಟ್ರಲ್ ಕಾಲೇಜಿಗೆ ವರ್ಗಾವಣೆ ಮಾಡಲಾಯಿತು. ಅವರು ಮತ್ತೆ ಬಡ್ತಿ ಪಡೆದು 1948ರ ಸುಮಾರಿಗೆ ಮೈಸೂರಿನ ಮಹಾರಾಜ ಕಾಲೇಜಿಗೆ ವರ್ಗವಾಗಿ ಬರುವಂತಾಯಿತು.

ಕನ್ನಡ–ಕನ್ನಡ ನಿಘಂಟು ಯೋಜನೆಯ ಪ್ರಧಾನ ಸಂಪಾದಕರನ್ನಾಗಿ 1954 ರಲ್ಲಿ ಅವರನ್ನು ನೇಮಿಸಲಾಯಿತು. ಈ ಕೆಲಸಕ್ಕಾಗಿ ಅವರು ಮತ್ತೆ ಬೆಂಗಳೂರಿಗೆ ಹೋಗಬೇಕಾಯಿತು! ಆದರೆ ಎರಡೇ ವರ್ಷಗಳಲ್ಲಿ ಎಂದರೆ 1956ರ ಹೊತ್ತಿಗೆ ಅವರು ಪ್ರಾಧ್ಯಾಪಕ ಹುದ್ದೆಗೇರಿ ಮಹಾರಾಜ ಕಾಲೇಜಿಗೆ ಮರಳಿ ಬರುವಂತಾಯಿತು. ಮುಂದಿನ ಆರು ವರ್ಷಗಳ ಕಾಲ, 1962ರಲ್ಲಿ ತಾವು ನಿವೃತ್ತರಾಗುವವರೆಗೂ ಡಿ.ಎಲ್.ಎನ್. ಅವರು ಪ್ರಾಧ್ಯಾಪಕರಾಗಿ ಬೋಧನೆಕೆಲಸವನ್ನು ಮಾಡಿದರು. ಅವರ ಅಧ್ಯಾಪನ ವೃತ್ತಿಯ ಅವಧಿ

1931 ರಿಂದ 1962 ರವರೆಗೆ, ಮೂವತ್ತು ವರ್ಷಗಳು. ಇದು ಬಹುಮಟ್ಟಿಗೆ ಸರಿಸಮಾನವಾಗಿ ಬೆಂಗಳೂರು–ಮೈಸೂರುಗಳ ನಡುವೆ ಹಂಚಿಹೋಗಿತ್ತು.

ಡಿ.ಎಲ್.ಎನ್. ಅವರು 1962 ರಲ್ಲಿ ನಿವೃತ್ತರಾದ ಅನಂತರ ಮುಂದಿನ ಆರು ವರ್ಷಗಳ ಕಾಲ ಮೈಸೂರು ವಿಶ್ವವಿದ್ಯಾನಿಲಯದ ಕನ್ನಡ ಅಧ್ಯಯನ ವಿಭಾಗದಲ್ಲಿ ಯುಜಿಸಿ ಫೆಲೊ ಆಗಿ ನೇಮಕಗೊಂಡರು. ಪ್ರೊ. ತೀ. ನಂ. ಶ್ರೀಕಂಠಯ್ಯನವರು ದೈವಾಧೀನರಾದಾಗ, ಡಿ.ಎಲ್.ಎನ್. ಅವರು ಕನ್ನಡ–ಕನ್ನಡ ಯೋಜನೆಯ ಅಧ್ಯಕ್ಷ ಸ್ಥಾನವನ್ನು ವಹಿಸಿಕೊಂಡರು. ಪ್ರಥಮ ಆವೃತ್ತಿಯ ನಿಘಂಟುವಿನ ಅಧಿಕೃತ ಬಿಡುಗಡೆ ಸಮಾರಂಭದ ಅಧ್ಯಕ್ಷತೆಯನ್ನು ಸಹ ಅವರು ವಹಿಸಿದರು. ಈ ವರ್ಷಗಳಲ್ಲಿಯೇ ಅವರು ಗ್ರಂಥಸಂಪಾದನಾ ಕಲೆಯನ್ನು ಕುರಿತು "ಕನ್ನಡ ಗ್ರಂಥ ಸಂಪಾದನೆ" ಎಂಬ ಮೇರುಕೃತಿಯನ್ನು ಪ್ರಕಟಿಸಿದರು. ಬಿಡುವಿಲ್ಲದ ದುಡಿಮೆಯಿಂದಾಗಿ ಅವರಿಗೆ 1965 ರಲ್ಲಿ ಪ್ರಥಮ ಬಾರಿಗೆ ಹೃದಯಾಘಾತವಾದುದು ದುಃಖದ ಸಂಗತಿ. ಮೈಸೂರು ವಿಶ್ವವಿದ್ಯಾನಿಲಯದಿಂದ ಪ್ರಕಟವಾಗುತ್ತಿದ್ದ ಪ್ರತಿಷ್ಠಿತ ಮತ್ತು ವಿದ್ವತ್ ಪತ್ರಿಕೆಯಾದ "ಪ್ರಬುದ್ಧ ಕರ್ಣಾಟಕ"ವನ್ನು 1959–1963ರ ಅವಧಿಯಲ್ಲಿ ಅವರು ಸಂಪಾದಿಸಿ ಕೊಟ್ಟರು.

Figure 60: ಮಹರಾಜಾ ಕಾಲೇಜು ಚಿತ್ರ: ಕುರ್ಚಿಯ ಮೇಲೆ ಕುಳಿತಿರುವರು (ಎಡದಿಂದ - ಬಲಕ್ಕೆ): ಪ್ರೊ. ಚಂದ್ರಶೇಖರ್ ಪಟ್ಟಂಕರ್ ಭಟ್ಟ, ಎಮ್. ಆರ್. ವರದಾಚಾರ್, ಲಕ್ಷ್ಮೀನರಸಿಂಹಯ್ಯ, ಎಮ್. ಎಚ್. ಕೃಷ್ಣ, ಎ. ಆರ್. ಕೃಷ್ಣ ಶಾಸ್ತ್ರೀ, ?, ?, ಎಸ್. ಶ್ರೀಕಂಠ ಶಾಸ್ತ್ರೀ, ರಾಳಪಲ್ಲಿ ಅನಂತ ಕೃಷ್ಣ ಶರ್ಮ.

ನಿಂತಿರುವವರು ಕೆಳಗಿನಿಂದ ಎರಡನೆ ಸರದಿ: (ಎಡದಿಂದ - ಬಲಕ್ಕೆ): ?, ?, ?, ವಿ. ಸೀತಾರಾಮಯ್ಯ, ಕೆ. ವೆಂಕಟರಾಮಪ್ಪ, ಪ್ರೊ. ನಾಮ ಶಿವರಾಮ ಶಾಸ್ತ್ರೀ, ಡಿ. ಎಲ್. ನರಸಿಂಹಾಚಾರ್, ಚೆಂಗಲ್ವರಾಯನ್

ಮೈಸೂರು ಆಕಾಶವಾಣಿಯಲ್ಲಿ (ಮುಂದೆ ಆಲ್ ಇಂಡಿಯಾ ರೇಡಿಯೋ ಎಂದಾಯಿತು) ನರಸಿಂಹಾಚಾರ್ಯರ ಅನೇಕ ಭಾಷಣಗಳು ಪ್ರಸಾರವಾದವು. ಅವರು 1943 ರಲ್ಲಿ ಮಾಡಿದ ರೇಡಿಯೋ ಭಾಷಣದಲ್ಲಿ ಪ್ರಸ್ತಾಪಿತವಾದ ಅನೇಕ ಅಂಶಗಳನ್ನು ವಿಮರ್ಶಕರು ನವೋದಯ ಸಾಹಿತ್ಯದ ಮೊದಲ ಮುನ್‌ಸೂಚನೆಗಳೆಂದು ಪರಿಗಣಿಸಿದರು. ಕೆ.ಎಸ್. ನರಸಿಂಹಸ್ವಾಮಿಯವರ "ಶಿಲಾಲತೆ" ಎಂಬ ಪ್ರಸಿದ್ಧ ಕವನ ಸಂಕಲನಕ್ಕೆ ಅವರು ಸ್ಮರಣಯೋಗ್ಯವಾದ ಮುನ್ನುಡಿಯೊಂದನ್ನು ಬರೆದಿರುವರು. ಹಳೆಗನ್ನಡ ಮತ್ತು ಶಾಸನಸಾಹಿತ್ಯ ಅಧ್ಯಯನಗಳಲ್ಲಿ ಅವರಿಗೆ ಇದ್ದ ತೀವ್ರಾಸಕ್ತಿಯ ಫಲವಾಗಿ "ಎಪಿಗ್ರಾಫಿಯಾ ಕರ್ಣಾಟಿಕಾ" ಮಾಲೆಯ ಅನುಬಂಧ ಸಂಪುಟಗಳ ಪ್ರಕಟಣಾ ಕಾರ್ಯದಲ್ಲಿ ನಿಕಟ ಸಂಬಂಧವೇರ್ಪಟ್ಟಿತು.

ನರಸಿಂಹಾಚಾರ್ಯರ ಆತ್ಮೀಯ ಸ್ನೇಹಿತವಲಯದಲ್ಲಿ ತೀ. ನಂ. ಶ್ರೀಕಂಠಯ್ಯ, ಎನ್. ಶಿವರಾಮಶಾಸ್ತ್ರಿ, ಕೆ. ವಿ. ರಾಘವಾಚಾರ್, ಟಿ. ಪಿ. ಕೃಷ್ಣಾಚಾರ್, ಕೆ. ವೆಂಕಟರಾಮಪ್ಪ, ಎಸ್. ಶ್ರೀಕಂಠಶಾಸ್ತ್ರೀ ಹಾಗೂ ಕುವೆಂಪು ಅವರು ಸೇರಿದ್ದರು. ಹಾಗೆಯೇ ಅವರ ಮಿತ್ರಬಳಗದಲ್ಲಿ ವಿ. ರಾಘವನ್, ಎನ್. ಅನಂತರಂಗಾಚಾರ್, ಪು. ತಿ. ನರಸಿಂಹಾಚಾರ್, ಗೊರೂರು ರಾಮಸ್ವಾಮಿ ಅಯ್ಯಂಗಾರ್, ಡಿ. ಕೆ. ಭೀಮಸೇನರಾವ್, ಎಂ. ಮರಿಯಪ್ಪ ಭಟ್ಟ, ಎಂ. ಆರ್. ಶ್ರೀನಿವಾಸಮೂರ್ತಿ ಮತ್ತು ಎ. ಎನ್. ಮೂರ್ತಿರಾಯರಂಥವರಿದ್ದರು. ಅವರ ಪ್ರತಿಭಾವಂಥ ವಿದ್ಯಾರ್ಥಿವಲಯದಲ್ಲಿದ್ದ ಕೆಲವರೆಂದರೆ, ಎಸ್. ವಿ. ಪರಮೇಶ್ವರ ಭಟ್ಟ, ದೇ. ಜವರೇಗೌಡ, ಹೆಚ್. ಎಂ. ಶಂಕರನಾರಾಯಣ ರಾವ್, ಎಂ. ಚಿದಾನಂದಮೂರ್ತಿ ಹಾಗೂ ಟಿ. ವಿ. ವೆಂಕಟಾಚಲ ಶಾಸ್ತ್ರೀ ಅವರು.

ಡಿ.ಎಲ್.ಎನ್. ಅವರು ಕನ್ನಡದಲ್ಲಿ ನಾಲ್ಕು ಪ್ರಮುಖ ಕೃತಿಗಳನ್ನು ರಚಿಸಿದರು ಹಾಗೂ ಸುಮಾರು ಒಂಬತ್ತು ಬೃಹತ್ ಗ್ರಂಥಗಳನ್ನು ಸಂಪಾದಿಸಿದರು; ಹನ್ನೊಂದು ಕೃತಿಗಳಿಗೆ ಮುನ್ನುಡಿಗಳನ್ನು ಬರೆದುಕೊಟ್ಟರು; ಸುಮಾರು ಮೂರು ದಶಕಗಳಲ್ಲಿ ಎಂಬತ್ತಕ್ಕೂ ಹೆಚ್ಚು ಲೇಖನಗಳನ್ನು ಬರೆದರು. ಹಾಗೆಯೇ ಇಂಗ್ಲಿಷ್ ಭಾಷೆಯಲ್ಲಿ ಏಳು ನಿಬಂಧಗಳನ್ನು ರಚಿಸಿದ್ದಾರೆ ಮತ್ತು ಬೇರೆ ಬೇರೆ ಗ್ರಂಥಗಳಿಗೆ ನಾಲ್ಕು ವಿದ್ವತ್ಪೂರ್ಣ

ಪ್ರಸ್ತಾವನೆಗಳನ್ನು ಬರೆದಿದ್ದಾರೆ. "ವಡ್ಡಾರಾಧನೆ", "ಪಂಪರಾಮಾಯಣ ಸಂಗ್ರಹ" ಮತ್ತು "ಸುಕುಮಾರ ಚರಿತಂ" ಕೃತಿಗಳಿಗೆ ಇವರು ಬರೆದಿರುವ ಪೀಠಿಕೆಗಳು ಕನ್ನಡದಲ್ಲಿ ಆ ಪ್ರಕಾರದ ಸಾಹಿತ್ಯದ ಅತ್ಯುತ್ತಮ ಸಾಲಿಗೆ ನಿಶ್ಚಿತವಾಗಿ ಸೇರುವುವು.

ನರಸಿಂಹಾಚಾರ್ಯರ ವಿದ್ವತ್ತು ಅಪಾರವಾದುದು. ವಾಸ್ತವವಾಗಿ ತೀ. ನಂ. ಶ್ರೀಕಂಠಯ್ಯನವರು ಒಮ್ಮೆ ಹೇಳಿದರಂತೆ: "ಡಿ.ಎಲ್.ಎನ್ ಅವರ ಹೆಸರು ವಿದ್ವತ್ತಿಗೆ ಪರ್ಯಾಯ ಪದ."

ಡಿ.ಎಲ್.ಎನ್. ಅವರು ಒಬ್ಬ ಶ್ರೇಷ್ಠ ಭಾಷಾಶಾಸ್ತ್ರಜ್ಞ, ವೈಯಾಕರಣ, ನಿಘಂಟುಕಾರ, ಹಲವಾರು ಗ್ರಂಥಗಳ ಸಂಪಾದಕ, ಶಾಸನತಜ್ಞ ಮತ್ತು ವಿಮರ್ಶಕರಾಗಿದ್ದರು. ನಲವತ್ತು ವರ್ಷಗಳ ಅವಧಿಯಲ್ಲಿ ಅವರು ಕನ್ನಡ ಹಾಗೂ ಇಂಗ್ಲಿಷ್‌ಗಳಲ್ಲಿ ಸುಮಾರು ಎಂಬತ್ತು ಸಂಶೋಧನ ಲೇಖನಗಳನ್ನು ಚಿಂತಿಸಿ ಮತ್ತು ಮಂಥನ ಮಾಡಿ ರಚಿಸಿರುವರು.

ಕೊರಳು ಮುಚ್ಚಿದ ಕೋಟು ಮತ್ತು ಧೋತಿಯ ದಿರಿಸಿನಲ್ಲಿ ಇರುತ್ತಿದ್ದ ಅವರು ವಿನಯದ ಮೂರ್ತಿಯಾಗಿದ್ದರು.

ಅನೇಕ ಸಂದರ್ಭಗಳಲ್ಲಿ ಕನ್ನಡ ಸಾಹಿತ್ಯ ಸಂಘ–ಸಂಸ್ಥೆ ಮತ್ತು ಅಕಾಡೆಮಿಗಳು ಡಿ.ಎಲ್.ಎನ್. ಅವರನ್ನು ಗೌರವಿಸಿವೆ. ಅವರು ಬೀದರಿನಲ್ಲಿ 1960 ರಲ್ಲಿ ನಡೆದ 41ನೆಯ ಕನ್ನಡ ಸಾಹಿತ್ಯ ಸಮ್ಮೇಳನದ ಅಧ್ಯಕ್ಷರಾಗಿದ್ದರು. ಅವರಿಗೆ "ಜನೋಪಾಸಕ" (1960) ಮತ್ತು "ಉಪಾಯನ" ಎಂಬ ಎರಡು ಅಭಿನಂದನ ಗ್ರಂಥಗಳು ಸಮರ್ಪಿತವಾಗಿವೆ; ಇವು ವಿದ್ವಾಂಸರು, ವಿಷಯತಜ್ಞರು ಮತ್ತು ಆಪ್ತ ಮಿತ್ರರು ಬರೆದ ಅಪರೂಪದ ಲೇಖನಗಳಿಂದ ಕೂಡಿವೆ. ಮೈಸೂರು ಸರ್ಕಾರವು ಅವರಿಗೆ ರಾಜ್ಯೋತ್ಸವ ಪ್ರಶಸ್ತಿಯನ್ನು ನೀಡಿ ಗೌರವಿಸಿದೆ. ಕನ್ನಡ ಅಧ್ಯಯನ ಕ್ಷೇತ್ರಕ್ಕೆ ಅವರು ತಮ್ಮ ಜೀವಿತಾವಧಿಯಲ್ಲಿ ನೀಡಿದ ಕೊಡುಗೆಗಳನ್ನು ಗುರುತಿಸಿ ಮೈಸೂರು ವಿಶ್ವವಿದ್ಯಾನಿಲಯವು ಅವರಿಗೆ ಗೌರವ ಡಾಕ್ಟರೇಟ್ (ಡಿ.ಲಿಟ್) ನೀಡಿ ಸನ್ಮಾನಿಸಿದೆ.

ಬಿಡುವೇ ಇಲ್ಲದ ಸತತವಾದ ದುಡಿಮೆಯಿಂದಾಗಿ ಡಿ.ಎಲ್.ಎನ್. ಅವರಿಗೆ 1971ರ ಮೇ 7ರ ರಾತ್ರಿ ಮಾರಕವಾದ ಹೃದಯಾಘಾತವಾಯಿತು; ಇದು ಎರಡನೆಯ ಸಲ ಸಂಭವಿಸಿದ ಹೃದಯಾಘಾತ. ಮರಣದ ಸಮಯದಲ್ಲಿ ಅವರಿಗೆ ಕೇವಲ 65

ವರ್ಷಗಳಷ್ಟೇ. ಕನ್ನಡದ ವಿದ್ವಾಂಸರು (ಹೆಚ್ಚಿನವರು ಅವರ ವಿದ್ಯಾರ್ಥಿಗಳೇ) ಡಿ.ಎಲ್.ಎನ್. ಅವರನ್ನು ಬಹುವಾಗಿ ಇಷ್ಟಪಡುತ್ತಾರೆ; ಅವರ ಸೌಜನ್ಯ, ಪ್ರೀತಿವಾತ್ಸಲ್ಯಗಳನ್ನು ನೆನಪಿಸಿಕೊಳ್ಳುತ್ತಾರೆ. ಅವರ ಮಾತು–ಬರಹಗಳಲ್ಲಿ ಬುದ್ಧಿಶಕ್ತಿಯ ಪರ್ವತವೇ ಹುದುಗಿರುತ್ತಿತ್ತು.

ಮೈಸೂರು ನಗರ ಪಾಲಿಕೆಯು (ಎಂ.ಸಿ.ಸಿ.) ಸರಸ್ವತಿಪುರದ ಐದನೆಯ ಕ್ರಾಸಿಗೆ ಈ ಮಹಾನುಭಾವರ ಹೆಸರನ್ನಿರಿಸಿ ತನ್ನ ಗೌರವವನ್ನು ತೋರಿದೆ.

(ಸ್ಟಾರ್ ಆಫ್ ಮೈಸೂರ್, 05–03–2019)

ಗಂಜಾಂ ವೆಂಕಟಸುಬ್ಬಯ್ಯ

ಕನ್ನಡದ ಭಾಷಾಶಾಸ್ತ್ರಜ್ಞ, ವೈಯಾಕರಣ, ಶಿಕ್ಷಕ, ಲೇಖಕ ಮತ್ತು ನಿಘಂಟುಕಾರ...

Figure 61: ಗಂಜಾಂ ವೆಂಕಟಸುಬ್ಬಯ್ಯ

ಗಂಜಾಂ ವೆಂಕಟಸುಬ್ಬಯ್ಯನವರು ನಿಸ್ಸಂದೇಹವಾಗಿ ಕನ್ನಡ ಭಾಷೆಯ ರಕ್ಷಕ ದೇವಾನುದೇವತೆಗಳಲ್ಲಿ ಒಬ್ಬರು. ಮಂಡ್ಯ ಜಿಲ್ಲೆಯ ಕೈಗೋನಹಳ್ಳಿ ಎಂಬ ಪುಟ್ಟ ಊರಿನಲ್ಲಿ 1913ರ ಆಗಸ್ಟ್ 13 ರಂದು ಹುಟ್ಟಿದ ಜಿ. ವೆಂಕಟಸುಬ್ಬಯ್ಯನವರು(ಜಿವಿ) ತಿಮ್ಮಣ್ಣಯ್ಯ ಮತ್ತು ಸುಬ್ಬಮ್ಮ ದಂಪತಿಗಳ ಎಂಟು ಮಕ್ಕಳಲ್ಲಿ ಎರಡನೆಯವರು. ಅವರ ತಂದೆಯವರು ಸಂಸ್ಕೃತ ಮತ್ತು ಕನ್ನಡದ ಖ್ಯಾತ ಪಂಡಿತರಾಗಿದ್ದು ಸ್ಥಳೀಯ ಸರ್ಕಾರಿ ಶಾಲೆಯಲ್ಲಿ ಕನ್ನಡವನ್ನು ಬೋಧಿಸುತ್ತಿದ್ದರು. ಮೇಲಿಂದ ಮೇಲೆ ಆಗುತ್ತಿದ್ದ ವರ್ಗಾವಣೆಯಿಂದಾಗಿ ಜಿ.ವಿ. ಕಾಲೇಜು ಶಿಕ್ಷಣಕ್ಕಾಗಿ ಮೈಸೂರು ಸೇರುವ ಮೊದಲು ಅವರ ಬಾಲ್ಯ ಬನ್ನೂರು, ಮಧುಗಿರಿ ಮುಂತಾದ ಊರುಗಳಲ್ಲಿ ಕಳೆಯಿತು.

ಜಿ.ವಿ.ಯವರ ಬಾಲ್ಯ 1927–1930ರ ನಡುವೆ ಕಳೆದದ್ದು ಮಧುಗಿರಿಯಲ್ಲಿ. ಆ ಊರಿಗೆ ಭೇಟಿ ನೀಡುವ ಅನೇಕ ಗಣ್ಯ ಮಹನೀಯರ ಜೊತೆಗೆ ಜಿ.ವಿ. ಹೋಗಬೇಕಾಗುತ್ತಿತ್ತು. ಒಮ್ಮೆ ಆ ಊರಿಗೆ ಭೇಟಿ ನೀಡಿದ ಮಹಾತ್ಮಾ ಗಾಂಧಿಯವರು ಇನ್ಸ್ಪೆಕ್ಷನ್ ಬಂಗಲೆ (ಐ.ಬಿ.) ಯಲ್ಲಿ ತಂಗಿದ್ದರು. ಒಬ್ಬ ಎಳೆಯ ಸ್ಕೌಟ್ ಕೆಡೆಟ್ ಆಗಿ ಜಿ.ವಿ.ಯವರನ್ನು ಗಾಂಧಿಯವರ ಕೋಣೆಯ ಹೊರಗಡೆ ನಿಯಮಿಸಲಾದ ಸೌಲಭ್ಯ

ದೊರೆಯಿತು; ಕೆಲವು ನಿಮಿಷಗಳ ಕಾಲ ರಾಷ್ಟ್ರಪಿತನೊಡನೆ ಮಾತನಾಡುವ ಅಪರೂಪದ ಸವಲತ್ತು ಸಹ ಸಿಕ್ಕಿತು.

ಹಾಗೆಯೇ ಮಾಸ್ತಿ ವೆಂಕಟೇಶ ಅಯ್ಯಂಗಾರ್ ಅವರು ಮೊದಲ ಬಾರಿಗೆ ಮಧುಗಿರಿಗೆ ಭೇಟಿ ಕೊಟ್ಟಾಗ, ಅವರನ್ನು ನೋಡುವ ಮತ್ತು ಅವರ ಮಾತನ್ನು ಕೇಳುವ ಸೌಭಾಗ್ಯ ಸಹ ಜಿ.ವಿ.ಯವರದಾಯಿತು. ಈ ಬಾಲ್ಯದ ಅನುಭವಗಳು ಅವರ ಮುಂದಿನ ಸಾಧನೆಗಳನ್ನು ರೂಪಿಸಿದವು. ಮುಂದೆ ಗಾಂಧಿ ಸಾಹಿತ್ಯ ಸಂಪುಟಗಳ ಸಂಪಾದಕರಾದ ಕೆ.ಎಸ್. ನಾರಾಯಣಸ್ವಾಮಿ ಮತ್ತು ಭಾರತದ ರಿಸರ್ವ್‌ಬ್ಯಾಂಕಿನ ಡೆಪ್ಯುಟಿ ಗೌರ್ನರ್ ಹಾಗೂ ವರ್ಲ್ಡ್ ಬ್ಯಾಂಕಿನ ಉಪಾಧ್ಯಕ್ಷರಾದ ಖ್ಯಾತ ಅರ್ಥತಜ್ಞರಾದ ಕೆ.ಎಸ್. ಕೃಷ್ಣಸ್ವಾಮಿಯವರಂಥವರು ಅವರ ಸಹಪಾಠಿಗಳಲ್ಲಿ ಸೇರಿದ್ದರು.

Figure 62: ಜಿ. ವೆಂಕಟಸುಬ್ಬಯ್ಯ ಮತ್ತು ಬಿ. ಎಂ. ಶ್ರೀಕಂಠಯ್ಯ, ಟಿ. ಎಸ್. ವೆಂಕಣ್ಣಯ್ಯ, ಡಿ. ಎಲ್. ನರಸಿಂಹಾಚಾರ್ ಮತ್ತು ಇತರರು (ಬಿ. ಎ. ಆನರ್ಸ್ ೩ ವರ್ಷ)

ಇಂಟರ್‌ಮೀಡಿಯೆಟ್ ವ್ಯಾಸಂಗ ಮಾಡಲು ಜಿ.ವಿ.ಯವರು ಮೈಸೂರಿನ ಯುವರಾಜ ಕಾಲೇಜನ್ನು ಸೇರಿದರು; ಅವರು ಆಯ್ಕೆ ಮಾಡಿಕೊಂಡ ವಿಷಯಗಳೆಂದರೆ ಪ್ರಾಚೀನ ಇತಿಹಾಸ, ಸಂಸ್ಕೃತ ಮತ್ತು ಕನ್ನಡ. ಇಲ್ಲಿ ಅವರು ಕೆ. ವಿ. ಪುಟ್ಟಪ್ಪನವರ (ಕುವೆಂಪು)

ಪ್ರಭಾವಕ್ಕೆ ಒಳಗಾದರು; ಅವರಿಂದಾಗಿ ಹಳಗನ್ನಡದ ಬಗ್ಗೆ ಪ್ರೀತಿ ಮೈಮನಗಳಲ್ಲಿ ತುಂಬಿತು.

ಜಿವಿಯವರಿಗೆ 1933 ರಲ್ಲಿ ಬಿ.ಎ. ಆನರ್ಸ್ ಕೋರ್ಸಿಗೆ ಪ್ರವೇಶ ದೊರೆಯಿತು; ಹಾಗಾಗಿ ಅವರು ಪ್ರೊ. ಟಿ.ಎಸ್. ವೆಂಕಣ್ಣಯ್ಯನವರ ಆಶ್ರಯಕ್ಕೆ ಬಂದರು. ವೆಂಕಣ್ಣಯ್ಯನವರು "ಪಂಪಭಾರತ"ವನ್ನು, ಪ್ರೊ. ಡಿ.ಎಲ್. ನರಸಿಂಹಾಚಾರ್ಯರು "ಗ್ರಂಥ ಸಂಪಾದನಾ ಶಾಸ್ತ್ರ"ವನ್ನು, ಪ್ರೊ. ತೀ. ನಂ. ಶ್ರೀಕಂಠಯ್ಯನವರು "ಕಾವ್ಯಮೀಮಾಂಸೆ"ಯನ್ನು, ಡಾ. ಎಸ್. ಶೀಕಂಠಶಾಸ್ತ್ರಿಯವರು "ಕರ್ನಾಟಕ ಇತಿಹಾಸ"ವನ್ನು ಮತ್ತು ಕೆ.ವಿ. ಪುಟ್ಟಪ್ಪನವರು ಕನ್ನಡವನ್ನು ಪಾಠಮಾಡಿದರು. "ಮೈಸೂರು ವಿದ್ಯಾರ್ಥಿ ಸಂಘದ ಉತ್ಸವ–ಸಮಾರಂಭ"ಗಳಲ್ಲಿ ಶೈಕ್ಷಣಿಕ ಮತ್ತು ಪಠ್ಯೇತರ ಚಟುವಟಿಕೆಗಳೆರಡರಲ್ಲಿಯೂ ಪಾಲ್ಗೊಂಡು ಅನೇಕಾನೇಕ ಬಹುಮಾನಗಳನ್ನು ಸ್ವೀಕರಿಸುವ ಹೆಮ್ಮೆ ಜಿ.ವಿ.ಯವರದು. ಯುವಕ ಜಿ.ವಿ.ಗೆ ಈ ಬಹುಮಾನಗಳನ್ನು ನೀಡುತ್ತಿದ್ದ ಪ್ರೊ. ಎಸ್. ರಾಧಾಕೃಷ್ಣನ್ ಅವರು ಜಿ.ವಿ.ಯವರ ಪಠ್ಯೇತರ ಸಾಧನೆಗಳನ್ನು ಮೆಚ್ಚಿ ಅವರ ಭುಜ ತಟ್ಟುತ್ತಿದ್ದರು.

ಅರ್ಧ ಅಂಕದಿಂದ ಸ್ಕಾಲರ್ ಷಿಪ್ ವಂಚಿತ

ಬಿ.ಎ. ಆನರ್ಸ್‌ನಲ್ಲಿ ಹೆಚ್ಚು ಅಂಕಗಳನ್ನು ಗಳಿಸುತ್ತಿದ್ದವರಲ್ಲಿ ಜಿ.ವಿ.ಯವರು ಇರುತ್ತಿದ್ದರು; ಆದರೆ ಅರ್ಧ ಅಂಕದ ವ್ಯತ್ಯಾಸದಿಂದ ಅವರಿಗೆ ಸ್ಕಾಲರ್‌ಷಿಪ್ ತಪ್ಪಿಹೋಯಿತು. ಅವರಿಗೆ ನಿರಾಸೆಯಾದರೂ ಘಟನೆಗಳ ತಿರುವಿನಲ್ಲಿ ಭರವಸೆಯ ಬೆಳಕು ಇಲ್ಲದೆ ಇರಲಿಲ್ಲ. ಮಹಾರಾಜ

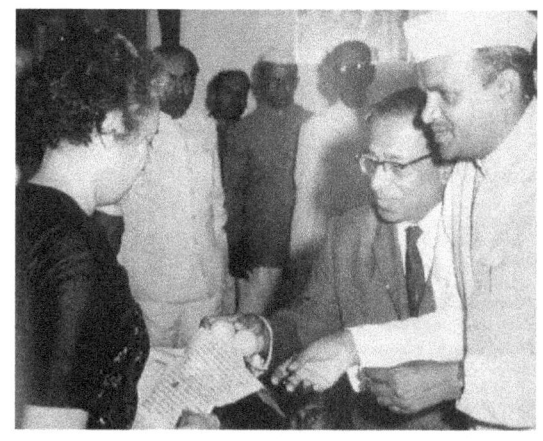

Figure 63: ಜಿ. ವೆಂಕಟಸುಬ್ಬಯ್ಯ ಮತ್ತು ಶ್ರೀಮತಿ ಇಂದಿರಾ ಗಾಂಧೀ

ಕಾಲೇಜಿನ ಪ್ರಾಂಶುಪಾಲರಾಗಿದ್ದ ಜೆ.ಸಿ. ರಾಲೋ ಅವರು ಜಿ.ವಿ.ಯವರ ಸಹಾಯಕ್ಕೆ ಬಂದರು; ಉತ್ತಮ ಅರ್ಹತೆ ಇದ್ದ ಜಿ.ವಿ.ಯವರಿಗೆ ಸ್ಕಾಲರ್‌ಷಿಪ್ ಲಭ್ಯವಾಗುವಂತೆ ಅವರು ಮಾಡಿದರು; ಇದರಿಂದಾಗಿ ಜಿ.ವಿ.ಯವರು ಇನ್ನೂ ಹೆಚ್ಚಿನ ವ್ಯಾಸಂಗ ಮಾಡುವುದಕ್ಕೆ ಅವಕಾಶವಾಯಿತು. ಬೆಂಗಳೂರಿನ ಸೆಂಟ್ರಲ್ ಕಾಲೇಜು ಮತ್ತು ಮೈಸೂರಿನ ಮಹಾರಾಜ ಕಾಲೇಜುಗಳ ನಡುವೆ ನಡೆದ ಕನ್ನಡ ಪ್ರಬಂಧ ರಚನಾ ಸ್ಪರ್ಧೆಯಲ್ಲಿ ಅತ್ಯುತ್ತಮ ಪ್ರಬಂಧಕ್ಕಾಗಿ "ಹೊನ್ನಶೆಟ್ಟಿ ಪ್ರಶಸ್ತಿ"ಯನ್ನು ಜಿ.ವಿ.ಯವರು ಪಡೆದುಕೊಂಡರು.

Figure 64: ಜಿ. ವೆಂಕಟಸುಬ್ಬಯ್ಯ ಮತ್ತು ಕೆಂಗಲ್ ಹನುಮಂತಯ್ಯ

ಜಿ.ವಿ.ಯವರು ಎಂ.ಎ. ಕೋರ್ಸಿಗೆ 1936 ರಲ್ಲಿ ಸೇರಿಕೊಂಡರು. ಅವರಿಗೆ ಅಂತಿಮವರ್ಷದ ಮೌಖಿಕ ಪರೀಕ್ಷೆಯನ್ನು ನಡೆಸಿದ ತಂಡವು ಪ್ರೊ. ಬಿ.ಎಂ. ಶ್ರೀಕಂಠಯ್ಯ, ಪ್ರೊ. ಟಿ.ಎಸ್. ವೆಂಕಣ್ಣಯ್ಯ ಮತ್ತು ಪ್ರೊ ಬೆನಗಲ್ ರಾಮರಾವ್ ಅವರುಗಳಿಂದ ಕೂಡಿತ್ತು. ಈ ಅದ್ಭುತ ತ್ರಿಮೂರ್ತಿಗಳು ಎರಡೂವರೆ ಗಂಟೆಗಳ ಕಾಲ ಮೌಖಿಕ ಪರೀಕ್ಷೆಯನ್ನು ನಡೆಸಿ, ಕೊನೆಗೆ ಕನ್ನಡ ಭಾಷೆಯ ಭವಿಷ್ಯವನ್ನು ಜಿ.ವಿ.ಯವರ ಕೈಗಳಿಗೆ ಒಪ್ಪಿಸಿರುವುದಾಗಿ ಹೇಳಿದರಂತೆ!

ಎಂ.ಎ.ಯಲ್ಲಿ ಜಿ.ವಿ.ಯವರಿಗೆ ಚಿನ್ನದ ಪದಕ ಲಭ್ಯವಾಯಿತು; ಇದು 1937 ರಲ್ಲಿ ಮೈಸೂರು ವಿಶ್ವವಿದ್ಯಾನಿಲಯದ ಘಟಿಕೋತ್ಸವ ಸಮಾರಂಭದಲ್ಲಿ ಅವರಿಗೆ ದೊರೆಯುವುದಿತ್ತು. ವೇದಿಕೆಯಲ್ಲಿ ಘನತೆವೆತ್ತ ನಾಲ್ವಡಿ ಕೃಷ್ಣರಾಜ ವಡೆಯರ್ ಇದ್ದರು ಮತ್ತು ಕನ್ನಡ ಸಾಹಿತ್ಯದ ವರಿಷ್ಠರಾದ ಡಿ.ವಿ. ಗುಂಡಪ್ಪನವರು ಮುಂದಿನ ಗಣ್ಯರ ಸಾಲಿನಲ್ಲಿ ಆಸೀನರಾಗಿದ್ದರು. ಚಿನ್ನದ ಪದಕ ವಿಜೇತರಾದವರ ಮೊದಲ ಸಾಲಿನಲ್ಲಿ ಯುವಕ ಜಿ.ವಿ. ಕಾಲು ಮೇಲೆ ಕಾಲು ಹಾಕಿ ಕುಳಿತುಕೊಂಡಿದ್ದರು. ಸದಾ ಸೂಕ್ಷ್ಮಗ್ರಾಹಿಯಾಗಿದ್ದ ಡಿವಿಜಿಯವರು ಅದನ್ನು ಗಮನಿಸಿ, ಜಿ.ವಿ.ಗೆ ಸರಿಯಾಗಿ

ಕುಳಿತುಕೊಳ್ಳುವಂತೆ ಸಂಜ್ಞೆಮಾಡಿದರು; ಹಾಗೆ ಕಾಲಿನ ಮೇಲೆ ಕಾಲು ಹಾಕಿ ಕುಳಿತುಕೊಳ್ಳುವುದು ಮಹಾರಾಜರಿಗೆ ತೋರುವ ಅಗೌರವದ ಸಂಕೇತ. ಜಿ.ವಿ.ಯವರ ಪ್ರಕಾರ ಅವರಿಗೆ ಅದೊಂದು ಸಭ್ಯತೆಯ ಪಾಠವಾಯಿತು. ಕನ್ನಡದಲ್ಲಿ ಎಂ.ಎ. ಪದವಿ ಪಡೆದುಕೊಂಡ ಅನಂತರ ಜಿ.ವಿ.ಯವರು ಶಿಕ್ಷಣದಲ್ಲಿ ಸ್ನಾತಕ ಪದವಿಯನ್ನು ಸಹ ಗಳಿಸಿದರು.

ಜಿ.ವಿ.ಯವರು 1937 ರಲ್ಲಿ ಮಂಡ್ಯದಲ್ಲಿ ಲಕ್ಷ್ಮಿಯವರನ್ನು ಮದುವೆಯಾದರು. ಅವರ ಪತ್ನಿ ಇತರ ಮಹಿಳೆಯರೊಂದಿಗೆ ಸೇರಿ ಮಂಡ್ಯದಲ್ಲಿ "ಮಹಿಳಾ ಸೇವಾ ಸಮಾಜ" ಎನ್ನುವ ಸಾಮಾಜಿಕ ಸಂಸ್ಥೆಯೊಂದನ್ನು ಪ್ರಾರಂಭಿಸಿದರು. ಅದನ್ನು ಘನತೆವೆತ್ತ ಶ್ರೀ ಜಯಚಾಮರಾಜೇಂದ್ರ ವಡೆಯರ್ ಅವರು ಉದ್ಘಾಟಿಸಿದರು. ಲಕ್ಷ್ಮಿಯವರು 2018ರಲ್ಲಿ ತಮ್ಮ 92ನೆಯ ವಯಸ್ಸಿನಲ್ಲಿ ದೈವಾಧೀನರಾದರು. ಈ ಹೊತ್ತಿಗೆ ಜಿವಿ ಮತ್ತು ಲಕ್ಷ್ಮಿ ಜೋಡಿ ಸುಮಾರು ಎಂಟು ದಶಕಗಳ ದಾಂಪತ್ಯ ಜೀವನವನ್ನು ಪೂರ್ಣಗೊಳಿಸಿತ್ತು!

ಇಂಗ್ಲಿಷ್ ಶಿಕ್ಷಕ!

1939ರ ಹೊತ್ತಿಗೆ ಎರಡನೆಯ ಮಹಾಯುದ್ಧ ಸನ್ನಿಹಿತವಾಯಿತು; ಒಂದು ಸ್ಥಿರ ಉದ್ಯೋಗವನ್ನು ಪಡೆದುಕೊಳ್ಳುವುದು ಅತ್ಯಂತ ಕಷ್ಟಸಾಧ್ಯವಾಯಿತು. ಸರಿಯಾದ ಉದ್ಯೋಗವನ್ನು ಪಡೆದುಕೊಳ್ಳುವಲ್ಲಿ ಸಫಲರಾಗದ ಜಿ.ವಿ.ಯವರು ಬಡ ವಿದ್ಯಾರ್ಥಿಗಳಿಗೆ ಖಾಸಗಿ ಪಾಠ ಮಾಡುತ್ತ ಕುಟುಂಬ ನಿರ್ವಹಣೆಗೆ ಸಾಕೂಸಾಲದ ಅಲ್ಪ ಮೊತ್ತವನ್ನು ಸಂಪಾದಿಸುತ್ತಿದ್ದರು. ಈ ವೇಳೆಗೆ ಅವರ ಭಾಷಣ ಕೌಶಲ ಪ್ರಸಿದ್ಧವಾಗಿದ್ದು, ಮೈಸೂರು ಮತ್ತು ಮಂಡ್ಯದ ಅನೇಕ ಸಂಘಸಂಸ್ಥೆಗಳು ಉಪನ್ಯಾಸಗಳನ್ನು ನೀಡುವಂತೆ ಅವರನ್ನು ಆಹ್ವಾನಿಸುತ್ತಿದ್ದವು. ಅಂಥ ಒಂದು ಸಂದರ್ಭದಲ್ಲಿ ಮಂಡ್ಯದಲ್ಲಿ ಅವರ ಭಾಷಣ ಕೇಳಿದ ಮತ್ತು ಅವರ ಆಳವಾದ ಜ್ಞಾನದಿಂದ ಪ್ರಭಾವಿತರಾದ ಆಗಿನ ಮಂಡ್ಯದ ಡೆಪ್ಯುಟಿ ಕಮಿಷನರ್ ಎಸ್.ಜೆ. ಮೇಕ್ರಿಯವರು ಸ್ಥಳೀಯ ಮುನಿಸಿಪಲ್ ಹೈಸ್ಕೂಲಿನಲ್ಲಿಯ ಒಂದು ಶಿಕ್ಷಕ ಸ್ಥಾನವನ್ನು ಒಪ್ಪಿಕೊಳ್ಳುವಂತೆ ಜಿ.ವಿ.ಯವರಿಗೆ ಮನವಿ ಮಾಡಿದರು; ಅವರಿಗೆ ದೊರೆಯುವ ವೇತನ ತಿಂಗಳಿಗೆ ಮೂವತ್ತು ರೂಪಾಯಿಗಳು. ಆದರೆ ಅವರು ಪಾಠ

ಮಾಡಬೇಕಾದ್ದು ಕನ್ನಡವನ್ನಲ್ಲ, ಇಂಗ್ಲಿಷನ್ನು! ಹಣದ ಅಗತ್ಯ ಅನಿವಾರ್ಯವಾಗಿತ್ತು; ಜಿ.ವಿ.ಯವರು ಈ ಹುದ್ದೆಯಲ್ಲಿ ಆರು ತಿಂಗಳ ಕಾಲ ಮುಂದುವರಿದರು.

Figure 65: ಬಿ. ಎಲ್. ಡಿ ಸೌಜ, ಶಿವರಾಂ ಕಾರಂತ್, ಜಯಚಾಮರಾಜೇಂದ್ರ ಒಡೆಯರ್, ಎ. ಎನ್. ಮೂರ್ತಿ ರಾವ್, ವಿ. ಸೀ. ಜಿ. ವೀ. ಮತ್ತು ಕೆ. ವಿ. ಪುಟ್ಟಪ್ಪ

ಮಂಡ್ಯದಲ್ಲಿಯ ಈ ಸಣ್ಣ ಕೆಲಸದ ಅನಂತರ ಬೆಂಗಳೂರು ಹೈಸ್ಕೂಲಿನಲ್ಲಿ ಒಂದು ಹುದ್ದೆಯನ್ನು ನೀಡಲಾಯಿತು. ಇಲ್ಲಿ ಸಹ ಅವರನ್ನು ಕೋರಿದ್ದು ಇಂಗ್ಲಿಷನ್ನು ಪಾಠ ಮಾಡುವಂತೆ, ಕನ್ನಡವನ್ನಲ್ಲ. ಕನ್ನಡ ಭಾಷೆಯ ಉನ್ನತ, ಅಸಾಮಾನ್ಯ ಪ್ರತಿಭಾವಂತರೊಬ್ಬರ ವೃತ್ತಿಯ ಆರಂಭವಾದದ್ದು ವಾಸ್ತವವಾಗಿ ಇಂಗ್ಲಿಷ್ ಶಿಕ್ಷಕರಾಗಿ ಎನ್ನುವುದು ವಿಪರ್ಯಾಸ. ಬೆಂಗಳೂರು ಹೈಸ್ಕೂಲಿನಲ್ಲಿರುವಾಗ ಅವರು ತಮ್ಮ ಮಿತ್ರ ರಾಮಚಂದ್ರ ಶರ್ಮರು ಕನ್ನಡ ಕಾವ್ಯ ಬರೆಯುವಂತೆ ಪ್ರೇರೇಪಿಸಿದರು. ಅವರ ಸಲಹೆಯನ್ನೊಪ್ಪಿದ ಶರ್ಮರು 1952ರಲ್ಲಿ ತಮ್ಮ ಮೊದಲ ಕೃತಿ "ಹೃದಯಗೀತೆ'ಯನ್ನು ಹೊರತಂದರು; ಇದಕ್ಕೆ ಗೋಪಾಲಕೃಷ್ಣ ಅಡಿಗ ಮತ್ತು ಸುಬ್ಬಣ್ಣ ಆರ್. ಎಕ್ಕುಂಡಿಯವರ ಮುನ್ನುಡಿಗಳಿದ್ದವು.

ಪಾಶ್ಚಾತ್ಯ ಶೈಲಿಯ ಸೂಟು

ಪಾಶ್ಚಾತ್ಯ ಶೈಲಿಯ ಸೂಟು ಧರಿಸಿ ಉಪನ್ಯಾಸ ಕೊಠಡಿಯನ್ನು ಪ್ರವೇಶಿಸುತ್ತಿದ್ದ ಕನ್ನಡ ಉಪನ್ಯಾಸಕರಲ್ಲಿ ಜಿ.ವಿ.ಯವರು ಮೊದಲಿಗರಾಗಿದ್ದರು. ಅಲ್ಲಿಯವರೆಗೂ ಕನ್ನಡ ಪಂಡಿತರು ದೇಶೀ ಪದ್ಧತಿಯ ಸ್ವ-ಜನಾಂಗದ ದಿರಿಸನ್ನು ಧರಿಸುತ್ತಿದ್ದರು. ಜಿ.ವಿ. ಯವರ ಶಿಕ್ಷಕ ವೃತ್ತಿಜೀವನವು ಅವರು ಬೆಂಗಳೂರಿನ ವಿಜಯಾ ಕಾಲೇಜಿನ

ಪ್ರಾಂಶುಪಾಲರಾಗುವುದರಲ್ಲಿ ಪರಮೋನ್ನತಿಯನ್ನು ತಲುಪಿತು. ಇಲ್ಲಿ ಅವರು ಸಂಜೆ ಕಾಲೇಜಿನಲ್ಲಿ ಉಪನ್ಯಾಸಕ, ಪ್ರಾಧ್ಯಾಪಕ ಮತ್ತು ಪ್ರಾಂಶುಪಾಲರಾಗಿ ಸೇವೆ ಸಲ್ಲಿಸಿದರು. "ಉತ್ಸಾಹ" ಎಂಬ ಹೆಸರಿನ ವಿದ್ಯಾರ್ಥಿ ಮ್ಯಾಗಜೀನ್ ಆರಂಭಿಸಿದುದಕ್ಕಾಗಿ ಅವರನ್ನು ಬಹಳ ಸ್ಮರಿಸಿಕೊಳ್ಳುವುದುಂಟು. ತರಗತಿಯ ಕೋಣೆಯಲ್ಲಿ ಅವರು ನೀಡುವ ಉಪನ್ಯಾಸಗಳು ಅನೇಕ ವಿದ್ಯಾರ್ಥಿಗಳನ್ನು ಮಂತ್ರಮುಗ್ಧರನ್ನಾಗಿಯೂ ಸ್ತಬ್ಧರನ್ನಾಗಿಯೂ ಮಾಡುತ್ತಿದ್ದವು. ಕನ್ನಡಸಾಹಿತ್ಯದ ಬಗ್ಗೆ ಅವರಲ್ಲಿದ್ದ ವಿಷಯಭಂಡಾರ ಹಾಗೂ ಪಾತ್ರಗಳನ್ನು ಮತ್ತು ಘಟನೆಗಳನ್ನು ಜೀವಂತವಾಗಿಸಿ ತರಗತಿಯ ಕೋಣೆಗೇ ತರುವ ಅವರ ಅಸಾಮಾನ್ಯ ಸಾಮರ್ಥ್ಯ ಅವರಿಗೆ ದೊಡ್ಡ ಅನುಯಾಯಿಶ್ರೇಣಿಯನ್ನು ದಕ್ಕಿಸಿ ಕೊಟ್ಟಿತು. ಜಿವಿಯವರ ಬೋಧನೆಯ ರೀತಿಯಾದರೋ ಕೇವಲ ಭಾಷೆ ಮತ್ತು ಅದರಲ್ಲಿನ ವ್ಯತ್ಯಾಸಗಳಿಗಷ್ಟೇ ಸೀಮಿತವಾಗಿರುತ್ತಿರಲಿಲ್ಲ; ಅದರಲ್ಲಿ ಸುಪ್ತವಾಗಿದ್ದ ದಾರ್ಶನಿಕ ಅರ್ಥವಿಶೇಷಗಳನ್ನು ಸಹ ಒಳಗೊಂಡಿರುತ್ತಿತ್ತು. ಈ ವಿಶೇಷತೆ ಅವರನ್ನು ಉಳಿದವರಿಂದ ಪ್ರತ್ಯೇಕಿಸುತ್ತಿತ್ತು.

ಅಭಿನಂದನ ಗ್ರಂಥಗಳು

Figure 66: ಜಿ. ವೀ. ಮತ್ತು ಎಂ. ಚಿದಾನಂದ ಮೂರ್ತಿ

ಜಿ.ವಿ.ಯವರಿಗೆ ಅರವತ್ತು ವರ್ಷಗಳು ತುಂಬಿದಾಗ "ಸಾಹಿತ್ಯಜೀವಿ" ಎಂಬ ಅಭಿನಂದನ ಗ್ರಂಥವು ಪ್ರಕಟವಾಯಿತು. ಹಾಗೆಯೇ ಅವರ ತೊಂಬತ್ತನೆಯ ವರ್ಷದಲ್ಲಿ "ಶಬ್ದಸಾಗರ" ಎಂಬ ಗ್ರಂಥ ಹೊರಬಂದಿತು. ಪಾದೇಕಲ್ಲು ವಿಷ್ಣುಭಟ್ಟರ ಸಂಪಾದಕತ್ವದಲ್ಲಿ ಜಿ.ವಿ.ಯವರ ಗೌರವಾರ್ಥ "ವಿದ್ವಜ್ಜೀವಿತ" ಎಂಬ ಹೆಸರಿನ ಕೃತಿಯನ್ನು 2011 ರಲ್ಲಿ ಹೊರತರಲಾಯಿತು. ಅವರ ಜನ್ಮಶತಾಬ್ದ ಸಮಾರಂಭ

ಮಹತ್ತ್ವಪೂರ್ಣವಾದುದು; ಕರ್ನಾಟಕ ರಾಜ್ಯದುದ್ದಕ್ಕೂ ಅನೇಕ ಸಭೆ ಸಮಾರಂಭಗಳು ಜರುಗಿದವು. ಹಲವು ಅಭಿನಂದನ ಗ್ರಂಥಗಳನ್ನು ಅವರಿಗೆ ಸಮರ್ಪಿಸಲಾಯಿತು. ನೂರನೆಯ ವರ್ಷದ ಸ್ವಾಗತ ಸಮಿತಿಯು ಡಾ. ಪಿ.ವಿ. ನಾರಾಯಣ ಅವರ ಸಂಪಾದಕತ್ವದಲ್ಲಿ "ಶತನಮನ" ಎಂಬ ಹೆಸರಿನ ಅಭಿನಂದನ ಗ್ರಂಥವನ್ನು ಪ್ರಕಟಿಸಿತು. ಕನ್ನಡ ಸಾಹಿತ್ಯ ಕ್ಷೇತ್ರದಲ್ಲಿ ಅವರ ಪ್ರಸಿದ್ಧ ಸ್ಥಾನಮಾನವನ್ನು ಮಾನ್ಯಮಾಡಿ 2011 ರಲ್ಲಿ ಅವರನ್ನು ಬೆಂಗಳೂರಿನಲ್ಲಿ ನಡೆದ ಕನ್ನಡ ಸಾಹಿತ್ಯ ಸಮ್ಮೇಳನದ ಅಧ್ಯಕ್ಷರನ್ನಾಗಿ ಆಯ್ಕೆಮಾಡಲಾಯಿತು.

ಕಿಟ್ಟೆಲ್ ಅವರು ಮೊದಲ ಕನ್ನಡ ನಿಘಂಟನ್ನು ರಚಿಸಿದ ಕರಾರುವಾಕ್ಕಾಗಿ ನೂರು ವರ್ಷಗಳ ಅನಂತರ ಜಿ.ವಿ.ಯವರು 1993–94 ರಲ್ಲಿ "ಕನ್ನಡ ನಿಘಂಟು ಶಾಸ್ತ್ರ ಪರಿಚಯ"ವನ್ನು ಬರೆದುದು ಕೇವಲ ಕಾಕತಾಳೀಯವೆನಿಸುವುದಿಲ್ಲ. ಕನ್ನಡದ ಶಬ್ದಕೋಶ ಶಾಸ್ತ್ರಕ್ಕೆ ಈ ಕೃತಿ ಒಂದು ಪೀಠಿಕೆಯಾಗಿದೆ.

Figure 67: ಜಿ. ವೀ. (ವಿಜಯ ಕಾಲೇಜು)

ಪ್ರೊ. ಕೆ. ಕೆ. ಬಸವನಾಳರ ಜನ್ಮಶತಮಾನೋತ್ಸವದ ಸಮಯದಲ್ಲಿ ಉಪಸ್ಥಿತರಿದ್ದ ಡಾ. ಎಸ್. ರಾಮೇಗೌಡರ (ಕರ್ನಾಟಕ ವಿಶ್ವವಿದ್ಯಾನಿಲಯದ ಆಗಿನ ಕುಲಪತಿ) ಸೂಚನೆಯ ಮೇರೆಗೆ ಈ ಬುನಾದಿ ಕೃತಿಯನ್ನು ಪ್ರಾಸಂಗಿಕವಾಗಿ ಹೊರತರಲಾಯಿತು. ಈ ಕೃತಿಯು ಮತ್ತಷ್ಟು ವಿಕಾಸಗೊಂಡು "ಕನ್ನಡ ನಿಘಂಟು ಪರಿವಾರ" ಎನ್ನುವ ಹೆಸರಿನಲ್ಲಿ ಕನ್ನಡ ಪುಸ್ತಕ ಪ್ರಾಧಿಕಾರದಿಂದ ಪ್ರಕಟವಾಯಿತು. ಪ್ರಿಸಂ ಪಬ್ಲಿಷರ್ಸ್ ಅವರು ಇದನ್ನು ಇಂಗ್ಲಿಷಿನಲ್ಲಿ "ಕನ್ನಡ ಲೆಕ್ಸಿಕೋಗ್ರಫಿ ಅಂಡ್ ಅದರ್ ಆರ್ಟಿಕಲ್ಸ್" ಎಂದು ಹೊರತಂದಿರುವರು. ಅವರ ಬುನಾದಿ ಕೃತಿ "ಇಗೊ ಕನ್ನಡ"ವನ್ನು ಒಂದು ಸಮಾಜೊ–ಭಾಷಿಕ ನಿಘಂಟು ಎಂದು ನಿರ್ಣಯಿಸಲಾಗಿದೆ. ಒಂದು ಸಾರಸಂಗ್ರಹ ಸಮ್ಮಿಶ್ರವಾದ ಈ

ಕೃತಿಯು ಕನ್ನಡ ನುಡಿಗಟ್ಟುಗಳು, ಪದಗುಚ್ಛಗಳು, ಪ್ರಯೋಗ, ಐತಿಹ್ಯಗಳು ಇವೆಲ್ಲವನ್ನೂ ಒಳಗೊಂಡಿದೆ; ಇತರ ಭಾಷೆಗಳಿಗೆ ಒಂದು ಮಾದರಿಯಾಗಿರುವ ಕೃತಿಯಾಗಿದೆ.

ಕನ್ನಡ ಸಾಹಿತ್ಯ ಪರಿಷತ್ತಿನ ಅತಿಚಿಕ್ಕ ವಯಸ್ಸಿನ ಅಧ್ಯಕ್ಷ

ಕನ್ನಡ ಸಾಹಿತ್ಯ ಪರಿಷತ್ತಿನ ಕನ್ನಡ ನಿಘಂಟು ಸಮಿತಿಯ ಕೆಲಸಕಾರ್ಯಗಳಲ್ಲಿ ಜಿ.ವಿ. ಯವರ ವಹಿಸಿರುವ ಪಾತ್ರ ಬಹು ಮಹತ್ತ್ವದ್ದು. ಕನ್ನಡ ಸಾಹಿತ್ಯ ಪರಿಷತ್ತಿಗೆ ಪ್ರೊ. ಎ.ಎನ್. ಮೂರ್ತಿರಾಯರು ಅಧ್ಯಕ್ಷರಾಗಿದ್ದಾಗ ಅವರ ಕೈ ಕೆಳಗೆ ಜಿ.ವಿ.ಯವರು ಕಾರ್ಯದರ್ಶಿಯಾಗಿದ್ದರು. ಈ ಕೆಲಸದ ತರುವಾಯ 1964–69ರ ನಡುವೆ ಕನ್ನಡ ಸಾಹಿತ್ಯ ಪರಿಷತ್ತಿನ ಪದಾಧಿಕಾರಿಗಳಲ್ಲಿ ಆ ವರೆಗಿನ ಅತ್ಯಂತ ಚಿಕ್ಕ ವಯಸ್ಸಿನ ಅಧ್ಯಕ್ಷ ಎಂಬ ಅಪರೂಪದ ಗೌರವ ಜಿ.ವಿ. ಯವರದಾಯಿತು. ಈ ಹುದ್ದೆಯಲ್ಲಿದ್ದಾಗ ಅವರಿಗೆ ಪ್ರೋತ್ಸಾಹ ನೀಡಿದವರೆಂದರೆ ಮಾಸ್ತಿ, ಡಿ.ವಿ.ಜಿ., ಅ.ನ.ಕೃ., ತಿ.ತಾ. ಶರ್ಮ ಮತ್ತು ಮ. ರಾಮಮೂರ್ತಿಯವರಂಥವರು.

Figure 68: ಜಿ. ವೀ. - ಶ್ರೀಕಂಠಾಯಣ ಪುಸ್ತಕ ಬಿಡುಗಡೆ ಸಮಾರಂಭದಲ್ಲಿ

ಜಿ.ವಿ. ಯವರು ಆ ಹುದ್ದೆಯಲ್ಲಿದ್ದಾಗಲೇ ಸರ್ಕಾರದಿಂದ ಬರುವ ಅನುದಾನವು ಮೂರು ಪಟ್ಟು ಹೆಚ್ಚಾಗುವಂತೆ ಮಾಡಿದರು. ಅನಂತರ ಅವರು ಕನ್ನಡ–ಕನ್ನಡ ನಿಘಂಟು ಯೋಜನೆಯ ಸಂಪಾದಕರಾದರು. ವಿಶ್ವಕೋಶ ಯೋಜನೆಯಲ್ಲಿ, ಕಾರವಾರ ಮತ್ತು

ಶ್ರವಣಬೆಳಗೊಳಗಳಲ್ಲಿ ನಡೆದ ಸಾಹಿತ್ಯ ಸಮ್ಮೇಳನಗಳಲ್ಲಿ ಹಾಗೂ ಕನ್ನಡ ಸಾಹಿತ್ಯ ಪರಿಷತ್ತಿನ ಮಾಸ ಪತ್ರಿಕೆ "ಕನ್ನಡ ನುಡಿ"ಯ ಸಂಪಾದಕರಾಗಿ ಅವರ ಪಾತ್ರವಿತ್ತು. ತಮ್ಮ ಗುರುಗಳಾದ ಡಾ. ಎಸ್. ಶ್ರೀಕಂಠಶಾಸ್ತ್ರಿಗಳ ಇಂಗ್ಲಿಷ್ ಲೇಖನಗಳ ಸಂಕಲನದ (ಎರಡು ಸಂಪುಟಗಳಲ್ಲಿ)– "ಶ್ರೀಕಂಠಯಾನ" ಸಂ 1 ಮತ್ತು ಸಂ. 2– ಲೋಕಾರ್ಪಣ ಸಮಾರಂಭಲ್ಲಿ ಜಿ.ವಿ.ಯವರು ತಮ್ಮ 104ನೆಯ ವಯಸ್ಸಿನಲ್ಲಿ ಭಾಗವಹಿಸಲು ಒಪ್ಪಿದರು; ವಿಜೃಂಭಣೆಯಿಂದ ನಡೆದ ಸಾರ್ವಜನಿಕ ಸಮಾರಂಭದಲ್ಲಿ ಕೃತಿ ಬಿಡುಗಡೆಯಾಯಿತು. ಅವರು ಮೈಸೂರಿನ ಮಹಾರಾಜ ಕಾಲೇಜಿನಲ್ಲಿ ತಮ್ಮ ಗುರುಗಳಾದ ಡಾ. ಎಸ್. ಶ್ರೀಕಂಠಶಾಸ್ತ್ರಿಗಳ ಕೈಕೆಳಗೆ ಕಳೆದ ವರ್ಷಗಳ ನೆನಪುಗಳನ್ನು ಮೆಲುಕು ಹಾಕಿದರು.

ಜಿ.ವಿ. ಯವರ ಬರಹಗಳು

ಜಿ.ವಿ.ಯವರು ಇಲ್ಲಿಯವರೆಗೆ ಸುಮಾರು ಎಂಟು ನಿಘಂಟುಗಳನ್ನು ರಚಿಸಿದ್ದಾರೆ; ಇವು ನಿಘಂಟು ವಿಜ್ಞಾನವನ್ನು ಕುರಿತಂತೆ ಕನ್ನಡದಲ್ಲಿ ಗಮನಾರ್ಹ ಕೃತಿಗಳಾಗಿವೆ'; ಕನ್ನಡ ಸಾಹಿತ್ಯ ಚರಿತ್ರೆ ಮತ್ತು ಸಾಹಿತ್ಯಿಕ ವಿಮರ್ಶೆಗೆ ಸಂಬಂಧಿಸಿದಂತೆ ಇಪ್ಪತ್ತೇಳು ಗ್ರಂಥಗಳನ್ನು ಬರೆದಿದ್ದಾರೆ; ಮೂವತ್ತಕ್ಕೂ ಹೆಚ್ಚು ಕೃತಿಗಳನ್ನು ಸಂಪಾದಿಸಿದ್ದಾರೆ; ಎಂಟು ಅನುವಾದಗಳು ಮತ್ತು ನಾಲ್ಕು ಮಕ್ಕಳ ಪುಸ್ತಕಗಳು ಅವರಿಂದ ರಚಿತವಾಗಿವೆ.

ಧರ್ಮಸ್ಥಳ ಮಂಜುನಾಥ ಧರ್ಮೋತ್ಥಾನ ಟ್ರಸ್ಟ್ ಜಿ.ವಿ.ಯವರ ಬಗ್ಗೆ 2010 ರಲ್ಲಿ "ಲಿಪ್ಯಂತರ" ಎಂಬ ಹೆಸರಿನ ಸಾಕ್ಷ್ಯಚಿತ್ರವೊಂದನ್ನು ಹೊರತಂದಿದೆ. ಮೈಸೂರು ಮತ್ತು ಬೆಂಗಳೂರುಗಳೆರಡೂ ವಿಶ್ವವಿದ್ಯಾನಿಲಯಗಳಲ್ಲಿ ಅವರ ಹೆಸರಿನಲ್ಲಿ ಚಿನ್ನದ ಪದಕಗಳನ್ನು ಸ್ಥಾಪಿಸಲಾಗಿದೆ. ಮೈಕೊ–ಭಾಷ್ ಕನ್ನಡ ಸಂಘವು ಜಿ. ವೆಂಕಟಸುಬ್ಬಯ್ಯನವರ ಹೆಸರನಲ್ಲಿ ಒಂದು ಲಕ್ಷ ರೂಪಾಯಿಗಳ ನಗದು ಮುದುವಟ್ಟನ್ನು ಕಾದಿರಿಸಿದೆ; ಅದರಿಂದ ಬರುವ ಬಡ್ಡಿಯಿಂದ ಪ್ರತಿವರ್ಷ ಹಂಪಿಯ ವಿಶ್ವವಿದ್ಯಾನಿಲಯದಿಂದ ಪಿಎಚ್.ಡಿ ಪಡೆದ ಅಸಾಮಾನ್ಯ ಪ್ರತಿಭಾವಂತ ವಿದ್ಯಾರ್ಥಿಗೆ ನಗದು ಪುರಸ್ಕಾರವನ್ನು ನೀಡಲಾಗುತ್ತಿದೆ.

ಮನ್ನಣೆ

ಜಿ.ವಿ.ಯವರು ಅಸಂಖ್ಯಾತ ಪ್ರಶಸ್ತಿ ಮತು ಬಿರುದುಗಳನ್ನು ಸ್ವೀಕರಿಸಿದ್ದಾರೆ. ಅವರ ಗೌರವಾರ್ಥ ಹಲವು ಅಭಿನಂದನ ಸಂಪುಟಗಳು ಹೊರಬಂದಿವೆ. ಈ ವರೆಗೆ ಅವರು

ಇಪ್ಪತ್ತೆರಡು ಪ್ರಶಸ್ತಿ ಪುರಸ್ಕಾರಗಳನ್ನು ಸ್ವೀಕರಿಸಿದ್ದಾರೆ; ಅವುಗಳಲ್ಲಿ ಅತ್ಯಂತ ಪ್ರತಿಷ್ಠಿತವಾದವುಗಳೆಂದರೆ ಕರ್ನಾಟಕ ಸಾಹಿತ್ಯ ಅಕಾಡೆಮಿ ಪ್ರಶಸ್ತಿ, ರಾಜ್ಯೋತ್ಸವ ಪ್ರಶಸ್ತಿ, ನಾಡೋಜ ಗೌರವ, ಮಾಸ್ತಿ ಪ್ರಶಸ್ತಿ, ಕೆ.ಎಂ.ಮುನ್ಶಿ ಪ್ರಶಸ್ತಿ, ಪಂಪ ಪ್ರಶಸ್ತಿ ಮತ್ತು ಅತ್ಯಂತ ಹಿರಿಯ ವಯಸ್ಸಿನ ಸಾಧಕ ಮತ್ತು ಮೈಸೂರು ವಿಶ್ವವಿದ್ಯಾನಿಲಯದ ಅತ್ಯಂತ ಪ್ರತಿಭಾವಂತ ವಿದ್ಯಾರ್ಥಿಯಾದ ಅವರಿಗೆ ದೊರೆತ ಭಾರತದ ರಾಷ್ಟ್ರಪತಿ ಗೌರವ.

ರಾಣಿ ಚೆನ್ನಮ್ಮ ವಿಶ್ವವಿದ್ಯಾಲಯವು 2013ರಲ್ಲಿ ಕನ್ನಡ ನಿಘಂಟುಶಾಸ್ತ್ರ ಕ್ಷೇತ್ರಕ್ಕೆ ಜಿವಿಯವರು ನೀಡಿದ ಜೀವಮಾನ ಸಾಧನೆಗಾಗಿ ಅವರಿಗೆ ಗೌರವ ಡಾಕ್ಟೊರೇಟ್ ಪ್ರದಾನ ಮಾಡಿತು. ಭಾರತ ಸರ್ಕಾರವು 2017ರಲ್ಲಿ ಅವರಿಗೆ ಪದ್ಮಶ್ರೀ ಪ್ರಶಸ್ತಿಯನ್ನು ನೀಡಿತು.

ಏಳು ದಶಕಗಳ ಕಾಲ ವ್ಯಾಪಿಸಿದ ಜಿವಿಯವರ ಕೆಲಸವು ಕನ್ನಡ ಭಾಷೆ ಮತ್ತು ವ್ಯಾಕರಣ ಶಾಸ್ತ್ರವಿಷಯಗಳ ಬೆಳವಣಿಗೆಗೆ ಅವರ ಅಚಲ ಸಮರ್ಪಣಾಭಾವದ ಸಾಕ್ಷಿಯಾಗಿದೆ. ಆದರೂ ಅವರ ಮಾತುಗಳಲ್ಲೇ ಹೇಳುವುದಾದರೆ ಶಬ್ದಕೋಶಗಳ ಆಧುನೀಕರಣ, ಡಿಜಿಟಲೀಕರಣ ಮತ್ತು ಭಾಷೆಗೆ ಹೊಸ ಪಾರಿಭಾಷಿಕ ಪದಗಳ ಸೇರ್ಪಡೆ ಇಂಥ ವಿಷಯಗಳಲ್ಲಿ ಇನ್ನೂ ಬಹಳ ಕೆಲಸಗಳನ್ನು ಮಾಡಬೇಕಾದದ್ದು ಉಳಿದಿದೆ. ಸುಮಾರು ಐವತ್ತ ನಾಲ್ಕು ವರ್ಷಗಳ ಶ್ರಮದುಡಿಮೆಯ ಫಲವಾದರೂ (ಸುಮಾರು ಒಂಬತ್ತು ಸಾವಿರ ಪುಟಗಳಷ್ಟು), ಕೆಲವು ದಶಕಗಳ ಹಿಂದೆಯೇ ದ್ವಿತೀಯ ಪುನರ್ಮುದ್ರಣದ ಅನಂತರ, ಆಧುನೀಕರಣ ಅಥವಾ ಪರಿಷ್ಕರಣವನ್ನು ಕಾಣದಿರುವುದು ನಿಜವಾಗಿಯೂ ವಿಷಾದದ ಸತ್ಯ!

ನಿಶ್ಚಿತವಾಗಿಯೂ ಕನ್ನಡವು ಹೆಚ್ಚು ಆದರಕ್ಕೆ ಅರ್ಹವಾದುದು.

(ಸ್ಟಾರ್ ಆಫ್ ಮೈಸೂರ್, 23–08–2020)

ಭಾರತೀಯ ಸ್ವಾತಂತ್ರ್ಯದ ಹೋರಾಟದ ಅಶ್ರುತ ನಾಯಕ: ವೈ. ಜಿ. ಕೃಷ್ಣಮೂರ್ತಿ

Figure 69: ವೈ. ಜಿ. ಕೃಷ್ಣಮೂರ್ತಿ

ಮೈಸೂರು ವಿಶ್ವವಿದ್ಯಾನಿಲಯದ ಶತಮಾನೋತ್ಸವದ ವರ್ಷದಲ್ಲಿ ಸ್ಮರಿಸಿಕೊಳ್ಳಬೇಕಾದ, ಮೈಸೂರು ನಗರದ ಒಬ್ಬ ಧೀಮಂತ ಮತ್ತು ಅಘೋಷಿತ ನಾಯಕ ವೈ. ಜಿ. ಕೃಷ್ಣಮೂರ್ತಿ (ವೈಜಿಕೆ). ಅವರು 1916ರ ಫೆಬ್ರವರಿ 17 ರಂದು ಯಳಂದೂರಿನಲ್ಲಿ ಗೋಪಾಲಶಾಸ್ತ್ರಿ ಮತ್ತು ಲಕ್ಷ್ಮೀನರಸಮ್ಮ ಅವರ ಮಗನಾಗಿ ಜನಿಸಿದರು. ವೈಜಿಕೆ ಯಳಂದೂರಿನಲ್ಲಿಯೆ ತಮ್ಮ ಪ್ರಾಥಮಿಕ ಶಿಕ್ಷಣವನ್ನು ಪಡೆದರು; ತರುವಾಯ ಅವರ ಕುಟುಂಬದ ಹಿರಿಯರು ಮಕ್ಕಳ ಹೆಚ್ಚಿನ ವಿದ್ಯಾಭ್ಯಾಸಕ್ಕಾಗಿ ಮೈಸೂರು ನಗರಕ್ಕೆ ತಮ್ಮ ವಾಸ್ತವ್ಯವನ್ನು ಬದಲಾಯಿಸಿದರು. ವೈಜಿಕೆ 1934–1938ರ ಅವಧಿಯಲ್ಲಿ ಬಿ. ಎ. ಮತ್ತು ಎಂ. ಎ. (ಇಂಗ್ಲಿಷ್ ಸಾಹಿತ್ಯ) ಪದವಿಗಳನ್ನು ಪಡೆದುಕೊಂಡದ್ದು ಮಹಾರಾಜ ಕಾಲೇಜಿನಲ್ಲಿ. ಅವರು ಕಾಲೇಜಿನಲ್ಲಿ ಇದ್ದಾಗಲೇ ಶ್ರೇಷ್ಠ ಚರ್ಚಾಪಟುವಾಗಿ ಹೆಸರು ಮಾಡಿದ್ದು, ಕಾಲೇಜಿನ ಪ್ರಾಂಶುಪಾಲರಾಗಿದ್ದ ಜೆ. ಸಿ. ರಾಲೋ, ಎಸ್. ಶ್ರೀಕಂಠಶಾಸ್ತ್ರೀ, ಬಿ. ಎಂ. ಶ್ರೀಕಂಠಯ್ಯ ಮತ್ತು ಎ. ಆರ್. ಕೃಷ್ಣಶಾಸ್ತ್ರಿಗಳ ಮೆಚ್ಚಿನ ಶಿಷ್ಯರಾಗಿದ್ದರು.

ವೈಜಿಕೆಯವರು ಗಾಂಧೀಜಿಯವರ ತತ್ತ್ವಾದರ್ಶಗಳಿಗೆ ಮಾರುಹೋಗಿದ್ದರು. ಅವರ ಸ್ವಾತಂತ್ರ್ಯದ ಕರೆ ವೈಜಿಕೆಯವರನ್ನು ತರಗತಿಯ ಕೋಣೆಯಿಂದ ಹೊರಬರುವಂತೆ ಮಾಡಿತು; ಸ್ವಾತಂತ್ರ್ಯಕ್ಕಾಗಿ ನಡೆಯುತ್ತಿದ್ದ ಚಳುವಳಿಯಲ್ಲಿ ಅವರು ಸಕ್ರಿಯವಾಗಿ ಮತ್ತು ತೀವ್ರವಾಗಿ ಭಾಗವಹಿಸುವಂತೆ ಮಾಡಿತು. ಅವರೊಬ್ಬ ವಿದ್ಯಾರ್ಥಿನಾಯಕರಾಗಿದ್ದರು;

ಪದೇಪದೇ ನಡೆಯುತ್ತಿದ್ದ ಪ್ರತಿಭಟನೆಯ ಮೆರವಣಿಗೆಯ ನೇತೃತ್ವವನ್ನು ವಹಿಸಿದರು; ಹರತಾಳಗಳನ್ನು ನಡೆಸಿದರು; ಕೆ. ಸಿ. ರೆಡ್ಡಿ ಮತ್ತು ಇತರರ ಜೊತೆ ಸೇರಿ ಸುಬ್ಬರಾಯನ ಕೆರೆಯಲ್ಲಿ ಉಗ್ರ ಭಾಷಣಗಳನ್ನು ಮಾಡುವ ಮುಖಂಡರಾದರು. ಆಗಾಗ ಪೋಲೀಸರು ಅವರನ್ನು ಬಂಧಿಸಿ ಸೆರೆಮನೆಯಲ್ಲಿ ಇರಿಸುತ್ತಿದ್ದುದೂ ಉಂಟು. ಒಮ್ಮೆ ಪರೀಕ್ಷೆಯ ಸಮಯದಲ್ಲಿ ವೈಜಿಕೆಯವರ ಅನುಪಸ್ಥಿತಿಯನ್ನು ಗಮನಿಸಿದ ಪ್ರಾಂಶುಪಾಲ ಜೆ. ಸಿ. ರಾಲೋ ಅವರು ಕಾರಾಗೃಹಕ್ಕೆ ತೆರಳಿ, ಪರೀಕ್ಷೆ ಬರೆಯುವುದಕ್ಕಾಗಿ ವೈಜಿಕೆಯವರನ್ನು ತಾತ್ಕಾಲಿಕವಾಗಿ ಬಿಡಿಸಿಕೊಂಡು, ಅಲ್ಲಿಂದ ಅವರನ್ನು ನೇರವಾಗಿ ಪರೀಕ್ಷಾಕೊಠಡಿಗೆ ತಮ್ಮ ಕಾರಿನಲ್ಲಿಯೆ ಕರೆದುಕೊಂಡು ಹೋದರು!

Figure 70: ಪಂಡಿತ ಜವಾಹರಲಾಲ್ ನೆಹ್ರು ಮತ್ತು ವೈ. ಜಿ. ಕೃಷ್ಣಮೂರ್ತಿ

ಒಂದು ಸಂಜೆ ಮೈಸೂರು ನಗರದ ಡಿ. ಸುಬ್ಬಯ್ಯ ರಸ್ತೆಯಲ್ಲಿನ 310ನೆಯ ನಂಬರಿನ ಮನೆಗೆ ವೈಜಿಕೆಯವರನ್ನು ಹುಡುಕಿಕೊಂಡು ಬಿ. ಎಂ. ಶ್ರೀಕಂಠಯ್ಯನವರು ಬಂದರು; ಇಂಗ್ಲಿಷಿನ ಕೆಲವು ರೊಮ್ಯಾಂಟಿಕ್ ಕವನಗಳನ್ನು ಕನ್ನಡ ಭಾಷೆಗೆ ಅನುವಾದ ಮಾಡಿದ್ದ ಅವರು ತಮ್ಮ "ಹೊಂಗನಸುಗಳು" ಪದ್ಯಗಳನ್ನು ವೈಜಿಕೆಯವರಿಗೆ ತೋರಿಸುವುದು ಬಿ. ಎಂ. ಶ್ರೀ. ಅವರ ಉದ್ದೇಶವಾಗಿತ್ತು. ಆದರೆ ವೈಜಿಕೆಯವರು ಮನೆಯಲ್ಲಿ ಇರಲಿಲ್ಲ. ಮನೆಯ ಮುಂದೆ ಇದ್ದ ಬೆಂಚಿನ ಮೇಲೆ ಕುಳಿತು ಅವರು ತಮ್ಮ ಪ್ರಿಯ ಶಿಷ್ಯನಿಗಾಗಿ ಕಾದರು. ಮನೆಯಲ್ಲಿದ್ದವರು ಬಿ. ಎಂ. ಶ್ರೀ. ಅವರನ್ನು ಒಳಗೆ ಕರೆದರೂ ಬರದೆ ಅವರು ಅಲ್ಲಿಯೇ ಇರಲು ಬಯಸಿದರಂತೆ. ರಾತ್ರಿ ಹತ್ತು ಗಂಟೆಯ ಹೊತ್ತಿಗೆ ವೈಜಿಕೆ ಮನೆಗೆ ಬಂದರು. ಮನೆಯ ಹೊರಗಡೆ ತಮ್ಮ ಗುರುಗಳು ಕಾಯುತ್ತ ಕುಳಿತಿರುವುದನ್ನು ಕಂಡು ವೈಜಿಕೆಯವರಿಗೆ ಆಘಾತವಾಯಿತು. ತಮ್ಮ ಅನುವಾದಿತ ಪದ್ಯಗಳ ಹಸ್ತಪ್ರತಿಯನ್ನು

ಮುದ್ರಣಕ್ಕೆ ಕಳುಹಿಸಿಕೊಡುವ ಮೊದಲು ತಮ್ಮ ಶಿಷ್ಯನ ವಿಮರ್ಶಾತ್ಮಕ ಅಭಿಪ್ರಾಯವನ್ನು ಬಿ. ಎಂ. ಶ್ರೀ. ಬಯಸಿದ್ದರು!

Figure 71: ಕೃಷ್ಣಾ ಹತೀ ಸಿಂಘ್, ಎಸ್. ರಾಧಾಕೃಷ್ಣನ್, ಪತಂಜಲಿ ಶಾಸ್ತ್ರೀ, ವೈ. ಜಿ. ಕೃಷ್ಣಮೂರ್ತಿ

ಮಹಾರಾಜ ಕಾಲೇಜಿನಿಂದ ಪದವಿಯನ್ನು ಪಡೆದುಕೊಂಡ ಮೇಲೆ ವೈಜಿಕೆಯವರು 1933ರಲ್ಲಿ ಮೈಸೂರು ನಗರದ ತುಂಬ ಹಿರಿಯ ವ್ಯಕ್ತಿಯಾದ ತಾತಯ್ಯ ಎಂದರೆ ವೆಂಕಟಕೃಷ್ಣಯ್ಯನವರ ಜೀವನಚರಿತ್ರೆಯನ್ನು ಬರೆದರು. ವಿಶ್ವವಿದ್ಯಾನಿಲಯದಿಂದ ಹೊರಬಂದ ಒಡನೆಯೇ ವೈಜಿಕೆಯವರು ಬೆಂಗಳೂರಿಗೆ ಹೋಗಿ ಸರ್. ಎಂ. ವಿಶ್ವೇಶ್ವರಯ್ಯನವರ ಕೈಕೆಳಗೆ ಎರಡು ವರ್ಷಗಳ ಕಾಲ ಅವರ ಆಪ್ತ ಕಾರ್ಯದರ್ಶಿಯಾಗಿ ಕೆಲಸಮಾಡಿದರು. ಆಗ ಅವರ ಮಾಸಿಕ ವೇತನ ಎಪ್ಪತ್ತೈದು ರೂಪಾಯಿಗಳು. ಸರ್. ಎಂ. ವಿ. ಅವರಿಂದ ಪಡೆದುಕೊಂಡ ಅಮೂಲ್ಯ ತರಬೇತಿಯಿಂದಾಗಿ ವೈಜಿಕೆಯವರು ಇಂಗ್ಲಿಷಿನಲ್ಲಿ "ಸರ್. ಎಂ. ವಿಶ್ವೇಶ್ವರಯ್ಯ – ಎ ಸ್ಟಡಿ" ಎಂಬ ಕೃತಿಯನ್ನು ರಚಿಸುವಂತಾಯಿತು (1941). ಈ ಗ್ರಂಥಕ್ಕೆ ಸರ್ ಪುರುಷೋತ್ತಮ ದಾಸ್ ಠಾಕೂರ್ ದಾಸ್ ಅವರು ಮುನ್ನುಡಿಯನ್ನು ಬರೆದಿರುವರು. ಸ್ವಾತಂತ್ರ್ಯ ಹೋರಾಟದ ದಿನಗಳಲ್ಲಿ ವೈಜಿಕೆಯವರು ಪಂಡಿತ್ ಜವಹರಲಾಲ್ ನೆಹರೂ, ಸರ್ದಾರ್ ಪಟೇಲ್, ಎಸ್. ರಾಧಾಕೃಷ್ಣನ್, ನೇತಾಜಿ ಸುಭಾಷ್‌ಚಂದ್ರ ಬೋಸ್ ಮತ್ತು ಕೆ. ಎಂ. ಮುನ್ಷಿ – ಇವರಿಗೆಲ್ಲ ತುಂಬ ನಿಕಟವಾಗಿದ್ದರು ಎನ್ನುವ ಸಂಗತಿ ಅತಿಶಯೋಕ್ತಿಯಲ್ಲ. ಐತಿಹಾಸಿಕವಾದ

ಹರಿಪುರ ಕಾಂಗ್ರೆಸ್ ಅಧಿವೇಶನವು 1938ರಲ್ಲಿ ನಡೆಯಿತು. ಮಹಾತ್ಮಾ ಗಾಂಧಿಯವರ ಆತ್ಮಸಾಕ್ಷಿಯ ಉಮೇದುವಾರರಾದ ಪಟ್ಟಾಭಿ ಸೀತಾರಾಮಯ್ಯನವರ ವಿರುದ್ಧ ನೇತಾಜಿ ಸುಭಾಷ್‌ಚಂದ್ರ ಬೋಸ್ ಅವರು ಸ್ಪರ್ಧಿಸಿ ಜಯಶಾಲಿಯಾದರು. ಹರಿಪುರ ಕಾಂಗ್ರೆಸ್ ಅಧಿವೇಶನದ ಸವಿಸಂಚಿಕೆಯನ್ನು ವೈಜಿಕೆಯವರು ಸಂಪಾದಿಸಿದರು. ಅದರಲ್ಲಿ ನೇತಾಜಿ ಸುಭಾಷ್‌ಚಂದ್ರ ಬೋಸ್ ಅವರ ವಿಶೇಷ ಸಂದೇಶವಿತ್ತು.

Figure 72: ವೈ. ಜಿ. ಕೃಷ್ಣಮೂರ್ತಿ ಮತ್ತು ಕೆ. ಸಿ. ರೆಡ್ಡಿ

ವೈಜಿಕೆಯವರು ಸಮೃದ್ಧವಾಗಿ ಬರೆದ ಒಬ್ಬ ಲೇಖಕರು; ಐವತ್ತಕ್ಕೂ ಹೆಚ್ಚು ಕೃತಿಗಳನ್ನು ಅವರು ರಚಿಸಿರುವರು. ಅವರು ಬರೆದ "ಇಂಡಿಪೆಂಡೆಂಟ್ ಇಂಡಿಯಾ ಅಂಡ್ ಎ ನ್ಯೂ ವರ್ಲ್ಡ್ ಆರ್ಡರ್" ಎನ್ನುವ ಗ್ರಂಥಕ್ಕೆ ಎಸ್. ಶ್ರೀಕಂಠಶಾಸ್ತ್ರೀ ಅವರ ಮುನ್ನುಡಿ ಇತ್ತು; ಎರಡನೆಯ ಮಹಾಯುದ್ಧದ ಸಮಯದಲ್ಲಿ ಈ ಮುನ್ನುಡಿಯು ಜೋಸೆಫ್ ಗೊಬೆಲ್ಸ್‌ನ ಗಮನವನ್ನು ಸಹ ಸೆಳೆದಿತ್ತು. ಪಂಡಿತ್ ಜವಹರಲಾಲ್ ನೆಹರೂ ಅವರ ಮುನ್ನುಡಿ ಮತ್ತು ಶ್ರೀಕಂಠಶಾಸ್ತ್ರೀ ಅವರ ಪೀಠಿಕೆ ಇರುವ "ಕಾನ್‌ಸ್ಟಿಟ್ಯುಯೆಂಟ್ ಅಸೆಂಬ್ಲಿ ಅಂಡ್ ಇಂಡಿಯನ್ ಫೆಡೆರೇಷನ್" (1940), ಬುಲಾಭಾಯಿ ಜೆ. ದೇಸಾಯಿಯವರ ಮುನ್ನುಡಿ ಇರುವ "ಇಂಡಿಯನ್ ಸ್ಟೇಟ್ಸ್ ಅಂಡ್ ಫೆಡರಲ್ ಪ್ಲ್ಯಾನ್" (1939) ಮುಂತಾದ ಕೆಲವು ಕೃತಿಗಳನ್ನು ವೈಜಿಕೆಯವರು ಬರೆದರು. ಸಂಯುಕ್ತವ್ಯವಸ್ಥೆ (ಫೆಡರಲಿಸಂ) ಮತ್ತು ಅಧಿಕಾರದ ಪ್ರತ್ಯೇಕತೆ (ಸೆಪರೇಷನ್ ಆಫ್ ಪವರ್ಸ್)ಗಳನ್ನು ಕುರಿತು ಅವರು ಬರೆದ ಕೃತಿಗಳು ಭಾರತೀಯ ಸಂವಿಧಾನ ರಚನೆಗೆ ಬುನಾದಿಯನ್ನು ಹಾಕಿದವು. ಸರ್ ಎಸ್. ರಾಧಾಕೃಷ್ಣನ್ ಅವರ ಮುನ್ನುಡಿ ಇರುವ "ಗಾಂಧಿ ಎರಾ ಇನ್ ವರ್ಲ್ಡ್ ಪಾಲಿಟಿಕ್ಸ್" (1943) ಹಾಗೂ "ರಾಜೇಂದ್ರಪ್ರಸಾದ್ – ಹಿಸ್ ಪರ್ಸನಾಲಿಟಿ

ಅಂಡ್ ಫಿಲಾಸಫಿ" (1952), ಬುಲಾಭಾಯಿ ಜೆ. ದೇಸಾಯಿಯವರ ಮತ್ತು ಶ್ರೀಮತಿ ರಾಮೇಶ್ವರಿ ನೆಹರೂ ಅವರ ಪ್ರಸ್ತಾವಿಕ ನುಡಿಗಳಿರುವ "ಜವಹರಲಾಲ್ ನೆಹರೂ – ದಿ ಮ್ಯಾನ್ ಅಂಡ್ ಹಿಸ್ ಐಡಿಯಾಸ್" (1942), ರಾಮೇಶ್ವರಿ ನೆಹರೂ ಮುನ್ನುಡಿ ಇರುವ "ಗಾಂಧಿಸಂ ವಿಲ್ ಸರ್ವೈವ್" (1949) ಹಾಗೂ ಗಾಂಧಿಸಂ ಅನ್ನು ಕುರಿತ ಮತ್ತು ಬಾಬು ರಾಜೇಂದ್ರಪ್ರಸಾದ್ ಅವರ ಮುನ್ನುಡಿ ಇರುವ "ಬ್ಯಾಕ್ ಟು ಸ್ಯಾನಿಟಿ" (1945) – ಇಂಥ ರಾಜಕೀಯ ಜೀವನಚರಿತ್ರೆಗಳನ್ನು ಸಹ ವೈಜಿಕೆಯವರು ಬರೆದಿರುವರು.

ಭಾರತವು ಸ್ವಾತಂತ್ರ್ಯವನ್ನು ಗಳಿಸಿದ ತರುವಾಯ ವೈಜಿಕೆಯವರು ಯಾವುದೇ ರಾಜಕೀಯ ಅಧಿಕಾರವನ್ನಾಗಲಿ, ಭಾರತ ಸರ್ಕಾರದ ಔದಾರ್ಯವನ್ನಾಗಲಿ ಪಡೆದುಕೊಳ್ಳಲು ಹೋಗಲಿಲ್ಲ. ಪಂಡಿತ್ ಜವಹರಲಾಲ್ ನೆಹರೂ, ಸರ್ದಾರ್ ಪಟೇಲ್ ಮತ್ತು ಇತರ ಗಣ್ಯರ ನಿಕಟವರ್ತಿಯಾಗಿದ್ದ ಅವರು ಬಹು ಸುಲಭವಾಗಿ ಕ್ಯಾಬಿನೆಟ್ ಮಂತ್ರಿಯೋ ರಾಯಭಾರಿಯೋ ಆಗಲು ಸಾಧ್ಯವೂ ಇತ್ತು. ಅದು ಹೇಗೋ ಏನೋ 1952–53ರ ಸುಮಾರಿಗೆ ವೈಜಿಕೆಯವರಿಗೆ ಭಾರತದ ರಾಜಕೀಯ ಸನ್ನಿವೇಶಗಳಿಂದ ಭ್ರಮನಿರಸನವಾಗಿತ್ತು. ಅವರು ಭಾರತವನ್ನು ಬಿಟ್ಟು ನೇಪಾಳದ ಘನತೆವೆತ್ತ ದೊರೆ ಮಹೇಂದ್ರರ ಆಹ್ವಾನವನ್ನು ಸ್ವೀಕರಿಸಿ ಆ ದೇಶಕ್ಕೆ ತೆರಳಿದರು. ತಮ್ಮ ಉಳಿದ ಜೀವನವನ್ನೆಲ್ಲ ಅಲ್ಲಿಯೇ ಕಳೆದ ಅವರು ನೇಪಾಳವನ್ನು ಕುರಿತಂತೆ "ಹಿಸ್ ಮೆಜೆಸ್ಟಿ ಕಿಂಗ್ ಮಹೇಂದ್ರ", "ಕಿಂಗ್ ಮಹೇಂದ್ರ: ಪೊಯೆಟಿಕ್ ವ್ಯಾಲ್ಯೂಸ್ ಅಂಡ್ ಟೆಕ್ನಿಕ್", "ದಿ ಮಹೇಂದ್ರ ಎರಾ: ರೇಡಿಯೋ ನೇಪಾಲ್", "ರಾಣಿ ಐಶ್ವರ್ಯಾ", "ಟೋಪೋಗ್ರಫಿ ಆಫ್ ನೇಪಾಲ್", "ಪೊಲಿಟಿಕಲ್ ಐಡಿಯಾಲಜಿ ಆಫ್ ಕಿಂಗ್ ಮಹೇಂದ್ರ", "ಹಿಸ್ ಮೆಜೆಸ್ಟಿ ಕಿಂಗ್ ಮಹೇಂದ್ರ ಬೀರ್ ಬಿಕ್ರಮ್ ಶಾ ದೇವ" (ವಿಶ್ಲೇಷಣಾತ್ಮಕ ಜೀವನಚರಿತ್ರೆ) ಹಾಗೂ "ಕಿಂಗ್ ಮಹೇಂದ್ರ – ದಿ ಪೊಯೆಟ್" (1969) – ಇಂಥ ಕೃತಿಗಳನ್ನು ಬರೆದರು. ನೇಪಾಳಕ್ಕೆ ವೈಜಿಕೆಯವರು ಸಲ್ಲಿಸಿದ ಸೇವೆಯನ್ನು ಗುರುತಿಸಿ, ನೇಪಾಳದಲ್ಲಿ ವಿದೇಶೀಯರಿಗೆ ನೀಡಲಾಗುವ "ಗೂರ್ಖಾ – ದಕ್ಷಿಣ ಬಾಹು–॥" ಎಂಬ ಅತ್ಯುನ್ನತ ಗೌರವವನ್ನು ದೊರೆ ಮಹೇಂದ್ರ ಅವರಿಗೆ ನೀಡಿದರು (1969). ವೈ.ಜಿ. ಕೃಷ್ಣಮೂರ್ತಿಯವರು ನೇಪಾಳದಲ್ಲಿ ತಾವು ಸಾಧನೆ ಮಾಡುತ್ತಿದ್ದ "ಹಠಯೋಗ"ವನ್ನು ಮುಂದುವರಿಸಿದರು. ತಮ್ಮ ಜೀವನಪೂರ್ತಿ ಅವರು ಬ್ರಹ್ಮಚಾರಿಯಾಗಿಯೇ

ಉಳಿದುಬಿಟ್ಟರು. ಕೇರಳದ ಕೊಚ್ಚಿಯಲ್ಲಿ 1974ರ ಅಕ್ಟೋಬರ್ 23 ರಂದು ಪೂರ್ಣ ಸೂರ್ಯಗ್ರಹಣವೊಂದು ಸಂಭವಿಸಿತು; ಪ್ರಾರಂಭದಿಂದ ಕೊನೆಯವರೆಗೂ ಒಟ್ಟು ಸುಮಾರು ತೊಂಬತ್ತು ನಿಮಿಷಗಳ ಕಾಲ ಸೂರ್ಯಗ್ರಹಣವನ್ನು ಬಯಲಿನಲ್ಲಿ ಕುಳಿತು ಬರಿಗಣ್ಣಿನಲ್ಲಿ ವೀಕ್ಷಿಸುವಂಥ ಹಠಯೋಗದ ಮಹಾನ್ ಸಾಧನೆಯೊಂದನ್ನು ವೈಜಿಕೆಯವರು ಮಾಡಿದರು. ಆದರೂ ಅವರ ಕಣ್ಣಿಗೆ ಯಾವುದೇ ಹಾನಿ ಉಂಟಾಗಿರಲಿಲ್ಲ. ಈ ಘಟನೆಯ ಮೊದಲ ಹಾಗೂ ಅನಂತರ ವೈಜಿಕೆಯವರ ಕಣ್ಣುಗಳ ಪರೀಕ್ಷೆ ನಡೆಸಿದ ಕೊಚ್ಚಿಯ ನೇತ್ರ ವೈದ್ಯ ಡಾ. ಮ್ಯಾಥ್ಯೂ ಅವರು ಈ ಯೋಗಸಾಧನೆಯನ್ನು ಪ್ರಮಾಣೀಕರಿಸಿದರು. ಮುಂದೆ ಅಂಕೋಲಾದಲ್ಲಿ ಸಹ ವೈಜಿಕೆಯವರು ಈ ಸಾಧನೆಯನ್ನು ಮತ್ತೊಮ್ಮೆ ಮಾಡಿದರು. ಅವರು 1969 ರಲ್ಲಿ ಯೋಗವನ್ನು ಕುರಿತು "ದಿ ಗ್ರೇಟ್ ಯೋಗಿಕ್ ಸೆರ್ಮನ್" ಎಂಬ ಹೆಸರಿನ ಗ್ರಂಥವೊಂದನ್ನು ಬರೆದರು. ಕಾಶ್ಮಂಡುವಿನ ಧಾರ್ಮಿಕ ಟ್ರಸ್ಟ್‌ವೊಂದಕ್ಕೆ ವೈಜಿಕೆಯವರು ತಮ್ಮ ಗ್ರಂಥಾಲಯ, ಕಲಾವಸ್ತು ಸಂಗ್ರಹ ಮತ್ತು ಹಸ್ತಪ್ರತಿಗಳನ್ನು ದಾನವಾಗಿ ನೀಡಿದರು. ಕಾಶ್ಮಂಡುವಿನಲ್ಲಿ ಇದ್ದಾಗಲೇ 1977ರ ಜನವರಿ 19 ರಂದು ಅವರು ಪ್ರಬಲ ಹೃದಯಾಘಾತಕ್ಕೆಡಾಗಿ ವಿಧಿವಶವಾದರು. ಅವರ ಮರಣದ ವರ್ತಮಾನವನ್ನು 1977ರ ಜನವರಿ 20ರ ದಿ ಹಿಂದೂ, ದಿ ಇಂಡಿಯನ್ ಎಕ್ಸ್‌ಪ್ರೆಸ್, ಪ್ರಜಾವಾಣಿ, ಡೆಕ್ಸನ್ ಹೆರಾಲ್ಡ್, ಸಾಧ್ವಿ ಮುಂತಾದ

Figure 73: ವೈ. ಜಿ. ಕೃಷ್ಣಮೂರ್ತಿ ಗ್ರಹಣವನ್ನು ನೋಡುತ್ತಿರುವುದು

ಪತ್ರಿಕೆಗಳು ವ್ಯಾಪಕವಾಗಿ ವರದಿಮಾಡಿದವು. ಭಾರತದ ಮಹಾನ್ ದೇಶಪ್ರೇಮೀ ಪುತ್ರರೊಬ್ಬರು ಬಂಧುಮಿತ್ರರ ಶ್ರದ್ಧಾಂಜಲಿಯ ಗೌರವ ಸಹ ಇಲ್ಲದೆ ವಿದೇಶೀ ನೆಲದಲ್ಲಿ

ಕೊನೆಯುಸಿರೆಳೆಯುವಂತಾಯಿತು. ಅವರ ಪ್ರತಿಮೆಯೊಂದನ್ನು ಸ್ಥಾಪಿಸುವುದರ ಮೂಲಕವೋ ವೃತ್ತ ಅಥವಾ ರಸ್ತೆಯೊಂದಕ್ಕೆ ಅವರ ಹೆಸರನ್ನು ಇಡುವುದರ ಮೂಲಕವೋ, ಮೈಸೂರು ನಗರ ಮತ್ತು ಯಳಂದೂರು ಪಟ್ಟಣ ಈ ಶ್ರೇಷ್ಠ ಕನ್ನಡಿಗನನ್ನು ಅಮರಗೊಳಿಸಬೇಕಿದೆ. ಮೈಸೂರು ವಿಶ್ವವಿದ್ಯಾನಿಲಯದ ಶತಮಾನೋತ್ಸವದೊಡನೆ ವೈಜಿಕೆಯವರ ಜನ್ಮಶತಮಾನೋತ್ಸವವೂ ಏಕೀಭವಿಸಿರುವುದು ಕಾಕತಾಳೀಯವಾಗಿದೆ.

(ಸ್ಟಾರ್ ಆಫ್ ಮೈಸೂರ್, 16–04–2016; ಸಹ ಲೇಖಕರು ಎನ್. ಬಾಲಸುಬ್ರಹ್ಮಣ್ಯ)

ಮಧುರ ಸುಸಂಸ್ಕೃತ ಜೀವರಸಾಯನ ವಿಜ್ಞಾನಿ: ಡಾ॥ ಎಂ. ಷಡಕ್ಷರಸ್ವಾಮಿ

Figure 74: ಎಂ. ಷಡಕ್ಷರಸ್ವಾಮಿ

ಪ್ರೊ. ಸ್ವಾಮಿ ಎಂದು ಅವರು ಪ್ರತಿಯೊಬ್ಬರಿಗೂ ಜನಪ್ರಿಯವಾಗಿ ಪರಿಚಿತರಾದವರು. ಅವರು 1917ರ ಅಕ್ಟೋಬರ್ 12 ರಂದು, ಮಲ್ಲಪ್ಪ ಮತ್ತು ಸುಬ್ಬಮ್ಮ ದಂಪತಿಗಳಿಗೆ ಮೈಸೂರು ಜಿಲ್ಲೆಯ ನರಸೀಪುರ ತಾಲ್ಲೂಕಿನ ತಿರುಮಕೂಡಲು ಹೋಬಳಿಯ ಉಕ್ಕಲಗೆರೆಯಲ್ಲಿ ಜನಿಸಿದರು. ಒಂದು ಬಡ ಲಿಂಗಾಯತ ಕುಟುಂಬಕ್ಕೆ ಸೇರಿದ ಅವರು ತಮ್ಮ ಆರನೆಯ ವಯಸ್ಸಿನಲ್ಲೇ ತಂದೆಯನ್ನು ಕಳೆದುಕೊಂಡ ನತದೃಷ್ಟರು. ಅವರ ಮೊದಲ ಪ್ರಾಥಮಿಕ ಶಿಕ್ಷಣ ಉಕ್ಕಲಗೆರೆಯಲ್ಲೇ ನಡೆಯಿತು. ಅನಂತರ ತಮ್ಮ ಹೆಚ್ಚಿನ ಶಿಕ್ಷಣಕ್ಕಾಗಿ ಮೈಸೂರಿಗೆ ಬಂದು ಶಾರದಾ ವಿಲಾಸ ಪ್ರಾಥಮಿಕ ಶಾಲೆಗೆ ಸೇರಿದರು; ತರುವಾಯ ಅವರು ಮರಿಮಲ್ಲಪ್ಪ ಹೈಸ್ಕೂಲಿಗೆ ಸೇರಿ 1931 ರಲ್ಲಿ ಎಸ್.ಎಸ್.ಎಲ್.ಸಿ.ಯಲ್ಲಿ ಉತ್ತೀರ್ಣರಾದರು. ಆಮೇಲೆ ಅವರು ವಿಜ್ಞಾನ ವಿಷಯದಲ್ಲಿ ವ್ಯಾಸಂಗ ಮುಂದುವರಿಸಲು ಯೂನಿವರ್ಸಿಟಿ ಇಂಟರ್‌ಮೀಡಿಯೆಟ್ ಕಾಲೇಜನ್ನು (ಈಗಿನ ಯುವರಾಜ ಕಾಲೇಜು) ಸೇರಿದರು. ಕಾಲೇಜಿನಲ್ಲಿ ಜಯಚಾಮರಾಜೇಂದ್ರ ವಡೆಯರ್ ಅವರು ಸ್ವಾಮಿಯವರ ಸಮಕಾಲೀನರಾಗಿದ್ದು, ಅವರು ಕಲಾ ವಿಷಯದಲ್ಲಿ ತಮ್ಮ ವ್ಯಾಸಂಗವನ್ನು

ಮುಂದುವರಿಸುತ್ತಿದ್ದರು. ಆಯ್ಕೆ ಮಾಡಿದ ಕೆಲವು ವಿದ್ಯಾರ್ಥಿಗಳನ್ನು ರಾಜಕುಮಾರನಿಗೆ ಔಪಚಾರಿಕವಾಗಿ ಪರಿಚಯ ಮಾಡಿಕೊಡಲಾಯಿತು. ಅವರಲ್ಲಿ ಸ್ವಾಮಿಯವರು ಒಬ್ಬರು.

Figure 75: ಎಂ. ಷಡಕ್ಷರಸ್ವಾಮಿ

ಇಂಟರ್ಮೀಡಿಯೆಟ್ನಲ್ಲಿ ಉತ್ತಮ ಶ್ರೇಣಿ ಗಳಿಸಿದ ಸ್ವಾಮಿಯವರು ಇಂಜನಿಯರಿಂಗ್ ಅಥವಾ ವೈದ್ಯಕೀಯ ಶಿಕ್ಷಣವನ್ನು ಆಯ್ಕೆ ಮಾಡಿಕೊಳ್ಳಲಿಲ್ಲ; ಬೆಂಗಳೂರಿನ ಸೆಂಟ್ರಲ್ ಕಾಲೇಜಿನಲ್ಲಿ ರಸಾಯನಶಾಸ್ತ್ರ ವ್ಯಾಸಂಗವನ್ನು ಆಯ್ಕೆ ಮಾಡಿಕೊಂಡರು. ಇದರ ಯಶಸ್ಸು ಪ್ರೊ. ಎಸ್. ಹನುಮಂತಾಚಾರ್ ಅವರಿಗೆ ಸಲ್ಲಬೇಕು; ಅವರು ಇಂಡರ್ಮೀಡಿಯೆಟ್ ಕಾಲೇಜಿನಲ್ಲಿ ರಸಾಯನಶಾಸ್ತ್ರಕ್ಕೆ ಜೀವಕಳೆ ಬರುವಂತೆ ಪಾಠಮಾಡುತ್ತಿದ್ದ ಸ್ಫೂರ್ತಿದಾಯಕ ಶಿಕ್ಷಕರಾಗಿದ್ದರು. ಸ್ವಾಮಿಯವರು 1939 ರಲ್ಲಿ ಪ್ರಥಮ ಶ್ರೇಣಿಯೊಂದಿಗೆ ಬಿ.ಎಸ್ಸಿ (ಆನರ್ಸ್) ಪದವಿಯನ್ನು ಪಡೆದರು ಹಾಗೂ ಅಂತಿಮ ವರ್ಷದಲ್ಲಿ ತಮ್ಮ ವಿಶೇಷ ಅಧ್ಯಯನ ವಿಷಯವಾಗಿ ಜೀವರಸಾಯನಶಾಸ್ತ್ರವನ್ನು ಆರಿಸಿಕೊಂಡಿದ್ದರು. ಇಂಗ್ಲೆಂಡಿನ ಮ್ಯಾಂಚೆಸ್ಟರ್ ವಿಶ್ವವಿದ್ಯಾನಿಲಯದಲ್ಲಿ ಕೈಗಾರಿಕಾ ರಸಾಯನಶಾಸ್ತ್ರವನ್ನು (ಇಂಡಸ್ಟ್ರಿಯಲ್ ಕೆಮಿಸ್ಟ್ರಿ) ವ್ಯಾಸಂಗ ಮಾಡಬೇಕೆಂಬ ಇವರ ಮಹತ್ವಾಕಾಂಕ್ಷೆಗೆ ಎರಡನೆಯ ಮಹಾಯುದ್ಧ ಒಂದು ತಡೆಯಾಯಿತು. ಸ್ವಾಮಿಯವರು ಬೆಂಗಳೂರಿನ ಸೆಂಟ್ರಲ್ ಕಾಲೇಜಿನಲ್ಲಿ ರಸಾಯನಶಾಸ್ತ್ರದ ಒಬ್ಬ ಟ್ಯೂಟರ್ ಆಗಿ ಸೇರಿಕೊಂಡರು. ಕೊನೆಗೆ ಔಷಧೀಯ ಸಸ್ಯ ಮತ್ತು ಫಲಗಳ ರಾಸಾಯನಿಕ ವಿಶ್ಲೇಷಣೆಯನ್ನು ಕುರಿತು ಸಂಶೋಧನಾ ಪ್ರಬಂಧವನ್ನು ಮಂಡಿಸಿ ತನ್ಮೂಲಕ 1941 ರಲ್ಲಿ ಎಂ.ಎಸ್ಸಿ ಪದವಿಯನ್ನು ಪಡೆದುಕೊಂಡರು.

ಎಡಿನ್‌ಬರ್ಗ್ ವಿಶ್ವವಿದ್ಯಾನಿಲಯದಲ್ಲಿ ಫರ್ಮೆಂಟೇಷನ್ ಕ್ಷೇತ್ರದಲ್ಲಿ ಸಂಶೋಧನೆ ನಡೆಸುವುದಕ್ಕಾಗಿ ಅವರಿಗೆ ಭಾರತ ಸರ್ಕಾರವು ಫೆಲೋಷಿಪ್ಪೊಂದನ್ನು ಪ್ರದಾನಮಾಡಿತು. ಭಾರತವು 1947ರ ಆಗಸ್ಟ್ 15 ರಂದು ಸ್ವಾತಂತ್ರ್ಯ ಪಡೆಯುವ ಐತಿಹಾಸಿಕ ಸಂದರ್ಭದ ಸಂಭ್ರಮವನ್ನು ಸವಿಯುವ ಏಕಮಾತ್ರ ಉದ್ದೇಶದಿಂದ ಅವರು ಇಂಗ್ಲೆಂಡಿಗೆ ಹೊರಡುವುದನ್ನು ಸ್ವಲ್ಪ ಕಾಲ ವಿಳಂಬ ಮಾಡಿದರು.

the DAILY NEBRASKAN

India's U.S. Ambassador Will Be Guest of Honor

Sr. Moot Court Is Tonight

Mortar Boards Form New Counseling Plan

PBK, Sigma Xi Add Forty-Nine to Ranks

Symington Campaign Begins

Student Loans May Exceed $300,000

Figure 76: ಡೈಲಿ ನೆಬ್ರಾಸ್ಕನ್ ದಿನಪತ್ರಿಕೆಯಲ್ಲಿ ಎಂ. ಷಡಕ್ಷರಸ್ವಾಮಿ

ಸ್ವಾಮಿಯವರು 1949 ರಲ್ಲಿ ಡಾಕ್ಟರೇಟ್ ಪಡೆದರು; ಅಮೆರಿಕಾದ ಕೆಂಟುಕಿಯ ಲೂಯಿವಿಲ್ಲೆ ಎಂಬಲ್ಲಿರುವ ಜೋಸೆಫ್ ಸೀಗ್ರಾಮ್ ಇಂಟರ್ ನ್ಯಾಷನಲ್ ಫರ್ಮೆಂಟೇಷನ್ ಟೆಕ್ನಲಾಜಿಕಲ್ ಇನ್‌ಸ್ಟಿಟ್ಯೂಟ್‌ನಲ್ಲಿ ಇನ್ನೂ ಉನ್ನತವಾದ ಸಂಶೋಧನೆ ಮಾಡಲು ಅವರಿಗೆ ಮತ್ತೊಂದು ಫೆಲೋಷಿಪ್ ಲಭ್ಯವಾಯಿತು. ಅವರು ಸ್ವಲ್ಪ ಕಾಲ ಅಮೆರಿಕದಲ್ಲಿದ್ದು ಕೆಲಸಮಾಡಿ ಮತ್ತೆ ಇಂಗ್ಲೆಂಡಿಗೆ ಹಿಂದಿರುಗಿದರು. ಸ್ಕೈ ಮಾಸ್ಟರ್ ವಿಮಾನವೊಂದರಲ್ಲಿ ಭಾರತಕ್ಕೆ ಬರಲು ಅವರನ್ನು ಆಹ್ವಾನಿಸಲಾಯಿತು. ಮೊದಲ ವಿಮಾನದಲ್ಲಿ ಐವತ್ತು ಪ್ರಯಾಣಿಕರಿಗೆ ಅವಕಾಶ ಸಿಕ್ಕಿತ್ತು; ಆದರೆ ಸ್ವಲ್ಪ ಹೊತ್ತಿನಲ್ಲಿಯೇ ಏನೋ ತಾಂತ್ರಿಕ ಸಮಸ್ಯೆ ಉಂಟಾಗಿ ವಿಮಾನ ನಿಲ್ದಾಣಕ್ಕೆ ಹಿಂದಿರುಗಬೇಕಾಯಿತು. ಗ್ರೌಂಡ್ ಇಂಜನಿಯರುಗಳು ಅದರ ತಾಂತ್ರಿಕ ಸಮಸ್ಯೆಯನ್ನು ಸರಿಪಡಿಸಿದರು. ಮಾರನೆಯ ಬೆಳಗ್ಗೆ ವಿಮಾನ ಹಾರಾಟದ ನಿಗದಿಯಾಗಿತ್ತು. ಆದರೆ ಹೆಚ್ಚಿನ ಪ್ರಯಾಣಿಕರು ಭಯಭೀತರಾಗಿ ಆ ವಿಮಾನದಲ್ಲಿ ಪ್ರಯಾಣ ಮಾಡಲು ನಿರಾಕರಿಸಿದರು. ಪ್ರೊ. ಸ್ವಾಮಿಯವರು ಮಾತ್ರ

ಬೊಂಬಾಯಿಗೆ ಹೊರಡುವ ವಿಮಾನದಲ್ಲಿ ಪ್ರಯಾಣ ಮಾಡಿ ತಮ್ಮ ಧೈರ್ಯಸ್ಥೈರ್ಯ ತೋರಿದರು.

Figure 77: ಸೆಂಟ್ರಲ್ ಕಾಲೇಜು

ಡಾ. ಸ್ವಾಮಿಯವರು ಫರ್ಮಂಟೇಷನ್ ಕ್ಷೇತ್ರದಲ್ಲಿ ಉನ್ನತವಾದ ತಾಂತ್ರಿಕ ಜ್ಞಾನಪರಿಣತಿ ಸಹಿತವಾಗಿ ಭಾರತಕ್ಕೆ ಹಿಂದಿರುಗಿದರಾದರೂ ಇಲ್ಲಿನ ಉದ್ಯಮಗಳಲ್ಲಿ ಇದ್ದ ಅವಕಾಶಗಳಾದರೋ ಕೆಲವಷ್ಟೇ. ಹೇಗಿದ್ದರೂ ಅವರ ಒಲವಿದ್ದುದು ಪಾಠ ಮಾಡುವುದರ ಕಡೆಗೆ. ಅವರು ತಮ್ಮ ವೃತ್ತಿ ಜೀವನವನ್ನು ಪ್ರಾರಂಭಿಸಿದ್ದು ತುಮಕೂರಿನ ಸರ್ಕಾರಿ ಇಂಟರ್ಮೀಡಿಯೆಟ್ ಕಾಲೇಜಿನಲ್ಲಿ. ಅವರನ್ನು 1952 ರಲ್ಲಿ ಮೈಸೂರು ವಿಶ್ವವಿದ್ಯಾನಿಲಯದ ಯುವರಾಜ ಕಾಲೇಜಿಗೆ ವರ್ಗಮಾಡಲಾಯಿತು. ಅನತಿ ಕಾಲದಲ್ಲಿಯೆ ಅವರು ರಸಾಯನಶಾಸ್ತ್ರ ವಿಭಾಗದಲ್ಲಿ ಸಹಾಯಕ ಪ್ರಾಧ್ಯಾಪಕರಾದರು. ಯುವರಾಜ ಕಾಲೇಜಿನ ರಜತ ಮಹೋತ್ಸವಾಚರಣೆಯು 1954 ರಲ್ಲಿ ನಡೆದಾಗ ಅದರ ಯಶಸ್ಸಿಗೆ ಅವರು ಕಾರಣರಾದರು. ಅವರು 1954 ರಲ್ಲಿ ಮೈಸೂರು ವಿಶ್ವವಿದ್ಯಾನಿಲಯದಲ್ಲಿ ಜೀವರಸಾಯನಶಾಸ್ತ್ರ ವಿಭಾಗವನ್ನು ಪ್ರಾರಂಭಿಸಿದರು. ಪ್ರಾರಂಭದಲ್ಲಿ ಅವರು ಮೈಸೂರಿನ ವೈದ್ಯಕೀಯ ವಿದ್ಯಾರ್ಥಿಗಳಿಗೆ ಜೀವರಸಾಯನಶಾಸ್ತ್ರ ಪಾಠ ಮಾಡಿದರು. ಅನಂತರ ಬಿ.ಎಲ್. ಮಂಜುನಾಥ್ ಅವರು ಕುಲಪತಿ ಹುದ್ದೆಯಲ್ಲಿದ್ದಾಗ ಮೈಸೂರು

ವಿಶ್ವವಿದ್ಯಾನಿಲಯವು ಜೀವರಸಾಯನಶಾಸ್ತ್ರದಲ್ಲಿ ಎಂ.ಎಸ್ಸಿ ಕೋರ್ಸ್‌ನ್ನು ಪ್ರಾರಂಭಿಸಿತು. ಇದೇ ವಿಶ್ವವಿದ್ಯಾನಿಲಯವು ಎಂ.ಎಸ್ಸಿ ಕೋರ್ಸು ಸಹಿತ ಸ್ವಾಮಿಯವರನ್ನು ಬೆಂಗಳೂರಿನ ಸೆಂಟ್ರಲ್ ಕಾಲೇಜಿಗೆ ವರ್ಗಮಾಡಿತು. ಡಾ. ಸ್ವಾಮಿಯವರ ಪ್ರತಿಭಾವಂತ ವಿದ್ಯಾರ್ಥಿಯೊಬ್ಬರು ಉನ್ನತ ಶಿಕ್ಷಣಕ್ಕಾಗಿ ನೆಬ್ರಾಸ್ಕಾ ವಿಶ್ವವಿದ್ಯಾನಿಲಯಕ್ಕೆ ಹೋಗಿದ್ದಾಗ, ಅಲ್ಲಿನ ರಸಾಯನಶಾಸ್ತ್ರ ವಿಭಾಗದ ಅಧ್ಯಾಪಕ ವರ್ಗ ಆ ವಿದ್ಯಾರ್ಥಿಯ ಪರಿಣತಿಯನ್ನು ಮೆಚ್ಚಿಕೊಂಡರು. ಡಾ. ಸ್ವಾಮಿಯವರು ಒಬ್ಬ ಅಸಾಮಾನ್ಯ ಸಂಶೋಧಕ ಮತ್ತು ಶಿಕ್ಷಕರೆಂಬ ವಿಷಯವನ್ನು ಕೇಳಿ ತಿಳಿದ ನೆಬ್ರಾಸ್ಕಾ ವಿಶ್ವವಿದ್ಯಾನಿಲಯವು 1959 ರಲ್ಲಿ ಅವರಿಗೆ ಎರಡು ವರ್ಷದ ಸಂಶೋಧನಾ ಫೆಲೋಷಿಪ್‌ನೊಡನೆ ಆಹ್ವಾನ ನೀಡಿದರು. ಮೈಸೂರು ಮತ್ತು ಬೆಂಗಳೂರಿನಲ್ಲಿದ್ದಾಗ ಸ್ವಾಮಿಯವರು ರೋಟರಿ ಸಂಸ್ಥೆಯ ಸದಸ್ಯರಾಗಿದ್ದರು; ಅವರು ನೆಬ್ರಾಸ್ಕಾದ ಲಿಂಕನ್ನಿನಲ್ಲಿ ಸಹ ರೊಟೇರಿಯನ್ ಸಭೆಗಳಲ್ಲಿ ಭಾಗವಹಿಸುವುದನ್ನು ಮುಂದುವರಿಸಿದರು.

ಎರಡು ವರ್ಷಗಳ ಅವಧಿಯ ಕೊನೆಯಲ್ಲಿ ನೆಬ್ರಾಸ್ಕಾ ವಿಶ್ವವಿದ್ಯಾನಿಲಯವು ಸ್ವಾಮಿಯವರಿಗೆ ಶಾಶ್ವತವಾದ ಹುದ್ದೆಯನ್ನು ನೀಡಲು ಬಯಸಿತು; ಆದರೆ ಅದನ್ನು ನಿರಾಕರಿಸಿ ಅವರು ಭಾರತಕ್ಕೆ ಮರಳಿಬಂದರು. ಅವರು ಹಿಂದಿರುಗಿ ಬಂದ ಮೇಲೆ 1964 ರಲ್ಲಿ ಅವರನ್ನು ಸೆಂಟ್ರಲ್ ಕಾಲೇಜಿನ ಪ್ರಾಂಶುಪಾಲರನ್ನಾಗಿ ನೇಮಕ ಮಾಡಲಾಯಿತು. ಬೆಂಗಳೂರು ವಿಶ್ವವಿದ್ಯಾನಿಲಯದ ಬೆಳವಣಿಗೆಯಲ್ಲಿ ಅವರು ಸಕ್ರಿಯವಾದ ಪಾತ್ರ ವಹಿಸಿದರು. ವಿಶ್ವವಿದ್ಯಾನಿಲಯವು ಶಿಕ್ಷಣದ ಮಟ್ಟವನ್ನು ಸುಧಾರಿಸಲು ಮತ್ತೆ ಆನರ್ಸ್ ಪದವಿಗಳನ್ನು ಪ್ರಾರಂಭಿಸಿತು. ಅಮೆರಿಕದ ಕಾರ್ಬೊಂಡೇಲ್‌ನ ಇಲ್ಲಿನಾಯ್ಸ್ ವಿಶ್ವವಿದ್ಯಾಲಯವು 1969 ರಲ್ಲಿ ಸ್ವಾಮಿಯವರಿಗೆ ವಿಶೇಷ ಆಹ್ವಾನವಿತ್ತು ಒಂದು ವರ್ಷದ ಅವಧಿಗೆ ಪಾಠಮಾಡುವ ಅವಕಾಶ ನೀಡಿತು.

ಡಾ. ಸ್ವಾಮಿಯವರು ಶಿಕ್ಷಣದ ಆಡಳಿತಗಾರರಾಗಿ 1970ರಲ್ಲಿ ರಾಜಕಾರಣಿಗಳಿಂದ ಪ್ರೇರಿತವಾದ ಉಗ್ರವಾದ ವಿದ್ಯಾರ್ಥಿ ಚಳುವಳಿಯನ್ನು ಎದುರಿಸಬೇಕಾಯಿತು. 1970ರ ಟೋಕಿಯೋ ಎಕ್ಸ್‌ಪೊಸಿಷನ್ ಮುಷ್ಕರ, ಗೋಕಾಕ್ ಚಳುವಳಿ ಮತ್ತು ಹಿಂದಿವಿರೋಧಿ ಮುಷ್ಕರ ಇವುಗಳನ್ನು ಧೈರ್ಯದಿಂದ ಮತ್ತು ದೃಢತೆಯಿಂದ ಅವರು ಎದುರಿಸಿದರು. ಒಂದು ಮುಷ್ಕರದಲ್ಲಿ ಕಿಡಿಗೇಡಿ ವಿದ್ಯಾರ್ಥಿಯೊಬ್ಬ ಪ್ರಾಂಶುಪಾಲರತ್ತ ಕಲ್ಲೆಸೆದ; ಅದು ಡಾ. ಸ್ವಾಮಿಯವರ ಹಣೆಗೆ ತಗುಲಿ ಗಾಯವಾಯಿತು; ಈ ಸಂಗತಿ ವಿಧಾನ ಸೌಧದಲ್ಲಿ

ಸಾಕಷ್ಟು ಭಾವೋದ್ರೇಕದ ಸನ್ನಿವೇಶವನ್ನು ಸೃಷ್ಟಿಸಿತ್ತು. 1972ರಲ್ಲಿ ಬೆಂಗಳೂರಿನಲ್ಲಿ ನಡೆದ ನ್ಯಾಷನಲ್ ಸೈನ್ಸ್ ಕಾಂಗ್ರೆಸ್ಸಿನಲ್ಲಿ ಅವರು ಕಾರ್ಯದರ್ಶಿಯಾಗಿ ಕೆಲಸಮಾಡಿದರು; ತನ್ಮೂಲಕ ಅವರ ಸಂಘಟನಾ ಕೌಶಲ ವ್ಯಕ್ತವಾಗಿ ಅದಕ್ಕೆ ಪ್ರಶಂಸೆ ಲಭಿಸಿತು. ಸುಮಾರು ಇಪ್ಪತ್ತಕ್ಕೂ ಹೆಚ್ಚು ಸಂಶೋಧನ ವಿಜ್ಞಾನಿಗಳಿಗೆ ಅವರು ಮಾರ್ಗದರ್ಶನ ನೀಡಿ, ಅವರೆಲ್ಲ ಪಿಎಚ್.ಡಿ ಪಡೆದುಕೊಳ್ಳುವಲ್ಲಿ ಸಹಾಯಮಾಡಿದರು.

Figure 78: ಎಂ. ಷಡಕ್ಷರಸ್ವಾಮಿ ಮತ್ತು ಎಸ್. ಎಮ್. ಕೃಷ್ಣ

ಅದ್ಭುತವಾದ ವೃತ್ತಿಜೀವನ ನಡೆಸಿದ ಡಾ. ಸ್ವಾಮಿಯವರು 1977 ರಲ್ಲಿ ಬೆಂಗಳೂರು ವಿಶ್ವವಿದ್ಯಾನಿಲಯದಿಂದ ನಿವೃತ್ತರಾದರು. ಯೂನಿವರ್ಸಿಟಿ ಗ್ರ್ಯಾಂಟ್ ಕಮಿಷನ್ ಅವರಿಗೆ 1983ರವರೆಗೆ ಐದು ವರ್ಷಗಳ ಅವಧಿಯ ಪೋಸ್ಟ್-ಡಾಕ್ಟರಲ್ ಫೆಲೋಷಿಪ್ಪನ್ನು ನೀಡಿತು; ಅಲ್ಲಿಯವರೆಗೂ ಅವರು ಪಾಠಮಾಡಲು ಮತ್ತು ಸಂಶೋಧನ ವಿದ್ಯಾರ್ಥಿಗಳಿಗೆ ಮಾರ್ಗದರ್ಶನ ನೀಡಲು ಸಾಧ್ಯವಾಗುವಂತೆ ಮಾಡಿತು.

ರಂಭಾಪುರಿ ಮಠದ ಜಗದ್ಗುರುಗಳು 1984 ರಲ್ಲಿ ಎಸ್.ಜೆ.ಆರ್. ಎಜುಕೇಷನಲ್ ಸೊಸೈಟಿಯ (ಎಸ್.ಜೆ.ಆರ್.ಇ.ಎಸ್) ಅಧ್ಯಕ್ಷರಾಗುವಂತೆ ಸ್ವಾಮಿಯವರಿಗೆ ಆಹ್ವಾನ ನೀಡಿದರು. ಸ್ವಾಮಿಯವರು ಎಸ್.ಜೆ.ಆರ್.ಇ.ಎಸ್. ಪಬ್ಲಿಕ್ ಸ್ಕೂಲ್, ಮಹಿಳಾ ಪದವಿ ಕಾಲೇಜು ಮತ್ತು ಎಸ್.ಜೆ.ಆರ್.ಇ.ಎಸ್. ಕಲಾ, ವಿಜ್ಞಾನ ಮತ್ತು ಕಾಮರ್ಸ್ ಕಾಲೇಜಿನಲ್ಲಿ ಸ್ನಾತಕೋತ್ತರ ಕೋರ್ಸುಗಳನ್ನು ಪ್ರಾರಂಭಿಸಿದರು. ಅವರು 2012 ರಲ್ಲಿ ಎಸ್.ಜೆ.ಆರ್.ಇ.ಎಸ್.ನ ಅಧ್ಯಕ್ಷ ಸ್ಥಾನ ತ್ಯಜಿಸಿದಾಗ, ಉನ್ನತ ಶಿಕ್ಷಣದ ಪ್ರಗತಿಗಾಗಿ ಇಪ್ಪತ್ತೆಂಟು ವರ್ಷಗಳ ಕಾಲ ನಿಷ್ಠೆಯಿಂದ ಸೇವೆ ಸಲ್ಲಿಸಿದ ಮತ್ತು ಅದರ ಇತಿಹಾಸದಲ್ಲಿಯೇ ಸುದೀರ್ಘ ಕಾಲ ಅಧ್ಯಕ್ಷರಾಗಿ ಸೇವೆ ಸಲ್ಲಿಸಿದ ದಾಖಲೆ ಅವರದಾಯಿತು. ಭಾರತರತ್ನ ಡಾ. ಸಿ.ಎನ್.ಆರ್. ರಾವ್ ಅವರ ಆಹ್ವಾನದ ಮೇರೆಗೆ

ಅವರು 1983 ರಲ್ಲಿ ಡಾ. ಸಿ.ವಿ. ರಾಮನ್ ರಿಸರ್ಚ್ ಇನ್‌ಸ್ಟಿಟ್ಯೂಟ್‌ನ ಭವ್ಯ ಸ್ವರ್ಣ ಮಹೋತ್ಸವಾಚರಣೆಯನ್ನು ವ್ಯವಸ್ಥೆಮಾಡುವ ಪ್ರತಿಷ್ಠಿತ ಸಮಿತಿಯನ್ನು ಸೇರಿಕೊಂಡರು.

ಡಾ. ಸ್ವಾಮಿಯವರನ್ನು 1990 ರಲ್ಲಿ ಮೈಸೂರು ವಿಶ್ವವಿದ್ಯಾನಿಲಯದ ಸಿಂಡಿಕೇಟ್ ಸದಸ್ಯರನ್ನಾಗಿ ನೇಮಕ ಮಾಡಲಾಯಿತು. ತಾವು ಕಲಿತ ವಿಶ್ವವಿದ್ಯಾನಿಲಯಕ್ಕೆ ಅವರು ಸಿಂಡಿಕೇಟ್ ಸದಸ್ಯರಾಗಿ ಮೂರು ವರ್ಷಗಳ ಕಾಲ ಸೇವೆ ಸಲ್ಲಿಸಿದರು. ಪ್ರತಿವರ್ಷವೂ ಮೈಸೂರು ವಿಶ್ವವಿದ್ಯಾನಿಲಯವು ಘಟಿಕೋತ್ಸವದಲ್ಲಿ ಡಾ. ಎಂ. ಷಡಕ್ಷರಸ್ವಾಮಿ ಅವರ ಹೆಸರಿನಲ್ಲಿ ಚಿನ್ನದ ಪದಕವನ್ನು ನೀಡುತ್ತದೆ.

ಅವರಿಗೆ 1993 ರಲ್ಲಿ ರಾಜ್ಯೋತ್ಸವ ಪ್ರಶಸ್ತಿ ಲಭ್ಯವಾಯಿತು; ಕೇವಲ 36 ಜನರಿಗೆ ಆ ವರ್ಷ ಪ್ರಶಸ್ತಿ ನೀಡಲಾಗಿದ್ದು, ಡಾ. ಶಿವರಾಮ ಕಾರಂತರು ಪ್ರಶಸ್ತಿ ಸಮಿತಿಯ ಅಧ್ಯಕ್ಷರಾಗಿದ್ದರು. ವಿಜ್ಞಾನ ಶಿಕ್ಷಣಕ್ಷೇತ್ರದಲ್ಲಿ ಅವರು ಸಲ್ಲಿಸಿದ ಸೇವೆಗಾಗಿ ಡಾ. ಸ್ವಾಮಿಯವರಿಗೆ 2008 ರಲ್ಲಿ ಡಾ. ರಾಜಾ ರಾಮಣ್ಣ ಸೈನ್ಟಿಸ್ಟ್ ಅವಾರ್ಡ್ ಪ್ರದಾನ ಮಾಡಲಾಯಿತು. ಜೀವರಸಾಯನಶಾಸ್ತ್ರ ಕ್ಷೇತ್ರಕ್ಕೆ ಅವರಿತ್ತ ಕೊಡುಗೆಗಳಿಗಾಗಿ ತುಮಕೂರು ವಿಶ್ವವಿದ್ಯಾನಿಲಯವು ಅವರಿಗೆ ನೀಡಿದ ಗೌರವ ಡಾಕ್ಟರೇಟನ್ನು ಅವರು ಸ್ವೀಕರಿಸಿದರು.

"ನಿಮಗೆ ಜೀವನದಲ್ಲಿ ಆಸಕ್ತಿ ಇದೆಯಾದರೆ, ನಿಮಗೆ ಜೀವರಸಾಯನಶಾಸ್ತ್ರದಲ್ಲೂ ಆಸಕ್ತಿ ಇರಬೇಕು" ಹಾಗೂ "ಜೀವನದ ಅರ್ಥವಿವರಣೆ ರಸಾಯನಶಾಸ್ತ್ರದ ಭಾಷೆಯಲ್ಲಿ" – ಸ್ವಾಮಿಯವರ ಇಂಥ ಪ್ರಸಿದ್ಧ ಸೂಕ್ತಿಗಳನ್ನು ಅವರ ವಿದ್ಯಾರ್ಥಿಗಳು ಇನ್ನೂ ನೆನಪಿಸಿಕೊಳ್ಳುವುದುಂಟು. ಪ್ರತಿಷ್ಠಿತ ವಿಜ್ಞಾನ ಜರ್ನಲ್‌ಗಳು ಜೀವರಸಾಯನ ಶಾಸ್ತ್ರ ಕ್ಷೇತ್ರಕ್ಕೆ ಅವರು ಕೊಟ್ಟ ಕಾಣಿಕೆಗಳನ್ನು ಅನೇಕಾನೇಕ ಸಂಶೋಧನ ಲೇಖನಗಳನ್ನು ಪ್ರಕಟಿಸಿ ಕೃಪೆ ಮಾಡಿವೆ. ಸಂಪೂರ್ಣವಾದ ಮತ್ತು ಫಲಪ್ರದವಾದ ಜೀವನವನ್ನು ನಡೆಸಿದ ಅನಂತರ ಡಾ. ಷಡಕ್ಷರಸ್ವಾಮಿಯವರು 2016ರ ಜನವರಿ 12 ರಂದು ತಮ್ಮ 99ನೆಯ ಪಕ್ವ ವಯಸ್ಸಿನಲ್ಲಿ ಶಾಂತವಾಗಿ ದೈವಾಧೀನರಾದರು. ಅವರ ಕುಟುಂಬವರ್ಗದವರು ಮತ್ತು ಅವರ ಸಾವಿರಾರು ಅಭಿಮಾನಿಗಳು ಅವರ ಶತಮಾನೋತ್ಸವದ ಆಚರಣೆಯನ್ನು ಮಾಡಬೇಕೆಂದು ಯೋಜನೆಯೊಂದನ್ನು ರೂಪಿಸಿದ್ದರು; ಆದರೆ ಅದು ನಡೆಯಲಿಲ್ಲ; ವಿಧಿಯ ಹಂಚಿಕೆ ಬೇರೆಯಾಗಿತ್ತು.

(ಸ್ಟಾರ್ ಆಫ್ ಮೈಸೂರ್, 27–06–2016)

ನಮ್ಮ ಕಾಲದ ಶ್ರೇಷ್ಠ ಇತಿವೃತ್ತಕಾರ: ಡಾ॥ ಹೆಚ್. ಎಸ್. ಕೃಷ್ಣಸ್ವಾಮಿ ಅಯ್ಯಂಗಾರ್

Figure 79: ಡಾ॥ ಹೆಚ್. ಎಸ್. ಕೃಷ್ಣಸ್ವಾಮಿ ಅಯ್ಯಂಗಾರ್

ಎಚ್ಚೆಸ್ಕೆ ಎಂದು ಜನಪ್ರಿಯವಾಗಿ ಪರಿಚಿತರಾಗಿರುವ ಹೆಚ್. ಎಸ್. ಕೃಷ್ಣಸ್ವಾಮಿ ಅಯ್ಯಂಗಾರ್ ಅವರು ಮೈಸೂರು ಜಿಲ್ಲೆಯ ಕೆ. ಆರ್. ನಗರ ತಾಲ್ಲೂಕಿನ ಮನೋಹರ ತಾಣವಾದ ಚುಂಚನಕಟ್ಟೆಯ ಸಮೀಪದ ಹಳೆಯೂರು ಎಂಬ ಗ್ರಾಮದಲ್ಲಿ 1920ರ ಆಗಸ್ಟ್ 26 ರಂದು ಜನಿಸಿದರು. ದೈವಭಕ್ತರೂ ಸಂಪ್ರದಾಯಸ್ಥರೂ ಆದ ಹಳೆಯೂರು ಶ್ರೀನಿವಾಸ ಅಯ್ಯಂಗಾರ್ ಮತ್ತು ಅಲಮೇಲಮ್ಮನವರು ಅವರ ತಂದೆತಾಯಿಗಳು. ಸ್ಥಳೀಯ ಶಾಲೆಯಲ್ಲಿ ಅವರ ತಂದೆ ಶಿಕ್ಷಕರಾಗಿದ್ದರು. ಎಚ್ಚೆಸ್ಕೆ ಮೈಸೂರಿನ ದಳವಾಯಿ ಮತ್ತು ಬನುಮಯ್ಯ ಹೈಸ್ಕೂಲುಗಳಲ್ಲಿ ವ್ಯಾಸಂಗ ಮಾಡುವುದಕ್ಕೆ ತೆರಳುವ ಮೊದಲು ಕೆಂಪೇಗೌಡಕೊಪ್ಪಲಿನ ಸಿದ್ಧಾಪುರ ಶಾಲೆಯಲ್ಲಿ ಓದುತ್ತಿದ್ದರು. ಈ ರಚನಾತ್ಮಕ ಕಾಲಘಟ್ಟದಲ್ಲಿ ಅವರು ತಮ್ಮ ತಂದೆಯಿಂದ ಪುಸ್ತಕಗಳನ್ನು ಓದುವ ಅಭಿರುಚಿಯನ್ನು ಮೈಗೂಡಿಸಿಕೊಂಡರು. ಸಮೃದ್ಧವಾಗಿ ಓದುವ ಅಭಿರುಚಿಯಿಂದಾಗಿ ಅವರಿಗೆ ಗಳಗನಾಥ, ಮಾಸ್ತಿ, ಕುವೆಂಪು ಮತ್ತು ರಾಜರತ್ನಂ ಅವರ ಕೃತಿಗಳ ಪರಿಚಯವಾಯಿತು. ಈ ವರ್ಷಗಳಲ್ಲಿ ಅವರು ಕೆ. ಆರ್. ನಗರದ "ಕನ್ನಡ ಸಂಘ"ವನ್ನು ಸಂಸ್ಥಾಪಿಸುವಲ್ಲಿ ಸಕ್ರಿಯವಾಗಿ ಆಸಕ್ತಿ ವಹಿಸಿದರು.

Figure 80: ಹೆಚ್. ಎಸ್. ಕೃಷ್ಣಸ್ವಾಮಿ ಅಯ್ಯಂಗಾರ್ ಮತ್ತು ದ. ರಾ. ಬೇಂದ್ರೆ

ಒಮ್ಮೆ ದಿವಾನ್ ಮಿರ್ಜಾ ಇಸ್ಮಾಯಿಲ್ ಅವರು ಹಳೆಯೂರಿಗೆ ಭೇಟಿ ನೀಡಬೇಕಾಯಿತು; ಅಲ್ಲಿನ ಸ್ಥಳೀಯ ಸಮಾರಂಭವೊಂದರಲ್ಲಿ ಬಹುಮಾನಗಳನ್ನು ನೀಡಲು ಅವರನ್ನು ಆಹ್ವಾನಿಸಲಾಗಿತ್ತು. ಅಲ್ಲಿ ಸೇರಿದ ಪತ್ರಕರ್ತರ ಗುಂಪಿನಲ್ಲಿದ್ದ ತರುಣನೊಬ್ಬ ದಿವಾನರ ಗಮನ ಸೆಳೆದ. ಆ ಯುವಕ "ತಾಯಿನಾಡು" ಪತ್ರಿಕೆಯ ಅಧಿಕೃತ ವರದಿಗಾರ ಎನ್ನುವ ವಿಷಯ ತಿಳಿದ ದಿವಾನರು ಇನ್ನಷ್ಟು ಪ್ರಭಾವಿತರಾದರು; ಅವರಿಬ್ಬರ ದೀರ್ಘ ಸಂಭಾಷಣೆ ಆರಂಭವಾದುದು ಈ ರೀತಿಯಲ್ಲಿ. ಮಾತುಕತೆ ಮುಂದುವರಿಯಿತು; ಎಚ್ಚೆಸ್ಕೆಯವರ ಸ್ವಾರಸ್ಯಕರ ಸಂಭಾಷಣೆಯ ರೀತಿಗೆ ದಿವಾನರು ಬೆರಗಾದರು; ಅವರು ತಮ್ಮ ಉಳಿದ ಗ್ರಾಮೀಣ ಭಾಗದ ಸಂಚಾರದಲ್ಲಿ ಆ ಯುವಕನನ್ನು ತಮ್ಮ ಸರ್ಕಾರಿ ಕಾರಿನಲ್ಲಿಯೆ ಜೊತೆಗೂಡುವಂತೆ ಆಹ್ವಾನಿಸಿದರು!

Figure 81: ಹೆಚ್. ಎಸ್. ಕೃಷ್ಣಸ್ವಾಮಿ ಅಯ್ಯಂಗಾರ್

ಕೃಷ್ಣಸ್ವಾಮಿ ಅಯ್ಯಂಗಾರ್ ಅವರು ಮಾಡಿದ ವಿವಿಧ ವೃತ್ತಿಗಳ ಸುದೀರ್ಘ ಪಟ್ಟಿಯಲ್ಲಿ

ಪತ್ರಿಕೋದ್ಯಮ ಮೊದಲನೆಯದು. ಈ ವರ್ಷಗಳಲ್ಲಿ ಅವರು "ದಿ ಹಿಂದೂ" ಪತ್ರಿಕೆಗೆ ಕೂಡ ವರದಿ ಮಾಡುತ್ತಿದ್ದರು. ಪ್ರಾಸಂಗಿಕವಾಗಿ ಹೇಳುವುದಾದರೆ, ಈ ದೊಡ್ಡ ಪತ್ರಿಕೆಗಳಿಗೆ ವರದಿಗಾರರಾಗುವ ಮೊದಲು ತರುಣ ಎಚ್ಚೆಸ್ಕೆ ಜೀವನ ನಿರ್ವಹಣೆಗೋಸ್ಕರ ಪತ್ರಿಕೆಗಳನ್ನು ಹಂಚುವ ಕೆಲಸದಲ್ಲಿ ತಮ್ಮ ಪೂರ್ವನಿಶ್ಚಿತ ಕಾರ್ಯವನ್ನು ಪ್ರಾರಂಭಿಸಿದ್ದರು; ಅವರು ತಮ್ಮ ಅನಂತರದ ವರ್ಷಗಳಲ್ಲಿ ಈ ಸಂಗತಿಯನ್ನ ತುಂಬ ಇಷ್ಟಪಟ್ಟು ನೆನಪಿಸಿಕೊಳ್ಳುತ್ತಿದ್ದರು. ಅವರ ಮೊದಲ ಮೇಜು–ಕೆಲಸವೆಂದರೆ ರೇಷ್ಮೆಗೂಡು ವಿತರಣ ಸಂಸ್ಥೆಯಲ್ಲಿ ಒಂದು ಅಕೌಂಟೆಂಟ್ ಹುದ್ದೆ. "ಮೈಸೂರು ಕಾಮರ್ಸ್" ಪತ್ರಿಕೆಯಲ್ಲಿನ ಸಂಪಾದಕೀಯ ಮಂಡಲಿಯಲ್ಲಿ ವೇತನ ಸಂಬಂಧಿತವಾದ ಕೆಲಸ ಅವರ ಎರಡನೆಯ ಉದ್ಯೋಗ.

ವಿದ್ಯಾಭ್ಯಾಸ

ಎಚ್ಚೆಸ್ಕೆಯವರು ಮೈಸೂರಿನಲ್ಲಿ ಇಂಟರ್‌ಮೀಡಿಯೆಟ್ ವ್ಯಾಸಂಗವನ್ನು ಪೂರ್ಣಗೊಳಿಸಿದರು. ಬೆಂಗಳೂರಿನ ಸೆಂಟ್ರಲ್ ಕಾಲೇಜಿನಲ್ಲಿ ಎಲ್. ಕಾಮ್ ವ್ಯಾಸಂಗವನ್ನು ಪ್ರಾರಂಭಿಸುವುದಕ್ಕಾಗಿ ಅವರು 1940 ರಲ್ಲಿ ಅಲ್ಲಿಗೆ ಹೋದರು. ಆ ವ್ಯಾಸಂಗ ಪೂರ್ಣಗೊಂಡದ್ದು 1943 ರಲ್ಲಿ. ಈ ವರ್ಷಗಳಲ್ಲಿ ಅವರು ಗಳಿಸಿದ ಉನ್ನತ ಅಂಕಗಳಿಂದಾಗಿ ಅವರಿಗೆ ಒಂದು ವಿದ್ಯಾರ್ಥಿವೇತನ ಲಭಿಸಿತು; ಹಾಗಾಗಿ ಅವರಿಗೆ ರಾಮಕೃಷ್ಣ ಸ್ಟೂಡೆಂಟ್ ಹೋಂನಲ್ಲಿ ಉಚಿತವಾಗಿ ಊಟ ವಸತಿಗಳು ದೊರೆತವು. ಈ ಅವಧಿಯಲ್ಲೇ ಅವರು ಬಿ. ಎಂ. ಶ್ರೀಕಂಠಯ್ಯ, ರಾಜರತ್ನಂ ಮತ್ತು ಡಿ. ವಿ. ಗುಂಡಪ್ಪನವರಂಥ ಕನ್ನಡ ಸಾಹಿತ್ಯದ ದಿಗ್ಗಜರನ್ನು ಕುರಿತು ತಮ್ಮ ಮೊದಲ ಲೇಖನಗಳನ್ನು ಬರೆದುದು. ಕನ್ನಡ ಸಾಹಿತ್ಯ ಪರಿಷತ್ತಿನ "ಕನ್ನಡ ಜಾಣ" ಪರೀಕ್ಷೆಗಳಲ್ಲಿ ಜಯಭೇರಿ ಹೊಡೆದು ಸ್ವತಃ ಬಿ. ಎಂ. ಶ್ರೀಕಂಠಯ್ಯನವರ ಕೈಯಿಂದ ಬಹುಮಾನಗಳನ್ನು ಸ್ವೀಕರಿಸಿದರು. ಎಚ್ಚೆಸ್ಕೆಯವರು 1948 ರಲ್ಲಿ ಕಾಮರ್ಸ್‌ನಲ್ಲಿ ಪದವಿಶಿಕ್ಷಣವನ್ನು ಪೂರ್ಣಗೊಳಿಸಿದರು. ಈ ವೇಳೆಗೆ ಅವರು "ದೇಶಬಂಧು", "ವಿಶ್ವಕರ್ಣಾಟಕ" ಮತ್ತು "ಛಾಯಾ" ಪತ್ರಿಕೆಗಳಿಗೆ ಹೆಚ್ಚು ಹೆಚ್ಚು ನಿಯತವಾಗಿ ಲೇಖನಗಳನ್ನು ಬರೆಯುತ್ತಿದ್ದರು.

ಶಿಕ್ಷಣವೇತ್ತ

ಬೋಧನ ಪ್ರಪಂಚಕ್ಕೆ ಎಚ್ಚೆಸ್ಕೆಯವರ ಮೊದಲ ಪದಾರ್ಪಣವಾದದ್ದು ಬೆಂಗಳೂರಿನ ನ್ಯಾಷನಲ್ ಹೈಸ್ಕೂಲಿನಲ್ಲಿ. ಅನಂತರ ಟಿ. ಆರ್. ಶಾಮಣ್ಣನವರ "ರಂಗನಾಥ ಇನ್‌ಸ್ಟಿಟ್ಯೂಟ್ ಆಫ್ ಕಾಮರ್ಸ್"ನಲ್ಲಿ ಬೋಧನವಿಭಾಗದ ಸದಸ್ಯರಾಗಿ ಸ್ವಲ್ಪ ಕಾಲ ಅವರು ಕೆಲಸ ಮಾಡಿದರು. ಇದೇ ಹೊತ್ತಿಗೆ ಮೈಸೂರಿನಲ್ಲಿ ಬಿ. ವಿ. ಬನುಮಯ್ಯನವರು ಒಂದು ಹೊಸ ಕಾಲೇಜನ್ನು ಪ್ರಾರಂಭಿಸಲು ಸಾಹಸಪಡುತ್ತಿದ್ದರು; ಅವರು ಎಚ್ಚೆಸ್ಕೆಯವರನ್ನು ಹೊಸ ಶಿಕ್ಷಣವಿಭಾಗದ ಸದಸ್ಯರಾಗುವಂತೆ ಆಹ್ವಾನವಿತ್ತರು. ಎಚ್ಚೆಸ್ಕೆಯವರು 1949 ರಲ್ಲಿ ಬನುಮಯ್ಯನವರ ಕಾಲೇಜಿನಲ್ಲಿ ಪಾಠಮಾಡಲು ಪ್ರಾರಂಭಿಸಿದರು. ಅವರು 1951ರ ಹೊತ್ತಿಗೆ ಬನಾರಸ್ ಹಿಂದೂ ಯೂನಿವರ್ಸಿಟಿಯಿಂದ ಸ್ನಾತಕೋತ್ತರ ಪದವಿಯನ್ನು ಗಳಿಸಿದ್ದರು. ಹಾಗಾಗಿ ಅವರು ಶೀಘ್ರವಾಗಿ ಅಸೋಸಿಯೇಟ್ ಪ್ರೊಫೆಸರ್, ಪ್ರೊಫೆಸರ್ ಮತ್ತು ಸ್ವಾಭಾವಿಕವಾಗಿ ಸಂಸ್ಥೆಯ ಪ್ರಾಂಶುಪಾಲ ಹುದ್ದೆಗಳಿಗೆ ಏರಿದರು. ವಿಷಾದನೀಯ ಭಿನ್ನಾಭಿಪ್ರಾಯಗಳಿಂದಾಗಿ ಅವರು 1969 ರಲ್ಲಿ ರಾಜೀನಾಮೆ ನೀಡಬೇಕಾಗಿ ಬಂದ ಸಂದರ್ಭಕ್ಕೆ ಮೊದಲು, ಹತ್ತಿರ ಹತ್ತಿರ ಎರಡು ದಶಕಗಳ ಕಾಲ, ಬನುಮಯ್ಯನವರ ಕಾಲೇಜಿನಲ್ಲಿ ಸೇವೆ ಮಾಡಿದ್ದರು.

Figure 82: ಹೆಚ್. ಎಸ್. ಕೃಷ್ಣಸ್ವಾಮಿ ಅಯ್ಯಂಗಾರ್ ಮತ್ತು ವಿ. ಸೀ.

ಕೈಯಲ್ಲಿ ಕೆಲಸವಿಲ್ಲ; ಆರ್ಥಿಕವಾಗಿ ಬರುತ್ತಿದ್ದ ಸಂಭಾವನೆಯ ಹಣ ಏನೇನೂ ಅಲ್ಲ; ಅವರಿಗೆ ಎದೆಗುಂದಿಸುವ ಕಾಲ ಎದುರಾಯಿತು. ಸುದೈವವಶಾತ್ ಮೈಸೂರು ವಿಶ್ವವಿದ್ಯಾನಿಲಯದ ಕುಲಪತಿಗಳಾದ ಶ್ರೀಮಾಲಿಯವರ ಆಣತಿಯ ಮೇರೆಗೆ ದೇ. ಜವರೇಗೌಡರು (ದೇಜಗೌ) ಮತ್ತು ಹಾ. ಮಾ. ನಾಯಕರು "ಕನ್ನಡ ವಿಶ್ವಕೋಶ" ಯೋಜನೆಯ ಮಾನವಿಕ ವಿಭಾಗದ ಸಂಪಾದಕ ಹುದ್ದೆಗೆ ಆಹ್ವಾನಿಸಿದರು. ಎಚ್ಚೆಸ್ಕೆಯವರು ಅಲ್ಲಿಗೆ ಸೇರಿ ಅನುಕರಣೀಯವಾದ ಕೆಲಸವನ್ನು ಮಾಡಿದರು ಹಾಗೂ ಅನೇಕ ಯುವ ಪ್ರತಿಭೆಗಳನ್ನು ತಯಾರುಮಾಡುವಲ್ಲಿ ನಿಮಿತ್ತವಾದರು. ಅವರು 1970–80ರ ಅವಧಿಯಲ್ಲಿ ಹೆಚ್ಚುವರಿಯಾಗಿ ಮೈಸೂರು ವಿಶ್ವವಿದ್ಯಾನಿಲಯದ "ಮಾನವಿಕ ಕರ್ಣಾಟಕ" ಪತ್ರಿಕೆಯ ಪ್ರಧಾನ ಸಂಪಾದಕರಾಗಿದ್ದರು. ಅವರು 1980 ರಲ್ಲಿ ನಿವೃತ್ತಿ ಹೊಂದುವುದಕ್ಕೆ ಮೊದಲು ಸ್ವಲ್ಪ ಕಾಲದವರೆಗೆ ವಿಶ್ವವಿದ್ಯಾನಿಲಯದ ಸ್ನಾತಕೋತ್ತರ ಡಿಪ್ಲೊಮಾ ಅಧ್ಯಯನ ಶಾಖೆಯಲ್ಲಿ "ಭಾರತೀಯ ಸಾಂಸ್ಕೃತಿಕ ಅಧ್ಯಯನಗಳು" ಎಂಬ ವಿಷಯವನ್ನು ಬೋಧಿಸಿದರು.

ಬರಹಗಳು

Figure 83: ಹೆಚ್. ಎಸ್. ಕೃಷ್ಣಸ್ವಾಮಿ ಅಯ್ಯಂಗಾರ್ ಮತ್ತು ರಾಜಕುಮಾರ್ ದಂಪತಿಗಳು

ಎಚ್ಚೆಸ್ಕೆಯವರ ಬರಹಗಳು ಆರು ದಶಕಗಳ ಅವಧಿಗೆ ಹರಡಿವೆ. ಅವು ಬೃಹತ್ತಾಗಿವೆ ಮತ್ತು ವಿವಿಧ ವಿಷಯಗಳನ್ನು ಆವರಿಸುವ ವಿಶಾಲ ವ್ಯಾಪ್ತಿಯಿಂದ ಕೂಡಿವೆ. ಕನ್ನಡ ಸಾಹಿತ್ಯ ಪರಿಷತ್ತಿನ "ಕನ್ನಡ ನುಡಿ" ಪತ್ರಿಕೆಯಲ್ಲಿ ಅವರ ಮೊದಲ ಅಂಕಣಬರಹಗಳು ಬೆಳಕು ಕಂಡವು. ಅವರ ಮುಂದಿನ ಅಂಕಣಬರಹ ಗಳು "ಪ್ರಜಾವಾಣಿ", "ಸುಧಾ", "ಸಂಯುಕ್ತ ಕರ್ನಾಟಕ", "ತರಂಗ", "ಸ್ಟಾರ್ ಆಫ್ ಮೈಸೂರ್" ಮತ್ತು "ಮೈಸೂರುಮಿತ್ರ" – ಇಂಥ ದಿನಪತ್ರಿಕೆ ಮತ್ತು ನಿಯತಕಾಲಿಕೆಗಳಲ್ಲಿ ಬರೆಯಲ್ಪಟ್ಟಿವೆ. ಕನ್ನಡ ನಿಯತಕಾಲಿಕವಾದ "ಸುಧಾ"ದಲ್ಲಿ ಅವರು ಪ್ರತಿ ವಾರವೂ ಪ್ರಮುಖ ವ್ಯಕ್ತಿಯೊಬ್ಬರನ್ನು ಕುರಿತು "ವಾರದ ವ್ಯಕ್ತಿ" ಎಂಬ ಅಂಕಣವನ್ನು ಬರೆಯುತ್ತಿದ್ದರು; ಇದು ಹತ್ತಿರ ಹತ್ತಿರ ಎರಡು ದಶಕಗಳ ಕಾಲ ಪ್ರಕಟ ವಾಯಿತು. ಇದರಲ್ಲಿ ಬಂದ ವ್ಯಕ್ತಿಚಿತ್ರಗಳ ಒಟ್ಟು ಸಂಖ್ಯೆ 11,671 ! ಇದರಲ್ಲಿ ಟೆನಿಸ್ ತಾರೆ ಜಾನ್ ಮೆಕೆನ್ರೊ, ವರ್ಣಭೇದ ನೀತಿಯ ವಿರುದ್ಧ ಹೋರಾಡಿದ ನಾಯಕ ನೆಲ್ಸನ್ ಮಂಡೇಲ, ಅರ್ಥಶಾಸ್ತ್ರಜ್ಞ ಮತ್ತು ನೊಬೆಲ್ ಪ್ರಶಸ್ತಿ ಪುರಸ್ಕೃತ ಅಮರ್ತ್ಯಸೇನ್, ಡಾ. ಎಸ್. ಶ್ರೀಕಂಠಶಾಸ್ತ್ರಿಯವರಂಥ ಇತಿಹಾಸಕಾರರು, ರಾಜಕುಮಾರ್ ಅವರಂಥ ನಟ ಕಲಾವಿದರು, ಶಂಕರ, ರಾಮಾನುಜ ಮತ್ತು ಮಧ್ವಾಚಾರ್ಯರಂಥ ತತ್ತ್ವಶಾಸ್ತ್ರಜ್ಞರು, ಮತ್ತೂರು ಕೃಷ್ಣಮೂರ್ತಿಯವರಂಥ ಸಂಸ್ಕೃತ ವಿದ್ವನ್ಮಣಿಗಳು, ಜಯಪ್ರಕಾಶ ನಾರಾಯಣ ಮತ್ತು ಇಂದಿರಾ ಗಾಂಧಿಯವರಂಥ ರಾಜಕೀಯ ನೇತಾರರು, ಕುವೆಂಪು, ಬೇಂದ್ರೆ ಮತ್ತು ತ.ರಾ.ಸು. ಅವರಂಥ ಲೇಖಕರು, ಪಿಕಾಸೋ ಎನಿಸಿರುವ ರಾಜಾ ರವಿವರ್ಮರಂಥ ಚಿತ್ರಕಲಾವಿದರು ಹಾಗೂ ಇತರರ ವ್ಯಕ್ತಿಚಿತ್ರಗಳು ಸೇರಿವೆ. ಈ ವ್ಯಕ್ತಿಚಿತ್ರಗಳೆಲ್ಲ ನಾಲ್ಕು ಬೃಹತ್ ಸಂಪುಟಗಳಲ್ಲಿ ಸಂಕಲಿತವಾಗಿವೆ: "ಬೆಳಕು ಚೆಲ್ಲಿದ ಬದುಕು" (306 ವ್ಯಕ್ತಿಚಿತ್ರಗಳು), "ಮಾನ್ಯರು ಸಾಮಾನ್ಯರು" (299 ವ್ಯಕ್ತಿಚಿತ್ರಗಳು), "ಗಗನಚುಕ್ಕಿ ಭರಚುಕ್ಕಿ (562 ವ್ಯಕ್ತಿಚಿತ್ರಗಳು) ಮತ್ತು ಕೊನೆಯದಾಗಿ "ಮಿಂಚುಗೊಂಚಲು." ಒಬ್ಬ ವ್ಯಕ್ತಿಗೆ ಯಾವುದೇ ಕಲ್ಪನೆಯ ಅಳತೆಗೋಲಿಗಾದರೂ ಇದೊಂದು ಸಮೃದ್ಧ ಉತ್ಪನ್ನ; ಹಾಗಿದ್ದರೂ ಅವರ ಸಾಹಿತ್ಯ ಸೃಷ್ಟಿಗೆ ಸಂಬಂಧಿಸಿದಂತೆ ಇದು ನುಡಿಗಟ್ಟುವಿನಲ್ಲಿ ಹೇಳುವ ಹಾಗೆ ಮಂಜುಗಡ್ಡೆಯ ತುದಿ ಮಾತ್ರ.

Figure 84: "ನಮ್ಮೆಲರ ಶ್ರೀ ರಾಮ" ಪುಸ್ತಕ ಬಿಡುಗಡೆ ಸಮಾರಂಭ - ಎಚ್. ಎಸ್. ಕೆ., ಕೆ. ಬಿ. ಗಣಪತಿ, ಮತ್ತೂರ್ ಕೃಷ್ಣಮೂರ್ತಿ, ಎ. ವಿ. ನರಸಿಂಹಮೂರ್ತಿ

ಎಚ್ಚೆಸ್ಕೆಯವರ ವಿಷಯಭಂಡಾರ ವ್ಯಾಪಕವಾದುದು; ಅಪಾರವಾದುದು ಎಂದು ತೋರುತ್ತದೆ. ಬಹು ಸರಾಗವಾಗಿ ಬೇರೆ ಬೇರೆ ಪ್ರಕಾರದ ಬರಹಗಳ ಸೀಮಾರೇಖೆಗಳನ್ನೂ ಅವರು ಮೀರಬಲ್ಲವರೆಂದು ತೋರುತ್ತದೆ. ಅವರು ತಮ್ಮ ಕಾಲದ ಶ್ರೇಷ್ಠ ಜೀವನಚರಿತ್ರಕಾರರು ಮತ್ತು ಇತಿವೃತ್ತಕಾರರಷ್ಟೆ ಅಲ್ಲದೆ, ಗಣನೀಯ ಖ್ಯಾತಿಯನ್ನು ಹೊಂದಿದ ಉತ್ತಮ ಪ್ರಬಂಧಕಾರ, ವಿಮರ್ಶಕ, ಕವಿ, ಸಂಪಾದಕ ಹಾಗೂ ಕಾದಂಬರಿಕಾರರೂ ಆಗಿದ್ದರು. ಇದಕ್ಕೆ ಅವರ ಐದು ಪ್ರಬಂಧ ಸಂಕಲನಗಳು ಸಾಕ್ಷಿಯಾಗಿವೆ. ಅವರ ನಿರೂಪಣಾ ಕೌಶಲವನ್ನು "ಮುಕ್ತಿ ಮಾರ್ಗ", "ಬಯಕೆಯ ಬೆಲೆ" ಮತ್ತು "ಕುರುಕ್ಷೇತ್ರ" ಎಂಬ ಮೂರು ಕಾದಂಬರಿಗಳು ಮನೋಹರವಾಗಿ ಪ್ರದರ್ಶಿಸುತ್ತವೆ. ಸಾಹಿತ್ಯಕ ವಲಯದಲ್ಲಿ ಅವರ "ಆ ಚಿತ್ರ" ಮತ್ತು "ಮುಪ್ಪಿನ ಸಂಗಾತಿ" ಎಂಬೆರಡು ಕಥಾಸಂಕಲನಗಳು ಅತ್ಯುತ್ತಮವಾಗಿ ಸ್ವೀಕೃತವಾಗಿವೆ. ಅವರ "ಕನ್ನಡದಲ್ಲಿ ವಿಡಂಬನ ಸಾಹಿತ್ಯ" ಎಂಬ ಕೃತಿಗೆ 1981 ರಲ್ಲಿ ಕರ್ನಾಟಕ ಸಾಹಿತ್ಯ ಪರಿಷತ್ತಿನ ಪ್ರಶಸ್ತಿ ದೊರೆಯಿತು. ಕುವೆಂಪು ಬರಹಗಳಲ್ಲಿ "ವಿಶಿಷ್ಟಾದ್ವೈತ"ದ ಮಿನುಗುನೋಟವನ್ನು ಶೋಧಿಸುವ ಅವರ ದೃಷ್ಟಿಕೋನವು ಆ ಕಾಲಕ್ಕೆ ವಿನೂತನ ಪ್ರಯತ್ನವಾಗಿತ್ತು; ಇದನ್ನು ಅವರು ತಮ್ಮ "ಕುವೆಂಪು ಸಾಹಿತ್ಯದಲ್ಲಿ ವಿಶಿಷ್ಟಾದ್ವೈತ ದರ್ಶನ" ಎಂಬ ಕೃತಿಯಲ್ಲಿ ಸುಂದರವಾಗಿ ಸಂಗ್ರಹಿಸಿಕೊಟ್ಟಿದ್ದಾರೆ.

Figure 85: ಹೆಚ್. ಎಸ್. ಕೃಷ್ಣಸ್ವಾಮಿ ಅಯ್ಯಂಗಾರ್ ಮತ್ತು ಸಹಕುಟುಂಬದವರು

ಎಚ್ಚೆಸ್ಕೆಯವರ "ದವನದ ಕೊನೆ"(1989) ಮತ್ತು "ತಿಂಗಳೂರಿನ ತೆರೆ" (2001) ಎಂಬ ಎರಡು ಕವನ ಸಂಕಲನಗಳಲ್ಲಿ ಅವರ ಕಲ್ಪನಾಪ್ರತಿಭೆಯ ರೇಖೆಗಳು ಮಿಂಚುವುದನ್ನು ಗಮನಿಸಬಹುದು. ಅವರು ಸಾಹಿತ್ಯಕ ವಲಯಕ್ಕಷ್ಟೇ ತಮ್ಮ ಬರವಣಿಗೆಯನ್ನು ಪರಿಮಿತಗೊಳಿಸಲಿಲ್ಲ. ಅವರ ಸಾಮಾಜಿಕ–ರಾಜಕೀಯ ಅಭಿಪ್ರಾಯಗಳು ಅರ್ಥನೀತಿ ಮತ್ತು ಭಾಷಾಶಾಸ್ತ್ರಗಳನ್ನು ಕುರಿತ ಅವರ ಕೃತಿಗಳಲ್ಲಿ ವ್ಯಕ್ತವಾಗಿವೆ. ಕೆಲವನ್ನು ಹೆಸರಿಸುವುದಾದರೆ "ನಮ್ಮ ಅಭಿವೃದ್ಧಿ ಯೋಜನೆಗಳು" (ಪಂಚ ವಾರ್ಷಿಕ ಯೋಜನೆಗಳ ಬಗ್ಗೆ) ಮತ್ತು "ವಾಣಿಜ್ಯಶಾಸ್ತ್ರದ ಪರಿಚಯ" (ವಿದ್ಯಾರ್ಥಿಗಳಿಗಾಗಿ ಅರ್ಥಶಾಸ್ತ್ರವನ್ನು ಕುರಿತ ಪರಿಚಯಾತ್ಮಕ ಕೃತಿ) ಮತ್ತಿತರ ಗ್ರಂಥಗಳು. ಸದಾ ಕನ್ನಡ ಭಾಷೆಯ ಪ್ರತಿಪಾದಕರಾಗಿದ್ದ ಅವರು ತಮ್ಮ "ವ್ಯಾವಹಾರಿಕ ಕನ್ನಡ" ಎಂಬ ಪುಸ್ತಕದಲ್ಲಿ (ವಿಶೇಷವಾಗಿ ಆಡಳಿತ ವಲಯಗಳಲ್ಲಿ) ಕನ್ನಡವು ಸರ್ವಸಾಮಾನ್ಯ ಭಾಷೆಯಾಗಬೇಕೆಂದು ವಾದಿಸಿದರು. ಎಚ್ಚೆಸ್ಕೆಯವರು ಸುಮಾರು ಐದು ಪುಸ್ತಕಗಳನ್ನು ಇಂಗ್ಲಿಷ್ ಭಾಷೆಯಲ್ಲಿ ಬರೆದಿದ್ದು ಅವು ಬಹುಮಟ್ಟಿಗೆ ಬೇಂದ್ರೆ, ಶಿವರಾಮ ಕಾರಂತ, ಮಾಸ್ತಿ ಮತ್ತಿತರರನ್ನು ಕುರಿತ ಜೀವನಚರಿತ್ರೆಗಳಾಗಿವೆ.

ಎಚ್ಚೆಸ್ಕೆಯವರ ಬರಹಗಳನ್ನು ಕುರಿತು ಡಿ. ಎಲ್. ನರಸಿಂಹಾಚಾರ್ಯರು ಪ್ರಾಯಃ ಅತ್ಯುತ್ತಮವಾಗಿ ವರ್ಣಿಸಿರುವರು; ಅವರು ಹೀಗೆ ಹೇಳುತ್ತಾರೆ:

"ಲಲಿತವೂ, ಆಡಂಬರರಹಿತವೂ ಆಗಿರುವ ಶಬ್ದ ಪ್ರಯೋಗ, ಅಚ್ಚುಕಟ್ಟಾದ ವಾಕ್ಯಗಳು, ಭ್ರಾಂತಿಗಾಗಲಿ ಸಂದೇಹಕ್ಕಾಗಲಿ ಅವಕಾಶವಿಲ್ಲದಿರುವಂತೆ ಸ್ಪಷ್ಟವಾಗಿಯೂ ಯಥಾರ್ಥವಾಗಿಯೂ ಇರುವ ಶೈಲಿ, ದಿನಬಳಿಕೆಯ ಉದಾಹರಣೆಗಳು, ನಿದರ್ಶನಗಳು, ಮಿತವೂ ಉಚಿತವೂ ಆಗಿರುವ ನಿರೂಪಣಾ ರೀತಿ" – ಡಿ. ಎಲ್. ನರಸಿಂಹಾಚಾರ್ಯರು

Figure 86: ಎಚ್. ಎಸ್. ಕೆಯವರ ೭೦ನೇ ಜನ್ಮದಿನಾಚರಣೆ

ಎಚ್ಚೆಸ್ಕೆಯವರೇ ಸ್ವತಃ ತಮ್ಮ ಬರವಣಿಗೆಯನ್ನು ಕುರಿತು ಸಾಮರ್‌ಸೆಟ್ ಮಾಮ್ ಅವರ ಮಾತುಗಳನ್ನು ಬಳಸಿ "ಶೈಲಿರಹಿತ ಶೈಲಿ" ಎಂದು ಬಣ್ಣಿಸಿಕೊಂಡಿರುವರು. ಅತ್ಯಂತ ಅನುದ್ವಿಗ್ನ ಮತ್ತು ಸಮತೂಕದ ಲೇಖಕ ಎಂಬ ಖ್ಯಾತಿಯಿಂದಾಗಿ ಅವರಿಗೆ ಹಲವು ಸ್ಥಳಗಳ ಮತ್ತು ಜನರ ಹತ್ತಿರ ಪ್ರವೇಶ ಮತ್ತು ಒಡನಾಟ ದೊರೆಯುವಂತಾಯಿತು; ಅಲ್ಲದಿದ್ದರೆ ಅವು ಅವರ ಮಿತಿಗಳಾಗಿಬಿಡುತ್ತಿದ್ದವು. ಆಗಿನ ಪ್ರಧಾನಮಂತ್ರಿಗಳಾಗಿದ್ದ ಜವಹರಲಾಲ ನೆಹರೂ ಅವರು ಅಧ್ಯಕ್ಷತೆ ವಹಿಸಿದ್ದ "ಯೋಜನಾ" ಸಮಿತಿಯ ಸಭೆಯಲ್ಲಿ ಪಾಲ್ಗೊಂಡ ಪ್ರಮುಖರಲ್ಲಿ ಎಚ್ಚೆಸ್ಕೆಯವರು ಒಬ್ಬರಾಗಿದ್ದರು ಎನ್ನುವ ಅಪರೂಪದ ಖ್ಯಾತಿ ಅವರದು. ಮಾಧ್ಯಮವೆಂದರೆ ಹಿಂಜರಿಕೆಯಿದ್ದ ಕುವೆಂಪು ಸಹ ಎಚ್ಚೆಸ್ಕೆಯವರಿಗೆ ಸಂದರ್ಶನ ನೀಡಲು ಒಪ್ಪಿಕೊಂಡಿದ್ದರು ಎನ್ನುವ ಸಂಗತಿ ಸಹ ಎಚ್ಚೆಸ್ಕೆಯವರ ಯಶಸ್ಸು. ಶ್ರೀ ಜಯಚಾಮರಾಜ ವಡೆಯರ್ ಅವರನ್ನು ಸಂದರ್ಶನ ಮಾಡಲು ಇದ್ದದ್ದು ಆ ಕಾಲದಲ್ಲಿ ಬಹಳ ಕಡಿಮೆ ಜನ; ಅಂಥ ಆಯ್ದ ಗುಂಪಿನಲ್ಲಿ ಎಚ್ಚೆಸ್ಕೆಯವರು ಒಬ್ಬರು. ಎಚ್ಚೆಸ್ಕೆಯವರ ಕೊನೆಯ ಲೇಖನದ ಶೀರ್ಷಿಕೆ – "ಮಾಡರ್ನ್ ಮಾಲ್ಸ್: ಟರ್ನಿಂಗ್ ಎ

ನ್ಯೂ ಲೀಫ್"; ಇದು ಅವರ ನಿಧನಕ್ಕೆ ನಾಲ್ಕು ದಿನಗಳ ಮೊದಲಷ್ಟೇ, ಅವರು ಯಾವ ಪತ್ರಿಕೆಗೆ **ಎಚ್ಚೆಸ್ಕೆ'ಸ್ ಮೂವಿಂಗ್ ಫಿಂಗರ್ ರೈಟ್ಸ್** ... ಎಂಬಶೀರ್ಷಿಕೆಯಡಿ ಶುಕ್ರವಾರದ ಅಂಕಣಲೇಖನ ಬರೆಯುತ್ತಿದ್ದರೋ ಮತ್ತು ಅದನ್ನು ಒಂದು ವಾರ ಮೊದಲೇ ಕಳುಹಿಸಿಕೊಡುತ್ತಿದ್ದರೋ ಅದೇ ಪತ್ರಿಕೆಯಲ್ಲಿ 2008ರ ಸೆಪ್ಟೆಂಬರ್ 2, ಮಂಗಳವಾರದಂದು ಅದು ಪ್ರಕಟವಾಯಿತು. ಅದಕ್ಕಿಂತ ಹಿಂದಿನ ಅಂಕಣಲೇಖನ "ನ್ಯಾಷನಲ್ ಪಾಲಿಟಿಕ್ಸ್ ಅಟ್ ಕ್ರಾಸ್ರೋಡ್ಸ್" 2008ರ ಆಗಸ್ಟ್ 29, ಶುಕ್ರವಾರ ಪ್ರಕಟವಾಗಿತ್ತು. ಎಚ್. ಎಸ್. ಕೃಷ್ಣಸ್ವಾಮಿ ಅಯ್ಯಂಗಾರ್ ಅವರು ತಮ್ಮ 88ನೆಯ ವಯಸ್ಸಿನಲ್ಲಿ ಅನಾರೋಗ್ಯದಿಂದಾಗಿ 2008ರ ಆಗಸ್ಟ್ 29ರ ರಾತ್ರಿ ದಿವಂಗತರಾದರು.

ವೈಯಕ್ತಿಕ ಜೀವನ

ಎಚ್ಚೆಸ್ಕೆಯವರು 1945ರ ಜುಲೈನಲ್ಲಿ ಚಂಪಕಲಕ್ಷ್ಮಿಯವರನ್ನು ಮದುವೆಯಾದರು. ಅವರಿಗೆ ಪಾರ್ಥಸಾರಥಿ ಮತ್ತು ಗೀತಾ ಎಂಬ ಇಬ್ಬರು ಮಕ್ಕಳು. ಎಚ್ಚೆಸ್ಕೆಯವರ ಮಾತಿನಲ್ಲೇ ಹೇಳುವುದಾದರೆ ಚಂಪಕಲಕ್ಷ್ಮಿಯವರಿಗೆ ಬಹಳಷ್ಟು ಕೀರ್ತಿಪ್ರಶಂಸೆಗಳು ಮತ್ತು ಕೃತಜ್ಞತೆಗಳು ಸಲ್ಲಬೇಕು; ಏಕೆಂದರೆ ಅವರ "ತಾಳ್ಮೆ", ಅನಂತವಾದ "ಪ್ರೀತಿ ಮತ್ತು ಸಮರ್ಪಣಾ ಮನೋಭಾವ"ದಿಂದಾಗಿ ಅವರ ಕುಟುಂಬ ಕಷ್ಟ ಮತ್ತು ಸುಖದ ಕಾಲಗಳೆರಡನ್ನೂ ಕಂಡಿತು. ಬನುಮಯ್ಯ ಕಾಲೇಜಿನಲ್ಲಿ ಇಪ್ಪತ್ತು ವರ್ಷಗಳ ಸೇವೆ ಸಲ್ಲಿಸಿದ ಅನಂತರ ರಾಜೀನಾಮೆ ನೀಡಿ ಮನೆಗೆ ಬಂದಾಗ ಸಂತೈಸಿ ಅವರಿಗೆ ಧೈರ್ಯದೊತ್ತಾಸೆ ನೀಡಿದವರು ಆಕೆಯೇ; ವಾಸ್ತವವಾಗಿ ಆ ಕುಟುಂಬಕ್ಕೆ ಅಕ್ಷರಶಃ ಬೇರೆ ಯಾವುದೇ ಆದಾಯಮೂಲ ಇರದ ಕಾಲ ಅದು! ಐವತ್ನಾಲ್ಕು ವರ್ಷಗಳ ವೈವಾಹಿಕ ಜೀವನವು ಚಂಪಕಲಕ್ಷ್ಮಿಯವರನ್ನು ಎಚ್ಚೆಸ್ಕೆ ಅತ್ಯಂತ ಪ್ರೀತಿಯ ಮತ್ತು ನಂಬಿಕಸ್ಥ ಸಂಗಾತಿಯನ್ನಾಗಿ ಮಾಡಿತ್ತು. ವಿಷಾದದ ಸಂಗತಿ ಎಂದರೆ ಆಕೆ 1999ರ ನವೆಂಬರ್ 4 ರಂದು ನಿಧನರಾದುದು.

ಮಾನ್ಯತೆ

ಎಚ್ಚೆಸ್ಕೆಯವರು ಸ್ವೀಕರಿಸಿದ ಪ್ರಶಸ್ತಿಗಳಲ್ಲಿ ಕೆಲವನ್ನು ಹೆಸರಿಸುವುದಾದರೆ, 1981 ರಲ್ಲಿ ಕರ್ನಾಟಕ ಸಾಹಿತ್ಯ ಅಕಾಡೆಮಿ ಪುರಸ್ಕಾರ, 1996 ರಲ್ಲಿ ಕರ್ನಾಟಕ ಪತ್ರಿಕಾ ಅಕಾಡೆಮಿ

ಪ್ರಶಸ್ತಿ, 1997 ರಲ್ಲಿ ಕರ್ನಾಟಕ ರಾಜ್ಯೋತ್ಸವ ಪ್ರಶಸ್ತಿ, 1999 ರಲ್ಲಿ "ವಿಶ್ವಮಾನವ ಪ್ರಶಸ್ತಿ" ಮತ್ತು 1996 ರಲ್ಲಿ ಹೆಚ್. ಕೆ. ವೀರಣ್ಣಗೌಡ ಪ್ರಶಸ್ತಿ. ಅವರಿಗೆ ಅಭಿನಂದನ ಸಂಪುಟಗಳು ಸಮರ್ಪಿತವಾಗಿವೆ – ಅವರ 60ನೆಯ ವರ್ಷದ ಹುಟ್ಟುಹಬ್ಬದಂದು "ಆಯ್ದ ಬರಹಗಳು" ಹಾಗೂ 75ನೆಯ ವರ್ಷದ ಹುಟ್ಟುಹಬ್ಬದಂದು "ಸಮದರ್ಶಿ." ಸಾಹಿತ್ಯ ಮತ್ತು ಪತ್ರಿಕೋದ್ಯಮ ಲೋಕಕ್ಕೆ ಅವರ ಜೀವಮಾನದ ಕೊಡುಗೆಯನ್ನು ಮಾನ್ಯಮಾಡಿ ಮೈಸೂರು ವಿಶ್ವವಿದ್ಯಾನಿಲಯವು 2004 ರಲ್ಲಿ ಗೌರವ ಡಾಕ್ಟರೇಟ್ (ಡಿ. ಲಿಟ್) ನೀಡಿದೆ.

ಕೊಡುಗೆ

ಎಚ್ಚೆಸ್ಕೆಯವರಿಗೆ ಸಂಬಂಧಿಸಿದಂತೆ ಉಪಾಖ್ಯಾನ ರೂಪದ ಅನುಭವವೊಂದನ್ನು ನೆನಪಿಸಿ ಕೊಳ್ಳುವುದುಂಟು; ಅದು ಹೀಗೆ ಸಾಗುತ್ತದೆ: ಒಂದು ದಿನ ಆಗತಾನೆ ಐಎಎಸ್ ಪರೀಕ್ಷೆಯನ್ನು ಯಶಸ್ವಿಯಾಗಿ ಪೂರ್ಣಗೊಳಿಸಿದ ಯುವಕನೊಬ್ಬ "ಸುಧಾ" ವಾರಪತ್ರಿಕೆಯ ಕಾರ್ಯಾಲಯಕ್ಕೆ ಧಾವಿಸಿಬಂದು ಆ ಪರೀಕ್ಷೆಯನ್ನು ಕನ್ನಡದಲ್ಲಿಯೇ ಬರೆದು ಪೂರ್ಣಗೊಳಿಸಿದ ಪಪ್ರಥಮ ವ್ಯಕ್ತಿ ತಾನೇ ಎಂದು ಉದ್ಗರಿಸಿದನಂತೆ! ನಿಜಕ್ಕೂ ಉನ್ನತವಾದ ಸಾಧನೆ, ಆದರೆ ಅನಿರೀಕ್ಷಿತವಾದುದೇನಲ್ಲ. ಆದರೆ ಇದರ ನಂತರ ಹೇಳಿದುದು ಅತ್ಯಂತ ಸ್ಮರಣಾರ್ಹ ಘಟನೆಯನ್ನಾಗಿ ಮಾಡಿತು. ಆತ ಮುಂದುವರಿದು ಹೇಳಿದುದು ಏನೆಂದರೆ ಪರೀಕ್ಷೆಯ ಸಿದ್ಧತೆಗೆ ತಾನು ಯಾವುದೇ ಗ್ರಂಥಭಂಡಾರಕ್ಕೆ ಅಥವಾ ಪುಸ್ತಕದ ಅಂಗಡಿಗೆ ಭೇಟಿಕೊಡಲಿಲ್ಲವೆಂಬುದು – ಬದಲಿಗೆ ಲೋಕದಲ್ಲಿ ನಡೆಯುವ ಎಲ್ಲವನ್ನೂ ಒಳಗೊಳ್ಳುವ ಎಚ್ಚೆಸ್ಕೆಯವರ ವಾರದ ಅಂಕಣಬರಹಗಳನ್ನು ತಾನು ಶ್ರದ್ಧೆಯಿಂದ ಓದಿದುದೇ ಎನ್ನುವುದು. ಎಚ್ಚೆಸ್ಕೆಯವರ ವ್ಯಾಪ್ತಿ ಅಂಥದು.

ತಮ್ಮ ಬಾಳಿನ ಏಳುಬೀಳುಗಳ ಆ ವರ್ಷಗಳಲ್ಲಿ ತಮ್ಮ ಮತ್ತು ತಮ್ಮ ಕುಟುಂಬಕ್ಕೆ ನೆರವಿತ್ತು ಉತ್ತಮ ಆಸರೆಯಾದ ಏಕ ಮಾತ್ರ ಸಾಧನವೆಂದರೆ ಅದು ಬರವಣಿಗೆ ಎಂದು ಎಚ್ಚೆಸ್ಕೆಯವರು ಆಗಾಗ ಹೇಳುತ್ತಿದ್ದುದುಂಟು! ಬರವಣಿಗೆ ತಮ್ಮ ಅಸ್ತಿತ್ವದ ಕಾರಣ ಎಂದು ಅವರು ಉಲ್ಲೇಖಿಸುತ್ತಿದ್ದರು. ಅದು ಅತ್ಯಂತ ಸತ್ಯ ಸಹ. ಎಚ್ಚೆಸ್ಕೆಯವರನ್ನು ಬೇರೆಯಾಗಿರಿಸುವ ಒಂದು ನಿರ್ದೋಷ ಗುಣವೆಂದರೆ ಅವರ ಬರಹಗಳು ಯಾವಾಗಲೂ ಪಕ್ಷಪಾತರಹಿತವಾಗಿ ಮತ್ತು ಯಾವುದೇ ನಿರ್ದಿಷ್ಟ ಸಿದ್ಧಾಂತ ಅಥವಾ ದೃಷ್ಟಿಕೋನದ

ಪರವಾಗಿ ಎಂದೂ ಅಂಟಿಕೊಳ್ಳದೆ ವಾಸ್ತವಿಕತೆಯಿಂದ ಕೂಡಿರುವುದು. ಈ ಮಾರ್ದವತೆ ಮತ್ತು ಸೌಹಾರ್ದದ ಭಾವವನ್ನು ಈ ಮನುಷ್ಯ ಅಪ್ರಯತ್ನಪೂರ್ವಕವಾಗಿ ತಮ್ಮ ಅದ್ಭುತವಾದ ಮಂದಹಾಸ ಮತ್ತು ಸಹನೆಯ ಭಾವದೊಡನೆ ಸಮರ್ಥಿಸುವ ಪ್ರವರ್ತನೆಯೇ ಅವರ ಓದುಗ ಸಮುದಾಯದಲ್ಲಿ ಅವರನ್ನು ಹೆಚ್ಚು ಪ್ರಿಯರನ್ನಾಗಿ ಮಾಡಿರುವುದು.

ಈ ದೈತ್ಯ ಬರಹಗಾರನಿಗೆ ನಿವೃತ್ತಿಯ ಅನಂತರದ ವರ್ಷಗಳಿಗೆ ನಿವೃತ್ತಿ ವೇತನವನ್ನು ನಿರಾಕರಿಸಲಾಯಿತು. ಅವರು ದೈನಂದಿನ ಜೀವನ ನಿರ್ವಹಣೆಗೆ ಹೋರಾಟ ನಡೆಸಬೇಕಾಯಿತು! ಒಂದು ಸಮಾಜವು ತನ್ನ ಬೌದ್ಧಿಕ ರತ್ನಗಳನ್ನು ಹೇಗೆ ನಡೆಸಿಕೊಳ್ಳುತ್ತದೆ ಎನ್ನುವುದನ್ನು ಆಧರಿಸಿ ನಿರ್ಣಯಿಸಬೇಕು ಎನ್ನುವುದಾದರೆ ನಮ್ಮ ಸಮಾಜದ ಮತ್ತು ರಾಜನೀತಿಯ ಪ್ರಚಲಿತ ಸ್ಥಿತಿಯ ಬಗ್ಗೆ ಆತ್ಮವಿಮರ್ಶೆ ಮಾಡಿಕೊಳ್ಳುವ ಸಮಯ ಬಂದಿದೆ ಎಂದರ್ಥ; ಆಶ್ಚರ್ಯದ ವಿಚಾರ ಎಂದರೆ ನಾವು ಎತ್ತಕಡೆ ಸಾಗುತ್ತಿದ್ದೇವೆ?

(ಸ್ಟಾರ್ ಆಫ್ ಮೈಸೂರ್, 04–02–2020 ಮತ್ತು 05–02–2020)

ಉಲ್ಲೇಖಗಳು:

1. *ಜಿ.ಕೆ. ರವೀಂದ್ರಕುಮಾರ್ ಅವರ "ಡಾ. ಎಚ್ಚೆಸ್ಕೆ–ಬದುಕು ಬರಹ";*
2. *ಡಾ. ಎಂ.ಜಿ.ಆರ್. ಅರಸ್ ಸಂಪಾದಿತ "ಎಚ್ಚೆಸ್ಕೆ";*
3. *ಎಚ್ಚೆಸ್ಕೆ ಅವರ "ಬೆಳಕು ಚೆಲ್ಲಿದ ಬದುಕು";*
4. *ಅವರ ಸ್ವಹಸ್ತಾಕ್ಷರದಲ್ಲಿರುವ ಎಚ್ಚೆಸ್ಕೆಯವರ ವ್ಯಕ್ತಿಯ ಶಿಕ್ಷಣ ಮತ್ತು ಅನುಭವಗಳ ಸಂಕ್ಷಿಪ್ತ ವರದಿ; ಎಚ್ಚೆಸ್ಕೆಯವರ ಪುತ್ರ ಪಾರ್ಥಸಾರಥಿಯವರು ನೀಡಿದ ನೆರವು, ಫೋಟೋಗಳು ಇತ್ಯಾದಿ.*

ನಿಗರ್ವಿ ಮೈಸೂರಿಗ: ಹೆಚ್. ವೈ. ಶಾರದಾಪ್ರಸಾದ್

Figure 87: ಹೆಚ್. ವೈ. ಶಾರದಾಪ್ರಸಾದ್

ಹೊಳೇನರಸೀಪುರ ಯೋಗಾನರಸಿಂಹಂ ಶಾರದಾಪ್ರಸಾದ್ ಒಬ್ಬ ಪ್ರಖ್ಯಾತ ಸ್ವಾತಂತ್ರ್ಯ ಹೋರಾಟಗಾರ, ಪತ್ರಕರ್ತ, ಭಾಷಾಂತರಕಾರ; ಅವರು ಭಾರತದ ನಾಲ್ವರು ಪ್ರಧಾನ ಮಂತ್ರಿಗಳಿಗೆ – ಪಂಡಿತ ಜವಹರಲಾಲ್ ನೆಹರೂ (ಆ ಕಾಲದ ಭಾರತ ಸರ್ಕಾರದ ಪ್ರಕಟಣೆಯಾದ "ಯೋಜನಾ" ಪತ್ರಿಕೆಯನ್ನು ಹೆಚ್.ಎಸ್.ವೈ. ಸಂಪಾದಿಸುತ್ತಿದ್ದರು), ಇಂದಿರಾ ಗಾಂಧಿ, ಮೊರಾರ್ಜಿ ದೇಸಾಯಿ ಹಾಗೂ ರಾಜೀವ ಗಾಂಧಿ – ಪತ್ರಿಕಾ ಸಲಹೆಗಾರರಾಗಿದ್ದರು.

ಹೆಚ್. ಯೋಗಾನರಸಿಂಹಂ ಮತ್ತು ಸರಸ್ವತಮ್ಮನವರ ಮಗನಾಗಿ ಶಾರದಾಪ್ರಸಾದ್ ಅವರು 1924ರ ಏಪ್ರಿಲ್ 15 ರಂದು ಜನಿಸಿದರು. ಅವರ ತಂದೆ ಬಹುಶ್ರುತ ವಿದ್ವಾಂಸರು, ಸಂಸ್ಕೃತ ಪಂಡಿತರು ಹಾಗೂ ಸಂಗೀತಶಾಸ್ತ್ರಜ್ಞರಾಗಿದ್ದರು; ತಾಯಿ ಸುಪ್ರಸಿದ್ಧ ಸಾಮಾಜಿಕ ಕಾರ್ಯಕರ್ತರಾಗಿದ್ದರು ಮತ್ತು ಬೆಂಗಳೂರು–ಮೈಸೂರುಗಳಲ್ಲಿರುವ "ಮಕ್ಕಳ ಕೂಟ"ದ ಸ್ಥಾಪಕರಲ್ಲಿ ಒಬ್ಬರಾಗಿದ್ದರು.

ಮಹಾರಾಜ ಕಾಲೇಜಿನಲ್ಲಿ ಬಿ.ಎ. (ಆನರ್ಸ್) ಪದವಿ ವಿದ್ಯಾರ್ಥಿಯಾಗಿದ್ದ ದಿನಗಳಲ್ಲಿಯೇ ಶಾರದಾಪ್ರಸಾದ್ ಅವರು ಪ್ರಸಿದ್ಧರಾಗಿದ್ದರು. ಇಂಗ್ಲಿಷ್ ಸಾಹಿತ್ಯದ ಪ್ರತಿಭಾವಂತ ವಿದ್ಯಾರ್ಥಿಯಾದ ಅವರು ಉತ್ತಮ ಚರ್ಚಾಪಟುವಾಗಿದ್ದರು; ವಿದ್ಯಾರ್ಥಿಸಂಘದ ಅಧ್ಯಕ್ಷ ಕೂಡ. ಜೆ. ಸಿ. ರಾಲೋ, ಎಸ್. ಶ್ರೀಕಂಠಶಾಸ್ತ್ರೀ ಮತ್ತು ಎ. ಎನ್. ಮೂರ್ತಿರಾವ್ ಅವರಂಥ ಪ್ರಸಿದ್ಧ ಪ್ರಾಧ್ಯಾಪಕರು ಅವರಿಗೆ ಪಾಠ ಮಾಡಿದ ಮಹನೀಯರು.

ವಿದ್ಯಾರ್ಥಿನಾಯಕರಾಗಿ ಶಾರದಾಪ್ರಸಾದ್ ಅವರು 1942ರ ಕ್ವಿಟ್ ಇಂಡಿಯಾ (ಭಾರತ ಬಿಟ್ಟು ತೊಲಗಿ) ಚಳುವಳಿಯಲ್ಲಿ ತಮ್ಮನ್ನು ತೀವ್ರವಾಗಿ ತೊಡಗಿಸಿಕೊಂಡರು. ಕಾಲೇಜಿನಲ್ಲಿ ಓದುತ್ತಿದ್ದ ದಿನಗಳಲ್ಲಿ ಅವರನ್ನು ಎರಡು ಸಲ ಬಂಧಿಸಿ ಮೈಸೂರು ಮತ್ತು ಬೆಂಗಳೂರಿನ ಸೆರೆಮನೆಗಳಲ್ಲಿ

Figure 88: ಹೆಚ್. ವೈ. ಶಾರದಾಪ್ರಸಾದ್ ಮತ್ತು ಶ್ರೀಮತಿ ಇಂದಿರಾ ಗಾಂಧೀ

ಇರಿಸಲಾಯಿತು. 1942ರ ಆಗಸ್ಟ್ 10 ರಿಂದ 1942ರ ಡಿಸೆಂಬರ್‌ವರೆಗೆ ಮತ್ತು 1943ರ ಫೆಬ್ರವರಿ 20 ರಿಂದ 1943ರ ಡಿಸೆಂಬರ್ 9 ರವರೆಗೆ ಒಟ್ಟು ಹದಿನಾರು ತಿಂಗಳುಗಳನ್ನು ಅವರು ಸೆರೆಮನೆಯಲ್ಲಿ ಕಳೆಯುವಂತಾಯಿತು. ಅವರ ಸೆರೆಮನೆಯ ದಿನಚರಿಯಲ್ಲಿ (ಎ ವಿಂಡೋ ಆನ್ ದಿ ವಾಲ್) ಇತರ ಮಹಾನ್ ನಾಯಕರೊಡನೆ ತಮ್ಮ ಸಂಘರ್ಷ–ಹೋರಾಟಗಳನ್ನು ಮತ್ತು ಭಾರತೀಯ ಜೈಲುಗಳ ಹೀನಾಯ ಪರಿಸರವನ್ನು ಕುರಿತು ವಿವರಿಸಿದ್ದಾರೆ. ಸೆರೆಮನೆಯಿಂದ ಬಿಡುಗಡೆ ಹೊಂದಿದ ಮೇಲೆ ಅವರು ತಮ್ಮ ಬಿ.ಎ. (ಆನರ್ಸ್) ವ್ಯಾಸಂಗವನ್ನು ಮುಂದುವರಿಸಿದರು. ಮುಂದೆ ಅವರು ಮಹಾರಾಜ ಕಾಲೇಜಿನಲ್ಲಿ ತಮ್ಮ ಸಮಕಾಲೀನರಾಗಿದ್ದ ಮತ್ತು ಮನೋವಿಜ್ಞಾನದಲ್ಲಿ ಆನರ್ಸ್ ಪದವಿ ಪಡೆದಿದ್ದ ಕಮಲಮ್ಮನವರನ್ನು ವಿವಾಹವಾದರು.

Figure 89: 'ನಿಮನ್ಸ್ ಫೆಲೋ' (ಹಾರ್ವರ್ಡ್ ವಿಶ್ವವಿದ್ಯಾನಿಲಯ) - ಹೆಚ್. ವೈ. ಶಾರದಾಪ್ರಸಾದ್

ಶಾರದಾಪ್ರಸಾದ್ ಅವರನ್ನು ಹತ್ತಿರದ ಬಂಧುಮಿತ್ರರು ಕರೆಯುತ್ತಿದ್ದುದು "ಶೌರಿ" ಎಂದು. "ದಿ ಇಂಡಿಯನ್ ಎಕ್ಸ್‌ಪ್ರೆಸ್" ಸಮೂಹದಲ್ಲಿ ಪತ್ರಕರ್ತರಾಗಿ ತಮ್ಮ ವೃತ್ತಿಜೀವನವನ್ನು ನಡೆಸಲು ಅವರು ಮುಂಬಯಿಗೆ ತೆರಳಿದರು. ಅವರು 1955–56ರ ಅವಧಿಯಲ್ಲಿ ಹಾರ್ವರ್ಡ್ ವಿಶ್ವವಿದ್ಯಾನಿಲಯದ ಪತ್ರಿಕೋದ್ಯಮ ವಿಭಾಗದಲ್ಲಿ "ನೀಮನ್ ಫೆಲೊ" ಆಗಿದ್ದರು. ಈ ಕೆಲಸದ ತರುವಾಯ ಅವರು ಭಾರತದ ಯೋಜನಾ ಆಯೋಗದ (ಪ್ಲ್ಯಾನಿಂಗ್ ಕಮಿಶನ್) ಪತ್ರಿಕೆಯಾದ "ಯೋಜನಾ"ದ ಸಹಾಯಕ ಸಂಪಾದಕ ಹುದ್ದೆಯನ್ನು ವಹಿಸಿಕೊಳ್ಳಲು ನವದೆಹಲಿಗೆ ಹೋದರು. ಈ ಅವಧಿಯಲ್ಲಿಯೆ ಅವರು ಭಾರತದ ಆರ್ಥಿಕ ಬೆಳವಣಿಗೆಯನ್ನು ಕುರಿತಂತೆ ಒಂದು ಪ್ರದರ್ಶನವನ್ನು ವ್ಯವಸ್ಥೆ ಮಾಡಿದರು; ಅದು ನೆಹರೂ ಅವರ ಗಮನವನ್ನು ಸೆಳೆಯಿತು. ಮುಂದೆ ಪ್ರಧಾನ ಮಂತ್ರಿಗಳಾದ ಇಂದಿರಾ ಗಾಂಧಿಯವರು ಮಾಹಿತಿ ಸಲಹೆಗಾರರಾಗಿ ಪಿ.ಎಂ.ಓ.ಗೆ ಸೇರುವಂತೆ ಶಾರದಾಪ್ರಸಾದ್ ಅವರಿಗೆ ಆಹ್ವಾನವನ್ನು ನೀಡಿದರು. ತುರ್ತುಪರಿಸ್ಥಿತಿಯ ಅನಂತರ ಮೊರಾರ್ಜಿ ದೇಸಾಯಿಯವರು ಪ್ರಧಾನ ಮಂತ್ರಿಗಳಾದಾಗ ಪಿ.ಎಂ.ಓ.ನಲ್ಲಿ ಅನಿರೀಕ್ಷಿತ ಬದಲಾವಣೆಗಳಾದರೂ ಶಾರದಾಪ್ರಸಾದ್ ಅವರು ತಮ್ಮ ಹುದ್ದೆಯಲ್ಲೇ ಮುಂದುವರಿದರು. ಇಂದಿರಾ ಗಾಂಧಿಯವರು 1980 ರಲ್ಲಿ ಮತ್ತೆ ಅಧಿಕಾರಕ್ಕೆ ಬಂದಾಗ ಶೌರಿಯವರು ಆಕೆಯ ಆಪ್ತ ಸಲಹೆಗಾರರಾಗಿ ಕೆಲಸ ಮಾಡಿದರು. ತಮ್ಮ ತಾಯಿಯ ಹತ್ಯೆಯ ಅನಂತರ ರಾಜೀವ ಗಾಂಧಿಯವರು ಪ್ರಧಾನ ಮಂತ್ರಿಗಳಾದಾಗ ಅವರು ಕೆಲವು ಕಾಲ ತಮ್ಮ ಸೇವೆಯನ್ನು ಮುಂದುವರಿಸಿದರು.

ದಿ ಇನ್‌ಸ್ಟಿಟ್ಯೂಟ್ ಆಫ್ ಮಾಸ್ ಕಮ್ಯುನಿಕೇಷನ್ ಹಾಗೂ ದಿ ನ್ಯಾಷನಲ್ ಇನ್‌ಸ್ಟಿಟ್ಯೂಟ್ ಆಫ್ ಡಿಸೈನ್‌ಗಳ ಸ್ಥಾಪನೆಯಲ್ಲಿ ಶಾರದಾಪ್ರಸಾದ್ ಅವರ ಪಾತ್ರವಿತ್ತು.

ಪ್ರಭಾವಶಾಲಿಯಾದ ವ್ಯಕ್ತಿಗಳಿಗೆ ಅವರು ಎಷ್ಟು ಹತ್ತಿರವಾದರೂ ಅವರ ಗುಣಸ್ವಭಾವಲಕ್ಷಣಗಳು ಎಂದೂ ಬದಲಾಗಲಿಲ್ಲ. ಅವರು ಎಂದಿನಂತೆ ವಿನೀತ, ಸುಶೀಲ ಮತ್ತು ಸಹಜ–ಸರಳ ವ್ಯಕ್ತಿಯಾಗಿಯೇ ಇದ್ದರು. ವೈಯಕ್ತಿಕ ಲಾಭ, ವೈಭವೀಕರಣಗಳಿಗಾಗಲಿ, ಬಂಧುಮಿತ್ರರಿಗೆ ಅನುಗ್ರಹ–ಅನುಕೂಲಗಳನ್ನು ಸುರಿಸುವುದಕ್ಕಾಗಲಿ ಅವರು ತಮ್ಮ ಸ್ಥಾನವನ್ನು ದುರುಪಯೋಗಪಡಿಸಿಕೊಳ್ಳಲಿಲ್ಲ; ಇದಕ್ಕಾಗಿ ಪ್ರತಿಯೊಬ್ಬರೂ ಅವರನ್ನು ಮೆಚ್ಚಿಕೊಳ್ಳುತ್ತಾರೆ.

Figure 90: "ವಿಂಡೋ ಆನ್ ದಿ ವಾಲ್"
ಪುಸ್ತಕ (ಕರ್ತೃ: ಹೆಚ್. ವೈ. ಶಾರದಾಪ್ರಸಾದ್)

ಕನ್ನಡ ಸಾಹಿತ್ಯವೆಂದರೆ ಶಾರದಾಪ್ರಸಾದ್ ಅವರಿಗೆ ಬಹಳ ಪ್ರೀತಿ. ಆರ್. ಕೆ. ನಾರಾಯಣರ "ಸ್ವಾಮಿ ಅಂಡ್ ಹಿಸ್ ಫ್ರೆಂಡ್ಸ್" ಕೃತಿಯನ್ನು ಕನ್ನಡಕ್ಕೆ ಅನುವಾದ ಮಾಡುವುದರ ಮೂಲಕ ಅವರ ಕನ್ನಡ ಪ್ರೀತಿ ವ್ಯಕ್ತವಾಗಿದೆ. ಅವರಿಗೆ ಜ್ಞಾನಪೀಠ ಪ್ರಶಸ್ತಿ ಪುರಸ್ಕೃತರಾದ ಡಾ. ಶಿವರಾಮ ಕಾರಂತರೆಂದರೆ ಬಹಳ ಮೆಚ್ಚುಗೆ. ಡಾ. ಕಾರಂತರೊಡನೆ ಅವರು ನಡೆಸಿದ ತೀಕ್ಷ್ಣವೂ ಸೂಕ್ಷ್ಮಗ್ರಾಹಿಯೂ ಆದ ಸಂದರ್ಶನವನ್ನು ದೂರದರ್ಶನವು ಎರಡು ಕಂತುಗಳಲ್ಲಿ ಪ್ರಸಾರ ಮಾಡಿತು. ಪಂಡಿತ ಮಲ್ಲಿಕಾರ್ಜುನ ಮನ್ಸೂರ್ ಮತ್ತು ಭಾರತರತ್ನ ಎಂ.ಎಸ್. ಸುಬ್ಬಲಕ್ಷ್ಮಿಯವರಂಥ ಕಲಾವಿದರಿಗೆ ಶಾರದಾಪ್ರಸಾದ್ ಅವರು ಖಾಸಾ ಮಿತ್ರ ಹಾಗೂ ಆತಿಥೇಯರಾಗಿದ್ದರು. ವಾಸ್ತವವಾಗಿ, ಎಂ. ಎಸ್. ಅವರು ಎಚ್ ಯೋಗಾನರಸಿಂಹಂ ಅವರ ಸಂಸ್ಕೃತ ರಚನೆಗಳನ್ನು ಹಾಡಿ ಅವರನ್ನು ಅಮರಗೊಳಿಸಿದ್ದಾರೆ.

ಸಕ್ರಿಯ ಸೇವೆಯಿಂದ ನಿವೃತ್ತರಾದ ಮೇಲೆ ಬೆಂಗಳೂರಿನಲ್ಲಿ ನೆಲಸಿ ಕನ್ನಡ ಪತ್ರಿಕೆಯೊಂದನ್ನು ಸಂಪಾದಿಸುವುದು ಶಾರದಾಪ್ರಸಾದ್ ಅವರ ಕನಸಾಗಿತ್ತು. ಆದರೆ ದುರ್ದೈವ, ಅದೆಂದೂ ನನಸಾಗಲಿಲ್ಲ. ಇತರ ಕ್ಷೇತ್ರಗಳಲ್ಲೂ ಅವರ ಬರಹಗಳು ಸಮಾನ ಖ್ಯಾತಿಯನ್ನು ಪಡೆದುಕೊಂಡಿವೆ.

ಶಾರದಾಪ್ರಸಾದ್ ಅವರ ತಮ್ಮ ಹೆಚ್.ವೈ. ರಾಜಗೋಪಾಲ್ ಅವರು ಅಮೆರಿಕದ ಪೆನ್ಸಿಲ್ವೇನಿಯಾದಲ್ಲಿ ನೆಲೆಸಿದ್ದು ಜಲವಿಜ್ಞಾನ (ಹೈಡ್ರಾಲಿಕ್) ಇಂಜನಿಯರಿಂಗ್‌ನಲ್ಲಿ ಪರಿಣತರಾದವರು. ಇನ್ನೊಬ್ಬ ಸೋದರರಾದ ಹೆಚ್. ವೈ. ಮೋಹನರಾಮ್ ಅವರು ಪ್ರಸಿದ್ಧ ಸಸ್ಯವಿಜ್ಞಾನಿ; ತಮ್ಮ ಹೆಸರಿನಲ್ಲಿರುವ ಹೊಸ ಆರ್ಕಿಡ್ ಪ್ರಭೇದವನ್ನು (ಚೈರೋಸ್ಟಿಲಿಸ್ ಮೋಹನರಾಮೀ) ಅನ್ವೇಷಿಸಿದವರು. ಅವರ ತಂಗಿ ಕಸ್ತೂರಿಯವರು ಮಾನ್ಯತೆ ಹೊಂದಿರುವ ಮನೋವಿಜ್ಞಾನಿ. ಇನ್ನೊಬ್ಬ ಸೋದರಿ ನೀರಜಾ ಅಚ್ಯುತರಾವ್ ಅವರು ಕರ್ನಾಟಕ ಶಾಸ್ತ್ರೀಯ ಸಂಗೀತ ಕ್ಷೇತ್ರದಲ್ಲಿನ ಹೆಸರಾಂತ ಗಾಯಕಿಯಾಗಿದ್ದು ಮೈಸೂರಿನಲ್ಲಿ ವಾಸವಾಗಿದ್ದಾರೆ. ಶಾರದಾಪ್ರಸಾದ್ ಅವರ ಮೊದಲ ಮಗ ವಿದ್ಯಾರ್ಥಿ ವೀಸಾ ಪಡೆಯುವುದಕ್ಕಾಗಿ ಐದು ಗಂಟೆಗಳ ಕಾಲ ಕ್ಯೂನಲ್ಲಿ ನಿಂತು ತನ್ನ ಸರದಿ ಬಂದು ಅಮೆರಿಕ ಎಂಬೆಸಿಯ ವೀಸಾ ಅಧಿಕಾರಿಯನ್ನು ಭೇಟಿಯಾದಾಗ ಆತನಿಗೆ ದಿಗ್ಭ್ರಮೆಯಾಯಿತಂತೆ! ಪಿ.ಎಂ.ಓ.ದ ಉನ್ನತ ಅಧಿಕಾರಿಯೊಬ್ಬರ ಮಗ ತನ್ನ ತಂದೆಯ ಪ್ರಭಾವವನ್ನು ಬಳಸಿಕೊಳ್ಳದೆ, ಸಾಮಾನ್ಯವಾದ ಹಾರಾಟ ಜಗಳಗಳಿಲ್ಲದೆ ಕ್ಯೂನಲ್ಲೇ ಬಂದು ತನ್ನ ಎದುರು ನಿಂತುದು. ಅನಂತರ ಯು. ಎಸ್. ಎಂಬೆಸಿಯ ಕನ್ಸಲ್ ಜನರಲ್ ಅವರು ಶಾರದಾಪ್ರಸಾದ್ ಅವರಿಗೆ ಈ ವಿಷಯ ತಿಳಿಸಿ ಪ್ರಶಂಸಾ ಪತ್ರವೊಂ ದನ್ನು ಬರೆದು ಅವರ ಮಗನ ವರ್ತನೆಯನ್ನು ಹೊಗಳಿದರಂತೆ. ಶಾರದಾಪ್ರಸಾದ್ ಸಹ ಹಾಗೆಯೇ; ಸಾಮಾನ್ಯ

Figure 91: ಹೆಚ್. ವೈ. ಶಾರದಾಪ್ರಸಾದ್ ಮತ್ತು ರಾಷ್ಟ್ರಪತಿ

ನಾಗರಿಕರಂತೆ ಅವರು ಪಿ.ಎಂ.ಓ.ಗೆ ಪ್ರತಿದಿನವೂ ನಗರ ಸಾರಿಗೆಯ ಬಸ್ಸಿನಲ್ಲಿ ಹೋಗುತ್ತಿದ್ದರು.

ಈ ನಿಜವಾದ ಮಹಾನ್ ದೇಶಭಕ್ತ ಹಾಗೂ ಗಾಂಧೀವಾದಿ 2008ರ ಸೆಪ್ಟೆಂಬರ್ 2ರಂದು, ತಮ್ಮ 84ನೆಯ ವಯಸ್ಸಿನಲ್ಲಿ ದೈವಾಧೀನರಾದರು. ಅವರು ಎರಡು ಗ್ರಂಥಗಳ ಲೇಖಕರು: ಅವರ ಸೆರೆಮನೆಯ ದಿನಚರಿಯಾದ "ಎ ವಿಂಡೋ ಆನ್ ದಿ ವಾಲ್" ಹಾಗೂ "ದಿ ಬುಕ್ ಐ ವೋಂಟ್ ಬಿ ರೈಟಿಂಗ್ ಅಂಡ್ ಅದರ್ ಎಸ್ಸೇಸ್." ಅವರಿಗೆ 1999ರಲ್ಲಿ "ಪದ್ಮಭೂಷಣ" ಮತ್ತು ರಾಷ್ಟ್ರೀಯ ಸಮನ್ವಯತೆಗಾಗಿ ಇರುವ ಇಂದಿರಾಗಾಂಧಿ ಪ್ರಶಸ್ತಿಯನ್ನು ಪ್ರದಾನ ಮಾಡಲಾಯಿತು. ಮೈಸೂರು ವಿಶ್ವವಿದ್ಯಾನಿಲಯವು ತನ್ನ ಶತಮಾನೋತ್ಸವ ವರ್ಷದಲ್ಲಿ ಪತ್ರಿಕೋದ್ಯಮ ವಿಭಾಗದಲ್ಲಿ ಶಾರದಾಪ್ರಸಾದ್ ಅವರ ಹೆಸರಿನಲ್ಲಿ ಪೀಠವೊಂದನ್ನು ಸ್ಥಾಪಿಸುವ ಮೂಲಕ ಈ ನಿಃಸ್ವಾರ್ಥ ದೇಶಭಕ್ತನಿಗೆ ಅತ್ಯಂತ ಸೂಕ್ತವಾದ ಗೌರವವನ್ನು ಸಲ್ಲಿಸಬಹುದಾಗಿದೆ.

(ಸ್ಟಾರ್ ಆಫ್ ಮೈಸೂರ್, 28-12-2016)

ಡಾ|| ಎಚ್. ಎನ್. ಮೂರ್ತಿ

Figure 92: ಡಾ|| ಎಚ್. ಎನ್. ಮೂರ್ತಿ

ಡಾ. ಹೊಸೂರು ನಾರಾಯಣ ಮೂರ್ತಿಯವರು (1924–2011) ಒಬ್ಬ ಮನೋವಿಜ್ಞಾನಿ, ತತ್ತ್ವಶಾಸ್ತ್ರಜ್ಞ, ಸಂಸ್ಕೃತ ವಿದ್ವಾಂಸ ಹಾಗೂ ಶಿಕ್ಷಕರಾಗಿದ್ದು ಬೆಂಗಳೂರಿನ ಪ್ರತಿಷ್ಠಿತ "ನ್ಯಾಷನಲ್ ಇನ್‌ಸ್ಟಿಟ್ಯೂಟ್ ಆಫ್ ಮೆಂಟಲ್ ಹೆಲ್ತ್ ಅಂಡ್ ನ್ಯೂರೋಸೈನ್ಸಸ್" (ನಿಮ್ಹಾನ್ಸ್), ಎಂಬ ಸಂಸ್ಥೆಯ ಮನೋವಿಜ್ಞಾನ ವಿಭಾಗದ ಮುಖ್ಯಸ್ಥರಾಗಿದ್ದವರು.

ಮುಲಕನಾಡಿನ ಪಂಗಡದ ಬ್ರಾಹ್ಮಣ ಕುಟುಂಬಕ್ಕೆ ಸೇರಿದ ಎಚ್. ನಾರಾಯಣ ಮೂರ್ತಿಯವರು ಜನಿಸಿದ್ದು ಬೆಂಗಳೂರಿನಲ್ಲಿ. ಅವರ ತಂದೆ ಹೊಸೂರು ರಾಮಸ್ವಾಮಯ್ಯ ಸುಬ್ಬರಾವ್ ಮತ್ತು ತಾಯಿ ಶ್ರೀಮತಿ ರಾಜಮ್ಮ. ಮೂರ್ತಿಯವರ ತಂದೆ "ಮೈಸೂರು ಕಬ್ಬಿಣ ಮತ್ತು ಉಕ್ಕು ಕಾರ್ಖಾನೆ"ಯಲ್ಲಿ ಒಬ್ಬ ಅಧಿಕಾರಿಯಾಗಿದ್ದರು. ತಮ್ಮ ಮೊದಲ ಶಾಲಾ ಶಿಕ್ಷಣವನ್ನು ಶಿವಮೊಗ್ಗ ಸಮೀಪದ ಭದ್ರಾವತಿಯಲ್ಲಿ ಪೂರ್ಣಗೊಳಿಸಿದ ನಾರಾಯಣ ಮೂರ್ತಿಯವರು ಮನೋವಿಜ್ಞಾನದಲ್ಲಿ ಬಿ.ಎ. ವ್ಯಾಸಂಗ ಮಾಡುವುದಕ್ಕಾಗಿ ಮೈಸೂರಿನ ಮಹಾರಾಜ ಕಾಲೇಜಿಗೆ ಪ್ರವೇಶ ಪಡೆದರು. ಬಿ.ಎ. ಪದವಿಗೆ ಅವರು ಬರೆದ ಪ್ರೌಢಪ್ರಬಂಧ "ರಾಷ್ಟ್ರೀಯ ರೂಢ ಮಾದರಿಗಳು" *(National Stereotypes)* ಎಂಬ ವಿಷಯವನ್ನು ಕುರಿತು. ಇತರ ರಾಷ್ಟ್ರೀಯತೆಗಳ ಜನರ ಬಗೆಗೆ ಭಾರತೀಯರ ಮತ್ತು ಭಾರತೀಯರ ಬಗೆಗೆ ವಿದೇಶೀಯರ ಗ್ರಹಿಕೆಗಳನ್ನು ಪ್ರಾಸಂಗಿಕವಾಗಿ ಪ್ರಸ್ತಾಪಿಸುವ, ವ್ಯಾಪಕವಾದ ಅಧ್ಯಯನ ಮಾಡಿ ಬರೆದ, ಪ್ರೌಢಪ್ರಬಂಧವಿದು. ಮೂರ್ತಿ 1952ರಲ್ಲಿ ಬಿ.ಎ. ಪದವಿಯನ್ನು ಪೂರ್ಣಗೊಳಿಸಿದರು ಹಾಗೂ ಪ್ರಧಾನ (ಮೇಜರ್) ವಿಷಯಗಳಾದ ಮನೋವಿಜ್ಞಾನ

ಮತ್ತು ತತ್ತ್ವಶಾಸ್ತ್ರಗಳಲ್ಲಿ ಅತ್ಯುತ್ತಮ ವಿದ್ಯಾರ್ಥಿ ಎಂದು ಅವರಿಗೆ "ಬಾಭಾ ಸ್ಮಾರಕ ಬಂಗಾರದ ಪದಕವನ್ನು (ಮೆಡಲ್)" ಪ್ರದಾನ ಮಾಡಲಾಯಿತು.

Figure 93: ಡಾ॥ ಎಚ್. ಎನ್. ಮೂರ್ತಿ

ಮೂರ್ತಿಯವರ ಮಾರ್ಗದರ್ಶಿ, ಆಪ್ತ ಸಲಹಾಗಾರ ಹಾಗೂ ಪ್ರಾಧ್ಯಾಪಕರಾಗಿದ್ದ ಡಾ. ಎಂ.ವಿ. ಗೋಪಾಲ ಸ್ವಾಮಿಯವರು ಮೈಸೂರು ವಿಶ್ವವಿದ್ಯಾನಿಲಯದಲ್ಲಿ ಮನೋವಿಜ್ಞಾನ ವಿಭಾಗವನ್ನು ಸ್ಥಾಪಿಸಿದ ಮಹನೀಯರಲ್ಲಿ ಒಬ್ಬರಾಗಿದ್ದರು. ಅವರು ಲಂಡನ್ನಿನಲ್ಲಿದ್ದು ಡಾ. ಚಾರ್ಲ್ಸ್ ಸ್ಪಿಯರ್‌ಮನ್ ಎಂಬುವರ ಮಾರ್ಗದರ್ಶನದಲ್ಲಿ ಸಂಶೋಧನೆ ನಡೆಸಿ ಪಿಎಚ್.ಡಿ ಪದವಿಯನ್ನು ಪಡೆದವರು. ಭಾರತದಲ್ಲಿಯೇ ಎರಡನೆಯದೆನಿಸಿದ ಮನೋ ವಿಜ್ಞಾನದ ವಿಭಾಗವನ್ನು ಸ್ಥಾಪಿಸಲೆಂದು 1924ರಲ್ಲಿ ಮೈಸೂರಿಗೆ ಹಿಂದಿರುಗಿಬಂದವರು; ತಾವು ಇಂಗ್ಲೆಂಡಿ ನಿಂದ ತಂದಿದ್ದ ಒಂದು ಫಿಲಿಪ್ಸ್ ಟ್ರಾನ್ಸ್‌ಮಿಟರನ್ನು ಬಳಸಿ ಮೈಸೂರು ಸಂಸ್ಥಾನದಲ್ಲಿ ಪ್ರಪ್ರಥಮ ರೇಡಿಯೊ ಪ್ರಸಾರಕೇಂದ್ರವನ್ನು ಅವರು ಪ್ರಾರಂಭಿಸಿದರು. ಅವರು ಟಂಕಿಸಿದ *"ಆಕಾಶವಾಣಿ"* ಎನ್ನುವ ಪದಪ್ರಯೋಗವನ್ನು ಮುಂದೆ ಭಾರತ ಸರ್ಕಾರವು ತನ್ನ ಪ್ರಸಾರಕೇಂದ್ರಗಳಿಗೆ ಅಳವಡಿಸಿಕೊಂಡಿತು. ಡಾ. ಗೋಪಾಲಸ್ವಾಮಿಯವರ ಸಹೋದ್ಯೋಗಿ ಮತ್ತು ಮಿತ್ರರಾಗಿದ್ದ ಡಾ. ಎಸ್. ಶ್ರೀಕಂಠಶಾಸ್ತ್ರಿಯವರು ಅವರಿಗೆ ಹವ್ಯಾಸಿ ರೇಡಿಯೋ ಪ್ರಸಾರಕಾರ್ಯಗಳಲ್ಲಿ ಸಹಾಯಮಾಡುತ್ತಿದ್ದರು. ಹಾಗೆಯೇ ಅವರಿಬ್ಬರ ನಡುವೆ "ಆಧುನಿಕ ಮನೋವಿಜ್ಞಾನ"ಕ್ಕೆ ಸಂಬಂಧಿಸಿದಂತೆ "ತಂತ್ರಶಾಸ್ತ್ರದ ತತ್ತ್ವ ಮತ್ತು ಸಿದ್ಧಾಂತಗಳ" ಪಾತ್ರವನ್ನು ಕುರಿತು ಆಗಾಗ ಚರ್ಚೆಗಳು ಸಹ ನಡೆಯುತ್ತಿದ್ದವು. ಇಲ್ಲೊಂದು ಸಾಂದರ್ಭಿಕವಾಗಿ ಹೇಳಬಹುದಾದ ಅಂಶವೆಂದರೆ ಎಚ್. ನಾರಾಯಣ ಮೂರ್ತಿಯವರು ಡಾ. ಎಸ್. ಶ್ರೀಕಂಠಶಾಸ್ತ್ರಿಗಳ ಸೋದರಳಿಯ ಎನ್ನುವುದು.

ಮೂರ್ತಿಯವರು 1954ರಲ್ಲಿ ಮೈಸೂರು ವಿಶ್ವವಿದ್ಯಾನಿಲಯದಲ್ಲಿ ಮನೋವಿಜ್ಞಾನದಲ್ಲಿ ತಮ್ಮ ಎಂ.ಎ. ಪದವಿಯನ್ನು ಪೂರ್ಣಗೊಳಿಸಿದರು. ಹೊಸ ಉದ್ಯೋಗಕ್ಕೆ ಬಿಹಾರದ ರಾಂಚಿಯ (ಈಗ ಜಾರ್ಖಂಡ್) "ರಾಂಚಿ ಯುರೋಪಿಯನ್ ಲುನಾಟಿಕ್ ಅಸೈಲಮ್" (ಪ್ರಸ್ತುತ ಇದಕ್ಕೆ ಸೆಂಟ್ರಲ್ ಇನ್‌ಸ್ಟಿಟ್ಯೂಟ್ ಆಫ್ ಸೈಕಿಯಾಟ್ರಿ ಎಂದು ಪುನರ್ನಾಮಕರಣ ಮಾಡಲಾಗಿದೆ) ಸೇರುವ ಮೊದಲು ಸ್ವಲ್ಪ ಕಾಲ ಬೆಂಗಳೂರಿನ "ಮೈಸೂರು ರಾಜ್ಯ ಮಾನಸಿಕ ಆಸ್ಪತ್ರೆಯಲ್ಲಿ" ಕೆಲಸಮಾಡಿದರು. ಮುಂದೆ ಅವರು ಶೈಕ್ಷಣಿಕ ಸಂಶೋಧನ ವೇತನವನ್ನು ಪಡೆದು, "ಕ್ಯಾಷುಯಾಲಿಟಿ ಇನ್ ಎಕ್ಸ್‌ಪೆರಿಮೆಂಟಲ್ ಸೈಕಾಲಜಿ" ಎಂಬ ವಿಷಯವನ್ನು ಕುರಿತು ತಮ್ಮ ಮಹಾಪ್ರಬಂಧವನ್ನು ರಚಿಸುವುದಕ್ಕಾಗಿ ಬೆಲ್ಜಿಯಂದೇಶದ "ಕೆಥೋಲಿಯೆಕೆ ಯೂನಿವರ್ಸಟಿ ಲ್ಯುವೆನ್" (Katholieke Universiteit Leuven) ಎಂಬಲ್ಲಿಗೆ ತೆರಳಿದರು. ಈ ಸಂಶೋಧನೆಗೆ ಅವರ ಮಾರ್ಗದರ್ಶಕರು ಒಬ್ಬ ರೋಮನ್ ಕ್ಯಾಥೋಲಿಕ್ ಪಾದ್ರಿ; ಅವರು ಮನೋವಿಜ್ಞಾನದ ಪ್ರಾಧ್ಯಾಪಕರೂ ಆಗಿದ್ದರು. ಮೂರ್ತಿಯವರ ಸಂಶೋಧನೆಗಾಗಿ ಅವರಿಗೆ ಪಿಎಚ್.ಡಿಯನ್ನು ಪ್ರದಾನಮಾಡಲಾಯಿತು. ಅವರ ವಿದ್ವತ್ತು ಮತ್ತು ಮನೋವಿಜ್ಞಾನ ಕ್ಷೇತ್ರಕ್ಕೆ ಅವರು ನೀಡಿದ ಕೊಡುಗೆಗಳನ್ನು ಮಾನ್ಯಮಾಡಿ ಅವರಿಗೆ "ಶ್ರೇಷ್ಠ ಪ್ರಾಧ್ಯಾಪಕ" (Excelsior Professor) ಎನ್ನುವ ಉಪಾಧಿಯನ್ನು ನೀಡಿ ಗೌರವಿಸಲಾಯಿತು.

Figure 94: ಮಹಾರಾಜ ಕಾಲೇಜು ಚಿತ್ರ: ಎಂ. ವಿ. ಗೋಪಾಲಸ್ವಾಮಿ ಮತ್ತು ಎಸ್. ಶ್ರೀಕಂಠಶಾಸ್ತ್ರೀ

ಮೂರ್ತಿಯವರ ಕೊಡುಗೆಗಳು

ಬೆಲ್ಜಿಯಂನಿಂದ ಭಾರತಕ್ಕೆ ಹಿಂದಿರುಗಿದ ಡಾ. ಎಚ್. ನಾರಾಯಣ ಮೂರ್ತಿಯವರು ಬೆಂಗಳೂರಿನ ನ್ಯಾಷನಲ್ ಇನ್ಸ್ಟಿಟ್ಯೂಟ್ ಆಫ್ ಮೆಂಟಲ್ ಹೆಲ್ತ್ ಅಂಡ್ ನ್ಯೂರೋ ಸೈನ್ಸಸ್" (ನಿಮ್ಹಾನ್ಸ್) ನಲ್ಲಿ ಉದ್ಯೋಗಕ್ಕೆ ಸೇರಿದರು; ಅಲ್ಲಿ ಎರಡು ದಶಕಗಳ ಕಾಲ ಭಾರತೀಯ ಸನ್ನಿವೇಶದಲ್ಲಿ ವರ್ತನಾ ತೆರಪಿ (Behavioural Therapy) ಎನ್ನುವ ಪರಿಕಲ್ಪನೆಯೊಂದನ್ನು ಚಾಲ್ತಿಗೆ ತರುವ ಪ್ರಯತ್ನಗಳಿಗೆ ತಮ್ಮನ್ನು ಸಮರ್ಪಿಸಿಕೊಂಡರು. ಭಾರತದಲ್ಲಿ ಕ್ಲಿನಿಕಲ್ ನ್ಯೂರೋಸೈಕಾಲಜಿ ಹಾಗೂ ವರ್ತನಾ ಔಷಧ (Behavioural Medicine) ರೂಢಿಗೆ ಬರಲು ಅವರು ಕಾರಣರಾದರು. ಮಾನಸಿಕ ವ್ಯಾಧಿಗಳ ವರ್ಗೀಕರಣಕ್ಕೆ ಅನೇಕ ರೋಗಲಕ್ಷಣಗಳ ಮಾಪನಗಳನ್ನು ಅವರು ಅಭಿವೃದ್ಧಿಪಡಿಸಿದರು. ಹೊಸ ಬಗೆಯ ಅಧ್ಯಯನಕ್ರಮವಾದ ವರ್ತನಾ ತೆರಪಿಯು 1970ರ ಪ್ರಾರಂಭದ ವರ್ಷಗಳಲ್ಲಿ ಭಾರತಕ್ಕೆ ವಿನೂತನವಾದುದಾಗಿತ್ತು. ಮನೋವೈದ್ಯಕೀಯ ರೋಗಿಗೆ ಸಂಬಂಧಿಸಿದಂತೆ ಮೂರ್ತಿಯವರ ಮಾರ್ಗದರ್ಶನದಲ್ಲಿ ಸಮಗ್ರದೃಷ್ಟಿಯ ಚಿಕಿತ್ಸಾಕ್ರಮ ಸೇರಿಕೊಂಡಿತು; ಪರಿಣಾಮಕಾರಿಯಾದ ಆಪ್ತ ಸಮಾಲೋಚನೆಗೆ ರೋಗಿಯನ್ನಷ್ಟೇ ಅಲ್ಲದೆ ರೋಗಿಯ ಕುಟುಂಬದ ಸದಸ್ಯರನ್ನು ಹಾಗೂ ರೋಗನಿವಾರಣೆಗೆ ಅವರು ಮಾಡಿದ ಪ್ರಯತ್ನಗಳನ್ನು ಕೂಡ ಪರಿಗಣನೆಗೆ ತೆಗೆದುಕೊಳ್ಳಲಾಯಿತು. ಇಂಥ ಒಂದು ವಿಧಾನದಿಂದ ದೊರೆತ ಸಾಫಲ್ಯ ವೆಂದರೆ ಹಿಂದಿನ ಹಲವು ವರ್ಷಗಳಿಂದ ಮಾನಸಿಕ ಆರೋಗ್ಯ ಸೌಲಭ್ಯಕ್ಕಾಗಿ ಬರುತ್ತಿದ್ದ ಪ್ರವೇಶಾತಿಗಳು ಮೊದಲಬಾರಿಗೆ ಕಡಿಮೆಯಾದದ್ದು! ರೋಗಿಯ ಮಾನಸಿಕ ಸ್ಥಿತಿಗತಿಗಳನ್ನು ಅಂದಾಜು ಮಾಡಲು ಮತ್ತು ಪರಿಮಾಣಿಸಲು ಡಾ. ಮೂರ್ತಿಯವರು ವಿವಿಧ ಬಗೆಯ ಪ್ರಶ್ನಾವಳಿಗಳನ್ನು (*Multiphasic Questionnaires*) ಸಿದ್ಧಪಡಿಸಿದರು. ಇವುಗಳಲ್ಲಿ ಹಲವು ಈಗಲೂ ಚಾಲ್ತಿಯಲ್ಲಿವೆ. ಡಾ. ಎಚ್.ಎನ್. ಮೂರ್ತಿಯವರು ರೂಪಿಸಿದ "ಬಹುಮುಖಿ ವ್ಯಕ್ತಿತ್ವ ಪ್ರಶ್ನಾವಳಿ"ಯಲ್ಲಿ ಸೇರಿರುವ ರೋಗಲಕ್ಷಣಗಳ ಮಾಪನಗಳು ಈ ಕೆಳಕಂಡಂತಿವೆ:

❖ ಖಿನ್ನತಾ ರೋಗಲಕ್ಷಣ ಮಾಪನ (*Depressive Scale*)

❖ ಸಂಶಯಗ್ರಸ್ತ ಮಾನಸಿಕ ರೋಗಲಕ್ಷಣ ಮಾಪನ (*Paranoid Scale*)

❖ ಛಿದ್ರಮನಸ್ಸಿನ ರೋಗಲಕ್ಷಣ ಮಾಪನ (*Schizophernia Scale*)

- ಉನ್ಮಾದಗ್ರಸ್ತ ಮಾನಸಿಕ ರೋಗಲಕ್ಷಣ ಮಾಪನ (*Maniac Scale*)
- ಖಿನ್ನತಾತಂಕ ರೋಗಲಕ್ಷಣ ಮಾಪನ (*Depressive Anxiety Scale*)
- ಚಿತ್ತವಿಕೋಪ ರೋಗಲಕ್ಷಣ ಮಾಪನ (*Hysteria Scale*)
- "ಕೆ" ರೋಗಲಕ್ಷಣ ಮಾಪನ (*K scale*)

"ಬಹಿರ್ಮುಖತೆ-ಅಂತರ್ಮುಖತೆಗೆ ಚಕ್ರವಿಕ್ಷಿಪ್ತಿ (ಉಲ್ಲಾಸದಿಂದ ಖಿನ್ನತೆಗೆ ಪದೇ ಪದೇ ಬದಲಾಗುವ ಮನ)-ಛಿದ್ರಮನಸ್ಕತಾ ಪ್ರವೃತ್ತಿಯ ಸಂಬಂಧವನ್ನು" ಕುರಿತು ಡಾ. ಮೂರ್ತಿಯವರು ರಚಿಸಿದ ಕೃತಿಯು ಗಮನಾರ್ಹವಾದುದಾಗಿದ್ದು, ಅದು ಕ್ಯೋಟೋ ವಿಶ್ವವಿದ್ಯಾನಿಲಯದ ಮನೋವಿಜ್ಞಾನ ವಿಭಾಗದ ಪಠ್ಯಕ್ರಮದಲ್ಲಿ ಸ್ಥಾನ ಪಡೆದಿದೆ. "ಆಂಗಿಕ ಮೆದುಳಿನ ಅಪಸಾಮಾನ್ಯ ಕ್ರಿಯೆ ಪತ್ತೆಮಾಡಲು ಪರೀಕ್ಷಾ ಸರಣಿ"ಗೆ ಸಂಬಂಧಿಸಿದ ಲೇಖನವೊಂದರಲ್ಲಿ "ಆಂಗಿಕ ಮೆದುಳಿನ ಅಪಸಾಮಾನ್ಯ ಕ್ರಿಯೆ" (*Organic Brain Dysfunction*) ಬಗ್ಗೆ ಡಾ. ಮೂರ್ತಿಯವರ ಕೊಡುಗೆಯನ್ನು ಗುರುತಿಸಲಾಗಿದೆ; ಈ ಲೇಖನವು "ಜರ್ನಲ್ ಆಫ್ ಕ್ಲಿನಿಕಲ್ ಸೈಕಾಲಜಿ" ಪತ್ರಿಕೆಯ ಜನವರಿ ಸಂಚಿಕೆಯಲ್ಲಿ ಪ್ರಕಟವಾಯಿತು. ಸ್ವಲ್ಪಮಟ್ಟಿಗೆ ವಿವಾದಾತ್ಮಕವಾದರೂ ಇನ್ನೊಂದು ಕುತೂಹಲಕರವಾದ ವಿಷಯವೆಂದರೆ ಒಂದು ಮನೋವಿಕೃತ ಅವಸ್ಥೆಯಲ್ಲಿ ನೀಡಿದಂಥ ಪುನರ್ಜನ್ಮದ ಸಮರ್ಥನೆಗಳು; ಇದನ್ನು ಪರೀಕ್ಷಿಸಲು ನಾರಾಯಣ ಮೂರ್ತಿ ಯವರು ಸ್ವಲ್ಪ ಕಾಲಾವಕಾಶ ತೆಗೆದುಕೊಂಡರು. ಈ ವಿಷಯದ ಬಗ್ಗೆ ಸಂಕ್ಷಿಪ್ತ ವರದಿಯೊಂದು "ಇಂಡಿಯನ್ ಜರ್ನಲ್ ಆಫ್ ಕ್ಲಿನಿಕಲ್ ಸೈಕಾಲಜಿ"ಯ 1978ರ ಸೆಪ್ಟೆಂಬರ್ ಸಂಚಿಕೆಯಲ್ಲಿ ಪ್ರಕಟವಾಯಿತು. ಸ್ತ್ರೀಯರಲ್ಲಿ "ಆತ್ಮಹತ್ಯಾ ಪ್ರಯತ್ನಗಳು" ಅದರ ಜೊತೆಗೆ "ಆತ್ಮಹತ್ಯೆಗಳು" ಎನ್ನುವುದರ ಬಗ್ಗೆ ಅವರ ತುಲನಾತ್ಮಕ ಅಧ್ಯಯನವು 1983ರಲ್ಲಿ "ಇಂಡಿಯನ್ ಜರ್ನಲ್ ಆಫ್ ಸೈಕಲಾಜಿಕಲ್ ಮೆಡಿಸಿನ್" ಎಂಬುದರಲ್ಲಿ ಪ್ರಕಟವಾಯಿತು; ಇದು ಏಷ್ಯದ ಸನ್ನಿವೇಶದಲ್ಲಿ ಹೆಚ್ಚು ಹೊಸ ಆರ್ಥಿಕ ವಾಸ್ತವತೆಗಳ ಹಿನ್ನೆಲೆಗೆ ವಿಭಿನ್ನವಾಗಿ ಮಹತ್ತ್ವವನ್ನು ಪಡೆಯಿತು. ಮಾನಸಿಕ ರೋಗಗಳಿಗೆ ಆಯುರ್ವೇದದಲ್ಲಿರುವ ರೋಗನಿದಾನವನ್ನು ಪರಿಶೀಲಿಸುವ ಗ್ರಂಥವೊಂದಕ್ಕೆ ಡಾ. ಎಚ್.ಎನ್. ಮೂರ್ತಿಯವರು ಸಹಾಯಮಾಡಿದರು. ಪ್ರಾಚೀನ ಭಾರತೀಯ ವೈದ್ಯಪದ್ಧತಿಯಾದ ಆಯುರ್ವೇದಕ್ಕೂ ಅಲೋಪತಿ ಔಷಧಗಳು ಹಾಗೂ ಅದರ ಅವಿಭಾಜ್ಯ ಪರಿಕಲ್ಪನೆಗಳಿಗೂ ಸೇತುವೆಯಾಗುವ

ಸಂಬಂಧ ಉಂಟುಮಾಡುವಲ್ಲಿ ಅವರು ಸಫಲರಾದರು (ಉದಾ. ಅಪಸ್ಮಾರ). ಯೋಗಿಗಳ ವ್ಯಕ್ತಿತ್ವದ ಗುಣಲಕ್ಷಣಗಳ ಸ್ವ-ನಿಯಂತ್ರಣಕ್ಕೆ ಸಂಬಂಧಿಸಿದಂತೆ "ಯೋಗಿಗಳು" ಮತ್ತು "ನಿಯಂತ್ರಣ ವಿಷಯಗಳು" ಹಾಗೂ ಮನೋವೈಜ್ಞಾನಿಕ ಸಮನ್ವಯ ವಿನ್ಯಾಸಗಳನ್ನು ಕುರಿತು ಅವರು ಬರೆದ ತುಲನಾತ್ಮಕ ಲೇಖನವು 1987ರಲ್ಲಿ "ಇಂಡಿಯನ್ ಜರ್ನಲ್ ಆಫ್ ಫಿಸಿಯಾಲಜಿ ಅಂಡ್ ಫಾರ್ಮಕಾಲಜಿ"ಯಲ್ಲಿ ಪ್ರಕಟವಾಯಿತು. ವ್ಯಕ್ತಿತ್ವದ ಸ್ವ-ನಿಯಂತ್ರಣ ಮತ್ತು ಸ್ವಪ್ರೇರಣೆಗೆ ಸಂಬಂಧಿಸಿದಂತೆ ಯೌಗಿಕ ಸಮರ್ಥನೆಗಳ ವೈಜ್ಞಾನಿಕ ವಿಶ್ಲೇಷಣೆಗೆ ಈ ಲೇಖನವು ಒಂದು ತಿರುವುಬಿಂದುವಾಗಿ ಪರಿಣಮಿಸಿತು.

Figure 95: ಡಾ।। ಎಚ್. ಎನ್. ಮೂರ್ತಿ

"ಸಂಗೀತದ ಮನೋವಿಜ್ಞಾನ" (ಸೈಕಾಲಜಿ ಆಫ್ ಮ್ಯೂಸಿಕ್) ಎನ್ನುವ ವಿಷಯವನ್ನು ಕುರಿತು ಡಾ. ಪದ್ಮಾ ಮೂರ್ತಿಯವರ ಡಾಕ್ಟೊರೇಟ್ ಪ್ರಬಂಧಕ್ಕೆ ಮಾರ್ಗದರ್ಶನ ನೀಡಿದುದಕ್ಕಾಗಿ ಡಾ. ಎಚ್. ಎನ್. ಮೂರ್ತಿ ಯವರನ್ನು ಬಹಳ ನೆನಪಿಸಿಕೊಳ್ಳಲಾಗುತ್ತದೆ. ಅವರ ಇನ್ನೊಬ್ಬ ವಿದ್ಯಾರ್ಥಿಯಾದ ಡಾ. ಎಂ.ಎಸ್. ತಿಮ್ಮಪ್ಪನವರು ಮುಂದೆ ಬೆಂಗಳೂರು ವಿಶ್ವವಿದ್ಯಾನಿಲಯದ ಕುಲಪತಿ ಹುದ್ದೆಗೆ ಏರಿದರು.

"ಭಾರತೀಯ ತತ್ತ್ವಶಾಸ್ತ್ರ"ವನ್ನು "ಆಧುನಿಕ ಮನೋವಿಜ್ಞಾನ"ಕ್ಕೆ ಸಂಬಂಧ ಕಲ್ಪಿಸುವ ಹಾಗೂ ಅವೆರಡರ ಸಮಾನ ಭೂಮಿಕೆಯೊಂದನ್ನು ಸ್ಥಾಪಿಸುವ ಡಾ. ಮೂರ್ತಿಯವರ ಪ್ರಯತ್ನಗಳಲ್ಲಿ ಅವರ ಚಿರಂತನವಾದ ಕೊಡುಗೆಯು ಹುಟ್ಟಿರುವುದು. ಶ್ರೀ ರಾಮಕೃಷ್ಣ ಪರಮಹಂಸ ಮತ್ತು ಸ್ವಾಮಿ ವಿವೇಕಾನಂದರ ಪರಮ ಆರಾಧಕರಾದ ಅವರಿಗೆ ರಾಮಕೃಷ್ಣಾಶ್ರಮದ ಸ್ವಾಮಿ ಸಿದ್ಧೇಶ್ವರಾನಂದಜೀ, ಸ್ವಾಮಿ ಯತೀಶ್ವರಾನಂದಜೀ ಮತ್ತು ಸ್ವಾಮಿ ರಂಗನಾಥಾನಂದಜೀ (ರಾಮಕೃಷ್ಣಾಶ್ರಮದ ಹಿಂದಿನ ಅಧ್ಯಕ್ಷರು) ಅವರಂಥ ವಿವಿಧ ಸ್ವಾಮಿಗಳ ನಿಕಟ ಸಂಪರ್ಕವಿತ್ತು.

ಬೆಂಗಳೂರು ವಿಶ್ವವಿದ್ಯಾನಿಲಯದ ವಿಶ್ರಾಂತ ಕುಲಪತಿಯಾದ ಡಾ. ಎಂ.ಎಸ್. ತಿಮ್ಮಪ್ಪನವರು ತಮ್ಮ ಮಾರ್ಗದರ್ಶಿ-ರೂವಾರಿ ಮತ್ತು ಪ್ರಾಧ್ಯಾಪಕರಾದ ಡಾ. ಎಚ್. ನಾರಾಯಣ ಮೂರ್ತಿಯವರ ಬಗ್ಗೆ ಹೇಳಿದ ಗುರುಗೌರವದ ಮಾತುಗಳ ಒಂದು ಭಾಗ ಇಲ್ಲಿದೆ:

"ಎಲ್ಲ ಜ್ಞಾನಶಾಖೆಗಳಿಗೂ ಜ್ಞಾನವ್ಯವಸ್ಥೆಗಳಿಗೂ ನಾವು ಕೇವಲ "ಸಾರಸಂಗ್ರಹಿ"ಗಳಾಗುವದಲ್ಲದೆ ತೆರೆದ ಮನಸ್ಸನ್ನೂ ಹೊಂದಿರಲು ಸಾಧ್ಯವೆಂಬುದನ್ನು ನಾನು ಅವರ ಮೂಲಕ ಕಂಡುಕೊಂಡೆ. ಏಕೆಂದರೆ ಪ್ರತಿಯೊಂದು ಪ್ರಾಮಾಣಿಕ ಸತ್ಯದ ಆವಿಷ್ಕಾರದ ಆಳದಲ್ಲಿ ಎಲ್ಲ ರೂಪಗಳನ್ನೂ ಪೋಣಿಸುವ, ಹೆಚ್ಚು ಒಳನೋಟಗಳನ್ನು ಒದಗಿಸುವ ಹಾಗೂ ನಮ್ಮನ್ನು ಹೆಚ್ಚು ಪರಿಣಾಮಕಾರಿಯನ್ನಾಗಿಸುವ ಒಂದು ಸೂತ್ರವಿರುತ್ತದೆ. ಒಮ್ಮೆ (ಪ್ರಾಯಃ 1967ರಲ್ಲಿ) ನಾವು ಐ.ಪಿ. ಪಾವ್ಲೋವ್‌ನ (I.P. Pavlov*) ಕೃತಿಯನ್ನು ಕುರಿತು ಚರ್ಚಿಸುತ್ತಿದ್ದೆವು. ನಾಯಿಗಳ ಪ್ರವರ್ತನೆಯ ವಿವರಣೆಗಾಗಿ ಹಿಪ್ಪೊಕ್ರೆಟಸನ ವರ್ಗೀಕರಣವನ್ನು (ಅಂದರೆ ಪಿತ್ತಪ್ರಕೃತಿ-*Choleric, *ನಿರ್ವೇದಪ್ರಕೃತಿ-*Melancholc* ಹಾಗೂ ಜಡಪ್ರಕೃತಿ-*Phlegmatic* ಎಂಬ ವರ್ಗಗಳು) ಪಾವ್ಲೋವ್ ಬಳಸಿಕೊಂಡಿದ್ದನು. ತದನಂತರದಲ್ಲಿ ಎಚ್.ಜೆ. ಐಸೆಂಕ್ (ಊ.ಎ. *Eysenck*) ಎಂಬಾತ ಇದನ್ನು ವ್ಯಕ್ತಿತ್ವ ವರ್ಗೀಕರಣಕ್ಕೆ - ಬಹಿರ್ಮುಖತೆ-ಅಂತರ್ಮುಖತೆ - ಬಳಸಿಕೊಂಡನು. ಅವರಿಬ್ಬರೂ ಈ ವರ್ಗಗಳ ಮೆದುಳಿನ ಪ್ರಕ್ರಿಯೆಯನ್ನು ಊಹನ ಮಾಡಿದರು; ಅಂದರೆ ಮೆದುಳಿನ ಪ್ರಚೋದಕ ಮತ್ತು ನಿರೋಧಕ ಗುಣಗಳನ್ನು, ಇನ್ನೂ ಸಮರ್ಪಕವಾಗಿ ಹೇಳುವುದಾದರೆ ಮೆದುಳಿನಲ್ಲಿ ಆ ಗುಣಗಳ ಸೃಷ್ಟಿ-ಸ್ಥಿತಿ-ಲಯಗಳ ಹಾಗೂ ಗುಣ ಮತ್ತು ವರ್ಗಗಳ ನಡುವಣ ಸಂಬಂಧವನ್ನು ಕುರಿತು ಊಹನ ಮಾಡಿದರು. ಅಂತರ್ಮುಖಿ ಮತ್ತು ನಿರ್ವೇದಪ್ರಕೃತಿಯವರಲ್ಲಿ ಮೆದುಳಿನ ಪ್ರಚೋದಕ ಗುಣಗಳು ಸುಲಭವಾಗಿ ಹುಟ್ಟುತ್ತವೆ, ಬಹುಕಾಲ ಉಳಿಯುತ್ತವೆ ಮತ್ತು ನಿಧಾನವಾಗಿ ಅಳಿಯುತ್ತವೆ. ಬಹಿರ್ಮುಖಿ ಮತ್ತು ಜಡಪ್ರಕೃತಿಯವರಲ್ಲಿ ಮೆದುಳಿನ ನಿರೋಧಕ ಶಕ್ತಿಗಳು ಶೀಘ್ರವಾಗಿ ಹುಟ್ಟುತ್ತವೆ, ಬಹುಕಾಲ ಉಳಿಯುತ್ತವೆ ಮತ್ತು ನಿಧಾನವಾಗಿ ಅಳಿಯುತ್ತವೆ. ಈ ಚರ್ಚೆ ನಡೆಯುತ್ತಿದ್ದಂತೆ, ಕೂಡಲೇ ಡಾ. ಮೂರ್ತಿಯವರು ತಮ್ಮೊಳಗೇ ಆಲೋಚನಾ ಮಗ್ನರಾದರು; ಇಂಥ*

ಸನ್ನಿವೇಶಗಳಲ್ಲಿ ಆಗುವಂತೆ ಅವರ ಕಣ್ಣುಗಳು ಪ್ರಖರವಾಗಿ ಮಿನುಗಿದವು. ಇದೊಂದು ತುಂಬ ಗಹನವಾದ ಶೋಧನೆಯೆಂದರು; ಈ ಹುಟ್ಟು-ಉಳಿವು-ಅಳಿವುಗಳು ನಮ್ಮಲ್ಲಿನ ಸತ್ತ್ವ-ರಜಸ್ಸು-ತಮಸ್ಸು/ ಸೃಷ್ಟಿ-ಸ್ಥಿತಿ-ಲಯ/ ಬ್ರಹ್ಮ-ವಿಷ್ಣು-ಮಹೇಶ್ವರ ಎಂದು ಅವರು ಹೇಳಿದರು. ಅದು ನನಗೆ ಬೆರಗನ್ನುಂಟುಮಾಡಿತು. ತರುವಾಯ ನಾನು ಮನೆಗೆ ಹೋಗಿ, ಪ್ಲಾವೋವ್‌ನ ಪುಸ್ತಕ ಹುಡುಕಲು ಓಡಿದೆ. ಪರೀಕ್ಷೆಯ ನಂತರ ನನ್ನ ಪುಸ್ತಕಗಳ ಹಿಂದಿನ ಸಾಲನ್ನು ಸೇರಿಬಿಟ್ಟಿದ್ದ ಪ್ಲಾವೋವ್‌ನ ಪುಸ್ತಕವನ್ನು ಹಿಡಿದು ಒಂದೇ ಸಲಕ್ಕೆ ಓದಿಮುಗಿಸಿದೆ. ಡಾ. ಮೂರ್ತಿಯವರ ಅಭಿಪ್ರಾಯದ ಹಿನ್ನೆಲೆಯಲ್ಲಿ ಆತನ ಇಡೀ ಗ್ರಂಥವು ವಿಭಿನ್ನವಾಗಿ ಕಾಣಿಸಿತು. ವಿವಿಧ ಸನ್ನಿವೇಶಗಳಲ್ಲಿ ಪ್ರಚೋದನೆಯ ಸ್ವರೂಪ ಮತ್ತು ನಿಯಂತ್ರಣ (ನನ್ನ ಪಿಎಚ್.ಡಿ ಅಧ್ಯಯನದ ವಿಷಯ) ಎಂಬ ವಸ್ತುವಿನ ಅಧ್ಯಯನಕ್ಕೆ ಡಾ. ಮೂರ್ತಿಯವರ ಇಂಥ ಒಳನೋಟಗಳೇ ಸ್ಫೂರ್ತಿಯಾದದ್ದು. ಶ್ರೇಷ್ಠ ಮನೋವಿಜ್ಞಾನಿಯ ವಿವಿಧ ತೆರನ ಗ್ರಂಥಗಳಲ್ಲಿ ಅವರು ಯಾವಾಗಲೂ ಇಂಥ ಚೇತೋಹಾರಿಯಾದ ಹೊಸ ಅರ್ಥಛಾಯೆಗಳನ್ನು ಗ್ರಹಿಸಿದರು. ಆ ಗ್ರಂಥಗಳ ಕ್ರಿಯಾತ್ಮಕ (Dynamic), *ದೃಶ್ಯಾತ್ಮವಾದದ* (Phenomenological), *ವರ್ತನವಾದದ* (Behavioural), *ಜ್ಞಾನಗ್ರಾಹಕವಾದದ* (Cognitive), *ಜೈವಿಕವಾದದ* (Biological) *ಅಥವಾ ಅಪವರ್ತನೀಯವಾದ* (Factorial) *ಎರಕದ ಅಚ್ಚುಗಳಲ್ಲಿದ್ದ ವಿಷಯಗಳಷ್ಟೇ ಅಲ್ಲದೆ, ಅವುಗಳಲ್ಲಿ ಪ್ರಾಚೀನ ಭಾರತೀಯ ಚಿಂತನೆಯೂ ಒಳಗೊಂಡಿರುತ್ತಿತ್ತು."*

ಡಾ. ಎಚ್.ಎನ್. ಮೂರ್ತಿಯವರು 2011ರ ಆಗಸ್ಟ್ 22ರಂದು, ತಮ್ಮ 87ನೆಯ ವಯಸ್ಸಿನಲ್ಲಿ, ನಿಧನರಾದರು. ಸುಮಾರು 10000ಕ್ಕೂ ಹೆಚ್ಚು ಪುಸ್ತಕಗಳಿದ್ದ ಅವರ ಬೃಹತ್ ಗ್ರಂಥಸಂಗ್ರಹವು ಮೈಸೂರಿನ ಒಂದು ಖಾಸಗಿ ಸಂಗ್ರಹದಲ್ಲಿ ಸಂರಕ್ಷಿತವಾಗಿದೆ.

ಮೈಸೂರು ನಗರದ ಜೇನ್ ಆಸ್ಟಿನ್: ತ್ರಿವೇಣಿ

Figure 96: ತ್ರಿವೇಣಿ

ಬಿ. ಎಂ. ಕೃಷ್ಣಸ್ವಾಮಿ ಮತ್ತು ತಂಗಮ್ಮ ದಂಪತಿಗಳಿಗೆ ಭಾಗೀರಥಿ ಹುಟ್ಟಿದ್ದು 1928ರ ಸೆಪ್ಟೆಂಬರ್ 1ರಂದು, ಮಂಡ್ಯದಲ್ಲಿ. ಕನ್ನಡ ಸಾಹಿತ್ಯದ ವರಿಷ್ಠರಾದ ಬಿ. ಎಂ. ಶ್ರೀಕಂಠಯ್ಯನವರ ತಮ್ಮನಾದ ಕೃಷ್ಣಸ್ವಾಮಿಯವರು ವಕೀಲಿ ವೃತ್ತಿ ನಡೆಸುತ್ತಿದ್ದರು. ಭಾಗೀರಥಿಯ ತಂಗಿ ಆರ್ಯಾಂಬಾ ಪಟ್ಟಾಭಿ ಸಹ ಕನ್ನಡದ ಒಬ್ಬ ಪ್ರಸಿದ್ಧ ಲೇಖಕಿ. ಸಾಹಿತಿಗಳ ವಂಶದಲ್ಲಿಯೇ ಈ ಸಹೋದರಿಯರು ಜನಿಸಿದವರಾಗಿದ್ದರು. ಇವರ ಚಿಕ್ಕಮ್ಮ ವಾಣಿಯವರೂ (ಬಿ. ಎನ್. ಸುಬ್ಬಮ್ಮ) ಕನ್ನಡದ ಮತ್ತೊಬ್ಬ ಖ್ಯಾತ ಕಾದಂಬರಿಕಾರ್ತಿ. ಈ ಕುಟುಂಬ ಸಂಬಂಧಿತ ಇತರ ಪ್ರಮುಖ ಸಾಹಿತಿಗಳಲ್ಲಿ ಅಶ್ವತ್ಥ, ರಾಮಚಂದ್ರ ಶರ್ಮ ಮತ್ತು ರಾಜಲಕ್ಷ್ಮಿ ಎನ್ ರಾವ್ ಸೇರಿದ್ದರು.

ಭಾಗೀರಥಿ ಎಂಬುದು ಜನ್ಮನಾಮವಾಗಿದ್ದರೂ ಶಾಲಾ ದಾಖಲಾತಿಗಳಲ್ಲಿ ಇರುವುದು ಅನಸೂಯಾ ಎಂದು; ಮನೆಯಲ್ಲಿ ಎಲ್ಲರೂ ಪ್ರೀತಿಯಿಂದ ಕರೆಯುತ್ತಿದ್ದುದು "ಅಂಚೂ" ಎಂದು.

ಇಂಟರ್‌ಮೀಡಿಯೆಟ್ ವ್ಯಾಸಂಗಕ್ಕೆ ಮೈಸೂರಿಗೆ ಹೋಗುವ ಮೊದಲು ಆಕೆಯ ವಿದ್ಯಾಭ್ಯಾಸ ನಡೆದುದು ಮಂಡ್ಯದಲ್ಲಿಯೆ. ಮೈಸೂರಿನಲ್ಲಿ ಮಹಾರಾಜ ಕಾಲೇಜಿನಲ್ಲಿ ಬಿ.ಎ. ಪದವಿಗೆ ಆಕೆ ಆಯ್ಕೆಮಾಡಿಕೊಂಡ ವಿಷಯಗಳೆಂದರೆ ಮನಶ್ಶಾಸ್ತ್ರ, ಸಮಾಜವಿಜ್ಞಾನ ಮತ್ತು ರಾಜ್ಯಶಾಸ್ತ್ರ. ಆಕೆ 1947 ರಲ್ಲಿ ಪದವಿ ಪಡೆದ ಆಕೆಗೆ ಅತ್ಯುನ್ನತ ಅಂಕಗಳನ್ನು ಗಳಿಸಿದುದಕ್ಕಾಗಿ "ಸಿದ್ಧೇಗೌಡ ಚಿನ್ನದ ಪದಕ" ಲಭಿಸಿತು; ಜೊತೆಗೆ "ತಾತಯ್ಯ ಬಹುಮಾನ" ಕೂಡ.

Figure 97: ತ್ರಿವೇಣಿ

ಸುಮಾರು ಈ ಕಾಲದಲ್ಲಿಯೆ ಆಕೆಗೆ ಪರಿಚಯವಾದವರು ಎಸ್. ಎನ್. ಶಂಕರ್; ಅವರು ಮೈಸೂರಿನ ಮಹಾರಾಜ ಕಾಲೇಜಿನಲ್ಲಿಯೆ ಇಂಗ್ಲಿಷ್ ಸಾಹಿತ್ಯದಲ್ಲಿ ಆನರ್ಸ್ ವ್ಯಾಸಂಗ ಮಾಡುತ್ತಿದ್ದರು. ಅವರಿಬ್ಬರೂ ತಮ್ಮ ತಮ್ಮ ಸಾಹಿತ್ಯಾಸಕ್ತಿ ಅಭಿರುಚಿಗಳನ್ನು ಪರಸ್ಪರ ವಿನಿಮಯ ಮಾಡಿಕೊಳ್ಳುತ್ತ ಮನೋಹರ ಚರ್ಚೆ ಮಾಡುತ್ತಿದ್ದರು. ಕೊನೆಗೆ ತ್ರಿವೇಣಿಯವರನ್ನು ಶಂಕರ್ ಮದುವೆ ಮಾಡಿಕೊಂಡಿದು 1951 ರಲ್ಲಿ. ಈ ಕಾಲಕ್ಕೆ ಶಂಕರ್ ಮೈಸೂರಿನ ಶಾರದಾವಿಲಾಸ ಕಾಲೇಜಿನಲ್ಲಿ ಇಂಗ್ಲಿಷ್ ಉಪನ್ಯಾಸಕರಾಗಿದ್ದರು. ತ್ರಿವೇಣಿಯವರು ಸಹ ತಮ್ಮ ವ್ಯಾಸಂಗ ಪೂರ್ಣಗೊಂಡ ಕೂಡಲೇ ಕೆಲವು ಕಾಲ ಮಂಡ್ಯದ ಪ್ರಾಥಮಿಕ ಶಾಲೆಯಲ್ಲಿ ಉಪಾಧ್ಯಾಯಿನಿಯಾಗಿ ಕೆಲಸ ಮಾಡಿದರು.

ತ್ರಿವೇಣಿಯವರು ಬಾಲ್ಯದಿಂದಲೂ ಅಸ್ತಮಾದಿಂದ ಬಳಲುತ್ತಿದ್ದುದರಿಂದ ಕ್ರೀಡೆಗಳಲ್ಲಿ ಪಾಲ್ಗೊಳ್ಳುತ್ತಿದ್ದುದು ಬಹಳ ಸೀಮಿತವಾಗಿತ್ತು. ಚಿಕ್ಕ ವಯಸಿನಿಂದಲೂ ಆಕೆಗೆ ಓದುವುದರಲ್ಲಿ ಅತೀವ ಆಸಕ್ತಿ. ಅದು ಆಕೆಯ ಬರವಣಿಗೆಗೆ ಉತ್ತಮ ಫಲ ನೀಡಿತು. ತ್ರಿವೇಣಿಯವರ ಪ್ರಥಮ ಕಾದಂಬರಿಯಾದ "ಹೂವುಹಣ್ಣು" ರಚಿತವಾದದ್ದು 1950 ರಲ್ಲಿ. ಕನ್ನಡ, ಇಂಗ್ಲಿಷ್ ಮತ್ತು ಬಂಗಾಳಿ ಭಾಷೆಗಳಲ್ಲಿ ನಿರರ್ಗಳವಾಗಿ ಅಭಿವ್ಯಕ್ತಿಸುತ್ತಿದ್ದ ಆಕೆ ಬರೆದುದೆಲ್ಲ "ತ್ರಿವೇಣಿ" ಎಂಬ ಕಾವ್ಯನಾಮದಲ್ಲಿ.

ಈ ಕಾವ್ಯನಾಮವನ್ನೇ ಅವರು ಏಕೆ ಆಯ್ಕೆಮಾಡಿಕೊಂಡರು ಎನ್ನುವುದರ ಬಗ್ಗೆ ಇಂದಿಗೂ ಅಸ್ಪಷ್ಟತೆ ಉಳಿದಿದೆ. ತರುಣಿ ಭಾಗೀರಥಿಯ ದಟ್ಟವಾದ ದೀರ್ಘ ಕೇಶರಾಶಿಯನ್ನು ಕಂಡು, ಆಕೆಗೆ ಮೂರು ನೀಳ ಜಡೆ ಹೆಣೆಯುವಷ್ಟು ಕೇಶರಾಶಿ ಪಡೆದ ಭಾಗ್ಯವಂತೆ (ತ್ರಿ–ವೇಣಿ) ಎಂದು ಖ್ಯಾತ ಕನ್ನಡ ಲೇಖಕಿ ಎಂ. ಕೆ. ಇಂದಿರಾ ಅವರು ಹೇಳಿದರೆಂದು ಪ್ರತೀತಿ.

ತ್ರಿವೇಣಿಯವರು ಸರಿಸುಮಾರು ಹನ್ನೆರಡು ವರ್ಷಗಳ ಕಾಲ ಬರೆದರು; ಈ ಅವಧಿಯಲ್ಲಿ ಅವರು ಸೃಷ್ಟಿಸಿದ ಸಾಹಿತ್ಯ ವಿಪುಲವಾದುದು. ಅವರು 21 ಕಾದಂಬರಿಗಳನ್ನು ಬರೆದರು; ಅಪೂರ್ಣವಾಗಿ ಉಳಿದಿದ್ದ ಕೊನೆಯ ಕಾದಂಬರಿಯನ್ನು ತ್ರಿವೇಣಿಯ ಪರವಾಗಿ ಇನ್ನೊಬ್ಬ ಖ್ಯಾತ ಲೇಖಕಿಯಾದ ಎಂ. ಸಿ. ಪದ್ಮಾ ಅವರು ಪೂರ್ಣಗೊಳಿಸಿಕೊಟ್ಟರು. ತ್ರಿವೇಣಿಯವರು ಈ ಅವಧಿಯಲ್ಲಿ ಬರೆದದ್ದು 41 ಸಣ್ಣ ಕಥೆಗಳನ್ನು; ಇವು ಮೂರು ಸಂಕಲನಗಳಲ್ಲಿ ಸೇರಿವೆ.

Figure 98: ತ್ರಿವೇಣಿ ಗ್ರಾಜುಯೇಷನ್ ಸಮಾರಂಭ

ಅವರ ಕೆಲವು ಪ್ರಸಿದ್ಧ ಕಾದಂಬರಿಗಳಲ್ಲಿ "ಸೋತುಗೆದ್ದವಳು" (1954), "ಬೆಕ್ಕಿನ ಕಣ್ಣು" (1954), "ದೂರದ ಬೆಟ್ಟ" (1955), "ಬೆಳ್ಳಿಮೋಡ" (1959), "ಶರಪಂಜರ" (1962), "ವಸಂತಗಾನ" (1962), ಮತ್ತು "ಹಣ್ಣೆಲೆ ಚಿಗುರಿದಾಗ" (1963) ಮುಂತಾದವು ಸೇರಿವೆ. ಅವರು ಬರೆದಿರುವ ಸಣ್ಣಕಥೆಗಳ ಮೂರು ಸಂಕಲನಗಳೆಂದರೆ, ಹನ್ನೆರಡು ಕಥೆಗಳಿರುವ "ಎರಡು ಮನಸ್ಸು" (1960), ಹದಿನೈದು ಕಥೆಗಳಿರುವ "ಸಮಸ್ಯೆಯ ಮಗು" (1961) ಮತ್ತು ಹದಿನಾಲ್ಕು ಕಥೆಗಳಿಂದ ಕೂಡಿದ "ಹೆಂಡತಿಯ ಹೆಸರು" (1958).

ತ್ರಿವೇಣಿಯವರ ಬರಹ

ಸಮಾಜದಲ್ಲಿ ಸ್ತ್ರೀಯರ ಶೋಚನೀಯ ಸ್ಥಿತಿಗತಿಗಳ ಚಿತ್ರಣ (ವಿಶೇಷವಾಗಿ ಪರಿತ್ಯಕ್ತರಾಗಿ ತಮ್ಮ ಯೋಗಕ್ಷೇಮವನ್ನು ತಾವೇ ನೋಡಿಕೊಳ್ಳುವ ಮಹಿಳೆಯರದು) ತ್ರಿವೇಣಿಯವರ "ಅಪಸ್ವರ" ಮತ್ತು "ಅಪಜಯ" ಕಾದಂಬರಿಗಳಲ್ಲಿ ಅತ್ಯಮೋಘವಾಗಿ ನಿರೂಪಿತವಾಗಿದೆ. ಪ್ರಾಯಃ ಮೊತ್ತಮೊದಲ ಬಾರಿಗೆ ಆಧುನಿಕ ಕನ್ನಡ ಸಾಹಿತ್ಯದಲ್ಲಿ ಮನಶ್ಶಾಸ್ತ್ರೀಯ

ವಿಶ್ಲೇಷಣೆಯನ್ನು ಪ್ರಧಾನವಾಗಿ ಕಥಾ ನಿರೂಪಣೆಯಲ್ಲಿ ಸೇರಿಸಿಕೊಳ್ಳಲಾಗಿದೆ. ಸ್ತ್ರೀಯರ ಮೇಲಿನ ಲೈಂಗಿಕ ಶೋಷಣೆ, ಆರ್ಥಿಕ ಶೋಷಣೆ ಹಾಗೂ ಸಂಸಾರಿಕ ಬದುಕಿನ ಒತ್ತಡಗಳನ್ನು ವ್ಯಾಪಕವಾಗಿ ಪರಿಶೋಧಿಸಲಾಗಿದೆ. ಇವು ಆಗ ಸಮಕಾಲೀನ ಸಮಸ್ಯೆಗಳಾಗಿದ್ದುದರಿಂದ ಪರಿಣಾಮಕಾರಿಯಾಗಿ ಓದುಗರ ಮನಮುಟ್ಟಿತು. ಅವರ ಬರಹವೆಂದೂ ಹಾಸ್ಯರಹಿತ ವಾಗಿರಲಿಲ್ಲ. ಹಾಗಾಗಿ ಧಾರಾಳ ವಿನೋದಾಂಶಗಳ ಸಹಿತವಾಗಿ ಹಿರಿಯ ವೃದ್ಧರೊಬ್ಬರ ನಿವೃತ್ತ ಜೀವನವನ್ನು – ಕೊನೆಗಾಣದ ಚಿಂತೆಗಳು, ರಸನೇಂದ್ರಿಯದ ಪ್ರಚೋದನೆ–ಚಾಪಲ್ಯಗಳು, ಕುಸಿಯುತ್ತಿರುವ ಆರೋಗ್ಯ ಸ್ಥಿತಿ ಹಾಗೂ ಹಿಂದೆ ಸ್ವಂತ ಜೀವನದಲ್ಲಿ ಎಸಗಿದ್ದ ತಪ್ಪುಗಳು ಎಲ್ಲ ಇದ್ದರೂ ಅವುಗಳಿಂದ ಮಕ್ಕಳಲ್ಲಿ ಹಾಗಾಗದಂತೆ ತಡೆಯಲು ದೊರೆತ ಸ್ತುತಿಯೋಗ್ಯ ಪ್ರೇರೇಪಣೆ – ಚಿತ್ರಿಸುವುದು ತ್ರಿವೇಣಿಯವರಿಗೆ (ಹಣ್ಣೆಲೆ ಚಿಗುರಿದಾಗ) ಸಾಧ್ಯವಾಯಿತು!

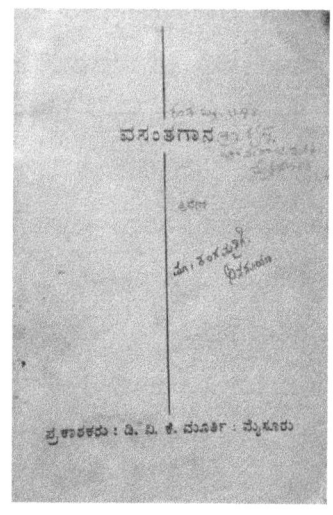

Figure 99: ತ್ರಿವೇಣಿಯವರ ವಸಂತಗಾನ

Figure 100: ತ್ರಿವೇಣಿ ಮತ್ತು ಶಂಕರ್ ದಂಪತಿ

ಮನೋವೈದ್ಯಕೀಯ ಸ್ಥಿತಿಗತಿಗಳು ಮತ್ತು ದಿನದಿನದ ಸಾಮಾಜಿಕ ಬದುಕಿನಲ್ಲಿ ಅವುಗಳ ಪರಿಣಾಮಗಳನ್ನು ಕುರಿತ ಪರಿಶೋಧನೆ ಮತ್ತು ಹೆಚ್ಚು ಪ್ರಮುಖವಾಗಿ ಅಂಥ

ಬುದ್ಧಿವಿಕಲ್ಪಗಳನ್ನು ಸಮಾಜವು ಒಟ್ಟಾರೆಯಾಗಿ ಹೇಗೆ ನೋಡುತ್ತದೆ ಎನ್ನುವ ಚಿತ್ರಣವಾದರೋ ಆ ಕಾಲಕ್ಕೆ ನಿಜವಾಗಿಯೂ ವಿನೂತನವಾದವಾಗಿದ್ದವು. ತ್ರಿವೇಣಿಯವರು ಮನಶ್ಶಾಸ್ತ್ರವನ್ನು ವ್ಯಾಸಂಗಮಾಡುತ್ತಿದ್ದಾಗಲೇ ಆಕೆ ಹಿಡಿದ ಲೇಖನಿಯ ಯಾತನೆಯ ಸನ್ನಿವೇಶಗಳಾಗಬಹುದಾಗಿದ್ದ ಹಲವರ ಬದುಕಿನ ಕಥೆಗಳನ್ನು, ಹೃದಯಂಗಮವಾಗಿ ಸೆರೆಹಿಡಿದು, ಉತ್ತಮವಾಗಿ ಓದಲು ಸಾಧ್ಯವಾಗುವಂಥ ರೀತಿಯಲ್ಲಿ ಮಾಡುವಲ್ಲಿ ಸಫಲವಾಯಿತು ಎಂದು (ದಿವಂಗತ) ಎಸ್. ಎಸ್. ಶೇಷಗಿರಿರಾವ್ ಅವರು ವಿಮರ್ಶೆ ಮಾಡಿದ್ದುಂಟು. ಹಲವು ಸಲ ಖ್ಯಾತ ಇಂಗ್ಲಿಷ್ ಕಾದಂಬರಿಕಾರ್ತಿಯಾದ ಜೇನ್ ಆಸ್ಟೆನ್‌ಗೆ ತ್ರಿವೇಣಿಯವರನ್ನು ಹೋಲಿಸುವುದುಂಟು. ಮಾನಸಿಕ ಆಸ್ಪತ್ರೆಯಲ್ಲಿ ಮನೋವಿಜ್ಞಾನಿಯಾಗಿದ್ದ ಸಿ. ಕೆ. ವಾಸುದೇವರಾವ್ ಅವರು ತ್ರಿವೇಣಿಯವರಿಗೆ ಮಾಡಿದ ಸಹಾಯ ಮತ್ತು ನೀಡಿದ ಸಹಕಾರಗಳನ್ನು ಇಲ್ಲಿ ಸ್ಮರಿಸಿಕೊಳ್ಳಬೇಕಾದುದು ಯುಕ್ತ. ಅವರು ಅನೇಕ ಮನೋರೋಗಿಗಳ ಹಿನ್ನೆಲೆಯನ್ನು ಆಕೆಗೆ ತಿಳಿಸಿಕೊಟ್ಟಿದ್ದರು; ಅವನ್ನು ಆಧರಿಸಿ ಆಕೆ ಕಾದಂಬರಿಗಳಾಗಿ ನಿರೂಪಿಸಿದರು ("ಮುಚ್ಚಿದ ಬಾಗಿಲು"). ಅಷ್ಟೇ ಅಲ್ಲ, ಒಮ್ಮೆ ಸುಮಾರು ಎರಡು ಗಂಟೆಗಳ ಕಾಲ ಆಕೆ ಆಸ್ಪತ್ರೆಯ "ಬೀಗ ಹಾಕಿದ" ಕೋಣೆಯಲ್ಲಿ ರೋಗಿಗಳ ಜೊತೆಯಲ್ಲಿಯೆ ಇರುವ ಅನುಕೂಲತೆಯನ್ನು ಸಹ ಒದಗಿಸಿಕೊಟ್ಟಿದ್ದರು.

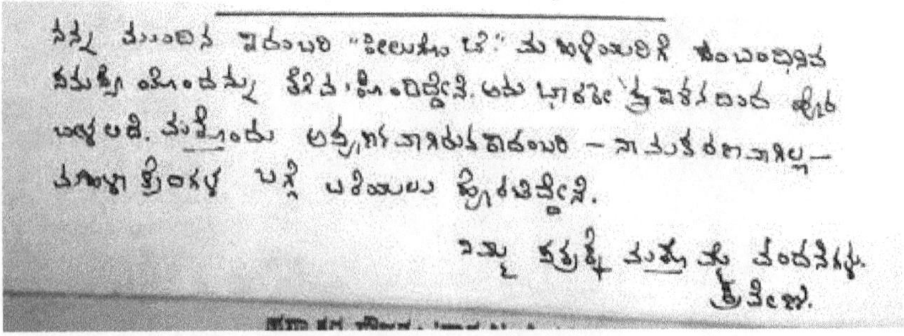

Figure 101: ತ್ರಿವೇಣಿಯವರ ಹಸ್ತಪ್ರತಿ

ಒಮ್ಮೆ ಹೀಗಾಯಿತಂತೆ: ಹಿರಿಯ ಸ್ತ್ರೀ ರೋಗಿಗಳಲ್ಲಿ ಒಬ್ಬರು ತ್ರಿವೇಣಿಯವರತ್ತ ಬಂದು, ಅವರನ್ನು ಹೆಸರು ಹೇಳಿ ಗುರುತಿಸಿ, ತಾವು ಆಕೆಯ ಬರಹಗಳನ್ನು ಓದಿರುವುದಾಗಿ ಒಪ್ಪಿಕೊಂಡರು! ಚಾಪೆಯೊಂದನ್ನು ಹಾಸಿ ಅದರ ಮೇಲೆ ತ್ರಿವೇಣಿಯವರು ಕುಳಿತುಕೊಳ್ಳಬೇಕೆಂದು ವಿನಂತಿಸಿ, ತಾವು ಹಿಂದೆ ಓದಿದ ಕಾದಂಬರಿಯೊಂದನ್ನು

ಬಹುಸ್ಪಷ್ಟವಾಗಿ ನೆನಪಿಸಿಕೊಳ್ಳುತ್ತ ತಮ್ಮದೇ ಕಥೆಯನ್ನು ಹೇಳಿಕೊಳ್ಳಲು ಪ್ರಾರಂಭಿಸಿದರು! ಬುದ್ಧಿಸ್ವಾಸ್ಥ್ಯವನ್ನು ಕಳೆದುಕೊಂಡ ಮೇಲೆ ಸುಶಿಕ್ಷಿತ ಸ್ತ್ರೀಯೊಬ್ಬಳ ಬದುಕೇ ಕೊನೆಗೊಂಡು ಆಕೆಯನ್ನು ಹೇಗೆ ಮಾನಸಿಕ ಆಸ್ಪತ್ರೆಯಲ್ಲಿ ಕೂಡಿಹಾಕಿದರೆಂದು ಚಿಂತಿಸುತ್ತ ಆ ಘಟನೆಗೆ ತ್ರಿವೇಣಿಯವರು ವಿಷಾದಿಸಿದರು; ಮುಂದೆ ಇದನ್ನೆ ಮನಸ್ಸಿನಲ್ಲಿಟ್ಟುಕೊಂಡು ಬಹು ವಾಸ್ತವಿಕವೂ ಹೃದಯವಿದ್ರಾವಕವೂ ಆದಂಥ ಕಾದಂಬರಿಯೊಂದನ್ನು ರಚಿಸಿದರು.

ದೊರೆತ ಮಾನ್ಯತೆ

ತ್ರಿವೇಣಿಯವರ ಕಥೆ–ಕಾದಂಬರಿಗಳಿಗೆ ವ್ಯಾಪಕವಾಗಿ ಜನಮನ್ನಣೆ ದೊರೆಯಿತು. ಅವರು ಬರೆದಿರುವ "ಸಮಸ್ಯೆಯ ಮಗು" ಕಥಾಸಂಕಲನಕ್ಕೆ 1962 ರಲ್ಲಿ ದೇವರಾಜ ಬಹದ್ದೂರ್ ಬಹುಮಾನ ಲಭಿಸಿತು. ಅವರ "ಅವಳ ಮನೆ" ಕಾದಂಬರಿಗೆ 1960 ರಲ್ಲಿ ಕರ್ನಾಟಕ ಸಾಹಿತ್ಯ ಅಕಾಡೆಮಿಯ ಬಹುಮಾನ ಸಿಕ್ಕಿತು. ತ್ರಿವೇಣಿಯವರಿಗೆ ಮರಣೋತ್ತರವಾಗಿ 1974–75ರ ಸಾಲಿನ ಅತ್ಯುತ್ತಮ ಚಿತ್ರಕಥೆಗಾಗಿ ("ಕಂಕಣ" ಚಲನಚಿತ್ರ) "ಕರ್ನಾಟಕ ಮೋಷನ್ ಪಿಕ್ಚರ್ ಅವಾರ್ಡ್" ದೊರೆಯಿತು.

ತ್ರಿವೇಣಿಯವರ ಬರಹಗಳು ಹಲವು ಭಾಷೆಗಳಿಗೆ ಅನುವಾದಿತವಾಗಿವೆ; ಹೆಚ್ಚು ವ್ಯಾಪಕವಾಗಿ ಜನರನ್ನು ತಲುಪಲು ಸಾಧ್ಯವಾಗಿದೆ. ಅವರ "ಅಪಸ್ವರ" ಮತ್ತು "ಅಪಜಯ" ಕಾದಂಬರಿಗಳನ್ನು ಎಸ್. ಎಂ. ರಾಮಸ್ವಾಮಿಯವರು ಹಿಂದಿ ಭಾಷೆಗೆ ತರ್ಜುಮೆ ಮಾಡಿದ್ದಾರೆ. ಅವರ "ಶರಪಂಜರ" ಕಾದಂಬರಿಯನ್ನು ಮೀರಾ ನರ್ವೇಕರ್ "ದಿ ಮ್ಯಾಡ್ ವುಮನ್" ಎಂಬ ಹೆಸರಿನಲ್ಲಿ ಇಂಗ್ಲಿಷಿಗೆ ಭಾಷಾಂತರಿಸಿದ್ದಾರೆ. ತ್ರಿವೇಣಿಯವರ ಪತಿ ಶಂಕರ್ ಅವರು ಆಕೆಯ ಕೆಲವು ಕಾದಂಬರಿಗಳನ್ನು ಇಂಗ್ಲಿಷಿಗೆ ಅನುವಾದಿಸಿದ್ದಾರೆ ಮತ್ತು ಕೆಲವನ್ನು ನಾಟಕ ರೂಪಕ್ಕೆ ಪರಿವರ್ತಿಸಿದ್ದಾರೆ. ಆಕೆಯ "ಬೆಕ್ಕಿನ ಕಣ್ಣು" ಕಾದಂಬರಿಯು ಶರ್ವಾಣಿಯವರಿಂದ ತೆಲುಗಿಗೆ ಭಾಷಾಂತರಗೊಂಡಿದೆ. "ಅತಿಥಿ ಬರಲಿಲ್ಲ" ಎನ್ನುವ ಅವರ ಸಣ್ಣಕಥೆ ಯೊಂದು ಅನುವಾದಗೊಂಡು ಪಾಕಿಸ್ತಾನದ ಒಂದು ಉರ್ದು ಪತ್ರಿಕೆಯಲ್ಲಿ ಪ್ರಕಟವಾಯಿತು.

ತ್ರಿವೇಣಿಯವರ ಅನೇಕ ಕಾದಂಬರಿಗಳನ್ನು ಬೆಳ್ಳಿತೆರೆಗೆ ಅಳವಡಿಸಿಕೊಳ್ಳಲಾಯಿತು. ಅವು ವಿಮರ್ಶಕರ ಮೆಚ್ಚುಗೆಯನ್ನು ಸಹ ಪಡೆದುಕೊಂಡವು. ಚಲನಚಿತ್ರಗಳಾಗಿ ತೆರೆ ಕಂಡ

ಅವರ ಕಾದಂಬರಿಗಳೆಂದರೆ "ಬೆಳ್ಳಿಮೋಡ" (1970), "ಶರಪಂಜರ" (1971), "ಮುಕ್ತಿ", "ಹೂವುಹಣ್ಣು" (1993), "ಹಣ್ಣೆಲೆ ಚಿಗುರಿದಾಗ' (1968), (ಮಲೆಯಾಳಂನಲ್ಲಿ ಪುಟ್ಟಣ್ಣ ಕಣಗಾಲರ ನಿರ್ದೇಶನದಲ್ಲಿ) "ಬೆಕ್ಕಿನ ಕಣ್ಣು" (1966). "ಕಂಕಣ", "ಅಪಸ್ವರ, "ಅಪಜಯ" ಮತ್ತು "ಅಪಜಯ" ಕಾದಂಬರಿಗಳನ್ನು ಕಿರು ತೆರೆಗೆ ಅಳವಡಿಸಿಕೊಳ್ಳಲಾಗಿದ್ದು ಅವು ಸಾಕಷ್ಟು ಗೃಹಪ್ರೇಕ್ಷಕರ ಮೆಚ್ಚುಗೆಗೆ ಪಾತ್ರವಾಗಿವೆ.

ವೈಯಕ್ತಿಕ ಜೀವನ

ಪ್ರೀತಿವಾತ್ಸಲ್ಯ ತುಂಬಿದ ಬಾಲ್ಯ, ಉತ್ತಮ ಶಿಕ್ಷಣ ಹಾಗೂ ಇಷ್ಟಪಟ್ಟ ಮದುವೆ ಇವೆಲ್ಲ ತ್ರಿವೇಣಿಯವರದಾಗಿತ್ತು; ಅವರ ಕಾದಂಬರಿಗಳಿಗೆ ವ್ಯಾಪಕವಾದ ಓದುಗರಿದ್ದು ಅವರಿಗೆ ಸೂಕ್ಷ್ಮದರ್ಶಿಯಾದ ತ್ರಿವೇಣಿಯವರ ಬಗ್ಗೆ ತುಂಬು ಗೌರವಭಾವವಿತ್ತು; ಅವರ ಬರಹಗಳಿಗೆ ಆವಶ್ಯಕವಾದ ಪ್ರಸಿದ್ಧಿಯನ್ನು ಚಲನಚಿತ್ರಗಳು ಒದಗಿಸಿದ್ದವು; ಆಕೆಯ ಅಭಿಜಾತ ಪ್ರತಿಭೆಗೆ ಮಾನ್ಯತೆ ಲಭಿಸಿ ಸಾಕಷ್ಟು ಪ್ರಶಸ್ತಿ ಪುರಸ್ಕಾರಗಳು ಸಹ ದೊರೆತಿದ್ದವು. ಹಾಗಿದ್ದರೂ ತ್ರಿವೇಣಿಯವರ ವೈಯಕ್ತಿಕ ಜೀವನದಲ್ಲಿ ಎಂದೂ ತುಂಬದ ಶೂನ್ಯವೊಂದು ಆವರಿಸಿತ್ತು. ದೀರ್ಘಕಾಲ ತಾಯ್ತನ ಆಕೆಯಿಂದ ದೂರವಾಗಿತ್ತು. ಬಹುಕಾಲದಿಂದ ನಿರೀಕ್ಷಿಸಿದ ಬಸಿರಬಯಕೆಯಾದರೋ ಗರ್ಭಪಾತಗಳಿಂದಾಗಿ ಅನರ್ಥಕಾರಿಯಾಗಿ ಪರಿಣಮಿಸಿತು. ಕಡೆಗೆ ಆಕೆಯ ಮಾನಸಿಕ ಸಮಸ್ಥಿತಿಯನ್ನು ಇದು ಏರುಪೇರು ಮಾಡಿತು. ಹಂಬಲ–ನಿರೀಕ್ಷೆ ಕೊನೆಯಲ್ಲಿ ಈಡೇರದ ಬಯಕೆಯಾಗಿಯೆ ಉಳಿದುಬಿಟ್ಟಿತು. ಆಕೆ ಮಾನಸಿಕವಾಗಿ ಬಳಲಿದುದು ಎರಡನೆಯ ಸಲದ ಗರ್ಭಪಾತಕ್ಕೇ ಸಾಬೀತಾಯಿತು. ಈ ಬಳಲಿಕೆಯ ಮತ್ತು ತೊಳಲಾಟದ ಅದುಮಿಟ್ಟ ಭಾವನೆಗಳನ್ನು ತನ್ನ ಲೇಖನಿಯ ಮೂಲಕ ಹೊರಹಾಕುವ ಯಶಸ್ವೀ ಮಾರ್ಗವನ್ನು ಹುಡುಕಿಕೊಳ್ಳುವಲ್ಲಿ ತ್ರಿವೇಣಿಯವರು ಸಫಲರಾದರು. ಆಕೆಯ "ಅತಿಥಿ ಬರಲಿಲ್ಲ" ಎಂಬ ಕಾದಂಬರಿಯು (ಇಂಗ್ಲಿಷಿನಲ್ಲಿ: ಗೆಸ್ಟ್ ಡಿಡ್ ನಾಟ್ ಅರೈವ್) ಈ ಅನುಭವದ ಪರಿಣಾಮ; ಅದು ಆಕೆಯ ಅತ್ಯುತ್ತಮ ಕೃತಿಗಳಲ್ಲೊಂದು. ಕೊನೆಗೆ ಮೂರನೆಯ ಸಲದ ಬಸಿರಿನಲ್ಲಿ 1963ರ ಜುಲೈ 19 ರಂದು ಆಕೆ ಒಂದು ಹೆಣ್ಣುಮಗುವನ್ನು (ಮೀರಾ) ಪಡೆದರು. ಹೆರಿಗೆಯಾದ ಕೆಲವೇ ದಿನಗಳಲ್ಲಿ, 1963ರ ಜುಲೈ 29 ರಂದು ತ್ರಿವೇಣಿಯವರು ಹೆರಿಗೆಯನಂತರದ ಸಮಸ್ಯೆಗಳಿಂದ

(ಪಲ್ಮನರಿ ಎಂಬಾಲಿಸಂ) ವಿಧಿವಶವಾದರು. ಅವರು ಆಗ ಕೇವಲ ಮೂವತ್ತೈದು ವರ್ಷದವರು!

ಮೈಸೂರಿನ ಚಾಮರಾಜಪುರಂ ರೈಲ್ವೆ ಸ್ಟೇಷನ್ ರೋಡಿನಲ್ಲಿರುವ ಟೆನಿಸ್ ಕ್ಲಬ್ಬಿನ ಎದುರಿನಲ್ಲಿರುವ ತ್ರಿವೇಣಿಯವರ ಮನೆಯನ್ನು (ಕನಿಷ್ಠ ಪಕ್ಷ ಶತಮಾನದಷ್ಟು ಹಳೆಯದು) ಅವರ ಸ್ಮರಣಾರ್ಥ ಒಂದು ವಸ್ತು ಸಂಗ್ರಹಾಲಯವನ್ನಾಗಿ ಪರಿವರ್ತಿಸುವ ಪ್ರಕ್ರಿಯೆ ನಡೆದಿದೆ. ಆಸ್ಟೆನ್ ಅವರನ್ನು ಉಲ್ಲೇಖಿಸಿ ಹೇಳುವುದಾದರೆ "ಮದುವೆಯಿಂದ ಆನಂದ ಎನ್ನುವುದು ಸಂಪೂರ್ಣವಾಗಿ ಒಂದು ಯೋಗಾಯೋಗ." ಎಷ್ಟು ನಿಜವಾದ ಮಾತು!

ತ್ರಿವೇಣಿಯವರು ಆಕೆಯ ಓದುಗರ ಮತ್ತು (ಚಲನಚಿತ್ರ ನೋಡುಗರ) ಹೃನ್ಮನಗಳಲ್ಲಿ ಅಮರರಾಗಿ ಉಳಿಯುತ್ತಾರೆ; ಆಕೆ ಸೃಷ್ಟಿಸಿದ ಪಾತ್ರಗಳಲ್ಲಿ ತಮ್ಮದೇ ಜೀವನದ ಘಟನೆಗಳ ನಿರೂಪಣೆಯನ್ನೇ ಅವರು ಕಾಣದಿರುವಂತಿಲ್ಲ; ಆಕೆ ಮಾತ್ರ ಶೇಖರಿಸಲು ಸಾಧ್ಯವಾದಂಥ ಆ ಪಾತ್ರಗಳು ಸ್ಪಷ್ಟತೆ ಮತ್ತು ವಾಸ್ತವತೆಯಿಂದ ಮಿಡಿಯುತ್ತ ಕಾದಂಬರಿಯ ಪುಟಗಳನ್ನೂ ಲಂಘಿಸುತ್ತವೆ. ಭವಿಷ್ಯದಲ್ಲಿ ಆಕೆಯ ಸಂತತಿಯನ್ನು ಹೆಚ್ಚು ನಾವು ಕಾಣುವಂತಾಗಲಿ.

(ಸ್ಟಾರ್ ಆಫ್ ಮೈಸೂರ್, 26–12–2019)

ಉಲ್ಲೇಖಗಳು:

1. ಎಸ್. ವಿ. ವಿಮಲ ಅವರು ಬರೆದಿರುವ ತ್ರಿವೇಣಿಯವರ ಜೀವನಚರಿತ್ರೆ;

2. ತ್ರಿವೇಣಿಯವರ ಮಗಳು ಮೀರಾ ಅವ್ರಿಂದ ಪಡೆದ ಮಾಹಿತಿ (ಇ–ಮೇಲ್ ಮೂಲಕ);

3. ತ್ರಿವೇಣಿಯವರ ಕಾದಂಬರಿಗಳು.

ಮೈಸೂರಿನ ಖ್ಯಾತ ವೈಯಾಕರಣ ಮತ್ತು ನಿಘಂಟುಕಾರ: ಡಾ।। ಟಿ. ವಿ. ವೆಂಕಟಾಚಲಶಾಸ್ತ್ರೀ

Figure 102: ಡಾ।। ಟಿ. ವಿ. ವೆಂಕಟಾಚಲಶಾಸೀ

ತೋಗೆರೆ ವೆಂಕಟಸುಬ್ಬಾಶಾಸ್ತ್ರೀ ವೆಂಕಟಾಚಲಶಾಸ್ತ್ರೀ (ಟಿ.ವಿ.ವಿ.) ಅವರು ಕನ್ನಡದ ಒಬ್ಬ ಪ್ರಖ್ಯಾತ ವೈಯಾಕರಣ, ನಿಘಂಟುಕಾರ, ಲೇಖಕ, ವಿಮರ್ಶಕ ಹಾಗೂ ಗ್ರಂಥ ಸಂಪಾದಕರು. ಕನ್ನಡ ಭಾಷೆಯ ವ್ಯಾಕರಣ ಮತ್ತು ಛಂದಸ್ಸು ಕ್ಷೇತ್ರಗಳಲ್ಲಿ ಶಾಸ್ತ್ರಿಗಳದೇ ಅಧಿಕೃತ ವಾಣಿ. ಎರಡು ಸಾವಿರ ವರ್ಷಗಳ ವಿಸ್ತೃತವಾದ ಇತಿಹಾಸವನ್ನು ಹೊಂದಿರುವ ಕನ್ನಡ ಸಾಹಿತ್ಯದ ವಿವಿಧ ಮುಖಗಳ ಬಗ್ಗೆ ಅವರು ಬಹುವ್ಯಾಪಕವಾಗಿ ಬರೆದಿರುವರು. ಶ್ರೀ ವೆಂಕಟಸುಬ್ಬಾಶಾಸ್ತ್ರೀ ಮತ್ತು ಶ್ರೀಮತಿ ಸುಬ್ಬಮ್ಮನವರ ಮಗನಾಗಿ ಅವರು ಕನಕಪುರ ತಾಲ್ಲೂಕಿನ ಹಾರೋಹಳ್ಳಿಯಲ್ಲಿ 1933ರ ಆಗಸ್ಟ್ 26 ರಂದು ಜನಿಸಿದರು.

ಟಿ.ವಿ.ವಿ.ಯವರ ಬಾಲ್ಯದ ಪ್ರಾಥಮಿಕ ವಿದ್ಯಾಭ್ಯಾಸವು ಕನಕಪುರದಲ್ಲಿಯೆ ಪೂರ್ಣಗೊಂಡಿತು. ಅವರು 1947–48 ರಲ್ಲಿ ತಮ್ಮ ಇಂಟರ್‌ಮೀಡಿಯೆಟ್ ವ್ಯಾಸಂಗದ ತರುವಾಯ ಮೈಸೂರಿನ ಯುವರಾಜ ಕಾಲೇಜನ್ನು ಸೇರಿದರು. ಅಲ್ಲಿ ಅವರು ಕನ್ನಡದ ಪ್ರಾಧ್ಯಾಪಕರಾದ ಎನ್. ಅನಂತರಂಗಾಚಾರ್ ಮತ್ತು ಉ.ಕ. ಸುಬ್ಬರಾಯಾಚಾರ್ ಅವರ ಪ್ರಭಾವಕ್ಕೆ ಒಳಗಾದರು. ಹಾಗಾಗಿ ಕನ್ನಡ ಬಿ.ಎ. (ಆನರ್ಸ್) ಪದವಿಶಿಕ್ಷಣಕ್ಕಾಗಿ ಅವರು 1950 ರಲ್ಲಿ ಮಹಾರಾಜ ಕಾಲೇಜಿಗೆ ಸೇರಿಕೊಂಡರು. ಅವರ ಅಧ್ಯಾಪಕ ವರ್ಗದಲ್ಲಿದ್ದ ಪ್ರಖ್ಯಾತ ಕವಿ ಕೆ.ವಿ. ಪುಟ್ಟಪ್ಪ (ಕುವೆಂಪು) ಪಂಪಭಾರತ ಮತ್ತು ಸಾಹಿತ್ಯ ವಿಮರ್ಶೆಗಳನ್ನು ಬೋಧಿಸುತ್ತಿದ್ದರು; ಡಿ.ಎಲ್, ನರಸಿಂಹಾಚಾರ್ಯ (ಸಾಹಿತ್ಯ ಚರಿತ್ರೆ), ಎಸ್. ಶ್ರೀಕಂಠಶಾಸ್ತ್ರೀ (ಕರ್ನಾಟಕದ ಸಾಂಸ್ಕೃತಿಕ ಇತಿಹಾಸ), ಕ.ವೆಂ. ರಾಘವಾಚಾರ್ (ಕನ್ನಡದ

ಒಂದು ಶ್ರೇಷ್ಠ ಕೃತಿಯಾದ ಬಸವರಾಜದೇವರ ರಗಳೆ), ಎನ್. ಅನಂತರಂಗಾಚಾರ್ (ಕನ್ನಡದ ವ್ಯಾಕರಣ ಗ್ರಂಥವಾದ ಶಬ್ದಮಣಿದರ್ಪಣ), ತ.ಸು. ಶಾಮರಾವ್ (ಬಸವಣ್ಣನವರ ವಚನಗಳು) ಹಾಗೂ ಎಸ್.ವಿ. ಪರಮೇಶ್ವರ ಭಟ್ಟ (ಭರತೇಶವೈಭವ) – ಇಂಥ ಪ್ರಸಿದ್ಧ ವಿದ್ವಾಂಸರಿದ್ದರು. ಹಾಗಾಗಿ ಮುಂದೆ ಟಿ.ವಿ.ವಿ. ಅವರು ಮೈಸೂರು ವಿಶ್ವವಿದ್ಯಾನಿಲಯದ ಗ್ರಂಥಭಂಡಾರ ಮತ್ತು ಪ್ರಾಚ್ಯವಿದ್ಯಾ ಸಂಶೋಧನ ಸಂಸ್ಥೆ (ಓ.ಆರ್.ಐ.) ಎರಡೂ ಕಡೆಗಳಲ್ಲಿ ಲಭ್ಯವಿದ್ದ ಪ್ರಾಚೀನ ಪಠ್ಯಗಳನ್ನು ಆಧರಿಸಿ ಅಧ್ಯಯನ ಮಾಡಿ, ಪಂಪ, ರನ್ನ, ಹರಿಹರ, ನೇಮಿಚಂದ್ರ, ರಾಘವಾಂಕ ಮತ್ತು ಕುಮಾರವ್ಯಾಸರ ಬಗ್ಗೆ ಕೆಲಸಮಾಡಿದರು. ಕನ್ನಡದಲ್ಲಿ ಎಂ.ಎ. ಶಿಕ್ಷಣವನ್ನು ಅವರು ಪೂರ್ಣಗೊಳಿಸಿದುದು 1953–54 ರಲ್ಲಿ, ಮೈಸೂರಿನ ಮಹಾರಾಜ ಕಾಲೇಜಿನಲ್ಲಿ.

Figure 103: ಟಿ. ವಿ. ವೆಂಕಟಾಚಲಶಾಸ್ತ್ರೀ, ಎಲ್. ಭಾಷಮ್ ಮತ್ತು ಹಾ. ಮಾ. ನಾಯಕ್

ಕನಕಪುರ ರೂರಲ್ ಕಾಲೇಜಿನಲ್ಲಿ 1955 ರಲ್ಲಿ ಅಧ್ಯಾಪಕರಾಗಿ ಅವರು ತಮ್ಮ ವೃತ್ತಿಜೀವನವನ್ನು ಪ್ರಾರಂಭಿಸಿದರು. ಹೈದರಾಬಾದಿನ ಉಸ್ಮಾನಿಯಾ ವಿಶ್ವವಿದ್ಯಾನಿಲಯಕ್ಕೆ ಹೋಗುವ ಮೊದಲು 1957 ರಿಂದ 1959 ರವರೆಗೆ ಅವರು ಬೆಂಗಳೂರಿನ ಸೇಂಟ್ ಜೋಸೆಫ್ ಕಾಲೇಜಿನಲ್ಲಿ ಬೋಧಕರಾಗಿದ್ದರು. ಅವರು ಹೈದರಾಬಾದಿನಲ್ಲಿ ಇದ್ದ ವರ್ಷಗಳಲ್ಲಿ "ಮಹಾಕಾವ್ಯ ಲಕ್ಷಣ", "ಸೊಫೊಕ್ಲೆಸ್‌ನ ಕನ್ನಡ ಭಾಷಾಂತರಗಳು", "ಟ್ರಾಕಿಯ ಪೆಣ್ಗಳ್", ಮತ್ತು ಏಸ್ಕಿಲಸ್‌ನ "ಬದ್ಧ ಪ್ರಮಿತ್ಯೂಸ್" ಇಂಥ ಗಮನಾರ್ಹ ಗ್ರಂಥಗಳು ಅವರ

ಲೇಖನಿಯಿಂದ ಮೂಡಿಬಂದು ಪ್ರಕಟವಾದವು. ತಮ್ಮ ಮೊದಲ ಶಬ್ದಕೋಶ ಯೋಜನೆಯಾದ "ಶ್ರೀವತ್ಸ ನಿಘಂಟು"ವಿನ ಕಾರ್ಯದಲ್ಲಿ ಶಾಸ್ತ್ರಿಗಳು ತಮ್ಮನ್ನು ತೊಡಗಿಸಿಕೊಂಡದ್ದು ಸಹ ಅಲ್ಲಿಯೆ. ಇದೇ ಅವಧಿಯಲ್ಲಿಯೆ ಅವರು ಡಾಕ್ಟರೇಟ್‌ಗಾಗಿ ಸಂಶೋಧನೆಯ ಕೆಲಸದಲ್ಲಿ ಸಹ ನಿರತರಾದದ್ದು. ತಮ್ಮ ಗುರು ಹಾಗೂ ಮಾರ್ಗದರ್ಶಕರಾದ ಡಿ.ಎಲ್. ನರಸಿಂಹಾಚಾರ್ಯರ ಸಲಹೆ–ಸೂಚನೆಯ ಮೇರೆಗೆ "ಕನ್ನಡ ನೇಮಿನಾಥಪುರಾಣಗಳ–ತುಲನಾತ್ಮಕ ಅಧ್ಯಯನ" ಎಂಬ ವಿಷಯವನ್ನು ಕುರಿತು ಸಂಶೋಧನೆಯನ್ನು ಕೈಗೊಂಡರು.

Figure 104: ಟಿ. ವಿ. ವೆಂಕಟಾಚಲಶಾಸ್ತ್ರೀ ಮತ್ತು ಜಿ. ಎಸ್. ಶಿವರುದ್ರಪ್ಪ

ಮೈಸೂರು ವಿಶ್ವವಿದ್ಯಾನಿಲಯದ ಕನ್ನಡ ಅಧ್ಯಯನ ಸಂಸ್ಥೆಯು 1968 ರಲ್ಲಿ ಬಸವಣ್ಣನವರ ಎಂಟನೆಯ ಶತಮಾನೋತ್ಸವದ ಅಂಗವಾಗಿ ಒಂದು ವಿಚಾರ ಸಂಕಿರಣದ ವ್ಯವಸ್ಥೆ ಮಾಡಿತು. ವಚನ ಸಾಹಿತ್ಯವನ್ನು ಕುರಿತು ಒಂದು ಲೇಖನವನ್ನು ಬರೆದುಕೊಡಬೇಕೆಂದು ವಿಶ್ವವಿದ್ಯಾನಿಲಯವು ಟಿ.ವಿ.ವಿ.ಯವರನ್ನು ಕೋರಿತು. ಅವರು ಅರವತ್ತು ಪುಟಗಳ ಒಂದು ಲೇಖನವನ್ನು ಸಿದ್ಧಪಡಿಸಿದರು; ಅದು ಶಾಸ್ತ್ರಿಗಳ ಗುರುವಾದ ದೇ. ಜವರೇಗೌಡರ ಗಮನವನ್ನು ಸೆಳೆಯಿತು; ಅವರು ತಮ್ಮ ಸಂತೋಷ– ಅಭಿಪ್ರಾಯವನ್ನು ಡಾ. ಹಾ. ಮಾ. ನಾಯಕರೊಡನೆ ಹಂಚಿಕೊಂಡರು. ಸಹಜವಾಗಿ ಮತ್ತು ಯುಕ್ತವಾಗಿಯೆ ಪ್ರಭಾವಿತರಾದ ಆ ಇಬ್ಬರೂ ಸಾಹಿತಿಗಳು ಮೈಸೂರು

ವಿಶ್ವವಿದ್ಯಾನಿಲಯದ ಕನ್ನಡ ವಿಭಾಗದಲ್ಲಿ ಟಿ.ವಿ.ವಿ.ಯವರನ್ನು ಮನವೊಲಿಸಿ ಪ್ರತಿಷ್ಠಾಪಿಸುವಲ್ಲಿ ಕೊನೆಗೂ ಸಫಲರಾದರು.

Figure 105: ಟಿ. ವಿ. ವೆಂಕಟಾಚಲಶಾಸ್ತ್ರೀ ಮತ್ತು ಎಸ್. ಶ್ರೀಕಂಠ ಶಾಸ್ತ್ರೀ

ಟಿ.ವಿ.ವಿ.ಯವರು 1968 ರಲ್ಲಿ ಹೈದರಾಬಾದಿನ ಉಸ್ಮಾನಿಯಾ ವಿಶ್ವವಿದ್ಯಾನಿಲಯದಿಂದ ಮೈಸೂರು ವಿಶ್ವವಿದ್ಯಾನಿಲಯಕ್ಕೆ ಬಂದು ಕನ್ನಡ ವಿಭಾಗದಲ್ಲಿ ಅಧ್ಯಾಪಕ ಹುದ್ದೆಯನ್ನು ವಹಿಸಿಕೊಳ್ಳಲು ಸಾಧ್ಯವಾದದ್ದು ಹೀಗೆ. ಇಲ್ಲಿ ಪ್ರೊ. ಡಿ.ಎಲ್. ನರಸಿಂಹಾಚಾರ್ಯ ಹಾಗೂ ಡಾ. ಹಾ.ಮಾ. ನಾಯಕ ಅವರ ಮಾರ್ಗದರ್ಶನದಲ್ಲಿ ಕನ್ನಡ ನೇಮಿನಾಥಪುರಾಣಗಳ ಅಧ್ಯಯನವನ್ನು ಪೂರ್ಣಗೊಳಿಸಿ 1972ರಲ್ಲಿ ಪಿಎಚ್.ಡಿ ಪದವಿಯನ್ನು ಪಡೆದುಕೊಂಡರು. ಮುಂದೆ ಅವರು ಮೈಸೂರು ವಿಶ್ವವಿದ್ಯಾನಿಲಯದಲ್ಲಿ ರೀಡರ್ ಮತ್ತು ಪ್ರೊಫಸರ್ ಆಗಿ ಮುಂದುವರಿದು 1994 ರಲ್ಲಿ ನಿವೃತ್ತಿ ಹೊಂದಿದರು. ಅವರ ಇನ್ನಷ್ಟು ಜವಾಬ್ದಾರಿ ಹುದ್ದೆಗಳಲ್ಲಿ ಕನ್ನಡ ಅಧ್ಯಯನ ಸಂಸ್ಥೆಯ ನಿರ್ದೇಶಕ (1991–93), ಕಲಾನಿಕಾಯದ ಡೀನ್ (1992–93) ಸೇರಿವೆ. ಶಾಸ್ತ್ರಿಗಳು ತಮ್ಮ ನಿವೃತ್ತಿಯ ನಂತರ 1997 ರಲ್ಲಿ ಹಂಪಿಯ ಕನ್ನಡ ವಿಶ್ವವಿದ್ಯಾನಿಲಯದ ಸಂದರ್ಶಕ ಪ್ರಾಧ್ಯಾಪಕರಾಗಿ ಸಹ ಸೇವೆ ಸಲ್ಲಿಸಿದರು. ಮೈಸೂರು ವಿಶ್ವವಿದ್ಯಾನಿಲಯದ ಕನ್ನಡ ಅಧ್ಯಯನ ಸಂಸ್ಥೆಯ ಪ್ರಮುಖ ಪ್ರಕಟಣೆಗಳಾದ ಕನ್ನಡ ಸಾಹಿತ್ಯ ಚರಿತ್ರೆ, ಕನ್ನಡ ಛಂದಸ್ಸಿನ ಚರಿತ್ರೆ, ಕನ್ನಡ

ವಿಷಯ ವಿಶ್ವಕೋಶ ಹಾಗೂ ಎಪಿಗ್ರಾಫಿಯ ಕರ್ನಾಟಿಕಗಳಂಥ ಗ್ರಂಥ ಸಮೂಹವು ಡಾ. ಟಿ.ವಿ. ವೆಂಕಟಾಚಲ ಶಾಸ್ತ್ರೀ ಅವರ ಅಪಾರ ಪಾಂಡಿತ್ಯ, ಸಂಕಲ್ಪಶಕ್ತಿ, ಅಚಲ ಶ್ರದ್ಧೆ, ಸತತ ಪರಿಶ್ರಮ ಮತ್ತು ದೃಢವಾದ ಆಡಳಿತಾತ್ಮಕ ವಿವೇಚನಾಶಕ್ತಿಗೆ ಬಹಳವಾಗಿ ಋಣಿಯಾಗಿದೆ.

ಶ್ರೀಮತಿ ವೆಂಕಟಲಕ್ಷ್ಮಿಯವರು ಟಿ.ವಿ.ವಿ.ಯವರ ಧರ್ಮಪತ್ನಿ

ಶಾಸ್ತ್ರಿಗಳ ಬರಹಗಳು ನಾಲ್ಕು ದಶಕಗಳಿಗೂ ಹೆಚ್ಚು ಕಾಲದ ಅವಧಿಯನ್ನು ವ್ಯಾಪಿಸಿದ್ದು ಅವುಗಳ ಸಂಖ್ಯೆ ಶತಕವನ್ನೂ ಮೀರಿದೆ. ವ್ಯಾಕರಣವನ್ನು ಕುರಿತ ಅವರ 7 ಕೃತಿಗಳು, ಛಂದಸ್ಸಿನ ಬಗೆಗಿನ 6, ಸೌಂದರ್ಯಮೀಮಾಂಸೆಯನ್ನು ಕುರಿತ 2, ವಿವಿಧ ವಿಷಯಗಳನ್ನು ಕುರಿತ 6 ಬೇರೆ ಬೇರೆ ನಿಘಂಟುಗಳು, ಸಾಹಿತ್ಯ ವಿಮರ್ಶೆ ಮತ್ತು ಸಂಶೋಧನೆ ಬಗೆಗೆ ಇರುವ 24 ಗ್ರಂಥಗಳು, 11 ಜೀವನಚರಿತ್ರೆಗಳು, 22 ಸಂಪಾದಿತ ಸಂಪುಟಗಳು ಮತ್ತು ಗದ್ಯ ಕೃತಿಗಳು, 4 ಭಾಷಾಂತರಗಳು ಹಾಗೂ 4 ಜೀವನಚರಿತ್ರೆಗಳನ್ನು ಅವರು ಬರೆದಿದ್ದಾರೆ. ವಾಸ್ತವವಾಗಿ, ದೇವಚಂದ್ರನ "ರಾಜಾವಳೀ ಕಥೆ" ಮತ್ತು ಕೆಂಪುನಾರಾಯಣನ "ಮುದ್ರಾಮಂಜೂಷ"ದ ಬಗ್ಗೆ ವಿಸ್ತಾರವಾದ ಚರ್ಚೆಯನ್ನು ಆರಂಭಿಸಿದವರಲ್ಲಿ ಶಾಸ್ತ್ರಿಗಳೇ ಮೊದಲಿಗರಾಗಿದ್ದಾರೆ.

ಪ್ರಾಚೀನ ಕನ್ನಡ ಕಾವ್ಯಗಳನ್ನು ಕುರಿತಂತೆ ತಮ್ಮ ಪ್ರಶ್ನೆಗಳಿಗೆ ಉತ್ತರಿಸಬಲ್ಲ ಮತ್ತು ಸಂದೇಹಗಳನ್ನು ಪರಿಹರಿಸಬಲ್ಲ ನಿಜವಾದ ವಿದ್ವಾಂಸರನ್ನು ಹುಡುಕಿಬರುವ ಹಾಗೂ ಸಂಶೋಧನ ಸಂಬಂಧಿತ ಕೆಲಸಗಳಿಗೆ ಬರುವಂಥ ವಿದೇಶೀ ಸಂಶೋಧಕರಿಗೆ ಶಾಸ್ತ್ರಿಗಳು ಕೇಂದ್ರಬಿಂದುವಾಗಿದ್ದಾರೆ. ಅಂಥವರಲ್ಲಿ ಗಮನಾರ್ಹರಾದವರೆಂದರೆ ಪ್ರೊ. ಲೌರಿ ಹಾಂಕೆ (ಫಿನ್ಲೆಂಡ್), ಪ್ರೊ. ಶೋಮನ್ (ಕೆನಡ), ಪ್ರೊ. ಕಾರಿ ಜೊಹಾನ್‌ಸೆನ್ (ಅಮೆರಿಕ), ಪ್ರೊ. ಶೇಫನ್ ಅನಾಕೆರ್ (ಸ್ವಿಟ್ಜರ್ಲೆಂಡ್) ಹಾಗೂ ಭಾರತಶಾಸ್ತ್ರಜ್ಞರಾದ ಪ್ರೊ. ಶೆಲ್ಡನ್ ಪೊಲಾಕ್ (ಅಮೆರಿಕ).

ಕನ್ನಡ ನಿಘಂಟುಶಾಸ್ತ್ರಕ್ಕೆ ಶಾಸ್ತ್ರಿಗಳ ಕೊಡುಗೆ ವ್ಯಾಪಕವಾದುದು; ಅವರ ವಿದ್ವತ್ತಿಗಾಗಿ ಅವರಿಗೆ ಅಪಾರ ಪ್ರಶಂಸೆಗಳು ಮತ್ತು ಪ್ರಶಸ್ತಿ–ಪುರಸ್ಕಾರಗಳು ಲಭ್ಯವಾಗಿವೆ. ಪ್ರತಿಷ್ಠಿತ ಕರ್ನಾಟಕ ಸಾಹಿತ್ಯ ಅಕಾಡೆಮಿಯು ಅವರಿಗೆ 1997 ರಲ್ಲಿ ಪ್ರಶಸ್ತಿ (ಗೌರವ) ನೀಡಿದೆ. ಅವರು 2002 ರಲ್ಲಿ ನಡೆದ ಧರ್ಮಸ್ಥಳ ಸಾಹಿತ್ಯ ಸಮ್ಮೇಳನದ ಅಧ್ಯಕ್ಷರಾಗಿದ್ದರು.

ಶಾಸ್ತ್ರಿಗಳಿಗೆ ಕೆಲವು ಅಭಿನಂದನ ಗ್ರಂಥಗಳನ್ನು ಅರ್ಪಿಸಲಾಗಿದೆ; ಅವುಗಳಲ್ಲಿ "ಸುಮುಖ" ಮತ್ತು "ಕನ್ನಡ ಮೇರು" ಗಮನಾರ್ಹವಾದುವು. ಅವರಿಗೆ ಸಂದಿರುವ ಕೆಲವು ಪ್ರಶಸ್ತಿ– ಪುರಸ್ಕಾರಗಳೆಂದರೆ ಆರ್ಯಭಟ ಪ್ರಶಸ್ತಿ (2006), ಮಾಸ್ತಿ ಪ್ರಶಸ್ತಿ (2008), ಪಂಪ ಪ್ರಶಸ್ತಿ (2008), ಆಳ್ವಾಸ್ ನುಡಿಸಿರಿ ಗೌರವ (2005) ಹಾಗೂ ಕನ್ನಡ ಸಾಹಿತ್ಯ ಪರಿಷತ್ತಿನ ವಜ್ರ ಮಹೋತ್ಸವ ಪ್ರಶಸ್ತಿ (1977). ಅವರ ಪ್ರೀತಿವಾತ್ಸಲ್ಯಭರಿತ ವರ್ತನೆ ಮತ್ತು ವಿದ್ವತ್ಪೂರ್ಣ ಶ್ರದ್ಧಾನ್ವಿತ ಬೋಧನೆಗಳಿಗಾಗಿ ಅವರ ಶಿಷ್ಯಪರಂಪರೆಯು ಅವರನ್ನು ಕೃತಜ್ಞತೆಯಿಂದ ಸ್ಮರಿಸಿಕೊಳ್ಳುತ್ತದೆ. ಅವರಿಗೆ ಮತ್ತು ಅವರ ಕುಟುಂಬಕ್ಕೆ ಆಯುರಾರೋಗ್ಯವನ್ನು ಹಾರೈಸುತ್ತೇವೆ.

(ಸ್ಟಾರ್ ಆಫ್ ಮೈಸೂರ್, 29–08–2016)

ಶ್ರೀ ಎಸ್. ಆರ್. ರಾಮಸ್ವಾಮಿ

Figure 106: ಎಸ್. ಆರ್. ರಾಮಸ್ವಾಮಿ

ಶ್ರೀ ಸೊಂಡೇಕೊಪ್ಪ ರಾಮಚಂದ್ರಶಾಸ್ತ್ರಿ ರಾಮಸ್ವಾಮಿಯವರು ಒಬ್ಬ ಪ್ರಖ್ಯಾತ ಪತ್ರಕರ್ತ, ಲೇಖಕ, ಪರಿಸರವಾದಿ ಹಾಗೂ ಚಿಂತಕರು; ಸುಮಾರು 50ಕ್ಕೂ ಹೆಚ್ಚು ಕೃತಿಗಳನ್ನು ಮತ್ತು 1000ಕ್ಕೂ ಹೆಚ್ಚು ಲೇಖನಗಳನ್ನು ಬರೆದಿರುವ ಕೀರ್ತಿ ಅವರದು. ಸಾಹಿತ್ಯಿಕ, ಸಾಂಸ್ಕೃತಿಕ ಹಾಗೂ ರಾಷ್ಟ್ರೀಯ ವಿಚಾರಗಳನ್ನು ಅವರ ಲೇಖನಗಳು ಸಾರಭೂತವಾಗಿ ವಿವರಿಸುತ್ತವೆ; ಹಾಗೆಯೇ ಪ್ರಸ್ತುತ ಸನ್ನಿವೇಶಗಳಿಗೆ ಸಂಬಂಧಿಸಿದ ಸಮಕಾಲೀನವಾದ ಅಭಿವೃದ್ಧಿಯನ್ನು ಕುರಿತ ವಿಷಯಗಳನ್ನು ಕುರಿತು ಸಹ ಚರ್ಚಿಸುತ್ತವೆ. ಭಾರತದ ಕರ್ನಾಟಕರಾಜ್ಯದಲ್ಲಿ "ಸ್ವಯಂಪ್ರೇರಿತ ಗ್ರಾಮೀಣಾಭಿವೃದ್ಧಿ ಕಾರ್ಯಕ್ರಮ ಚಾಲನೆಗೆ" ಅವರು ನೀಡಿದ ಅತ್ಯದ್ಭುತ ಬೆಂಬಲವು ಅವರ ಸಾಮಾಜಿಕ ಹೊಣೆಗಾರಿಕೆಯ ಪ್ರಜ್ಞೆಗೆ ಪುರಾವೆಯಾಗಿದೆ. ನಮ್ಮ ದೇಶದಲ್ಲಿ "ಸ್ವದೇಶೀ" ಅಭಿಯಾನವನ್ನು ಮುಂದುವರಿಸುತ್ತಿರುವವರಲ್ಲಿ ರಾಮಸ್ವಾಮಿಯವರು ಮುಂಚೂಣಿಯಲ್ಲಿದ್ದಾರೆ. ಅವರು ಮಾಡಿದ ಪ್ರಮುಖ ಹೋರಾಟಗಳಲ್ಲಿ ಒಂದೆಂದರೆ ಸರಕಾರದ ಅರಣ್ಯ ಇಲಾಖೆಯ ಕು–ಯೋಜಿತ ನೀತಿಗಳಿಂದಾಗಿ ಭೀತಿಗೊಂಡ ಸಮುದಾಯಕ್ಕೆ ಸೇರಿದ ಭೂಪ್ರದೇಶಗಳ ಜನರ ಪಾರಂಪರಿಕ ಹಕ್ಕುಗಳ ಪುನಸ್ಸ್ಥಾಪನೆಗಾಗಿ ಅವರು ನೇತೃತ್ವ ವಹಿಸಿ ನಡೆಸಿದ ಚಳುವಳಿ. ಅಂಥ ಒಂದು ಸುಪ್ರಸಿದ್ಧ ವಾಣಿಜ್ಯಕೂಟದ ವಿರುದ್ಧ ನಡೆದ ದುಷ್ಕರ ಹೋರಾಟವು ಅವರನ್ನು ಸುಪ್ರೀಂ ಕೋರ್ಟಿನವರೆಗೆ ಕೊಂಡೊಯ್ದದ್ದೂ ಇದೆ. ಕಡೆಗೆ ಕರ್ನಾಟಕರಾಜ್ಯದ ಮೂಲಪ್ರದೇಶದಿಂದ ಒಕ್ಕಲೆಬ್ಬಿಸುವುದರ ವಿರುದ್ಧ ಬುಡಕಟ್ಟುಗಳಿಗೆ ಸೇರಿದ ಸಾವಿರಾರು ಜನರನ್ನು ಸಂರಕ್ಷಿಸುವುದರೊಂದಿಗೆ ಈ ಹೋರಾಟ ಅಂತ್ಯಗೊಂಡಿತು. "ಸಮಾಜ

ಪರಿವರ್ತನ ಸಮುದಾಯ" ಎನ್ನುವ ಸ್ವಯಂಸೇವಾ ಸಂಘವೊಂದರ ಸ್ಥಾಪಕರು ಎಸ್.ಆರ್. ರಾಮಸ್ವಾಮಿಯವರು. ಕರ್ನಾಟಕದಲ್ಲಿ ಗ್ರಾಮೀಣ ಮತ್ತು ನಗರ ಸ್ತರದಲ್ಲಿ ಸಾಮಾಜಿಕ ಪರಿವರ್ತನೆ, ಬುಡಕಟ್ಟು ಜನಾಂಗದ ಉದ್ಧಾರ, ನಾಗರಿಕರ ಹಕ್ಕುಗಳ ಅಧಿಕಾರ ಮತ್ತಿತರ ವಿಷಯಗಳ ಬಗ್ಗೆ ಈ ಸಂಸ್ಥೆಯು ಕೆಲಸಮಾಡುತ್ತಿದೆ.

Figure 107: ಎಸ್. ಆರ್. ರಾಮಸ್ವಾಮಿ ಮತ್ತು ರಾಳ್ಳಪಲ್ಲಿ ಅನಂತಕೃಷ್ಣಶರ್ಮ

ಎಸ್. ಆರ್. ರಾಮಸ್ವಾಮಿಯವರು ಸೊಂಡೇಕೊಪ್ಪ ವಂಶಪರಂಪರೆಯ, ಮುಲಕನಾಡು ಬ್ರಾಹ್ಮಣ ಕುಟುಂಬದಿಂದ ಬಂದವರು. ಅವರು ಹುಟ್ಟಿದ್ದು ಬೆಂಗಳೂರಿನಲ್ಲಿ, 1937ರ ಅಕ್ಟೋಬರ್ 29ರಂದು. ಅವರ ತಂದೆ ಶ್ರೀ ಎಸ್. ರಾಮಚಂದ್ರಶಾಸ್ತ್ರಿ ಮತ್ತು ತಾಯಿ ಶ್ರೀಮತಿ ಸರಸ್ವತಮ್ಮ. ಸರಸ್ವತಮ್ಮನವರು ಮುಲಕನಾಡು ಪಂಗಡಕ್ಕೆ ಸೇರಿದ ಪ್ರತಿಷ್ಠಿತ "ಪಾನ್ಯಂ" ವಂಶಶಾಖೆಗೆ ಸೇರಿದವರು. ಎಸ್.ಆರ್. ರಾಮಸ್ವಾಮಿಯವರ ಪೂರ್ವಿಕರಾದ ಯಜ್ಞಪತಿಭಟ್ಟ ಅಥವಾ ಯಜ್ಞಂಭಟ್ಟರು ಪ್ರಭು ಇಮ್ಮಡಿ ಕೆಂಪೇಗೌಡರ ಆಸ್ಥಾನಕವಿಗಳಾಗಿದ್ದರು. ಎಸ್. ಆರ್. ರಾಮಸ್ವಾಮಿಯವರು ಮಹಾ ಆಸ್ಥಾನ ವಿದ್ವಾನ್ ಮೋಟಗಾನಹಳ್ಳಿ ರಾಮಶೇಷ ಶಾಸ್ತ್ರಿ ಮತ್ತು ಆಸ್ಥಾನ ವಿದ್ವಾನ್ ಮೋಟಗಾನಹಳ್ಳಿ ಶಂಕರಶಾಸ್ತ್ರಿಯವರ ಮರಿಮೊಮ್ಮಗ, ಡಾ. ಶ್ರೀಕಂಠಶಾಸ್ತ್ರಿಯವರ ಸೋದರನ ಮಗ, ಆಸ್ಥಾನ ವಿದ್ವಾನ್ ಮೋಟಗಾನಹಳ್ಳಿ ಸುಬ್ರಹ್ಮಣ್ಯಶಾಸ್ತ್ರಿಯವರ ಸೋದರಳಿಯ ಮತ್ತು ಇತ್ತೀಚಿನ ಕಾಲದ ಖ್ಯಾತ ಪತ್ರಕರ್ತ ಎಸ್.ಆರ್. ಕೃಷ್ಣಮೂರ್ತಿಯವರ ತಮ್ಮ. ಎಸ್.ಆರ್. ರಾಮಸ್ವಾಮಿಯವರಿಗೆ ಅವರ ಪ್ರತಿಷ್ಠಿತ ವಂಶದ ಬಹುಶ್ರುತ ಸಂಶೋಧನೆಯ ವಿದ್ವತ್ಪರಂಪರೆ ಹರಿದುಬಂದಿತ್ತು.

Figure 108: ಎಸ್. ಆರ್. ರಾಮಸ್ವಾಮಿ ಮತ್ತು ಡಿ. ವಿ. ಗುಂಡಪ್ಪ

ಬೆಂಗಳೂರಿನ ವಿಲಿಯಂ ಕ್ವಾನ್ ಜಡ್ಜ್ ಪ್ರೆಸ್ಸಿನಲ್ಲಿ ಸ್ವಲ್ಪ ಕಾಲ ಕೆಲಸಮಾಡುವುದರಿಂದ 1950ರ ದಶಕದ ಕೊನೆಯ ವರ್ಷಗಳಲ್ಲಿ ಪತ್ರಿಕಾ ಜಗತ್ತಿಗೆ ಎಸ್. ಆರ್. ರಾಮಸ್ವಾಮಿಯವರ ಪ್ರವೇಶದಾರಂಭ. ಅವರು 1972ರಲ್ಲಿ ಕನ್ನಡದ ಪ್ರಸಿದ್ಧ ಮತ್ತು ಜನಪ್ರಿಯ ವಾರಪತ್ರಿಕೆಯಾದ "ಸುಧಾ"ಕ್ಕೆ ಪ್ರಧಾನ ಉಪ ಸಂಪಾದಕರಾಗಿ ಸೇರಿಕೊಂಡರು; ಅವರು 1979ರವರೆಗೂ ಅಲ್ಲಿಯೆ ಮುಂದುವರಿದರು. ಅವರು 1980ರಿಂದ ಇಂದಿನವರೆಗೂ "ಉತ್ಥಾನ" ಮಾಸಪತ್ರಿಕೆಯ ಹಾಗೂ "ರಾಷ್ಟ್ರೋತ್ಥಾನ ಸಾಹಿತ್ಯ"ದ ಗೌರವ ಪ್ರಧಾನ ಸಂಪಾದಕರಾಗಿ ಬೆಂಗಳೂರಿನಲ್ಲಿ ಸೇವೆ ಸಲ್ಲಿಸುತ್ತಿದ್ದಾರೆ. ಕಳೆದ 50 ವರ್ಷಗಳಿಂದಲೂ ಅವರು ತಮ್ಮನ್ನು ಪತ್ರಿಕೋದ್ಯಮ ಜಗತ್ತಿಗೆ, ಲೇಖನ ಮತ್ತು ಸಾಹಿತ್ಯ ರಚನೆಗೆ, ಪರಿಸರ ಸಂಬಂಧಿತ ಮತ್ತು ಸಾಮಾಜಿಕ ಚಳುವಳಿಗಳಿಗೆ ಸಮರ್ಪಿಸಿಕೊಂಡಿದ್ದಾರೆ.

ಎಸ್. ಆರ್. ರಾಮಸ್ವಾಮಿಯವರು 1960ರ ದಶಕದಿಂದ 1990ರ ದಶಕದವರೆಗೆ ಡಿ.ವಿ. ಗುಂಡಪ್ಪ, ವಿ. ಸೀತಾರಾಮಯ್ಯ, ಎ.ಆರ್. ಕೃಷ್ಣಶಾಸ್ತ್ರಿ, ಪಿ. ಕೋದಂಡರಾವ್, ರಾಳ್ಳಪಲ್ಲಿ ಅನಂತಕೃಷ್ಣಶರ್ಮ ಮತ್ತು ಯಾದವರಾವ್ ಜೋಷಿಯವರಂಥ ಅಸಾಮಾನ್ಯ ವಿದ್ವಾಂಸರ ಪ್ರಭಾವ ವಲಯದೊಳಕ್ಕೆ ಸೇರಿಹೋದರು. ಡಿ.ವಿ.ಜಿ.ಯವರ

ಸಾಹಚರ್ಯದಿಂದಾಗಿ ಅವರು ಎರಡು ದಶಕಗಳ ಕಾಲ ಡಿ.ವಿ.ಜಿ.ಯವರ ರಚನೆಗಳನ್ನು ಬರೆದುಕೊಳ್ಳುವ ಮತ್ತು ಟಿಪ್ಪಣಿ ಹಾಕಿಕೊಳ್ಳುವ ಕೆಲಸಮಾಡಿದರು; ತನ್ಮೂಲಕ, ಹೀಗೂ ಹೇಳಬಹುದಾದರೆ, ಡಿ.ವಿ.ಜಿ.ಯವರ "ಕಣ್ಣು" ಮತ್ತು "ಕಿವಿ"ಯಾಗಿದ್ದರು! ಡಿ.ವಿ.ಜಿ.ಯವರ ಮತ್ತು ರಾಮಸ್ವಾಮಿಯವರ ಹಲವು ವರ್ಷಗಳ ನಿಕಟ ಸಂಬಂಧ ಹೇಗಿತ್ತೆಂದರೆ ಡಿ.ವಿ.ಜಿ.ಯವರು ಅದನ್ನು ಸ್ಮರಿಸಿಕೊಂಡು ತಮ್ಮ "ಜ್ಞಾಪಕ ಚಿತ್ರಶಾಲೆ"ಯಲ್ಲಿ ರಾಮಸ್ವಾಮಿಯವರು ಪ್ರಾಯಶಃ ತಮ್ಮ ಹಿಂದಿನ ಜನ್ಮವೊಂದರಲ್ಲಿ ತಾವು ಕಳೆದುಕೊಂಡಿದ್ದ ಒಬ್ಬ ಸೋದರನೋ . . ! ಎನ್ನುವಂತೆ ಅವರಿಗೆ ಶ್ಲಾಘನೆ ಸಲ್ಲಿಸಿದ್ದಾರೆ. ಸಂಸ್ಕೃತದಿಂದ ಹಿಂದಿ, ಜರ್ಮನ್, ಫ್ರೆಂಚ್, ಇಂಗ್ಲಿಷ್, ಕನ್ನಡ ಮತ್ತು ತೆಲುಗು ಹೀಗೆ ಹತ್ತುಹಲವು ಭಾಷೆಗಳಲ್ಲಿ ಪರಿಣತರಾದ ಎಸ್.ಆರ್. ರಾಮಸ್ವಾಮಿಯವರ ಕೃತಿಗಳು ಸಂಸ್ಕೃತಿ, ರಾಷ್ಟ್ರೀಯತೆ ಅಥವಾ ಪ್ರಾದೇಶಿಕತೆಯ ಅಸ್ಮಿತೆಯ ಸೀಮಾರೇಖೆಗಳನ್ನೆಲ್ಲ ಮೀರಿ ನಿಲ್ಲುತ್ತವೆ. ವಾಸ್ತವವಾಗಿ ಅವರ ಅತ್ಯಂತ ಪ್ರಾಚೀನ ಬರಹ "ಪಾಲ್ ವಲೇರಿ: ದಿ ಕ್ವಿಂಟೆಸೆನ್ಷಿಯಲೈಸಡ್ ಇಂಟೆಲೆಕ್ಚುಯಲ್" (1972)ರಲ್ಲಿ ಪಿ.ಇ.ಎನ್.ನಲ್ಲಿ ಪ್ರಕಟವಾಯಿತು); ಇದು ಅವರ ಬೌದ್ಧಿಕ ವ್ಯಾಪ್ತಿಯನ್ನು ತಿಳಿಸಿಕೊಡುತ್ತದೆ:

"ಪಾಲ್ ವಾಲೇರಿ ಬಹುಮುಖಿ ಸಾಹಿತ್ಯಿಕ ಚಟುವಟಿಕೆಗಳಿಂದ ಕೂಡಿದ ಒಬ್ಬ ಪ್ರತಿಭಾವಂತ-ಸಮರ್ಥ ಬರಹಗಾರ; ಪ್ರಸ್ತುತ (20ನೆಯ) ಶತಮಾನದ ಮೊದಲ ಮೂರು ದಶಕಗಳಲ್ಲಿ ಫ್ರೆಂಚ್ ಮಾನಸಿಕತೆಯ ಮೇಲೆ ಅವರ ಪ್ರಭಾವ ವರ್ಧಿಸುತ್ತಲೇ ಹೋಯಿತು; ಹೀಗಿದ್ದರೂ ಅವರ ಅನೇಕ ಮುಖಗಳುಳ್ಳ ಸಾಹಿತ್ಯ ಚಟುವಟಿಕೆಯ ಒಂದು ವಿಸ್ಮಯಾಂಶವೆಂದರೆ ಅವರ ಬದುಕು ಮತ್ತು ಕೃತಿಗಳನ್ನು ಅರ್ಥಮಾಡಿಕೊಳ್ಳುವ ಸುಳಿವು ದೊರೆಯುವುದು 1866ರಷ್ಟು ಹಿಂದೆಯೇ ಪ್ರಕಟವಾದ **"Une Soiree avec. M. Teste"** *(ಎಂ. ಟೆಸ್ಟೆಯವರೊಡನೆ ಒಂದು ಸಂಜೆ) ಎನ್ನುವ ಕೃತಿಯಲ್ಲಿ."*

ಎಸ್. ಆರ್. ರಾಮಸ್ವಾಮಿಯವರು ಭಾರತೀಯ ಶಾಸ್ತ್ರೀಯ ನೃತ್ಯಪ್ರಕಾರವಾದ ಭರತನಾಟ್ಯವಲ್ಲದೆ, ಕರ್ನಾಟಕ ಮತ್ತು ಹಿಂದೂಸ್ತಾನೀ ಶಾಸ್ತ್ರೀಯ ಸಂಗೀತಗಳಲ್ಲಿ ವೈದುಷ್ಯವನ್ನು ಹೊಂದಿದ್ದರು. ಈ ಪರಿಣತಿಯ ಯಶಸ್ಸು ಬಹುಮಟ್ಟಿಗೆ ಪ್ರಸಿದ್ಧ ವಾಗ್ಗೇಯಕಾರ, ಗಾಯಕ ಮತ್ತು ಲೇಖಕರಾದ ರಾಳ್ಳಪಲ್ಲಿ ಅನಂತಕೃಷ್ಣಶರ್ಮ ಹಾಗೂ ಭರತನಾಟ್ಯದ ಸುಪ್ರಸಿದ್ಧ ಗುರು ವಿ. ಎಸ್. ಕೌಶಿಕರೊಡನೆ ರಾಮಸ್ವಾಮಿಯವರು

ಹೊಂದಿದ್ದ ನಿಕಟ ಸ್ನೇಹ-ಸಾಹಚರ್ಯಕ್ಕೆ ಸಲ್ಲುತ್ತದೆ. ರಾಮಸ್ವಾಮಿಯವರ ಖಾಸಗಿ ಸಂಗೀತ ಭಂಡಾರದಲ್ಲಿ ಎಲ್.ಪಿ. ರೆಕಾರ್ಡುಗಳ ದೊಡ್ಡ ಸಂಗ್ರಹವಿದ್ದು, ಅವು ಕರ್ನಾಟಕ ಮತ್ತು ಹಿಂದೂಸ್ತಾನೀ ಸಂಗೀತವನ್ನು ಪ್ರತಿನಿಧಿಸುತ್ತವೆ. ಅವರು ಹೆಸರಾಂತ ಕಲಾ ವಿಮರ್ಶಕರಲ್ಲೊಬ್ಬರು ಕೂಡ.

ರಷ್ಯನ್ ಚಿತ್ರಕಾರರಾದ ಸ್ವೆತೊಸ್ಲಾವ್ ರೋರಿಚ್ ಹಲವು ವರ್ಷಗಳಿಂದ ಜಗತ್ತಿನ ವಿವಿಧ ಖಂಡಗಳಲ್ಲಿ ನಡೆಸಿದ್ದ ಅನೇಕ ಚಿತ್ರಪ್ರದರ್ಶನಗಳನ್ನು ದಾಖಲಿಸಿ ವಿವರಿಸುವ ಎರಡು ಸೊಗಸಾದ ಕೃತಿಸಂಪುಟಗಳನ್ನು ರಚಿಸುವ ಮತ್ತು ಸಂಪಾದಿಸುವ ಕಾರ್ಯಗಳ ಮೂಲಕ ರಾಮಸ್ವಾಮಿಯವರು 1950ರ ದಶಕದಲ್ಲಿ ಮತ್ತು 1960ರ ದಶಕದ ಮೊದಲ ವರ್ಷಗಳಲ್ಲಿ ಅವರಿಗೆ ಸತತವಾಗಿ ಪ್ರೋತ್ಸಾಹ-ಪ್ರಚಾರ ನೀಡಿದರು. ಈ ಎರಡು ಸಂಪುಟಗಳಲ್ಲಿ ಅನೇಕ ಪ್ರಮುಖ ರಾಷ್ಟ್ರನಾಯಕರು ಮತ್ತು ಕಲಾಭಿಮಾನಿಗಳ ಜೊತೆ ಇರುವ ಸ್ವೆತೊಸ್ಲಾವ್ ರೋರಿಚ್ ಅವರ ಅಪರೂಪದ ಛಾಯಾಚಿತ್ರಗಳಿವೆ. ಈ ಸಂಪುಟಗಳು 1974ರಲ್ಲಿ ಬೆಂಗಳೂರಿನ ವಿಲಿಯಂ ಕ್ವಾನ್ ಜಡ್ಜ್ (ಡಬ್ಲ್ಯು. ಕ್ಯು. ಜಡ್ಜ್) ಪ್ರೆಸ್ಸಿನಿಂದ ಪ್ರಕಟಗೊಂಡಿದ್ದು, ಸೀಮಿತ ಆವೃತ್ತಿಯದಾಗಿದೆ; ಇಂದು ಗ್ರಂಥಾಲಯಗಳಲ್ಲಿ ಅವನ್ನು ಕಾಣುವುದು ಅತಿವಿರಳವೆನ್ನಬಹುದು. ಕಲಾವಿಮರ್ಶಕ ವೆಂಕಟರಾಮ್, ಗಾಂಧಿವಾದೀ ಅರ್ಥಶಾಸ್ತ್ರಜ್ಞ ಎಲ್.ಸಿ. ಜೈನ್ ಹಾಗೂ ಶ್ರೀ ಕುಮಾರಪ್ಪನವರಂಥ ದೊಡ್ಡ ವ್ಯಕ್ತಿಗಳೊಡನೆ ಕೂಡ ರಾಮಸ್ವಾಮಿಯವರಿಗೆ ಸಂಪರ್ಕ-ಸಂವಾದ ಸಂಬಂಧವಿತ್ತು.

ಎಸ್. ಆರ್. ರಾಮಸ್ವಾಮಿಯವರು ಬೆಂಗಳೂರಿನ ಪ್ರತಿಷ್ಠಿತ "ಗೋಖಲೆ ಇನ್‌ಸ್ಟಿಟ್ಯೂಟ್ ಆಫ್ ಪಬ್ಲಿಕ್ ಅಫೇರ್ಸ್"ನ (ಜಿ.ಐ.ಪಿ.ಎ.) ಕಾರ್ಯದರ್ಶಿಯಾಗಿ ಕೂಡ ಹೆಚ್ಚುವರಿ ಜವಾಬ್ದಾರಿಯನ್ನು ಹೊತ್ತುಕೊಂಡಿದ್ದಾರೆ. ಅದೊಂದು ಸ್ವತಂತ್ರ, ಪಕ್ಷಾತೀತ ಮತ್ತು ಮತಾತೀತ ಸಂಸ್ಥೆಯಾಗಿದ್ದು ಪ್ರಜಾಪ್ರಭುತ್ವದ ಪೌರನ ಹಕ್ಕು, ಕರ್ತವ್ಯ ಮತ್ತು ಸೌಲಭ್ಯಗಳ ಬಗ್ಗೆ ಸಾರ್ವಜನಿಕರಲ್ಲಿ ಅರಿವು ಮೂಡಿಸುವ ಒಂದು ಕೇಂದ್ರವಾಗಿ ಸೇವೆಸಲ್ಲಿಸುತ್ತಿದೆ. ಹೆಚ್ಚಿನ ಒಳಿತಿಗಾಗಿ ಈ ಸಂಸ್ಥೆಯು (ಜಿ.ಐ.ಪಿ.ಎ.) ದೇಶದಲ್ಲಿನ ಸರ್ಕಾರ ಮತ್ತು ಎಲ್ಲ ಸಾರ್ವಜನಿಕ ಸಂಸ್ಥೆಗಳಿಗೆ ಸಹಕಾರ ನೀಡುತ್ತ ಮತ್ತು ಅವುಗಳಿಂದ ಸಹಕಾರ ಪಡೆಯುತ್ತ ವ್ಯವಹರಿಸುತ್ತಿದೆ. ಡಿ.ವಿ. ಗುಂಡಪ್ಪನವರಿಂದ ಸಂಸ್ಥಾಪಿತವಾದ ಮತ್ತು ಮೊದಮೊದಲ ವರ್ಷಗಳಲ್ಲಿ ಕರ್ನಾಟಕದ ನಿವೃತ್ತ ಮುಖ್ಯ ನ್ಯಾಯಾಧೀಶರಾದ ನಿಟ್ಟೂರು

ಶ್ರೀನಿವಾಸರಾವ್ ಅವರ ಮಾರ್ಗದರ್ಶನ ಹೊಂದಿದ್ದ ಈ ಸಂಸ್ಥೆಯು ಈಗ ಎಸ್. ಆರ್. ರಾಮಸ್ವಾಮಿಯವರ ನೇತೃತ್ವದಲ್ಲಿ ಕಾರ್ಯ ನಿರ್ವಹಿಸುತ್ತಿದೆ. ತಿಂಗಳಿಗೆ ನಾಲ್ಕು ಕಾರ್ಯಕ್ರಮಗಳಂತೆ 12 ತಿಂಗಳೂ ಸತತವಾಗಿ ಕಾರ್ಯಕ್ರಮಗಳನ್ನು ನಡೆಸುವ ಅತಿ ಪ್ರಶಂಸನೀಯವಾದ ಕೆಲಸವನ್ನು ಸಾಧಿಸಿದ ಅವರು, ಒಂದು ವರ್ಷ ಮೊದಲೇ ಅದರ ಕಾರ್ಯಯೋಜನೆಯನ್ನು ಸಿದ್ಧಪಡಿಸಿದ್ದರು! ವಾಸ್ತವವಾಗಿ ಅವರ ಸಂಘಟನಾಶಕ್ತಿ ಮತ್ತು ಆಡಳಿತಾತ್ಮಕ ಕೌಶಲಗಳಿಗೆ ಇದೊಂದು ಪುರಾವೆಯಾಗಿದೆ.

ಎಸ್. ಆರ್. ರಾಮಸ್ವಾಮಿಯವರು ಇಂಗ್ಲಿಷಿನ ಶ್ರೇಷ್ಠ (ಕ್ಲಾಸಿಕ್) ಹಾಗೂ ಜನಪ್ರಿಯ (ಬೆಸ್ಟ್-ಸೆಲ್ಲರ್) ಕೃತಿಗಳ ಉತ್ಸಾಹೀ ಓದುಗ; ಅನೇಕ ಕೃತಿಗಳನ್ನು ಬಂಧು-ಮಿತ್ರರಿಗೆ ಕೊಟ್ಟುಬಿಡುವ ಧಾರಾಳ ಸ್ವಭಾವ ಇದ್ದಿರದಿದ್ದರೆ ಅವರ ಖಾಸಗಿ ಗ್ರಂಥಭಂಡಾರದಲ್ಲಿ ಸುಮಾರು 50,000 ಗ್ರಂಥಗಳಿರುತ್ತಿದ್ದವು. ಅನೇಕ ವರ್ಷಗಳ ಕಾಲ ಪ್ರಧಾನ ಉಪ ಸಂಪಾದಕರಾಗಿ ಕೆಲಸಮಾಡಿದ "ಸುಧಾ" ಕನ್ನಡ ವಾರಪತ್ರಿಕೆಯ ಕಾರ್ಯಾಲಯದಲ್ಲಿ ಅವರ ವಿನೋದಸ್ವಭಾವವನ್ನು ಈಗಲೂ ನೆನಪಿಸಿಕೊಂಡು ಸಂತೋಷಪಡುವುದುಂಟು. ಇಂಡಿಯಾ ಕಾಫಿ ಹೌಸ್‌ನಲ್ಲಿ ರಾಮಸ್ವಾಮಿಯವರು ಪ್ರತಿದಿನವೂ ತಪ್ಪದೆ ತಮ್ಮ ಸಹೋದ್ಯೋಗಿಗಳಿಗೆ ಒಂದೋ ಎರಡೋ ಜೋಕುಗಳನ್ನು ಹೇಳಿ ಸಂತೋಷಪಡಿಸುತ್ತಿದ್ದರೆಂದು ಹೇಳಲಾಗಿದೆ. ಲೊಕಾಭಿರಾಮವಾಗಿರುವ ಕ್ಷಣಗಳಲ್ಲಿ ಅವರು ಇಂದಿಗೂ ತಮ್ಮ ಅಪಾರ ಸಂಗ್ರಹದಿಂದ ಜೋಕುಗಳನ್ನು ಮತ್ತು ವಿನೋದ ಕಥೆಗಳ ಅತ್ಯುತ್ತಮ ನಿರೂಪಕರಾಗಿದ್ದಾರೆ.

"ಸರಳ ಜೀವನ, ಉನ್ನತ ಚಿಂತನೆ" ಎನ್ನುವ ಆದರ್ಶವೆ ಚಾಲಕಶಕ್ತಿಯಾಗಿರುವ ಎಸ್. ಆರ್. ರಾಮಸ್ವಾಮಿಯವರು ಬಹುಮಟ್ಟಿಗೆ ಒಬ್ಬ ಸ್ವಯಂ-ರೂಪಿತ ವ್ಯಕ್ತಿ. ವಿಶ್ವವಿದ್ಯಾನಿಲಯದ ಶಿಕ್ಷಣವಿಲ್ಲ, ಆದರೆ ಅವರು ಕೇವಲ ಪರಿಶ್ರಮ, ಸಮರ್ಪಣಾ ಭಾವ ಮತ್ತು ದೃಢ ಸಂಕಲ್ಪಗಳಿಂದಾಗಿ ಜ್ಞಾನಭಂಡಾರ ಶೇಖರರಾಗಿದ್ದಾರೆ. ಕಲಾವಿಚಾರಗಳಲ್ಲಿ ಅವರ ವೈದುಷ್ಯ ಮತ್ತು ಅವರ ಬರಹಗಳಲ್ಲಿ ಗೋಚರಿಸುವ ಕುಶಾಗ್ರಮತಿ ಅವರ ಹುಟ್ಟುಪ್ರತಿಭೆಗೆ ಪುರಾವೆಯಾಗಿವೆ. ತತ್ತ್ವಸಿದ್ಧಾಂತ ಮತ್ತು ಉನ್ನತ ಆದರ್ಶಗಳಿಗೆ ಛಲದಿಂದ ಅಂಟಿಕೊಂಡಿರುವ ಎಸ್.ಆರ್. ರಾಮಸ್ವಾಮಿಯವರು ಅಸಂಖ್ಯಾತ ಸಂದರ್ಭಗಳಲ್ಲಿ ವಿದೇಶಗಳಿಗೆ ಭೇಟಿಕೊಡಬೇಕೆಂಬ ಆಹ್ವಾನಗಳನ್ನು ನಿರಾಕರಿಸಿದ್ದಾರೆ.

ಜಾಗತಿಕ ಪರಿಸರ ಸಮ್ಮೇಳನಕ್ಕೆ 1990ರಲ್ಲಿ (ಬ್ರೆಜಿಲ್ನ ರಿಯೋದಲ್ಲಿ) ವಿಶ್ವಸಂಸ್ಥೆ ನೀಡಿದ ಆಹ್ವಾನವನ್ನೂ ಅವರು ನಿರಾಕರಿಸಿದರು. ಅವರು ಈ ದೇಶವನ್ನು ಬಿಟ್ಟು ಹೊರಡುವುದನ್ನು ಇಷ್ಟಪಡುತ್ತಿರಲಿಲ್ಲ.

ಅನೇಕ ಸ್ಮರಣೀಯ ಕೃತಿಗಳನ್ನು ಅವರು ಬರೆದಿದ್ದಾರೆ; ಅವುಗಳಲ್ಲಿ "ಕೋಲ್ಮಿಂಚು" ಸುಭಾಸ್ ಚಂದ್ರ ಬೋಸ್ ಅವರ ಜೀವನಚರಿತ್ರೆ, "ಡಾ. ಬಿ.ಆರ್. ಅಂಬೇಡ್ಕರ್" ಅವರ ಜೀವನಚರಿತ್ರೆ ಹಾಗೂ "ಇನ್ ದಿ ವುಡ್ಸ್ ಆಫ್ ಗ್ಲೋಬಲೈಜೇಷನ್"ಗಳಂಥವು ಸೇರಿವೆ. ಇಂಗ್ಲಿಷ್, ಮರಾಠಿ, ಬಂಗಾಳಿ ಮತ್ತು ತೆಲುಗು ಭಾಷೆಗಳ ಹಲವಾರು ಕೃತಿಗಳನ್ನು ಅವರು ಕನ್ನಡಕ್ಕೆ ಅನುವಾದಿಸಿದ್ದಾರೆ. ಅವರು ಬರೆದಿರುವ "ಡಾ. ಬಿ.ಆರ್. ಅಂಬೇಡ್ಕರ್" ಜೀವನಚರಿತ್ರೆಯು ಅನೇಕ ಭಾರತೀಯ ಭಾಷೆಗಳಿಗೆ ಭಾಷಾಂತರಗೊಂಡಿದೆ. 1989ರಲ್ಲಿ ಪ್ರಕಟವಾದ ದೇಶದ ಆರ್ಥಿಕ, ಸಾಮಾಜಿಕ ಮತ್ತು ಚಿಂತನ ಮಾರ್ಗವನ್ನು ಕುರಿತು ಅವರು ಬರೆದಿರುವ "ಶತಮಾನದ ತಿರುವಿನಲ್ಲಿ ಭಾರತ" ಎಂಬ ಗ್ರಂಥಕ್ಕೆ ಪ್ರತಿಷ್ಠಿತ ಕನ್ನಡ ಸಾಹಿತ್ಯ ಅಕಾಡೆಮಿಯ ಬಹುಮಾನ ಬಂದಿದೆ. "ದಿ ಲೈಫ್ ಆಫ್ ಸೋಲಿಗ ಟ್ರೈಬಲ್ಸ್" (1983) ಮತ್ತು "ಸ್ಟೇಟ್ ಆಫ್ ಲ್ಯಾಂಡ್ ರಿಫಾರ್ಮ್ಸ್ (1984) ಎಂಬ ತಮ್ಮ ಲೇಖನಗಳಿಗಾಗಿ ರಾಮಸ್ವಾಮಿಯವರು ಎರಡು ಬಾರಿ ಕೆನರಾ ಬ್ಯಾಂಕ್ ಬಹುಮಾನವನ್ನು ಪಡೆದುಕೊಂಡಿದ್ದಾರೆ. ಅವರಿಗೆ 2006ರಲ್ಲಿ ಪತ್ರಿಕೋದ್ಯಮಕ್ಕಾಗಿ "ಆರ್ಯಭಟ ಪ್ರಶಸ್ತಿ" ಲಭ್ಯವಾಗಿದೆ. ಅವರು 2008ರಲ್ಲಿ ಸಾಹಿತ್ಯ ಕ್ಷೇತ್ರದಲ್ಲಿ ತಮ್ಮ ಕೊಡುಗೆಗಾಗಿ ಕರ್ನಾಟಕ ರಾಜ್ಯೋತ್ಸವ ಪ್ರಶಸ್ತಿಯನ್ನು ಸ್ವೀಕರಿಸಿದರು. ಹಾಗೆಯೇ 2009ರಲ್ಲಿ ಅವರಿಗೆ "ಮಿಥಿಕ್ ಸೊಸೈಟಿ ಸೆಂಟಿನರಿ ಅವಾರ್ಡ್ ಫಾರ್ ಸ್ಕಲ್ಯಾಸ್ಟಿಕ್ ಅಚೀವ್ಮೆಂಟ್ಸ್" ಎಂಬ ಪ್ರಶಸ್ತಿಯನ್ನು ಪ್ರದಾನ ಮಾಡಲಾಯಿತು.

ಎಸ್. ಆರ್. ರಾಮಸ್ವಾಮಿಯವರು ಐದು ದಶಕಗಳ ಕಾಲ ಪತ್ರಿಕೋದ್ಯಮಕ್ಕೆ ಸಲ್ಲಿಸಿದ ಸೇವೆಯನ್ನು ಗುರುತಿಸಿ ಕರ್ನಾಟಕ ಮಾಧ್ಯಮ ಆಕಾಡೆಮಿಯು ಅವರನ್ನು 2011ರಲ್ಲಿ "ವರ್ಷದ ವ್ಯಕ್ತಿ"ಯನ್ನಾಗಿ ಗೌರವಿಸಿತು. ಅದೇ ವರ್ಷ ಕರ್ನಾಟಕ ರಾಜ್ಯ ಮುಕ್ತ ವಿಶ್ವವಿದ್ಯಾನಿಲಯವು ಸಾಹಿತ್ಯ ಮತ್ತು ಪತ್ರಿಕೋದ್ಯಮ ಕ್ಷೇತ್ರಗಳಿಗೆ ಅವರ ಜೀವಮಾನದ ಕೊಡುಗೆಯನ್ನು ಮಾನ್ಯಮಾಡಿ ಗೌರವ ಡಾಕ್ಟರೇಟನ್ನು (ಡಿ.ಲಿಟ್) ಪ್ರದಾನ ಮಾಡಿತು.

ಗ್ರಂಥಗಳ ಪಟ್ಟಿ

Figure 109: ದೀವಟಿಗೆಗಳು

- ❖ ರಾಮಸ್ವಾಮಿ, ಎಸ್. ಆರ್. (1972) – ಮಹಾಭಾರತ ಬೆಳವಣಿಗೆ
- ❖ ರಾಮಸ್ವಾಮಿ, ಎಸ್. ಆರ್. (1974) – ಸ್ವೆತೊಸ್ಲವ್ ರೋರಿಚ್ (ಸಂ)
- ❖ ರಾಮಸ್ವಾಮಿ, ಎಸ್. ಆರ್. (1976) – ಡಿ.ವಿ.ಜಿ.– ಎ ಬಯಾಗ್ರಫಿ
- ❖ ರಾಮಸ್ವಾಮಿ, ಎಸ್. ಆರ್. (1979) – ಉದಯ ಶಂಕರ್– ಎ ಬಯಾಗ್ರಫಿ
- ❖ ರಾಮಸ್ವಾಮಿ, ಎಸ್. ಆರ್. (1980) – ಶ್ರೀಪಾದ್ ದಾಮೋದರ್ ಸಾತ್ವಳೇಕರ್– ಎ ಬಯಾಗ್ರಫಿ
- ❖ ರಾಮಸ್ವಾಮಿ, ಎಸ್. ಆರ್. (1985) – ಅರವಿಂದ–ಪಂಡಿತ ಶೇಷಾದ್ರಿಗವಾಯಿ ಅಭಿನಂದನ ಗ್ರಂಥ (ಸಂ)
- ❖ ರಾಮಸ್ವಾಮಿ, ಎಸ್. ಆರ್. (1989) – ಶತಮಾನದ ತಿರುವಿನಲ್ಲಿ ಭಾರತ
- ❖ ರಾಮಸ್ವಾಮಿ, ಎಸ್. ಆರ್. (1990) – ಸಮಾಜ ಚಿಕಿತ್ಸಕ ಅಂಬೇಡ್ಕರ್
- ❖ ರಾಮಸ್ವಾಮಿ, ಎಸ್. ಆರ್. (1992) – ಭಾರತದಲ್ಲಿ ಸಮಾಜಕಾರ್ಯ (ಸಂ)
- ❖ ರಾಮಸ್ವಾಮಿ, ಎಸ್. ಆರ್. (1994) – ಸ್ವದೇಶೀ ಜಾಗೃತಿ
- ❖ ರಾಮಸ್ವಾಮಿ, ಎಸ್. ಆರ್. (1994) – ಆರ್ಥಿಕತೆಯ ಎರಡು ಧ್ರುವ
- ❖ ರಾಮಸ್ವಾಮಿ, ಎಸ್. ಆರ್. (1994) – ಸ್ವದೇಶಿ: ಒಂದು ಸಂವಾದ
- ❖ ರಾಮಸ್ವಾಮಿ, ಎಸ್. ಆರ್. (1995) – ಇನ್ ದಿ ವುಡ್ಸ್ ಆಫ್ ಗ್ಲೋಬಲೈಜೇಷನ್
- ❖ ರಾಮಸ್ವಾಮಿ, ಎಸ್. ಆರ್. (1996) – ಕೋಲ್ಮಿಂಚು
- ❖ ರಾಮಸ್ವಾಮಿ, ಎಸ್. ಆರ್. (1997) – ಸ್ವಾತಂತ್ರ್ಯೋದಯದ ಮೈಲಿಗಲ್ಲು

❖ ರಾಮಸ್ವಾಮಿ, ಎಸ್. ಆರ್. (1998) – ದೀವಟಿಗೆಗಳು

❖ ರಾಮಸ್ವಾಮಿ, ಎಸ್. ಆರ್. (1999) – ಮತಾಂತರ: ಒಂದು ಸಂವಾದ– ಚಂದ್ರಶೇಖರ ಭಂಡಾರಿಯವರೊಂದಿಗೆ ಸಹ–ಲೇಖಕರಾಗಿ

❖ ರಾಮಸ್ವಾಮಿ, ಎಸ್. ಆರ್. (1999) – ಕಾರ್ಗಿಲ್ ಕಂಪನ

❖ ರಾಮಸ್ವಾಮಿ, ಎಸ್. ಆರ್. (2000) – ಸರ್ ಮೋಕ್ಷಗುಂಡಂ ವಿಶ್ವೇಶ್ವರಯ– ಎ ಬಯಾಗ್ರಫಿ

❖ ರಾಮಸ್ವಾಮಿ, ಎಸ್. ಆರ್. (2000) – ಸರ್ದಾರ್ ವಲ್ಲಭಾಯಿ ಪಟೇಲ್– ಎ ಬಯಾಗ್ರಫಿ

Figure 110: "ನಾಗರಿಕತೆಗಳ ಸಂಘರ್ಷ"

❖ ರಾಮಸ್ವಾಮಿ, ಎಸ್. ಆರ್. (2000) – ಜಯಪ್ರಕಾಶ್ ನಾರಾಯಣ್ – ಎ ಬಯಾಗ್ರಫಿ

❖ ರಾಮಸ್ವಾಮಿ, ಎಸ್. ಆರ್. (2001) – ಮಾಗಡಿ ಲಕ್ಷ್ಮೀನರಸಿಂಹಶಾಸ್ತ್ರೀ – ಎ ಬಯಾಗ್ರಫಿ

❖ ರಾಮಸ್ವಾಮಿ, ಎಸ್. ಆರ್. (2010) – ಕೆಲವು ಇತಿಹಾಸ ಪರ್ವಗಳು

❖ ರಾಮಸ್ವಾಮಿ, ಎಸ್. ಆರ್. (2009) –ನಾಗರಿಕತೆಗಳ ಸಂಘರ್ಷ

❖ ರಾಮಸ್ವಾಮಿ, ಎಸ್. ಆರ್. (2009) – ಸಾಹಿತಿ ಸಮರಾಂಗಣ ಸಾರ್ವಭೌಮ ಕೃಷ್ಣದೇವರಾಯ

❖ ರಾಮಸ್ವಾಮಿ, ಎಸ್. ಆರ್. (2009) – ಕೌಟಿಲ್ಯನ ಅರ್ಥಶಾಸ್ತ್ರ

❖ ರಾಮಸ್ವಾಮಿ, ಎಸ್. ಆರ್. (2010) – ಸೂಕ್ತಿ ಸಪ್ತತಿ

❖ ರಾಮಸ್ವಾಮಿ, ಎಸ್. ಆರ್. (2011) – ದೀಪ್ತಿಮಂತರು

❖ ರಾಮಸ್ವಾಮಿ, ಎಸ್. ಆರ್. (2011) – ಧ್ರುವಜಲ

❖ ರಾಮಸ್ವಾಮಿ, ಎಸ್. ಆರ್. (2011) – ಭಾರತ ಭಾಸ್ಕರ ರಬೀಂದ್ರನಾಥ ಟಾಗೋರ್

❖ ರಾಮಸ್ವಾಮಿ, ಎಸ್. ಆರ್. (2012) – ಯಜುರ್ವೇದ ಬೆಳಕಿನಲ್ಲಿ ಜೀವನ ಪರಿಪೂರ್ಣತೆ

❖ ರಾಮಸ್ವಾಮಿ, ಎಸ್. ಆರ್. (2013) – ನವೋತ್ಥಾನದ ಪಥದರ್ಶಕ ಸ್ವಾಮಿ ವಿವೇಕಾನಂದ

❖ ರಾಮಸ್ವಾಮಿ, ಎಸ್. ಆರ್. (2014) – ಕವಳಿಗೆ

❖ ರಾಮಸ್ವಾಮಿ, ಎಸ್. ಆರ್. (2019) – ದಿ ಎವಲ್ಯೂಷನ್ ಆಫ್ ದಿ ಮಹಾಭಾರತ ಅಂಡ್ ಅದರ್ ರೈಟಿಂಗ್ಸ್ ಆನ್ ದಿ ಎಪಿಕ್

❖ ರಾಮಸ್ವಾಮಿ, ಎಸ್. ಆರ್. (2019) – ಅಗ್ನಿಪಥಿಕೆ ನಿವೇದಿತಾ

❖ ರಾಮಸ್ವಾಮಿ, ಎಸ್. ಆರ್. (1972) – ದಿ ಎವಲ್ಯೂಷನ್ ಆಫ್ ದಿ ಮಹಾಭಾರತ ಅಂಡ್ ಅದರ್ ರೈಟಿಂಗ್ಸ್ ಆನ್ ದಿ ಎಪಿಕ್

ಅನುವಾದ ಕೃತಿಗಳ ಪಟ್ಟಿ

❖ *ರಾಮಸ್ವಾಮಿ, ಎಸ್. ಆರ್. (1975) – ಪತ್ರಗುಚ್ಛ–ನೆಹರು: ಎ ಬಂಚ್ ಆಫ್ ಓಲ್ಡ್ ಲೆಟರ್ಸ್ (ಕೆ.ಎಸ್. ನರಸಿಂಹಸ್ವಾಮಿಯವರೊಡನೆ)*

❖ *ರಾಮಸ್ವಾಮಿ, ಎಸ್. ಆರ್. (1981) – ಡಾ. ಹೆಡಗೆವಾರ್: ದಿ ಎಪೋಕ್ ಮೇಕರ್*

❖ *ರಾಮಸ್ವಾಮಿ, ಎಸ್. ಆರ್. (1982) – ಮನೋಬೋಧ ಆಫ್ ಸಮರ್ಥ ರಾಮದಾಸ್*

❖ *ರಾಮಸ್ವಾಮಿ, ಎಸ್. ಆರ್. (1987) – ಸಂಘ–ಗೀತಾ ಫ್ರಂ ಸಂಸ್ಕೃತ್*

❖ *ರಾಮಸ್ವಾಮಿ, ಎಸ್. ಆರ್. (1987) – ಮಹಾವೇಧ (ಚಿವುಕುಲ ಪುರುಷೋತ್ತಮ್ – ತೆಲುಗಿನಿಂದ)*

❖ *ರಾಮಸ್ವಾಮಿ, ಎಸ್. ಆರ್. (1989) – ಭಾರತ ಜಾಗೃತಿ (ಧರ್ಮಪಾಲ್ – ಇಂಗ್ಲಿಷಿನಿಂದ)*

❖ ರಾಮಸ್ವಾಮಿ, ಎಸ್. ಆರ್. (1991) – ಆರ್ಯ ಆಕ್ರಮಣ: ಬುಡವಿಲ್ಲದ ವಾದ
(ಎನ್.ಆರ್. ವರದಪಾಂಡೆ – ಇಂಗ್ಲಿಷಿನಿಂದ)

❖ ರಾಮಸ್ವಾಮಿ, ಎಸ್. ಆರ್. (1992) – ಟಾಪ್ ರೈಟರ್ (ಪಾನುಗಂಟಿ –
ತೆಲುಗಿನಿಂದ)

❖ ರಾಮಸ್ವಾಮಿ, ಎಸ್. ಆರ್. (1994) – ಐ.ಸಿ.ಸಿ.ಯು. (ಚಿತ್ತರ್ವು ಮಧು –
ತೆಲುಗಿನಿಂದ)

❖ ರಾಮಸ್ವಾಮಿ, ಎಸ್. ಆರ್. (1994) – ಡಂಕೆಲ್ ಅಕ್ರಮಕ್ಕೆ ಪರಿಹಾರ: ಸ್ವದೇಶೀ
ಜಾಗೃತಿ

❖ ರಾಮಸ್ವಾಮಿ, ಎಸ್. ಆರ್. (1996) – ಭಾರತೀಯ ಚಿತ್ತ, ಮಾನಸ, ಕಲಾ
(ಧರ್ಮಪಾಲ – ಹಿಂದಿಯಿಂದ)

❖ ರಾಮಸ್ವಾಮಿ, ಎಸ್. ಆರ್. (1996) – ಕತ್ತಿಯಲುಗಿನ ಸೇತುವೆ (ಪಾನುಗಂಟಿ –
ತೆಲುಗಿನಿಂದ)

❖ ರಾಮಸ್ವಾಮಿ, ಎಸ್. ಆರ್. (1997) – ಸೇವಾಪಥ (ಬ್ರಜೇಂದ್ರಪಾಲ್ ಸಿಂಗ್ –
ಹಿಂದಿಯಿಂದ)

❖ ರಾಮಸ್ವಾಮಿ, ಎಸ್. ಆರ್. (1998) – ಬೈ ಬೈ ಪೊಲೊನಿಯಾ (ಚಿತ್ತರ್ವು ಮಧು
– ತೆಲುಗಿನಿಂದ)

❖ ರಾಮಸ್ವಾಮಿ, ಎಸ್. ಆರ್. (2001) – ಹೌದೇ . .? (ಚಿತ್ತರ್ವು ಮಧು –
ತೆಲುಗಿನಿಂದ)

❖ ರಾಮಸ್ವಾಮಿ, ಎಸ್. ಆರ್. (2002) – ಜೇಡರ ಬಲೆ (ಚಿತ್ತರ್ವು ಮಧು –
ತೆಲುಗಿನಿಂದ)

❖ ರಾಮಸ್ವಾಮಿ, ಎಸ್. ಆರ್. (2005) – ಶಿಲುಬೆ ಮತ್ತು ಕೊಡವರು (ಕೆ.ಬಿ. ಗಣಪತಿ
– ಇಂಗ್ಲಿಷಿನಿಂದ)

❖ ರಾಮಸ್ವಾಮಿ, ಎಸ್. ಆರ್. (2007) – ಆನಂದ ಮಠ (ಬಂಕಿಮ ಚಂದ್ರ –
ಹಿಂದಿಯಿಂದ)

- ❖ ರಾಮಸ್ವಾಮಿ, ಎಸ್. ಆರ್. (2008) – ರೂಪಾಯಿಗಳು ಬರುತ್ತವೆ, ಜಾಗ್ರತೆ! (ಪ್ರಭಾಕರ ಜೈನಿ – ತೆಲುಗಿನಿಂದ)

- ❖ ರಾಮಸ್ವಾಮಿ, ಎಸ್. ಆರ್. (2009) – ಅಸಿಧಾರಾ (ಕಸ್ತೂರಿ ಮುರಳಿಕೃಷ್ಣ – ತೆಲುಗಿನಿಂದ)

- ❖ ರಾಮಸ್ವಾಮಿ, ಎಸ್. ಆರ್. (2011) – ಇದು ಯಾವ ಅನುಬಂಧವೋ (ಆಕುಮೂರಿ ಮುರಳಿಕೃಷ್ಣ – ತೆಲುಗಿನಿಂದ)

- ❖ ರಾಮಸ್ವಾಮಿ, ಎಸ್. ಆರ್. (2012) – ವಿಶ್ವಪ್ರಯತ್ನ (ಆಕುಮೂರಿ ಮುರಳಿಕೃಷ್ಣ – ತೆಲುಗಿನಿಂದ)

- ❖ ರಾಮಸ್ವಾಮಿ, ಎಸ್. ಆರ್. (2012) – ವನಸುಮ

- ❖ ರಾಮಸ್ವಾಮಿ, ಎಸ್. ಆರ್. (2013) – ಟಾರ್ಗೆಟ್ ನಂಬರ್ ಟೂ (ಜಿ. ನಾಗೇಶ್ವರರಾವ್)

- ❖ ರಾಮಸ್ವಾಮಿ, ಎಸ್. ಆರ್. (2019) – ರಾಜತರಂಗಿಣಿ ಕಥಾವಳಿ (ಕಸ್ತೂರಿ ಮುರಳಿಕೃಷ್ಣ)

ಉಪನ್ಯಾಸಗಳ ಪಟ್ಟಿ

- ❖ ರಾಮಸ್ವಾಮಿ, ಎಸ್. ಆರ್. (1972) – ವೆಲ್ಲಾಳ ಕವಿ ಪರಂಪರೆ

- ❖ ರಾಮಸ್ವಾಮಿ, ಎಸ್. ಆರ್. (1972) – ಎಸ್. ಶ್ರೀಕಂಠಶಾಸ್ತ್ರಿಗಳ ಬಹುಮುಖ ಪರಂಪರೆ

- ❖ ರಾಮಸ್ವಾಮಿ, ಎಸ್. ಆರ್. (1972) – ಕ್ರಿಟಿಕ್ ಆಫ್ ಪಾಲ್ ವಾಲೆರಿ

- ❖ ರಾಮಸ್ವಾಮಿ, ಎಸ್. ಆರ್. (1975) – ಕಾಪಿ–ಎಡಿಟಿಂಗ್

- ❖ ರಾಮಸ್ವಾಮಿ, ಎಸ್. ಆರ್. (1977) – ಶರತ್‌ಚಂದ್ರ

- ❖ ರಾಮಸ್ವಾಮಿ, ಎಸ್. ಆರ್. (1983) – ಲೈಫ್ ಆಫ್ ಸೋಲಿಗ ಟ್ರೈಬಲ್ಸ್

- ❖ ರಾಮಸ್ವಾಮಿ, ಎಸ್. ಆರ್. (1984) – ಸ್ಟೇಟ್ ಆಫ್ ಲ್ಯಾಂಡ್ ರಿಫಾರ್ಮ್ಸ್

- ❖ ರಾಮಸ್ವಾಮಿ, ಎಸ್. ಆರ್. (1987) – ಫೀಚರ್ ರೈಟಿಂಗ್ & ಡೆವೆಲಪ್‌ಮೆಂಟ್ ಜರ್ನಲಿಸಂ
- ❖ ರಾಮಸ್ವಾಮಿ, ಎಸ್. ಆರ್. (1988) – ಸೋಷಿಯಲ್ ಕಾಸ್ಟ್ಸ್ ಆಫ್ ಸೋಷಿಯಲ್ ಫಾರೆಸ್ಟ್ರಿ
- ❖ ರಾಮಸ್ವಾಮಿ, ಎಸ್. ಆರ್. (1990) – ಟುವರ್ಡ್ಸ್ ಅಂಡರ್‌ಸ್ಟ್ಯಾಂಡಿಂಗ್ ಹಿಂದೂ ಸೊಸೈಟಿ
- ❖ ರಾಮಸ್ವಾಮಿ, ಎಸ್. ಆರ್. (1992) – ಗಾಂಧಿಯನ್ ಕಾನ್ಸೆಪ್ಟ್ ಆಫ್ ಇಕಾಲಜಿ
- ❖ ರಾಮಸ್ವಾಮಿ, ಎಸ್. ಆರ್. (1993) – ಆಲ್ಟರ್ನೇಟಿವ್ ಲೈಫ್ ವಿಷನ್: ಎನ್ ಎಕನಾಮಿಕ್ ಪರ್ಸ್ಪೆಕ್ಟಿವ್
- ❖ ರಾಮಸ್ವಾಮಿ, ಎಸ್. ಆರ್. (1993) – ಟೆಕ್ಸ್ಟ್–ಎ ಕ್ರಿಟಿಕಲ್ ಸ್ಟಡಿ ಆಫ್ ದಿ ಮಹಾಭಾರತ
- ❖ ರಾಮಸ್ವಾಮಿ, ಎಸ್. ಆರ್. (1993) – ಹಿಂದೂ ಎಕನಾಮಿಕ್ಸ್
- ❖ ರಾಮಸ್ವಾಮಿ, ಎಸ್. ಆರ್. (1995) – ಟುವರ್ಡ್ಸ್ ಹ್ಯೂಮನಿಸ್ಟಿಕ್ ಎಕಾನಮೀಸ್
- ❖ ರಾಮಸ್ವಾಮಿ, ಎಸ್. ಆರ್. (1996) – ಯುನೈಟೆಡ್ ನೇಷನ್ಸ್ ಇನ್ ರೆಟ್ರಾಸ್ಪೆಕ್ಟ್
- ❖ ರಾಮಸ್ವಾಮಿ, ಎಸ್. ಆರ್. (1996) – ನೇತಾಜಿ ಸುಭಾಸ್ ಚಂದ್ರ ಬೋಸ್
- ❖ ರಾಮಸ್ವಾಮಿ, ಎಸ್. ಆರ್. (1998) – ದಿ ರಿಜೀಮ್ ಆಫ್ ಸರ್ ಮಿರ್ಜಾ ಇಸ್ಮಾಯಿಲ್
- ❖ ರಾಮಸ್ವಾಮಿ, ಎಸ್. ಆರ್. (1998) – ದಿ ಕಾನ್ಸೆಪ್ಟ್ ಆಫ್ ಡೆವೆಲಪ್‌ಮೆಂಟ್
- ❖ ರಾಮಸ್ವಾಮಿ, ಎಸ್. ಆರ್. (1998) – ರಿಲೆವನ್ಸ್ ಆಫ್ ಸ್ವದೇಶೀ ಮೂವ್‌ಮೆಂಟ್
- ❖ ರಾಮಸ್ವಾಮಿ, ಎಸ್. ಆರ್. (1998) – ಲೈಫ್ ಅಂಡ್ ವರ್ಕ್ಸ್ ವಿ. ಸೀತಾರಾಮಯ್ಯ
- ❖ ರಾಮಸ್ವಾಮಿ, ಎಸ್. ಆರ್. (2001) – ಎ ಡಿಕೇಡ್ ಆಫ್ ಗ್ಲೋಬಲೈಸೇಷನ್
- ❖ ರಾಮಸ್ವಾಮಿ, ಎಸ್. ಆರ್. (2002) – ಇಂಟೆಲೆಕ್ಚುಯಲ್ ಪಲ್ಲ್ಯೂಷನ್
- ❖ ರಾಮಸ್ವಾಮಿ, ಎಸ್. ಆರ್. (2003) – ಜರ್ನಲಿಸಂ ಟುಡೆ

- *ರಾಮಸ್ವಾಮಿ, ಎಸ್. ಆರ್. (2005) – ಸ್ವದೇಶೀ ಮೂವ್‌ಮೆಂಟ್ ಆಫ್ 1905: ಹಿಸ್ಟಾರಿಕ್ ಟರ್ನಿಂಗ್ ಪಾಯಿಂಟ್*
- *ರಾಮಸ್ವಾಮಿ, ಎಸ್. ಆರ್. (2007) – ಸಾಗಾ ಆಫ್ ಪೇಟ್ರಿಯಾಟಿಸಂ: ಮಾರ್ಟಿರ್ಸ್ ಇನ್ ಫೀಡಂ ಮೂವ್‌ಮೆಂಟ್*
- *ರಾಮಸ್ವಾಮಿ, ಎಸ್. ಆರ್. (2007) – ಫಾರಿನ್ ಫ್ರೆಂಡ್ಸ್ ಆಫ್ ಇಂಡಿಯಾಸ್ ಫ್ರೀಡಂ ಮೂವ್‌ಮೆಂಟ್*
- *ರಾಮಸ್ವಾಮಿ, ಎಸ್. ಆರ್. (2010) – ಕಾಂಟ್ರಿಬ್ಯೂಷನ್ ಆಫ್ ರಾಳ್ಳಪಲ್ಲಿ ಅನಂತಕೃಷ್ಣಶರ್ಮ*
- *ರಾಮಸ್ವಾಮಿ, ಎಸ್. ಆರ್. (2011) – ಲೈಫ್ ಅಂಡ್ ವರ್ಕ್ ಆಫ್ ಡಿ.ವಿ. ಗುಂಡಪ್ಪ*
- *ರಾಮಸ್ವಾಮಿ, ಎಸ್. ಆರ್. (2013) – ಕಾಂಟ್ರಿಬ್ಯೂಷನ್ ಆಫ್ ಸಂಸ್ಕೃಟಿಸ್ಟ್ ಪ್ರೊ. ಎಸ್.ಕೆ. ರಾಮಚಂದ್ರ ರಾವ್*
- *ರಾಮಸ್ವಾಮಿ, ಎಸ್. ಆರ್. (2013) – ಬೆಳಗೆರೆ ಕೃಷ್ಣಶಾಸ್ತ್ರಿ*

ಎಸ್. ಆರ್. ರಾಮಸ್ವಾಮಿಯವರು ಬ್ರಹ್ಮಚಾರಿಯಾಗಿಯೇ ಉಳಿದುಕೊಂಡು ಬರವಣಿಗೆ, ಓದು, ಸಂಪಾದನಾ ಕಾರ್ಯ ಮತ್ತು ಉಪನ್ಯಾಸಗಳನ್ನು ನೀಡುವುದಕ್ಕಾಗಿಯೇ ತಮ್ಮ ಬದುಕನ್ನು ಮುಡಿಪಾಗಿಟ್ಟಿದ್ದಾರೆ. ಅವರು ಭಾರತದ ಬೆಂಗಳೂರಿನಲ್ಲಿ ವಾಸಿಸುತ್ತಿದ್ದಾರೆ.

ಎಸ್. ಆರ್. ಸ್ವಾಮಿಯವರ "ಇನ್ ದಿ ವುಡ್ಸ್ ಆಫ್ ಗ್ಲೋಬಲೈಜೇಷನ್" (1995) ಎಂಬ ಗ್ರಂಥವು ಹೆಚ್ಚಾಗಿ ಕೃಷಿಪ್ರಧಾನವಾದ ಭಾರತೀಯ ಆರ್ಥಿಕತೆಯ ಮೇಲೆ ಜಾಗತೀಕರಣ ಬೀರುವ ಪರಿಣಾಮಗಳನ್ನು ವಿಶದವಾಗಿ ಚರ್ಚಿಸುತ್ತದೆ. ಆಗಿನ ಕಾಂಗ್ರೆಸ್ ಸರಕಾರವು ಜಾರಿಗೆ ತಂದ ಲಂಗುಲಗಾಮಿಲ್ಲದ "ಉದಾರೀಕರಣ" ನೀತಿಯ ಪರಿಣಾಮಗಳನ್ನು ಈ ಗಂಥವು ವಿವರಿಸುತ್ತದೆ. ಸಾಮಾಜಿಕ ವಿಷಯಗಳನ್ನು ಕುರಿತ ಅವರ ತೀಕ್ಷ್ಣ ವಿಶ್ಲೇಷಣೆ ಮತ್ತು ತುಲನಾತ್ಮಕ ಅಧ್ಯಯನವು ನಮ್ಮ ಕಾಲದಲ್ಲಿ ಒಪ್ಪಿತವಾಗಿ ಬೇರೂರಿರುವ ಅನೇಕ ನಂಬಿಕೆಗಳ ಬಗ್ಗೆ ಇರುವ ಗೊಂದಲಗಳನ್ನು ಪರಿಹರಿಸುವಲ್ಲಿ

ನೆರವಾಗುತ್ತದೆ. ಮುಚ್ಚುಮರೆ ಇಲ್ಲದೆ ಸ್ವದೇಶೀ ಅಭಿಯಾನದ ಸ್ಪಷ್ಟ ಬೆಂಬಲಿಗರಾದ ಎಸ್.ಆರ್. ರಾಮಸ್ವಾಮಿಯವರು ಪ್ರಸಕ್ತ ಕಾಲದ ಸಮಕಾಲೀನ ಆರ್ಥಿಕ ವಾಸ್ತವಾಂಶಗಳಿಗೆ ಸೂಕ್ತವಾಗುವಂತೆ ಸ್ವಾತಂತ್ರ್ಯ ಪೂರ್ವಕಾಲದ "ಸ್ವದೇಶೀ" ಚಳುವಳಿಯನ್ನು ರೂಪಿಸಿದರು. ಆ ಕೃತಿಯ ಬಗ್ಗೆ ಇರುವ ಕೆಲವು ಅಭಿಪ್ರಾಯ ತುಣುಕುಗಳನ್ನು ಇಲ್ಲಿ ನೀಡಿದೆ:

ಸಾಂಸ್ಥಿಕ ವೈಫಲ್ಯ

"…..ಈಗ ಯಾರಿಗಾದರೂ ಕಾಣುವುದು ಕೇವಲ ಮಾರ್ಗಚ್ಯುತಿಯಲ್ಲ ಅಥವಾ ತಾತ್ಕಾಲಿಕ ಹಂತವಲ್ಲ. ಇದುವರೆಗೆ ಮುಂದುವರಿಸಿಕೊಂಡು ಬಂದ ಕಾರ್ಯನೀತಿಗಳ ಸಾಂಸ್ಥಿಕ ವೈಫಲ್ಯವಿದೆಂಬುದು ಬಹುತೇಕ ಜನರಿಗೆ ಮನವರಿಕೆಯಾಗಿದೆ. ನಿನ್ನೆಯ "ಪರಿಹಾರ"ಗಳು ಇಂದಿನ "ಸಮಸ್ಯೆ"ಗಳಾಗಿ ಪರಿಣಮಿಸಿವೆ. ಎಲ್ಲ ಪರಿಹಾರಗಳ ತಾಯಿ ಎಂದು ಪರಿಗಣಿತವಾಗಿದ್ದ ವಿಶ್ವವ್ಯಾಪಾರವೇ ಸಮಸ್ಯೆಗಳ ಅತಿಹೆಚ್ಚಳವನ್ನು ಸೃಷ್ಟಿಸಿಬಿಟ್ಟದೆ. ಆ ವಾಹನಕ್ಕೆ ಧಕ್ಕೆಯಾಗಿದೆ, ರಸ್ತೆಯ ಬದಿಯಲ್ಲಿ ಅದನ್ನು ನಿಲ್ಲಿಸಿಯಾಗಿದೆ ಹಾಗೂ ಜಾಕ್ ಹಾಕಿಕೊಂಡು ದುರಸ್ತಿಗಾಗಿ ಕಾಯಲಾಗುತ್ತಿದೆ. ಇಡೀ ವಿಶ್ವಕ್ಕೆ "ಉದಾರೀಕರಣ" ನೀತಿಯನ್ನು ಉಪದೇಶಿಸುವುದರಲ್ಲಿ ಎಂದೂ ಬಳಲದಿರುವ ಪಾಶ್ಚಾತ್ಯ ದೇಶಗಳೇ ಓಂಈಖಿಂದಂಥ ವ್ಯಾಪಾರ ಪ್ರತಿಬಂಧಕಗಳನ್ನು ರೂಪಿಸುತ್ತಿವೆ. ಯು.ಎಸ್. ಮತ್ತು ಜಪಾನ್ ದೇಶಗಳು ಈಗ ಬಹಿರಂಗವಾಗಿ ವಾಣಿಜ್ಯ ಕದನದಲ್ಲಿ ನಿರತವಾಗಿವೆ (1995)….."

ಸ್ವದೇಶೀ ಅಭಿಯಾನವನ್ನು ಕುರಿತು

"…..ನಮ್ಮ ಸ್ವಾತಂತ್ರ್ಯ ಹೋರಾಟದ ಒಂದು ಭಾಗವಾಗಿ ಸ್ವದೇಶೀ ಚಳುವಳಿಯನ್ನು ಗುರುತಿಸಲಾಯಿತು. ಬಹು ಹಿಂದೆಯೇ ಮಹಾದೇವ ರಾನಡೆ ಮತ್ತು ಲೋಕಮಾನ್ಯ ತಿಲಕರಂಥ ಮಹಾನುಭಾವರು ಪ್ರತಿಪಾದಿಸಿದ್ದ ಸ್ವದೇಶೀ ಎನ್ನುವುದನ್ನು ಗಾಂಧೀಜಿಯವರು ಒಂದು ಯುದ್ಧಘೋಷಣೆಯನ್ನಾಗಿ ಉಪಯೋಗಿಸಿಕೊಂಡರು. ಅದೇ ಸಮಯದಲ್ಲಿ ಅವರು ತಮ್ಮ ಸ್ವದೇಶೀ ಪರಿಕಲ್ಪನೆಯು ಕೇವಲ ಆ ಸಂದರ್ಭಕ್ಕಷ್ಟೇ ಮೀಸಲಾದುದಲ್ಲವೆಂದೂ ಅದು ವ್ಯಾಪಕವಾದ ದೂರದೃಷ್ಟಿಯ ದರ್ಶನ ಪರಿಕಲ್ಪನೆಯೆಂದೂ ಸ್ಪಷ್ಟಪಡಿಸಿದರು. ವಿವಿಧ ಕಾರಣಗಳಿಂದಾಗಿ ಸವೆದುಹೋಗಿದ್ದ ನಮ್ಮ

ನಾಗರಿಕತೆಯ ಸ್ವಾಭಾವಿಕ ಮೌಲ್ಯಗಳ ಪುನಸ್ಸ್ಥಾಪನೆಗೆ ಅವರು ಕರೆಕೊಟ್ಟರು. ವಿದೇಶೀ ವಸ್ತುಗಳ ಬಹಿಷ್ಕಾರ, ಉಪ್ಪಿನ ಸತ್ಯಾಗ್ರಹ, ಅಸಹಕಾರ ಚಳುವಳಿ ಮತ್ತು ಅಂತಿಮವಾಗಿ "ಭಾರತ ಬಿಟ್ಟು ತೊಲಗಿ" ಅಭಿಯಾನ – ಇವೆಲ್ಲವೂ ಭಾರತದ ಸ್ವ-ಅಸ್ಮಿತೆಯ ಪುನಸ್ಸ್ಥಾಪನೆಗಾಗಿ ನಡೆದ ಹೋರಾಟದ ಬೇರೆ ಬೇರೆ ಅಭಿವ್ಯಕ್ತಿಗಳಾಗಿದ್ದವು.

ಬ್ರಿಟಿಷ್ ಸಂಘಸಂಸ್ಥೆಗಳ ವಿರುದ್ಧ ಗಾಂಧೀಜಿಯವರು ಹೋರಾಡಿದುದು ಕೇವಲ ಅವುಗಳ ಪರಕೀಯತೆಗಾಗಿ ಅಲ್ಲ. ಇತರರ ಮೇಲೆ ಒಂದು ಅಭಿಪ್ರಾಯ ಅಥವಾ ವ್ಯವಸ್ಥೆಯನ್ನು ಹೇರುವುದರ ಚಿಂತನೆಯನ್ನೇ ಅವರು ವಿರೋಧಿಸಿದುದು. ರಾಷ್ಟ್ರೀಯ ಸರಕಾರವಾದರೂ ಅದು ಜನರ ಆಶಯಗಳ ವಿರುದ್ಧ ತನ್ನ ನೀತಿಗಳನ್ನು ಹೇರಿದಾಗ ಕೂಡ ಅವನ್ನು ತಾವು ವಿರೋಧಿಸುವುದಾಗಿ ಅನೇಕ ಬಾರಿ ಅವರು ಸ್ಪಷ್ಟಪಡಿಸಿದ್ದರು. ನಿಜ, ಆ ಸಮಯದಲ್ಲಿದ್ದ ಸರಕಾರವು ಜನರ ಪ್ರತಿನಿಧಿಯಾಗಿರಲೂ ಇಲ್ಲ! ರಾಜಕೀಯದ ರಾಷ್ಟ್ರೀಯ ರೂಪವನ್ನು ಹಾಗೇ ಉಳಿಸಿಕೊಳ್ಳುತ್ತ ಆರ್ಥಿಕತೆಯನ್ನು ಅಂತರಾಷ್ಟ್ರೀಕರಣಗೊಳಿಸುವ ಪ್ರಯತ್ನಮಾಡುವುದು ಒಂದು ಅಸಂಭಾವ್ಯತೆ. ನಮ್ಮ ಸರಕಾರವು ಸಮಾಜದ ಹೆಚ್ಚು ಪಾಶ್ಚಾತ್ಯೀಕರಣಕ್ಕೆಡೆ ಮಾಡಿಕೊಡುವಂಥ ನೀತಿಗಳನ್ನು ಒಪ್ಪಿಕೊಂಡಿರುವುದಷ್ಟೇ ಅಲ್ಲದೆ, ಆಡಳಿತ ಯಂತ್ರವನ್ನು ಬಳಸಿಕೊಂಡು ಅಹಂಕಾರದಿಂದ ಅವುಗಳನ್ನು ಪ್ರತಿಪಾದಿಸುತ್ತಿದೆ. ಕಾರ್ಯಸ್ತರದಲ್ಲಿ ಆಡಳಿತವು ಆಮದು ಸುಂಕವನ್ನು ಇಳಿಸುವುದು, ನಿಯಮಗಳನ್ನು ಸಡಿಲಿಸುವುದು ಮುಂತಾದ ಕ್ರಿಯೆಗಳ ಮೂಲಕ ಅವುಗಳಿಗೆ ಪೋಷಕವಾಗಿ ನಡೆದುಕೊಳ್ಳುತ್ತಿದೆ. ಆದ್ದರಿಂದ ಸರಕಾರವೇ ಪಾಶ್ಚಾತ್ಯೀಕರಣದ ಪ್ರಮುಖ ದಲ್ಲಾಳಿ ಎಂದು ಹೇಳುವುದು ತಪ್ಪಾಗಲಾರದು....."

ಬೆಲೆ ನಿಗದಿ, ತೆರಿಗೆಗಳ ಬಗ್ಗೆ

".....ಕೆಲವು ದಶಕಗಳ ಹಿಂದೆ (ಸಿ. ರಾಜಗೋಪಾಲಾಚಾರಿಯವರು ಬಣ್ಣಿಸಿದಂತೆ) "ಲೈಸೆನ್ಸ್-ಪರ್ಮಿಟ್ ರಾಜ್"ನಲ್ಲಿ ಇರುವ ಲೋಪದೋಷಗಳನ್ನು ಸ್ಪರ್ಧಾತ್ಮಕ "ಮುಕ್ತ ಮಾರುಕಟ್ಟೆ" ವ್ಯವಸ್ಥೆಯಿಂದ ಸರಿಪಡಿಸಲು ಎಲ್ಲ ಎಚ್ಚರಿಕೆಗಳನ್ನು ವಹಿಸಲಾಗುವುದೆಂದು ಭಾವಿಸಲಾಯಿತು. ಪ್ರಾಯಶಃ ಪ್ರಾಮಾಣಿಕವಾದ "ಮುಕ್ತ" ಮಾರುಕಟ್ಟೆಯಲ್ಲಿ ಅಂಥ ವಿಕೃತಗಳನ್ನು ತಡೆಯಲು ಸಾಧ್ಯವಿತ್ತು. ಆದರೆ ಕಳೆದ ಹಲವು ದಶಕಗಳಿಂದಲೂ "ಮುಕ್ತ

ಮಾರುಕಟ್ಟೆ"ಯ ಶೀರ್ಷಿಕೆಯಡಿ ಕೇವಲ ಏಕಸ್ವಾಮ್ಯದ ಸಂಸ್ಥೆಗಳೇ ಮೆರೆಯುತ್ತಿವೆ; ಕೈಗಾರಿಕೆ ಮತ್ತು ವಾಣಿಜ್ಯ ಕ್ಷೇತ್ರಗಳ ಘಟಾನುಘಟಿಗಳೇ ತಮ್ಮ ಏಕಸ್ವಾಮ್ಯವನ್ನು ಸುಭದ್ರಪಡಿಸಿಕೊಳ್ಳುವ ಪ್ರಧಾನ ಪ್ರಯತ್ನಗಳಲ್ಲಿಯೆ ನಿರತವಾಗಿವೆ. ಬೆಲೆಗಳ ಇಳಿಮುಖ ಪ್ರವೃತ್ತಿಯು ಆರೋಗ್ಯಕರ ಆರ್ಥಿಕತೆಯ ಕುರುಹು ಎಂದು ಶುಕ್ರನೀತಿ ಮತ್ತಿತರ ಹಿಂದೂ ಗ್ರಂಥಗಳು ತಿಳಿಸುತ್ತವೆ. ತೆರಿಗೆಗಳು ಯಾವಾಗಲೂ ಸಾಧ್ಯವಾದಷ್ಟೂ ಕಡಿಮೆ ಮಟ್ಟದಲ್ಲಿ ಇರಬೇಕು ಎನ್ನುವುದು ಹಿಂದೂ ಸ್ಮೃತಿಗ್ರಂಥಗಳ ಇನ್ನೊಂದು ಮಾರ್ಗದರ್ಶಕ ಸೂಚನೆಯಾಗಿದೆ. ಸರಕಾರದ ಪಾತ್ರವೂ ಪರಿಮಿತವಾಗುವುದರಿಂದ ಸ್ವದೇಶೀ ಅರ್ಥವ್ಯವಸ್ಥೆಯಲ್ಲಿ ಕಡಿಮೆ ತೆರಿಗೆನೀತಿ ಸಾಧ್ಯ....."

Figure 111: ಡಿ. ಲಿಟ್ ಸಮಾರಂಭ

ಗೌರವ–ಮನ್ನಣೆ

ಹಲವಾರು ವರ್ಷಗಳಿಂದ ಪತ್ರಿಕೋದ್ಯಮ, ಸಾಹಿತ್ಯ, ವಿಮರ್ಶೆ ಮತ್ತು ಸಾಮಾಜಿಕ ಕಾರ್ಯ ಚಟುವಟಿಕೆಗಳ ಕ್ಷೇತ್ರದಲ್ಲಿ ಎಸ್.ಆರ್. ರಾಮಸ್ವಾಮಿಯವರ ಕೊಡುಗೆಗಳಿಗಾಗಿ ಅವರಿಗೆ ಅನೇಕ ಬಹುಮಾನ, ಪ್ರಶಸ್ತಿ ಮತ್ತು ಮನ್ನಣೆಗಳ ಗೌರವ ಪ್ರಾಪ್ತವಾಗಿದೆ. ಅವುಗಳಲ್ಲಿ ಕೆಲವನ್ನು ಈ ಕೆಳಗೆ ಪಟ್ಟಿಮಾಡಿದೆ:

Figure 112: ನಾಡೋಜ ಸಮಾರಂಭ

- ❖ "ದಿ ಲೈಫ್ ಆಫ್ ಸೋಲಿಗ ಟ್ರೈಬಲ್ಸ್" ಕುರಿತು ಬರೆದ ಲೇಖನಕ್ಕೆ "ಕೆನರಾ ಬ್ಯಾಂಕ್ ಅವಾರ್ಡ್"ನ ಪ್ರಥಮ ಬಹುಮಾನ (1983).

- ❖ "ಸ್ಟೇಟ್ ಆಫ್ ಲ್ಯಾಂಡ್ ರಿಫಾರ್ಮ್ಸ್" ಕುರಿತು ಬರೆದ ಲೇಖನಕ್ಕೆ ಕೆನರಾ ಬ್ಯಾಂಕ್ ಅವಾರ್ಡ್‌ನ ಪ್ರಥಮ ಬಹುಮಾನ (1984).

- ❖ ಸಮಾಜವಿಜ್ಞಾನ ಕ್ಷೇತ್ರದ ಅತ್ಯುತ್ತಮ ಕೃತಿ ಎಂದು ಅವರ "ಶತಮಾನದ ತಿರುವಿನಲ್ಲಿ ಭಾರತ" ಎಂಬ ಕೃತಿಗೆ (1989) ಕರ್ನಾಟಕ ಸಾಹಿತ್ಯ ಅಕಾಡೆಮಿಯ ಬಹುಮಾನ (1992).

- ❖ ಪತ್ರಿಕೋದ್ಯಮದಲ್ಲಿ ಅವರ ಸಾಧನೆಗಾಗಿ "ಆರ್ಯಭಟ ಪ್ರಶಸ್ತಿ" (2006).

- ❖ ಸಾಹಿತ್ಯ ಸಾಧನೆಗಾಗಿ "ಕರ್ನಾಟಕ ರಾಜ್ಯೋತ್ಸವ ಪ್ರಶಸ್ತಿ" (2008).

- ❖ ವಿದ್ವತ್ಸಾಧನೆಗಾಗಿ "ಮಿಥಿಕ್ ಸೊಸೈಟಿ ಸೆಂಟಿನರಿ ಪ್ರಶಸ್ತಿ"(2009).

- ❖ ಸಾಹಿತ್ಯ ಮತ್ತು ಪತ್ರಿಕೋದ್ಯಮಗಳಲ್ಲಿನ ಜೀವಮಾನದ ಸಾಧನೆಗಾಗಿ ಕರ್ನಾಟಕ ರಾಜ್ಯ ಮುಕ್ತ ವಿಶ್ವವಿದ್ಯಾನಿಲಯದ ಗೌರವ ಡಾಕ್ಟರೇಟ್ (ಡಿ.ಲಿಟ್.) (2011).

- ❖ ಪತ್ರಿಕೋದ್ಯಮದಲ್ಲಿ ಐದು ದಶಕಗಳ ಸೇವೆಗಾಗಿ ಕರ್ನಾಟಕ ಮಾಧ್ಯಮ ಅಕಾಡೆಮಿಯ "ವರ್ಷದ ವ್ಯಕ್ತಿ" ಪ್ರಶಸ್ತಿ (2011).

- ❖ ಮೈಸೂರಿನ ಡಿ.ವಿ.ಜಿ. ಬಳಗದ ಡಿ.ವಿ.ಜಿ. ಪ್ರಶಸ್ತಿ.

- ❖ ಕರ್ನಾಟಕದ ಹಂಪೆಯ ಕನ್ನಡ ವಿಶ್ವವಿದ್ಯಾಲಯದ "ನಾಡೋಜ" ಪ್ರಶಸ್ತಿ (2015).